வாணியம்பாடி வட்டாரத் தெய்வங்கள்

முனைவர் சி.கல்பனா

காவ்யா

வாணியம்பாடி வட்டாரத் தெய்வங்கள்

©முனைவர் சி.கல்பனா

முதல் பதிப்பு : 2021

வெளியீடு: *காவ்யா*

16, இரண்டாம் குறுக்குத் தெரு, டிரஸ்ட்புரம்,

கோடம்பாக்கம், சென்னை -600024

போன்: 044-23726882 / 9840480232

அச்சாக்கம் : ஸ்ரீசாய் எண்டர்பிரைசஸ், சென்னை - 14.

பக்கங்கள் : XXXVII+358 = 395

விலை : ரூ.400/-

Vaaniampadi Vattaraththeivangal

©Dr. S. KALPANA

First Edition : 2021

Published by **KAAVYA**

16, 2nd Cross Street, Trustpuram,

Kodambakkam, Chennai - 600 024.

Phone: 044 - 23726882 / 9840480232

e-mail : kaavyabooks@gmail.com.

Website : www.kaavyaa.com.

Printed at : Sai Sri Enterprises, Chennai -14.

Pages: XXXVII+358 = 395

Price : ₹ 400

ISBN: 978-81-952884-8-9

என் பெற்றோர்கள் திரு.வ.சிவலிங்கம், திருமதி.சி.வில்வராணி, அவர்களின் வாழ்த்துக்களுடன் 'வாணியம்பாடி வட்டார தெய்வங்கள்' என்னும் முதல் நூலை வெளியிடுகின்றேன்.

சுருக்கக் குறியீட்டு விளக்கம்

அகம்	-	அகநானூறு
புறம்	-	புறநானூறு
ப	-	பக்கம்
பக்	-	பக்கங்கள்
நூ.எ	-	நூற்பாஎண்
தொ	-	தொல்காப்பியம்
மேலது	-	மேலே குறிப்பிட்ட நூல்கள்
உ.ஆ	-	உரையாசிரியர்
பொருள	-	பொருளாதிகாரம்

மூ.கருணாநிதி
இணைப்பேராசிரியர்,
சுப்பிரமணிய பாரதியார் தமிழியற்புலம்,
புதுவைப் பல்கலைக் கழகம்.
புதுச்சேரி -605 014

மகிழ்வுரை

ஈராயிரம் ஆண்டுகளுக்கு மேற்பட்ட தமிழிலக்கிய ஆய்வுப் பரப்பில் நாட்டார் வழக்காற்றியலுக்கும் முக்கியமான இடமுண்டு. நாட்டார் வழக்காற்றியலில் வாய்மொழி மரபு சார்ந்த களங்களும் வாய்மொழி சாராத பண்பாட்டுக்கூறுகள் சார்ந்த களங்களும் உண்டு. தமிழிலக்கியப் பரப்பில் பக்தி மரபு எவ்வாறு சிறப்பிடம் பெறுகிறதோ, நாட்டார் சமய மரபில் பல்வேறு தெய்வ வழிபாட்டுக்கூறுகள் ஏராளமுண்டு. தமிழகம் முழுவதும் அந்தந்த வட்டாரத்திற்கு ஏற்ப நாட்டுப்புறத் தெய்வ வழிபாடுகள் மற்றும் அவை சார்ந்த மரபுகளும் வேறுபடுகின்றன.

இத்தெய்வ வழிபாடுகள் அந்தந்த வட்டாரங்களுக்கும் தமிழக மக்களின் இனம் சார்ந்த வரலாற்றினை, சமூகம் சார்ந்த பண்பாட்டினை வெளிப்படுத்துவனவாக அமைகின்றன. இத்தகைய ஆய்வுப் பின்புலத்தின் அடிப்படையில் வேலூர் மாவட்டம் வாணியம்பாடி வட்டாரத்தில் உள்ள நாட்டுப்புறத் தெய்வங்கள் குறித்தும், அவற்றின் வழிபாட்டு முறைமைகள், மரபுகள் பற்றி சி.கல்பனா தமது முனைவர் பட்ட ஆய்விற்காக ஆய்வுசெய்து மிகச் சிறப்பாக அதனை நிறைவு செய்தார். நிறைவு செய்த கையோடு அதனை வாணியம்பாடி வட்டாரத் தெய்வங்கள் என்ற பெயரில் நூலாகவும் வெளியிட்டுள்ளார் என்பது மிகவும் பாராட்டுக்குரியது.மகிழ்ச்சிக்குரியது. இத்தகைய சீரிய பணிகளுக்குத் துணை புரிகிற அவருடைய வாழ்க்கைத் துணைநலமாக விளங்குகிற அவருடைய துணைவர் ஸி .கோவிந்தராஜி அவர்களும் மிகவும் பாராட்டுக்குரியவர்.

வேலூர் மாவட்டத்தில் ஆயிரக்கணக்கான நாட்டுப்புறத் தெய்வங்கள் மக்களின் வழிபாட்டுமரபில் அமைந்திருக்கின்றன;

ஆயினும் அவை அனைத்தையும் ஆய்விற்குட்படுத்துவது என்பது அறிய செயல் என்பதால், 'வாணியம்பாடி வட்டாரம்' ஆய்வின் எல்லையாகவும், அவ்வட்டாரத்தில் பழம் பண்பாட்டின் அடிப்படையில் மிகவும் போற்றப்பெற்று மக்களால் பெரிதும் வழிபடக்கூடிய நாட்டுப்புறத் தெய்வக் கோயில்களை ஆய்வுக் களமாக நூலாசிரியர் வரையறை செய்து ஆய்வு செய்திருப்பதும் மிகவும் சிறப்பிற்குரியது.

இயல் பகுப்புகள் ஆய்வுத்தலைப்பிற்கேற்ப வெகு சிறப்பாகப் பகுக்கப்பெற்றுள்ளன. ஆய்வு முன்னுரைப் பகுதியில் தலைப்புத் தெரிவு, தெரிவிற்கான காரணங்கள், ஆய்வின் முக்கியத்துவம், ஆய்வு நோக்கம், ஆய்வு எல்லை, பரப்பு, ஆய்வுச் சான்றாதாரங்கள், ஆய்வு அணுகுமுறைகள், தரவுகள் திரட்டிய முறை, ஆய்வுக் கருதுகோள், ஆய்வேட்டின் அமைப்பும் பகுப்பும், துணை நூற்பட்டியல், பின்னிணைப்புகள் ஆகியவை மிகத் தெளிவாக விளக்கப்பெற்றுள்ளன.

முதலாவது இயல் நாட்டுப்புறத் தெய்வங்கள் குறித்த செய்திகளைப் பொதுநிலையில் அறிமுகம் செய்து விளக்குகிற வகையில் அமையப் பெற்றுள்ளது. நாட்டுப்புறத் தெய்வங்களின் பெயர்கள், அவற்றின் வகைப்பாடுகளை எடுத்துரைதக்கிற வகையில் இவ்வியல் தொடங்குகிறது. காலந்தோறும் நாட்டுப்புறத் தெய்வச் சிந்தனைகள் என்ற பகுதியில் பழந்தமிழ் இலக்கண,இலக்கியங்களில் பதிவாகியுள்ள வைதிக மரபுசார்ந்த தெய்வங்கள், நாட்டுப்புறப் பழந்தெய்வங்கள் குறித்த கருத்தாக்கங்களை விளக்கியுள்ளார்.நாட்டார் வழிபாட்டு மரபுகள் சார்ந்த வழக்காறுகளிலுள்ள பெருந்தெய்வங்கள், பழந்தெய்வங்கள் தோற்றம், அவற்றிற்கிடையே காணப்பெறும் வேறுபாடுகள் ஆகியவற்றைக் களப்பணி மூலம் செய்திகளை விளக்கியுள்ளார். தெய்வங்கள் சார்ந்த பழந்தமிழ் இலக்கியப் பதிவுகளையும் நாட்டார் வழக்காறுகளையும் நம்மால் ஒருசேர அறிகிற வாய்ப்பை நூலாசிரியர் நமக்கு வழங்கியுள்ளார்.

ஆய்வுக்களமான வாணியம்பாடி வட்டாரம் பற்றியும் அங்கு வசிக்கும் மக்கள் பற்றியும் இரண்டாவது இயலில் செய்திகளை

VII

வழங்கியுள்ளார். வேலூர் மாவட்டத்தின் சிறப்புகள், அதன் பெயர்க் காரணங்கள் குறித்து விளக்குகிற வகையில் தொடங்குகிறது இவ்வியல்.வாணியம்பாடி வட்டத்தின் வரலாறு, வருவாய் பிரிவுகள், சிறப்புகள், கோயில்கள், பற்றியும் வாணியம்பாடி வட்டாரத் தொழில் முறைகள், கல்வி முறையின் அமைப்பு முறைகள், நீதி மன்றங்கள், நிர்வாக அமைப்புகள் பற்றியும் மக்களின் தெய்வபக்தி, தேச பக்தி, மொழிப்பற்று, போன்ற கூறுகளை வரலாற்று உணர்வோடு அடையாளப் படுத்தியுள்ளார்.

மூன்றாம் இயலில் வாணியம்பாடி வட்டாரத்தில் அமைந்துள்ள தெய்வங்கள் பற்றியும் அவற்றின் தோற்றக் கதைகள் குறித்தும் ஆராயப் பெற்றுள்ளன.வாணியம்பாடி வட்டாரத்தில் உள்ள வைதிக மரபுத் தெய்வங்கள், அவற்றின சிறப்புகள், தல வரலாறு, அவற்றிற்கான புராணச் சான்றுகள், கல்வெட்டுச் சான்றுகள், முதலானவற்றைத் தக்க ஆதாரங்களுடன் நிறுவியுள்ளார். வாணியம்பாடி வட்டாரத்தில் உள்ள நாட்டார் மரபுத் தெய்வங்களான 25 பழந்தெய்வங்கள், அவற்றின் வாய்மொழி வழக்காறுகளைக் களப்பணியினூடாகத் தொகுத்து வழங்கியுள்ளார்.

வாணியம்பாடி வட்டார நாட்டுப்புற தெய்வங்களின் வழிபாட்டு மரபுகள் நான்காவது இயலில் ஆராயப் பெற்றுள்ளன. நாட்டுப் புறத் தெய்வங்களுடன் தொடர்புடைய வழிபாட்டின் தோற்றம், அதன் வளர்ச்சி, வழிபாட்டிற்கான அடிப்படைக் காரணங்கள், வழிபாட்டின் வகைகள், திருநாள் மற்றும் திருவிழாக்கள் தொடர்புடைய தெய்வ வழிபாடுகள் முதலானவற்றைப் பொதுநிலையில் எடுத்துரைத்துள்ளார்.

வாணியம்பாடி வட்டார வைதிக மரபு சார்ந்த தெய்வங்களின் வழிபாட்டு மரபுகளின் பல்வேறு படிநிலைகள், மற்றும் பழந்தெய்வங்களின் வழிபாட்டு மரபுகள், ஒவ்வொரு தெய்வங்களுக்கும் நடைபெறும் சிறப்பான வழிபாடுகள், நிகழ்வுகள், வேண்டுதல்கள், சடங்குகள், நம்பிக்கை, வழிபாட்டு பொருள்கள், மரபுகள், திருவிழாவில் நடைபெறும் வழிபாட்டு முறைகள் எனப் பல்வேறு கோணங்களில் ஆய்வு செய்து

விளக்கியுள்ளதை நாம் வாசிக்கிற பொழுது அந்தந்தக் கோயில்களை நேரில் தரிசிப்பது போன்ற உணர்வை நமக்கு ஏற்படுத்துகிறது. பின்னிணைப்புகளில் இடம்பெற்றுள்ள நிழற்படங்களும் அதற்கு உதவி செய்கிறது.

நிறைவுறை என்னும் பகுதியில் இயல்களில் பேசப்பெற்ற ஆய்வுச் செய்திகளையும் கருத்தாக்கங்களையும் முடிபுகளையும் மீண்டும் மீள்பார்வை செய்கிற வகையிலும் விமர்சன நோக்கிலும் நுலாசிரியர் அமைத்திருப்பது பாராட்டுக்குரியது.

நிறைவாக ஒன்று சொல்ல வேண்டும். பெண்ணாக இருந்தும் பக்தி சார்ந்த நாட்டார் தெய்வங்களை ஆய்விற்கு எடுத்துக்கொண்டு அவற்றைக் களப்பணி மூலம் தரவுகளையும் செய்திகளையும் திரட்டி, தற்பொழுது நூல் வடிவில் கொடுத்திருப்பதும் நூலாசிரியரின் துணிவையும் அவருடைய சிரத்தையான களப்பணி உழைப்பையும் பாராட்டியே ஆக வேண்டும். நாட்டார் வழக்காற்றியல் ஆய்வுகள் தற்பொழுது அருகி வரும் சூழலில் அதுவும் நாட்டார் சமயம் சார்ந்த ஆய்வு நூலாக வெளிவருவது கூடுதல் சிறப்பிற்குரியது. தமிழ்கூறு நல்லுலகம் குறிப்பாக நாட்டார் வழக்காற்றியல் சார்ந்த ஆய்வுப் புலங்கள் இந்நூலை வரவேற்று மகிழும் என்பதில் எள்ளளவும் ஐயமில்லை.

இத்துறையில் தொடர்ச்சியாக ஈடுபட்டு தொடர்ந்து நூல்களை வெளியிட வேண்டும் என்று முனைவர் சி. கல்பனா அவர்களை வாழ்த்தி மகிழ்கிறேன். தொய்வின்றி தொடர்ச்சியாக நாட்டார் வழக்காற்றியல் ஆய்வு சார்ந்த நூல்களை வெளியிடுவதற்கு முக்கியத்துவம் கொடுத்து முதன்மைப் பணியாக ஆற்றி வரும் காவ்யா பதிப்பகத்தாருக்கும் குறிப்பாகப் பேராசிரியர் காவ்யா சண்முகசுந்தரம் அவர்களுக்குப் பணிவான வணக்கங்களுடனும் வாழ்த்துக்களுடனும் நிறைவு செய்வது

கனிவன்புடன்

மூ.கருணாநிதி.

முனைவர்.தி.சா.ஜெயலட்சுமி
உதவிப்பேராசிரியர், தமிழ்த்துறை
ஸ்ரீ சங்கரா கலை மற்றும்
அறிவியல் கல்லூரி (தன்னாட்சி)
காஞ்சிபுரம் - 631 561

வாழ்த்துரை

நாட்டுப்புறவியல் என்பது நாட்டுப்புறமக்களின் பழக்கவழக்கங்கள், பண்பாடு, நம்பிக்கைகள், கதைகள், வாய்மொழிவரலாறு, பழமொழிகள், வாய்மொழிபாடல்கள், விடுகதைகள், கலைகள், போன்றவற்றை சேகரித்து வகைப்படுத்தி தொகுத்து, ஆராய்ந்து அவற்றை ஆவணப்படுத்தும் துறையாகும். தற்பொழுது தமிழ்த்துறை ஆய்வுகளில் நாட்டுப்புறவியல் ஆய்வு முதன்மையான இடங்களில் ஒன்றைப் பெற்றுள்ளது. அத்துறையை தேர்ந்தெடுத்து ஆய்வு செய்து முனைவர் பட்டம் பெற்றவர் என் ஆய்வாளர் திருமதி.சி.கல்பனா.

இந்தியாவை ஆன்மிகபூமியென்றும், இந்திய மொழிகளில் செம்மொழித் தகுதிபெற்ற தமிழ் மொழியைப் பக்தியின்மொழி என்றும் வழங்கப்படுகின்றனர். பக்தியின் ஒரு பகுதியாக விளங்குவது வழிபாடு. நாட்டுப்புற மக்களின் வழிபாடு பண்பாட்டின் கூறுகளில் ஒன்றாகும். பண்பாடும், காலச்சாரமும் நிறைந்த நாட்டுப்புற மக்கள் தெய்வங்களை வழிபடும்போது பல்வேறு வழிபாட்டு முறைகளை மேற்கொண்டனர். அவ்வகையில் வேலூர் மாவட்டத்தில் உள்ள வாணியம்பாடி வட்டாரத்தில் வசிக்கும் மக்கள் மேற்கொள்ளும் தெய்வ வழிபாட்டு மரபுகளைப் பற்றி ஆராய்ந்து 'வாணியம்பாடி வட்டார தெய்வங்கள்' என்ற நூலை என் ஆய்வாளர் திருமதி. சி.கல்பனா உருவாக்கியுள்ளார்.

வாணியம்பாடி மக்கள் செய்யும் தொழிலில் கண்ணும் கருத்துமாக இருப்பதுமட்டுமின்றி, தெய்வபக்தியும், தேசபக்தியும் அங்கு வாழும் மக்களிடையே நிறைந்துள்ளதையும், மேலும் வாணியம்பாடி மக்களிடையே மொழிபற்று மிக்க எழுத்தாளர்கள் இருப்பதையும் இந்நூலின் மூலம் நமக்கு அறிய வைத்துள்ளார்.

வாணியம்பாடி வட்டராத்தில் பழங்காலப் பெருமைகளோடு கூடிய சில கோயில்கள் உள்ளன. இச்செய்திகள் மிகவும் வியக்கத்தக்க வகையிலும், சிறப்பு நிகழ்வுகள் உண்மைதன்மை கொண்டதாகவும்

இருக்கின்றது. இந்நூலில் பழமை வாய்ந்த பெருந்தெய்வங்கள் அவற்றின் தலவரலாற்றையும், சிறுதெய்வங்கள் அவற்றின் அற்புதநிகழ்வுகளையும் எல்லோருக்கும் உணர்த்திய முனைவர்.சி.கல்பனா அவர்களுக்கு மனமார்ந்த வாழ்த்துகளைத் தெரிவித்து மகிழ்கிறேன். இத்தகைய நன் முயற்சிகளுக்கு உறுதுணையாக விளங்கும் அவர் குடும்பத்தினர் அனைவருக்கும் வாழ்த்துக்கள்.

தி.சா.ஜெயலட்சுமி

தமிழ்ச் செம்மல், பாரதி மன்றத் தலைவர்,
பேரா. முனைவர் ப.சிவராஜி
தமிழ்த்துறைத்தலைவர்,
இசுலாமியக் கல்லூரி,
வாணியம்பாடி. 635751

மகிழ்வுரை

'வாணியம்பாடி வட்டார நாட்டுப்புறத்தெய்வ வழிபாட்டு மரபுகள்' என்னும் பொருண்மையில் முனைவர் தி.சா.ஜெயலட்சுமி மேற்பார்வையில் திருமதி சி.கல்பனா என்னும் ஆய்வாளரால் பாரதியார் பல்கலைக்கழகத்தில் சமர்பிக்கப்பட்ட முனைவர் பட்ட ஆய்வேடு 2021 பிப்ரவரி திங்களில் நூலாக வெளிவருவது கண்டு மகிழ்கின்றேன். குறிப்பாக ஆய்வுலகில் நூலாக வெகுவிரைவில் பல களப்பணிகளை மீட்டெடுத்து 52 கிராமங்களை அலசி வணிகன்பாடியை வானம்பாடியாக மாற்றி பல்வேறு ஊர்களிலுள்ள தெய்வங்களின் சிறப்பம்சங்களை திருமதி சி.கல்பனா வெளிப்படுத்தியுள்ள பாங்கு போற்றப்பட்டதாகும். படிக்கும் போது மதநல்லிணக்கத்தை போற்றும் வகையில் சிறு,பெருந் தெய்வங்களின் வரலாற்றுச் சிறப்புகளை நூலில் புகுத்தி படிப்போருக்கு பேரின்பம் ஏற்படுத்தும் சுவையுடன் களப்பணிகளைக் செம்மைப்படுத்தியுள்ளார். 'கோயிலில்லா ஊரில் குடியிருக்க வேண்டாம்' என்பதற்கேற்ப பல ஊரகப் பகுதிகளுக்கு நேரில் சென்று பல தரவுகளைத் திரட்டி நூலாக்கம் செய்துள்ளார். வாசகர்களை கரம்பிடித்து வாசல் வரை அழைத்து வந்துள்ளார். நூலுக்குள் நுழைப்பவரை நுழைவாயில் வரை கரம்பிடித்து வந்துள்ளார். உங்களை ஆன்மிகத்தை படியுங்கள்; பகருங்கள்; எட்டுத்திக்கும் பரவட்டும் தெய்வ வழிபாடு; ஏற்றம் பெறட்டும் ஆன்மிகத் தொண்டர்கள்.

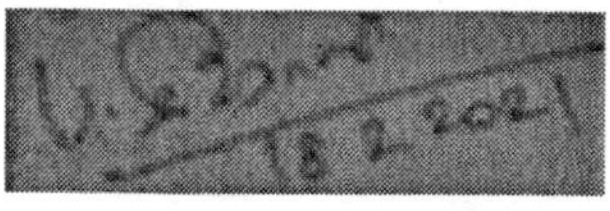

ப.சிவராஜி

முனைவர் அ.விஜய்கிருஷ்ணன்
முதல்வர்,
டாக்டர்.டேவிட்ராஜா மற்றும்
டாக்டர்.சந்திரலேகா கல்வியியல் கல்லூரி,
வெங்களாபுரம், திருப்பத்தூர்.

வாழ்த்துரை

காலம் பல கடந்து இன்றும் இளமையோடும் வாழ்ந்து கொண்டிருக்கும் இனிய மொழி தமிழ்மொழி. அகஇலக்கிய, இலக்கண வளத்தாலும், பல்துறை நூல்களாலும், தழைத்து வளர்ந்து கொண்டிருக்கும் பெருமொழி, "கல்தோன்றி மண்தோண்றாக் காலத்தே, முன்தோன்றிய மூத்தகுடி" எனும் கருத்திற்கு ஒப்ப, வளமிக்க தமிழ்மொழி வழங்கும் உலகினுள் பல்லாயிரக் கணக்கான ஆண்டுகட்கு முன்னரே தமிழ் மொழி பேசும் மக்கள் சிறப்பு வாய்ந்த வாழ்வைப் பெற்றிருந்தனர் என்பதை வரலாற்றுச் சான்றுகளின் வழியே தெளிவுற உணர முடிகிறது. அவற்றுள் இலக்கண இலக்கியச் சான்றுகள் முதன்மையாய் விளங்குகின்றன.

தமிழ்ப்பேசும் மாநிலத்துள் வேற்று நாட்டவரின் தொடர்பும் படையெடுப்பும் பல்வேறு மாற்றங்களை நிகழ்த்திடினும் மாற்றாரின் வருகையைத் தமிழ்மொழித் தம்முள் உள்வாங்கிக் கொண்டதேயொழிய அழிந்துவிடவில்லை, மாறாக பல்வேறு வகையான புதிய இலக்கியங்கள் தோற்றம் பெற்றன, தமிழகம் கிரேக்கம், எகிப்து எபிரேயம், சீனம், லத்தீன், சமஸ்கிருதம் என உலகில் வழங்கும் மொழிகளுள் சிலவே செம்மொழியெனும் நிலையை அடைந்தது. செம்மொழி என்ற தகுதி இருந்தும் அவற்றுள் சில இன்று மக்களிடம் வழக்கு மொழியாய் இல்லை என்பதுதான் உண்மைநிலை, தமிழ்மொழி உலகெங்கும் பல கோடி மக்கள் பேசும் மொழியாம் இன்று கண்முன் நிற்கிறது.

உலக மொழிகளில் தமிழ் மொழி ஒன்றுதான் இலக்கிய, இலக்கண வளம் நிறைந்த மொழியாகும். இத்தமிழ் மொழியை தெய்வமொழி என்றும் கூறுவர். அத்தகைய தெய்வமொழியில்

XIII

தெய்வ வழிபாடு பற்றி மிகச்சிறப்பாக 'வாணியம்பாடி வட்டார தெய்வங்கள்' என்னும் தலைப்பில் நூலை உருவாக்கிய எங்கள் கல்லூரியின் தமிழ்த்துறை உதவிப்பேராசிரியர் முனைவர் சி.கல்பனா அவர்களுக்கு வாழ்த்துக்கள். தமிழ் வரலாற்று தன்மையையும், தொடர்ந்து தமிழ்மொழியின் சிறப்பினை உலகிற்கு உணர்த்த பல்வேறு அமைப்புகளோடு இணைந்து இதுப்போன்ற பல நூல்களை வெளியிடவேண்டும் எனவும் கேட்டுக் கொள்கிறேன்.

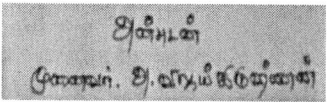

அன்புடன்
முனைவர்.அ.விஜய்கிருஷ்ணன்

திருமதி.அ..நெ.கோமதி
துணைமுதல்வர்,
டாக்டர்.டேவிட்ராஜா மற்றும்
டாக்டர்.சந்திரலேகா கல்வியியல் கல்லூரி,
வெங்களாபுரம், திருப்பத்தூர்.

வாழ்த்துரை

தாயே தமிழ் வணக்கம்!

முனைவர் திருமதி சி.கல்பனா அவர்களால் 'வாணியம்பாடி வட்டார தெய்வங்கள்' என்ற தலைப்பில் எழுதப்பட்டுள்ள இந்நூலில் வாணியம்பாடியுலுள்ள சிறு,பெருந் தெய்வங்கள் மற்றும் அவற்றின் வழிபாட்டு முறைகள் அனைத்தையும் சொற்சுவை மற்றும் பொருட்சுவைத் ததும்ப அழகாகவும், நேர்த்தியாகவும், விரிவாகவும் விவரித்துள்ளார்.

தமிழ் மொழியைத் தாய்மொழியாகக் கொண்டுள்ள தமிழர்கள் அனைவரும் இந்நூலைப் படித்துப் பயன்பெற வேண்டும். திருமதி சி.கல்பனா அவர்கள் வாணியம்பாடியுலுள்ள அனைத்து சிறு,பெருந் தெய்வங்கள் மற்றும் அவற்றின் வழிபாட்டு முறைகளையும் தகுந்த ஆதாரங்களுடன் மிகவும் அழகாகவும் இந்நூலில் விளக்கியுள்ளார். இந்நூலைப் படிக்கும்பொழுதே அத்தெய்வங்களை நேரில் கண்ட உணர்வும், வழிபாட்டு முறைகளில் ஈடுபட்ட உணர்வும் நம்முள் மேலோங்குகிறது.

முனைவர் திருமதி சி.கல்பனா அவர்கள் நீண்ட ஆயுள் பெற்று அனைத்துச் சிறப்புடனும், பார் போற்றும் புகழ் பெற்று சிறப்புடன் வாழ வாழ்த்துகிறேன்.

நன்றி!....... வணக்கம்!.......

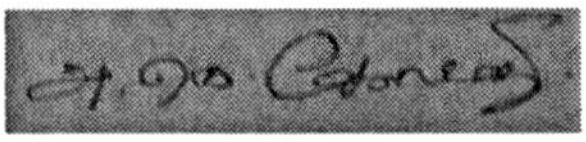

அ.நெ.கோமதி

திரு.சி.சதிஸ்குமார்,
அன்னை அபிராமி நாட்டிய பள்ளி,
ஜனனி டிரேடர்ஸ்,
மாதனூர்.

வாழ்த்துரை

இந்த உலகின் ஒவ்வொரு அசைவிலும் இறைவனின் பயணம் இருக்கிறது. அவனின்றி இந்த உலகத்தின் அசைவுகளும் நிகழ்வுகளும் ஏதுமே இல்லை என்பது உலகறியும். இவற்றையெல்லாம் மிக அற்புதமாக இந்த காலகட்டங்களில் நம் எல்லோருக்கும் எடுத்துக்காட்டி அவர்களைப் பற்றிய ஒரு துல்லியமான ஆராய்ச்சி செய்து 'வாணியம்பாடி வட்டார தெய்வங்கள்' என்ற நூலை உருவாக்கி மிகபெரிய அற்புதத்தையும், சாதனையையும் நிகழ்த்திருக்கும் என் அன்புகுரிய தங்கை திருமதி.சி.கல்பனா அவர்கள், இறைவனின் பேரருளால் சிறப்போடு மேன்மேலும் வெற்றிப் பெற்று வாழ்வாங்கு வாழ வேண்டும் என்று என் இஷ்டத் தெய்வம், தெய்வங்களை எல்லாம் வணங்கி வாழ்த்துகின்றேன்.

அண்ணன்
சி.சதிஸ்குமார்

முன்னுரை

உலகில் எத்தனையோ மொழிகள் தோன்றி மறைந்துள்ளன. இன்று உலகில் வழங்கும் மொழிகள் தோன்றுவதற்கு முன்பே எண்ணற்ற இலக்கிய இலக்கண நூல்களைக் கொண்டதாக விளங்கியது தமிழ்மொழி. தமிழ்மொழி பழைமைக்கும் பழைமையாய் இலக்கிய இலக்கணவளம் நிரம்பியதாய் இருப்பதோடு புதுமைக்கும் புதுமையாய் கருத்துச் செல்வங்கள் நிறைந்ததாய் இளமைப் பொலிவுடன் என்றும் விளங்குகிறது. எனவேதான் ‘என்றுமுள தென்றமிழ்’ என்று போற்றப்படுகிறது.

தமிழ் இலக்கியங்கள் செழுமையான நெடியதொரு வரலாற்றினைப் பின் புலமாகக் கொண்டவை. ஈராயிரம் ஆண்டு காலம் மக்களின் வாழ்வியலையும் இலக்கியப் பதிவுகளையும் கருப்பொருளாகக் கொண்டவை. தமிழ்இலக்கியங்களில் பல்வேறு ஆய்வு மேற்கொள்ளப்படுகிறது. மனித இனம் தோன்றியபோதே நாட்டுப்புறவழக்காறுகள் தோன்றிவிட்டன. மக்களின் நம்பிக்கைகளும், பழக்கவழக்கங்களும் என்று தோன்றினவோ, அன்றே நாட்டுபுறவியலும் தோன்றிவிட்டது. பின்னர், நாட்டுபுறவியலைக் குறிக்கும் ‘Folklore’ என்ற சொல் உருவாக்கப்பட்டது. இச்சொல் உருவாக்கத்திற்குச் பின்புதான் நாட்டுப்புறவியல் அறிவியல் ஆய்வாக மலர்ந்தது.

நாட்டுப்புறவியல் என்பது நாட்டுப்புறமக்களின் பழக்கவழக்கங்கள், பண்பாடு, நம்பிக்கைகள், கதைகள், வாய்மொழிவரலாறு, பழமொழிகள், வாய்மொழிபாடல்கள், விடுகதைகள், கலைகள், போன்றவற்றை சேகரித்து வகைப்படுத்தி தொகுத்து, ஆராய்ந்து அவற்றை ஆவணப்படுத்தும் துறையாகும். 1846 ஆம் ஆண்டிலிருந்து நாட்டுப்புறவியல் பற்றிய தற்காலத் கருத்தமைவில் முறையான ஆய்வுகள் தொடங்கின. வில்லியம் ஜான்தாமஸ் என்பவரே இத்துறையில் முன்னோடியாவார். தமிழகத்தில் இத்துறையில் பேராசிரியர் தே.லூர்து, பேராசிரியர் நா.வானமாமலை ஆகியோர் குறிப்பிடத்தக்க ஆய்வாளர்கள்.

XVII

தற்பொழுது தமிழ்த்துறை ஆய்வுகளில் நாட்டுப்புறவியல் ஆய்வு முதன்மையான இடங்களில் ஒன்றைப் பெற்றுள்ளது. நாட்டுப்புறவியலின் இன்றைய ஆய்வுகள் பெரிதும் விரிவடைந்து நாட்டுப்புறப் பண்பாட்டோடு தொடர்புடைய பல்வேறு அம்சங்களையும், உள்ளடக்குவதாக வளர்ந்துள்ளது. நாட்டுப்புறவியல் ஆய்வு என்பது நாட்டுப்புறப் பாடல்கள், நாட்டுப்புற இலக்கியம், நாட்டுப்புறக் கலைகள், நாட்டுப்புற மக்கள் வாழ்வியல் நெறிகள் போன்றவற்றைப் பற்றி ஆராயப்படுகிறது. இவ்வாய்வில் நாட்டுப்புறமக்கள் வாழ்வியலில், நாட்டுப்புறத்தெய்வங்களைப் பற்றி அறியவே இந்த ஆய்வு மேற்கொள்ளப்படுகிறது. இந்நிலையில் வேலூர்மாவட்டம் வாணியாம்பாடி வட்டார நாட்டுப்புறமக்களின் வாழ்வியலில் தெய்வங்களையும், தெய்வவாழிபாட்டு மரபுகளையும் பற்றி ஆராயும் நோக்கில் இவ்வாய்வு அமைகின்றது.

உலகில் தெய்வ வழிபாடு என்பது மிகப் பழங்காலத்திலே தோன்றியது 'ஆலயம் தொழுவது சாலவும் நன்று' என்பது ஔவையின் வாக்கு 'கோயில் இல்லா ஊரில் குடியிருக்க வேண்டாம்' என்பது உலகநீதி. 'திருக்கோயில் இல்லா ஊரும் ஊரல்ல அடவி காடே' என அப்பர் பெருமான் கூறுகிறார். 'மாயோன் மேயகாடுறை உலகமும் சேயோன் மேய மைவரை உலகமும்' என்ற தொல்காப்பியர் முல்லை, குறிஞ்சி, மருதம், நெய்தல் ஆகிய நான்கு நிலக்கடவுள் இருந்திருக்கின்றனர் என்கிறார். இவற்றிலிருந்து இறைவழிபாடு என்பது தமிழ் மக்களுக்குப் புதியது அன்று என்பதை அறியலாம். பன்னெடுங்காலத்திற்கு முன் மனிதன் தன்னை அச்சுறுத்திய இயற்கையை தெய்வமாக வணங்கினான், பின்பு தனக்கு ஊறுவிளைவித்த உயிரினங்களைப் பயத்தின் காரணமாகவும், தனக்கு இணக்கமாகயிருந்த இறந்த உயிரினங்களை அன்பின் காரணமாகவும் வணங்கத் தொடங்கினான். இவ்வாறு நம் தமிழக மக்களின் உள்ளத்திலும், வாழ்க்கையிலும், என்றென்றும் பின்னிப் பிணைந்த இறைவழிபாட்டில் நாட்டுப்புறத்தெய்வங்கள் மிக முக்கியமான இடம் பெற்றுள்ளது.

XVIII

ஆதிகாலத்தில் மனிதசமூகம் இடி, மின்னல், மழை, போன்ற இயற்கை நிகழ்வுகளுக்கு அஞ்சி வாழ்ந்தனர். அந்த அச்சத்தின் விளைவாக இயற்கையை அக்காலத்து மக்கள் வழிபடத் தொடங்கினர். நாட்டுப்புறச்சமூகம் உணவுசேகரிப்புச்சமூகம், வேட்டைச்சமூகம், கால்நடை வளர்ப்புச்சமூகம், வேளாண்சமூகம் என உணவு உற்பத்தி முறையில் நாட்டுப்புறச்சமூகம் வளர்ச்சியடைந்தது. இந்தச் சமூக வளர்நிலைக்கு ஏற்ப வழிபாட்டு முறையும் வளர்ந்தது. காலஓட்டத்தில் மக்கள் தொகை பெருக்கத்தினாலும், அச்சு இயந்திரத்தின் வளர்ச்சியினாலும் நாட்டுப்புற மக்களின் வழிப்பாட்டுமுறை பன்முகத் தன்மை பெற்றது எனலாம். பின்னர் வழிபாடு என்பது பண்பாட்டின் கூறுகளில் ஒன்றாக இடம்பெற்றது.

இவ்வாறு பண்பாடும், காலச்சாரமும் நிறைந்த நாட்டுப்புற மக்கள் தெய்வங்களை வழிபடும்போது பல்வேறு வழிபாட்டு முறைகளை மேற்கொண்டனர். அவ்வகையில் வேலூர் மாவட்டத்தில் உள்ள வாணியம்பாடி வட்டாரத்தில் வசிக்கும் மக்கள் மேற்கொள்ளும் தெய்வ வழிபாட்டு மரபுகளைப் பற்றி ஆராயும் விதமாக இவ்வாய்வு அமைகின்றன.

ஆய்வின் முக்கியத்துவம்

நாட்டுப்புறத் தெய்வங்கள் என்பவை ஒரு கிராமத்து மக்களாலோ, பல கிராமத்துமக்களினாலோ அம்மக்களின் வாழ்வியல் யதார்த்தங்களைப் பிரதிபலிக்கும் பண்பாட்டுக் கூறுகளுடன் வழிபடப்படுபவையாகும். தமிழர் பண்பாட்டில் தெய்வ வழிபாடுகள் அவற்றின் இயல்புகளின் அடிப்படையில் குலதெய்வ வழிபாடு, ஊர்த்தெய்வ வழிபாடு, சிறுதெய்வ வழிபாடு, பெருந்தெய்வ வழிப்பாடு என்ற நிலைகளில் வகைப்படுத்தலாம். அவ்வகையில் வாணியம்பாடி வட்டார நாட்டுப்புறத் தெய்வங்களை வகைப்படுத்தியும், தெய்வங்களின் வரலாற்றையும், வழிபாட்டு முறைகளையும் மற்றும் அவற்றின் பல்வேறு சிறப்பம்சங்களையும், ஆவணப்படுத்தி ஆய்வு செய்ய வேண்டியது இன்றியமையாதது என்று கருதப்பட்டது.

தமிழகத்தில் ஏறத்தாழ ஐம்பதாயிரத்திற்கும் மேற்பட்ட நாட்டுப்புறத் தெய்வங்கள் இருப்பதாக ஆய்வாளர்கள் கருதுகின்றனர். இத்தெய்வங்கள் பற்றிய தோற்றக் கதைகள், வழிபாட்டு மரபுகள், உருவத்தோற்றங்கள் யாவும் ஒரே மாதிரியானவை, ஒரே காலத்தவை என்றும் கூறிவிட முடியாது. ஏனெனில் வாணியம்பாடி வட்டாரத்திலுள்ள நாட்டுப்புறத் தெய்வங்கள் தொன்மையான வரலாறுகளையும், பல்வேறு வேறுப்பட்ட வழிபாட்டு மரபுகளையும் கொண்டவையாக அமைந்துள்ளது. அதனை களப்பணியின் போது அறிய முடிந்தது.

ஆய்வுத் தலைப்பு

'நாட்டுப்புறத் தெய்வவழிபாட்டு மரபுகள்' (வாணியம்பாடி வட்டாரம்) என்பது இந்த ஆய்வேட்டின் தலைப்பாக அமைகின்றது.

தலைப்புத் தேர்வு

தற்காலத்தில் நாட்டுப்புறத் தெய்வங்களைப் பற்றிய ஆய்வுகள் பல வெளிவந்தவண்னம் உள்ளது. வரலாற்றுச்சிறப்பும், புராணச்சிறப்பும் நிறைந்த, வாணியம்பாடி வட்டார நாட்டுபுறத் தெய்வங்களின் வழிபாட்டு மரபுகள் குறித்து ஆராய வேண்டும் என்ற நோக்கத்தின் அடிப்படையில், இத்தலைப்புத் தேர்ந்தெடுக்கப்பட்டுள்ளது.

ஆய்வு நோக்கம்

வேலூர் மாவட்டம் வாணியம்பாடியின் வரலாற்றையும், வாணியம்பாடி வட்டாரத்தில் உள்ள கிராமங்களின் சிறப்புகளையும், வாணியம்பாடி வட்டாரத்திலுள்ள சிறுதெய்வ, பெருந்தெய்வங்களின் வரலாற்றை முன்னிறுத்தும் நோக்கில் இந்த ஆய்வு செய்யப்பட்டுள்ளது.

வாணியம்பாடி வட்டடாரத்திலுள்ள மக்களிடையே தெய்வபக்தி நிறைந்துள்ளது. இங்குள்ள பெருந்தெய்வங்கள், சிறுதெய்வங்களின் தோற்றக் கதைகளை ஆவணப்படுத்துவது, அவற்றின் வழி அத்தெய்வங்களின் வழிபாட்டு மரபுகளை கொண்டு வாணியம்பாடி வட்டார கிராம மக்களின் பழக்கவழக்கங்கள்,

பண்பாடுகள், நம்பிக்கைகள், திருவிழாக்கள், நேர்த்திக்கடன் போன்றவற்றை ஆராய்வது இவ்வாய்வேட்டின் நோக்கங்களாக அமைந்துள்ளது.

வாணியம்பாடி வட்டார மக்களின் பல்வேறு தெய்வ வழிபாட்டு மரபுகளை வெளிப்படுத்வதையே முக்கிய நோக்கமாகக் கொண்டு இவ்வாய்வு அமைந்துள்ளது.

ஆய்வு எல்லை

'கடலோடு கலக்கும் ஆறுகள் போல எல்லாத் தெய்வ வணக்கமும் என்னையே அடைகிறது' என்று கண்ணபிரான் சொன்னது உண்டு. ஆறுகளைக்கூட எண்ணிவிடலாம். ஆனால் நாட்டுப்புற தெய்வங்களையும், வழிப்பாட்டு மரபுகளையும் எண்ணுவதும் எழுதுவதும் அரிதினும் அரிது. எனவே வேலூர் மாவட்டம் வாணியம்பாடி வட்டாரத்திலுள்ள நாட்டுப்புறத் தெய்வங்களின் வழிப்பாட்டு மரபுகளை குறித்த தனிப்பட்ட ஆய்வாகையால்''வாணியம்பாடி வட்டாரம்'' இவ்வாய்வின் எல்லையாகும். இவ்வட்டாரம் ஐம்பத்திரண்டு கிராமங்களை உள்ளடக்கியுள்ளது. வாணியம்பாடி வட்டாரத்திலுள்ள 43 கிராம மக்களின் தெய்வவழிபாட்டு மரபுகள் மட்டுமே ஆய்வுக் களமாக தேர்ந்தெடுக்கப்பட்டுள்ளது.

ஆய்வு ஆதாரங்கள்

ஆய்வு ஆதாரங்கள் எனப்படும் சான்றாதாரங்கள் இவ்வாய்வில் இருவகையாகப் பகுத்து காணப்படுகின்றன. அவை முதன்மைச் சான்றாதாரங்கள், துணைமைச் சான்றாதாரங்கள் என்பன.

முதன்மைச் சான்றாதாரங்கள்:

வாணியம்பாடி வட்டாரத்திலுள்ள தெய்வ வழிபாட்டு மரபுகளை அறிய அங்குள்ள சிறுதெய்வ, பெருந்தெய்வ கோயில் உள்ள பகுதியில் வாழும் மக்களிடமிருந்து பெறப்பட்ட தெய்வ வரலாற்றையும், மேலும் அவர்கள் கடைபிடித்துக் கொண்டு வரும் பண்பாட்டு வழிமுறைகளின் மூலமும் முதன்மைச் சான்றாதாரங்கள்

பெறப்பட்டன. வாணியம்பாடி வட்டாரத்தில் 43 திருத்தலங்கள் உள்ள பகுதியில் வாழும் மக்களிடமிருந்து கிடைக்கப் பெற்றத் தரவுகள், இவ்வாய்வின் முதன்மை சான்றாதாரங்களாகப் பெறப்பட்டது.

துணைமை ஆதாரங்கள்:

வாணியம்பாடி வட்டாரத் தெய்வங்கள் தொடர்பாக வெளிவந்த ஆய்வேடுகளும் திறனாய்வு நூல்களும், ஆய்வரங்க கட்டுரைகளும், இதழ்களும், மலர்களும் மற்றும் ஆய்வுக்கோவைகளும் இவ்வாய்விற்கு துணைமைச் சான்தாரங்களாகப் பயன்படுத்தப்பட்டுள்ளன.

ஆய்வு முன்னோடிகள்

பல்வேறு மாவட்ட நாட்டுப்புறத்தெய்வங்கள் குறித்து ஆய்வுகள், ஆய்வுக் கட்டுரைகள் வெளிவந்துள்ளன. அவற்றில் கீழ்க்கண்டவை குற்ப்பிடத்தக்கவையாகும்.

- இரா.விஸ்வநாதன் - கோபி வட்டார நாட்டார் தெய்வங்கள் வரலாறும் வழிபாடும்
- க.வடிவேல் - தருமபுரி மாவட்டச் சிறுதெய்வ வழிபாடும் தொன்மை மரபுகளும்
- த.வனஜா ஜெயலட்சுமி - திருநெல்வேலி வட்டார நாட்டார் இனமக்களின் குலதெய்வ வழிபாடு
- ப.பரமேசுவரி - பாகூர் வட்டார நாட்டுப்புறத் தெய்வங்கள்

முனைவர். துளசி இராமசாமி - நெல்லை மாவட்டச் சிறுதெய்வ வழிபாடுகள்(நூல்கள்)

முனைவர் சு.சண்முகசுந்தரம் - நாட்டுப்புறத்தெய்வங்கள்: களஞ்சியம் (நூல்கள்)

மேற்கண்ட ஆய்வுகள் இவ்வாய்விற்குரிய முன்னோடிகளாக அமைகின்றன.

ஆய்வு அணுகுமுறை

இவ்வாய்வானது,

1. விளக்கவியல் அணுகுமுறை
2. வரலாற்று அணுகுமுறை
3. சமுதாயவியல் அணுகுமுறை
4. நாட்டார் வழக்காற்றியல் அணுகுமுறை
5. பகுப்பாய்வு முறை

போன்ற அணுகுமுறைகளின் கீழ் இவ்வாய்வு ஆராய்கிறது. வேலூர் மாவட்டம் வாணியம்பாடி வட்டாரத்திலுள்ள கோயில்களின் வரலாறு, தெய்வங்களின் வழிபாட்டு முறைகள், மக்களின் சிந்தனைகள் ஆகிய செய்திகளை அறிய கோயில் வரலாற்று அணுகுமுறையும், இப்பகுதி மக்களின் சமுதாய செய்திகளை விளக்கும் விளக்கச்சமுதாயவியல் அணுகுமுறை பின்பற்றபட்டுள்ளது. மேலும் வாணியம்பாடி வட்டாரத்தில் காணப்பெறும் சிறுதெய்வங்கள், பெருந்தெய்வங்களின் வழிப்பாட்டு மரபுகளைப் பற்றி விளக்கும் நிலையில் விளக்கவியல் அணுகுமுறையும், இப்பகுதி நாட்டார்வழக்காறுகளை அறிந்துக்கொள்ள நாட்டார் வழக்காற்றியல் அணுகுமுறையும் இடம்பெற்றுள்ளது. இவ்வாய்விற்குரிய பொருண்மைகளை வகைப்படுத்த பகுப்பாய்வு முறை பின்பற்றப்பட்டுள்ளது.

தரவுகள் திரட்டிய முறை

வாணியம்பாடி வட்டார நாட்டுப்புறத் தெய்வவழிபாட்டு மரபுகளை ஆராயக் களஆய்வு மேற்கொள்ளப்பட்டது. களப்பணியைச் சிறப்பாகச் செய்ய முதலில் ஒரு வினாப்படிவம் தயாரிக்கப்பட்டது. இந்த வினாப்படிவம் ஒவ்வொரு கிராமத்தைப் பற்றிய செய்திகள், தெய்வங்களின் வரலாறு, கோயிலின் சிறப்புகள்,

XXIII

தெய்வங்களின் வழிபாட்டு மரபுகள் முதலியனவற்றையும் தெரிந்து கொள்ள ஏதுவாகத் திட்டமிடப்பட்டது.

களஆய்வின் போது ஒவ்வொரு கிராமத்திலும் ஒருவர் அல்லது அதற்கு மேற்பட்டோரிடம் வினாக்கள் வினவப்பட்டு அதற்கான விடைகள் தரவுகளாகச் சேகரிக்கப்பட்டன.கிராமங்களில் அமைந்துள்ள கோயில்கள், அவை அமைந்துள்ள இடங்கள், அக்கோயிலின் அமைப்புமுறை போன்ற விவரங்கள் நேரடியாகப் பார்வையிடப்பட்டு தரவுகள் சேகரிக்கப்பட்டன. கோயில்களின் கட்டடஅமைப்பு, தெய்வங்களின் சிலைகளின் உருவஅமைப்பு போன்றவைப் பற்றிய குறிப்புகள், புகைப்படங்களுடன் சேகரிக்கப்பட்டன.

ஊர்த் திருவிழாக்கள், குலதெய்வ வழிபாடுகள், சிறுதெய்வ வழிப்பாடுகள், பெருந்தெய்வ வழிப்பாடுகள்,போன்றவற்றில் நேரடியாகப் பங்குப்பெற்று, உற்றுநோக்கிக் குறிப்புகள் சேகரிக்கப்பட்டன. சிறுதெய்வ, பெருந்தெய்வ நேர்த்திக்கடன்கள், சடங்குகள் தொடர்பான தகவல்கள் இயற்கையான சூழலில் திரட்டப்பட்டன.ஆய்வுப் பகுதியான வாணியம்பாடி வட்டராத்திற்குட்பட்ட கிராமங்களைச் சேர்ந்த தகவலாளர்களிடமிருந்து தரவுகள் சேகரிக்கப்பட்டன.

ஆய்வுக் கருதுகோள்

ஆய்வினை நெறிப்படுத்துவதில், கருதுகோள் முக்கிய இடம் பெறுகிறது. ஆய்வின் சிக்கலைத் தீர்ப்பதற்கு முதலில் உருவாக்கிக் கொள்ளும் விளக்கம் அல்லது தீர்வு என்பதே கருதுகோள் என்று டி.எஸ்.வில்லின்ஸன்னும் பி.ஆர் பாண்டேகரும் கூறியுள்ளார். நாட்டுப்புறத் தெய்வங்களின் வழிபாட்டு மரபுகளில் ஒவ்வொரு வட்டாரத்திற்கென்றும் சில தனிதன்மைகள் இருக்கின்றன என்பதின் அடிப்படையில்,

- ❖ வாணியம்பாடி மக்களின் பொருளாதார ஏற்றத் தாழ்வுகளாலும், அதிக மக்கள் தொகை பெருக்கத்தின் காரணமாகவும், காலப்போக்கில் வழிபாட்டு முறைகளில் நெகிழ்வுத் தன்மைக் காணப்படுகின்றது.

- ❖ வரலாற்றுச் சிறப்புகள் நிறைந்த வாணியம்பாடி பகுதியில் தெய்வபக்தியும், தேசபக்தியும் நிறைந்திருந்தாலும் கல்வி, அறிவியல் கண்டுபிடிப்புகளாலான நாகரிக வளர்ச்சி, மக்களின் புலப் பெயர்வு, வேலை வாய்ப்பில் நவீன மாற்றங்கள் போன்றவற்றால் இப்பகுதி மக்களின் வழிபாட்டு மரபுகளில் மாற்றங்கள் நிகழ்ந்திருக்க வேண்டும்.
- ❖ சமூகப் பின்புலங்கள் காரணமாக சிறுதெய்வ வழிபாட்டுமரபுகள், பெருந்தெய்வ வழிபாட்டு மரபுகளில் மாற்றம் பெற்றுள்ளது.
- ❖ வாணியம்பாடி வட்டார நாட்டுப்புறத் தெய்வங்களின் தோற்றக் கதைகள் மற்றும் வழிப்பாட்டுமரபுகள் அப்பகுதி மக்களின் பல தனித்தன்மைகளைப் வெளிக்காட்டும் என்பதே இவ்வாய்வின் கருதுகோளாக அமைகிறது.

ஆய்வுப் பகுப்பும்

“வாணியம்பாடி வட்டார நாட்டுப்புறத் தெய்வ வழிபாட்டு மரபுகள்” என்னும் இந்த ஆய்வு முன்னுரை, முடிவுரை நீங்கலாக,

இயல் ஒன்று : நாட்டுப்புறத் தெய்வங்கள்

இயல் இரண்டு : களமும் மக்களும்

இயல் மூன்று : தெய்வங்கள் மற்றும் தோற்றக்கதைகள்

இயல் நான்கு : வழிபாட்டு மரபுகள்

என்னும் நான்கு இயல்களாக பகுக்கப்பட்டுள்ளது.

முன்னுரையில் ஆய்வின்முக்கியத்துவம், ஆய்வுதலைப்பு, தலைப்புதேர்வு, ஆய்வுநோக்கம், ஆய்வுஎல்லை, ஆய்வு ஆதாராங்கள், ஆய்வுமுன்னோடிகள், ஆய்வுஅணுகுமுறை, தரவுகள்திரட்டியவிதம், ஆய்வுக்கருதுகோள், ஆய்வுப்பகுப்பு ஆகியவை அமைந்துள்ளன.

இயல் ஒன்று : நாட்டுப்புறத் தெய்வங்கள்

'நாட்டுப்புறத்தெய்வங்கள்' என்னும் முதல்இயல், நாட்டுப்புறத்தெய்வங்களைப் பற்றியும், காலந்தோறும் நாட்டுப்புறத்தெய்வச் சிந்தனைகள் என்ற தலைப்பின் கீழ்தொல்காப்பியம், சங்கஇலக்கியம் குறிப்பிடும் தெய்வங்களைப் பற்றியும், தொன்றுதொட்டு நாட்டுப்புறத்தெய்வங்களின் வளர்ச்சிநிலையையும், நாட்டுப்புறத்தெய்வங்களை ஊர்தெய்வம், குலதெய்வம், காவல்தெய்வம் அல்லது எல்லைதெய்வம், சாதிதெய்வம், பொதுதெய்வம், என்றுவாணியம்பாடி வட்டார தெய்வங்களை வகைப்படுத்தியும் தெய்வங்களின் வழிபாட்டு முறைகளில் தெய்வங்களை இயற்கைவழிபாடு, முன்னோர்வழிபாடு, நடுகல்வழிபாடு, தலைவர் வழிபாடு, வீரர்கள்வழிபாடு, புனிதபோலிப் பொருள் வழிபாடு, குலக்குறிவழிபாடு ஆவியுலகவழிபாடு, மற்றும் சித்தர்கள் வழிபாடு என நாட்டுப்புறத்தெய்வங்களை வகைப்படுத்தியும், நாட்டுப்புறத்தெய்வங்களின் பெருந்தெய்வங்கள், சிறுதெய்வங்கள் தோற்றக்கதைகளையும்,மேலும் சிறுதெய்வங்கள் பெருந்தெய்வங்களின் வேறுபாடுகள் போன்ற தலைப்புகளில் நாட்டுப்புறத்தெய்வங்களைப் பற்றிய செய்திகள் தரப்பட்டுள்ளன.

இயல் இரண்டு : களமும் மக்களும்

'களமும் மக்களும்' என்ற இரண்டாம் இயல், வேலூர் மாவட்டத்தின் பெயர்க் காரணத்தையும், வரலாற்றுச் சிறப்பு மிக்க வேலூரின் சிறப்புகளையும், வாணியம்பாடியின் சிறப்பை உணர்த்தும் வரலாற்று செய்திகளை கொண்ட விளக்கங்களையும், வாணியம்பாடி பெயர்க்காரணத்தையும், வாணியம்பாடி வட்டாரத்திலுள்ள வருவாய் கிராமங்களின் பெயர்பட்டியலுடன், வாணியம்பாடி வட்டார தொழில் முறைகளையும், வாணியம்பாடி மக்களின் கல்விமுறையின் அமைப்பையும், மற்றும் வாணியம்பாடி வட்டார மக்களின் தெய்வபக்தி, தேசபக்தி,மொழிபற்று ஆகிய கருத்துகள் இடம்பெற்றுள்ளன.

இயல் மூன்று : தெய்வங்கள் மற்றும் தோற்றக்கதைகள்

'தெய்வங்கள் மற்றும் தோற்றக்கதைகள்' என்ற மூன்றாம் இயல், வரலாற்றுச் சிறப்பு மிக்க வாணியம்பாடி வட்டாரத்தில்

உள்ள தெய்வங்களின் வரலாற்றை விளக்க 18 பெருந்தெய்வங்களின் தலவரலாற்றையும் புரணாங்களின் மூலமாகவும், கல்வெட்டுகளின் மூலமாகவும் அறிந்த தலவரலாற்றையும், 25 சிறுதெய்வங்களின் தோற்றக்கதைகளை கிராம மக்களின் வாய்வழி செய்திகளின் மூலமாக அறிந்த கருத்துகள் தொகுக்கப்பட்டு விளக்கப்பட்டுள்ளன.

இயல் நான்கு : வழிபாட்டு மரபுகள்

'வழிபாட்டு மரபுகள்' என்ற நான்காம் இயல்,'வழிபாடு' என்ற சொல்லின் பொருளையும், வழிபாடு தோன்றிய விதத்தையும், வளர்ச்சியையும், மக்கள் வழிபாடு செய்வதற்கான காரணங்களையும், வழிபாட்டின் வகைகளான இயற்கைவழிபாடு, இறைவழிபாடு, அகவழிபாடு, தனிவழிபாடு, கூட்டுவழிபாடு போன்றவை பற்றியும் செய்திகள் தரப்பட்டுள்ளன. மேலும் வாணியம்பாடி வட்டாரத்தில் உள்ள பெருந்தெய்வ, சிறுதெய்வங்களின் வழிபாட்டு மரபுகளை சாதாரணவழிபாடு,சிறப்புவழிபாடு, வழிபாட்டிற்குரிய பொருட்கள், நேர்த்திகடன்கள், சடங்குகள், கட்டுபாடுகள், சிறப்புநிகழ்வுகள், திருவிழாக்கள் என்ற கருத்துகளின் அடிப்படையில் வழிபாட்டு மரபுகள் ஆராயப்பட்டுள்ளன.

முடிவுரையில் மேற்கண்ட அனைத்து இயல்களிலிருந்து பெறப்பட்ட ஆய்வு முடிவுகளின் ஒட்டுமொத்தக் கருத்துக்களின் தொகுப்பின் அடிப்படையில் அமைக்கப் பெற்றுள்ளது. அதாவது வாணியம்பாடி வட்டார நாட்டுப்புற தெய்வ வழிபாட்டு மரபுகள் என்னும் தலைப்பில் அமைந்த ஆய்வேட்டின் வாயிலாக கண்டறிந்த முடிவுகள் தொகுத்து தரப்பட்டுள்ளது.

துணைநூற்பட்டியல்

ஆய்வேட்டிற்குத் துணையாக நின்ற ஆய்வுநூல்கள் பற்றிய விவரங்கள், ஆய்வேட்டின் இறுதியில் இடம்பெறுகிறது. மேலும் ஆய்வுக்குப் பயன்பட்ட அகராதிகள், ஆய்வேடுகள், இதழ்கள், கட்டுரைகள், போன்றவற்றின் விவரங்கள் தொகுத்தளிக்கப்பட்டுள்ளது.

XXVII

பின்னிணைப்புகள்

இவ்வாய்வின் பின்னிணைப்புகளாக கீழ்கண்டவை தரப்பெற்றுள்ளது.

- களஆய்வில் பயன்படுத்தப்பட்ட வினாநிரல் படிவங்கள்
- தகவலாளர் பெயர்ப்பட்டியல்
- வேலூர் மாவட்ட வரைபடம்
- வாணியம்பாடி வட்டார வரைபடம்
- வாணியம்பாடி வட்டார நாட்டுப்புறத் தெய்வங்களின் வழிபாட்டு மரபுகளைச் சார்ந்த புகைப்படங்கள்.

பதிப்புரை

தெய்வங்களை மண் சார்ந்தவை விண் சார்ந்தவை என இருவகையாகப் பகுக்கலாம். நிறுவன சமய தெய்வங்கள் எல்லாமே தேவலோகத்திலிருந்து பூமிக்கு வந்து, அல்லது அவதாரம் எடுத்து வந்து வதங்களும் வாதங்களும் நன்மைகளும் தீமைகளும் செய்வதாகப் புராணக்கதைகள் உள்ளன. பூமியில் பிறந்து ஊருக்காகவும் உறவுக்காகவும் உயிர்துறந்தவர்களும், படுகொலை பட்டவர்களும் பழிவாங்கப்பட்டவர்களும் வையத்துள் வாழ்வாங்கு வாழ்ந்தவர்களும் மண்சார்ந்த தெய்வங்கள் ஆனதாகக் கதைகளும் பாடல்களும் உள்ளன.

மண்ணுக்கேற்ப மனிதர்கள் மாறுவது போலவே தெய்வங்களும் வேறுபடுவது உண்டு. காவ்யா பதிப்பகம் குமரி வட்டாரம் முதல் சென்னை வட்டாரம் வரை உள்ள தெய்வங்களைப் பற்றிய ஆய்வு நூல்களைத் தொடர்ந்து வெளியிட்டு வருகிறது. இப்போது முனைவர் சி.கல்பனாவின் 'வாணியம்பாடி வட்டாரத் தெய்வங்கள்'. 25 நாட்டுப்புறத் தெய்வங்கள் மற்றும் 18 நிறுவன தெய்வங்களின் வரலாற்றையும் வழிபாட்டு முறைகளையும் இவர் ஆய்ந்துள்ளார். எழுத்து ஒரு தவம். வரம் வாய்க்கட்டும். வாழ்த்துக்கள்.

காவ்யா சண்முகசுந்தரம்

பொருளடக்கம்

வ. எண்	பொருளடக்கம்	ப. எண்
	முன்னுரை	
இயல்-1	நாட்டுப்புறத்தெய்வங்கள்	1
1.0	முன்னுரை	
1.1	நாட்டுப்புறத்தெய்வங்கள்	
1.2	காலந்தோறும் நாட்டுப்புறத்தெய்வச் சிந்தனைகள்	
1.2.01	தொல்காப்பியத்தில் இடம்பெற்றுள்ள தெய்வங்கள்	
1.2.02	சங்க இலக்கியத்தில் தெய்வங்கள்	
1.3	நாட்டுப்புறத்தெய்வங்களின் வளர்ச்சி நிலை	
1.4	நாட்டுப்புறத்தெய்வ வகைப்பாடுகள்	
1.4.01	ஊர்தெய்வம்	
1.4.02	குலத்தெய்வம்	
1.4.03	காவல்தெய்வம் (அ) எல்லை தெய்வம்	
1.4.04	சாதிதெய்வம்	
1.4.05	பொதுதெய்வம்	
1.4.06	இயற்கை வழிபாடு	
1.4.06.1	ஞாயிறு வழிபாடு	
1.4.06.2	திங்கள் வழிபாடு	
1.4.06.3	தீ வழிபாடு	
1.4.06.4	மழை வழிபாடு	
1.4.06.5	நில வழிபாடு	
1.4.06.6	மர வழிபாடு	
1.4.06.7	பாம்பு வழிபாடு	
1.4.06.8	குலக்குறி வழிபாடு	
1.4.07	உருவ வழிபாடு	
1.4.08	முன்னோர் வழிபாடு	
1.4.09	நடுகல் வழிபாடு	
1.4.10	தலைவர் வழிபாடு	
1.4.11	வீரர்கள் வழிபாடு	
1.4.12	புனித போலிப் பொருள் வழிபாடு	
1.4.13	ஆவியுலக வழிபாடு	
1.4.14	சித்தர்கள் வழிபாடு	
1.5	நாட்டுப்புறத்தெய்வங்களில் பெருந்தெய்வங்களின் தோற்றம்	
1.5.01	மும்மூர்த்திகளின் தோற்றம்	
1.5.02	பிரம்மா	

1.5.03	சிவன்	
1.5.04	விஷ்ணு	
1.5.05	விநாயகர்	
1.5.06	முருகன்	
1.5.07	முப்பெரும்தேவியர்கள்	
1.5.08	சரஸ்வதி	
1.5.09	லட்சுமி	
1.5.10	பார்வதி	
1.6	நாட்டுப்புறத்தெய்வங்களில் சிறுதெய்வங்களின் தோற்றக் கதைகள்	
1.6.01	கூத்தாண்டவர்	
1.6.02	சுடலைமாடன்	
1.6.03	முனீஸ்வரன்	
1.6.04	அய்யனார்	
1.6.05	எல்லை அய்யனார்	
1.6.06	ஐயனார்	
1.6.07	கருப்புசாமி	
1.6.08	அரவான்	
1.6.09	கருப்பராயன்	
1.6.10	காவக்காரசாமி	
1.6.11	சாத்தான்சாமி	
1.6.12	பெரியாண்டவர்	
1.6.13	மதுரைவீரன்	
1.6.14	முத்துமாரியம்மன்	
1.6.15	காளியம்மன்	
1.6.16	பச்சையம்மன்	
1.6.17	அங்காளபரமேஸ்வரி	
1.6.18	எல்லம்மன்	
1.6.19	கண்ணகி	
1.6.20	காட்டேரி	
1.6.21	காளி	
1.6.22	குத்தியம்மன்	
1.6.23	முத்தாலம்மன்	
1.6.24	அங்காளம்மன்	
1.6.25	இசக்கியம்மன்	
1.6.26	உச்சனிமாகாளி	

1.6.27	பாப்பாத்தியம்மன்	
1.6.28	பிடாரியம்மன்	
1.6.29	துர்கை	
1.6.30	சப்தமாதாக்கள்	
1.7	சிறுதெய்வங்கள், பெருந்தெய்வங்கள் வேறுபாடுகள்	
1.8	முடிவுரை	
இயல்-2	களமும் மக்களும்	68
2.0	முன்னுரை	
2.1	வேலூர் மாவட்டம்	
2.2	வாணியம்பாடி வரலாறு	
2.3	வாணியம்பாடி பெயர்காரணம்	
2.4	வாணியம்பாடி வட்டம்	
2.5	வாணியம்பாடியின் சிறப்பு	
2.5.01	புனர்பூசம் நட்சத்திரக் கோயில்	
2.5.02	அஸ்தி மலரான அதிசயம்	
2.5.03	சுற்றுலாத்தலங்கள்	
2.5.03.1	காவலூர்	
2.5.03.2	ஐவாதுராமசமுத்திரம்	
2.5.03.3	வெளத்திகாமணிபென்டா	
2.5.03.4	ஆண்டியப்பனூர்	
2.5.03.5	பீமன் நீர்வீழ்ச்சி	
2.5.04	நெக்னாமலை	
2.5.05	விளையாட்டுகழகம்	
2.5.06	ஆயுள் காப்பீட்டுக் கழகம்	
2.5.07	வாரச்சந்தை	
2.5.08	தலைமை அஞ்சலகம்	
2.5.09	நீதிமன்றங்கள்	
2.5.10	மருத்துவமனைகள்	
2.6	வாணியம்பாடி மக்களின் கல்வி முறை	
2.6.01	வாணியம்பாடியின் பள்ளிகள் மற்றும் கல்விநிறுவனங்கள்	
2.6.02	தொலைதூரக் கல்வி நிறுவனங்கள்	
2.6.03	முஸ்லிம் கல்விச் சங்கம்	
2.7	தமிழ் வளர்க்கும் பணியில் வாணியம்பாடி	
2.8	வாணியம்பாடி வட்டாரத் தொழில்கள்	
2.9	வாணியம்பாடி வட்டாரத் தெய்வங்கள்	

2.10	வாணியம்பாடி மக்களின் தெய்வபக்தி	
2.11	வாணியம்பாடி மக்களின் தேசபக்தி	
2.11.01	கேத்தாண்டப்பட்டி	
2.11.02	அம்பூர்பேட்டை	
2.11.03	தேவஸ்தானம்	
2.11.04	வாணியம்பாடி	
2.11.05	பட்டியலில் இடம் பெறாத விடுதலை போராட்ட வீரர்கள்	
2.12	வாணியம்பாடி மக்களின் மொழிபற்று	
2.12.01	எழுத்தாளர்கள்	
2.12.02	முஸ்லிம் எழுத்தாளர்கள்	
2.12.03	அரபிக் எழுத்தாளர்கள்	
2.12.04	இதழ்கள்	
2.12.05	பத்திரிக்கை எழுத்தாளர்கள்	
2.12.06	செய்தியாளர்கள்	
2.13	முடிவுரை	
இயல்-3	தெய்வங்கள் மற்றும் தோற்றக்கதைகள்	199
3.0	முன்னுரை	
3.1	வாணியம்பாடி வட்டார பெருந்தெய்வங்களின் தலவரலாறு	
3.1.01	வரசித்தி வினாயகர்	
3.1.02	அதிதீஸ்வரர்	
3.1.03	சுந்தரராஜப்பெருமாள்	
3.1.04	அழகு பெருமாள்	
3.1.05	சென்றாயசுவாமி	
3.1.06	ஆராவமுதப் பெருமாள்	
3.1.07	பிரச்சன்ன வெங்கடேசபெருமாள்	
3.1.08	திருப்பால்நதி ஈஸ்வரர்	
3.1.09	பழனி ஆண்டவர்	
3.1.10	சீனிவாசபெருமாள்	
3.1.11	சந்திரமௌலீஸ்வரர்	
3.1.12	பஜனைகோயில்	
3.1.13	வைகுண்ட பெருமாள்	
3.1.14	தீர்த்தகிரி ஈஸ்வரர் மற்றும் பாலமுருகன்	
3.1.15	பெருமாள் (துளசிமாடம்)	
3.1.16	பஞ்சமுகநந்தீஸ்வரர்	
3.1.17	காசிவிஸ்வநாதர்	

3.1.18	அண்ணாமலை ஈஸ்வரர்
3.2	வாணியம்பாடி வட்டார சிறுதெய்வங்களின் தோற்றக் கதைகள்
3.2.01	புத்துமாரியம்மன்
3.2.02	பச்சையம்மன்
3.2.03	கனக நாச்சியம்மன்
3.2.04	தத்தியம்மன்
3.2.05	அங்காளபரமேஸ்வரி
3.2.06	பூங்காவனத்து அம்மன்
3.2.07	பொன்னியம்மன்
3.2.08	ஊமை சாமுண்டீஸ்வரி அம்மன்
3.2.09	திரௌபதி அம்மன்
3.2.10	திருப்பதி கங்கை அம்மன் (கரக்கரை)
3.2.11	திருப்பதி கெங்கையம்மன்
3.2.12	பெத்தபலி கெங்கையம்மன்
3.2.13	பராசக்தி மாரியம்மன்
3.2.14	தேசத்துமாரியம்மன் (குதிரையம்மன்)
3.2.15	சாமுண்டீஸ்வரியம்மன்
3.2.16	பாப்பாத்தியம்மன்
3.2.17	வனபொன்னியம்மன்
3.2.18	காளியம்மன்
3.2.19	முத்தாலம்மன்
3.2.20	நாகாலம்மன்
3.2.21	ஆனாட்சியம்மன்
3.2.22	வேடியப்பன்
3.2.23	கூத்தாண்டவர்
3.2.24	முனீஸ்வரன்
3.2.25	வீரபத்திரசுவாமி
3.3	கோயில் அமைவிடமும், தெய்வ உருவ அமைப்பும்
3.3.01	கோயில் அமைவிடம்
3.3.01.1	வயல்வெளிகள்
3.3.01.2	ஊரில் உள்ள தெய்வங்கள்
3.3.01.3	ஊருக்கு வெளியில் உள்ள தெய்வங்கள்
3.3.01.4	வீட்டிற்குள் இருக்கும் தெய்வங்கள்
3.3.01.05	கட்டிடத்தில் உள்ள தெய்வங்கள்
3.3.01.06	கட்டிடமில்லாத மரத்தடியில் உள்ள தெய்வங்கள்

3.3.01.07	நீர் நிலை அருகிலுள்ள தெய்வங்கள்
3.3.02	தெய்வ உருவ அமைப்பு
3.3.02.01	மரத்தையே தெய்வமாக வழிபடல்
3.3.02.02	வடிவமற்ற கல் தரையில்
3.3.02.03	வேல், சூலம், கத்தி
3.3.02.04	பீடங்கள்
3.3.02.05	மாடத்தில் விளக்கு வைத்து வழிபடல்
3.3.02.06	பந்தல் அல்லது ஓடு போன்ற அமைப்பு கொண்ட தெய்வ உருவங்கள்
3.3.02.07	கோயில் போன்ற அமைப்புடைய இடத்திலுள்ள தெய்வ உருவங்கள்
3.4	கோவில் சூழலும் அமைப்பும்
3.4.01	அருள்மிகு ஸ்ரீவரசித்திவினாயகர் ஆலயம்- அம்பூர்பேட்டை
3.4.02	அருள்மிகு அதிதீஸ்வரர் திருக்கோயில் – தேவஸ்தானம்
3.4.03	அருள்மிகு சுந்தரராஜப்பெருமாள் திருக்கோயில் - உதயேந்திரம்
3.4.04	ஸ்ரீஅழகு பெருமாள் திருக்கோயில் - பெரியபேட்டை
3.4.05	அருள்மிகு சென்றாயசுவாமி திருக்கோயில் - பீமகுளம்
3.4.06	ஸ்ரீஆராவமுதப் பெருமாள் கோயில் - கேத்தாண்டபட்டி
3.4.07	ஸ்ரீபிரச்சன்னவெங்கடேசபெருமாள் கோயில் - திம்மாம் பேட்டை
3.4.08	திருப்பாஸ்நதி ஈஸ்வரர் கோயில் - இராமநாயக்கன்பேட்டை
3.4.09	ஸ்ரீபழனி ஆண்டவர் திருகோயில் - வளையாம்பட்டு
3.4.10	அருள்மிகு சீனிவாசபெருமாள் திருக்கோயில் - பெத்தூர்
3.4.11	ஸ்ரீசந்திரமௌலீஸ்வரர் ஆலயம் - திம்மாம்பேட்டை
3.4.12	பஜனைகோயில் - மரிமானிகுப்பம்
3.4.13	அருள்மிகுவைகுண்டபெருமாள்திருக்கோயில் - இராமநாயக்கன்பேட்டை
3.4.14	அருள்மிகுதீர்த்தகிரிஈஸ்வரர் மற்றும் பாலமுருகன் ஆலயம் - பெத்தூர்
3.4.15	பெருமாள்கோயில் (துளசிமாடம்) - தும்பேரி
3.4.16	ஸ்ரீபஞ்சமுகநந்தீஸ்வரர் திருக்கோயில் - மாதகடப்பா
3.4.17	அருள்மிகு காசிவிஸ்வநாதர் ஆலயம் - கொடையாஞ்சி

3.4.18	ஸ்ரீஅண்ணாமலை ஈஸ்வரர் திருக்கோவில் - அம்பலூர்	
3.4.19	அருள்மிகுபுத்துமாரியம்மன் திருக்கோயில் - பெத்தகல்லுப்பள்ளி	
3.4.20	ஸ்ரீபச்சையம்மன் திருக்கோயில் - தெக்குப்பட்டு	
3.4.21	ஸ்ரீகனக நாச்சியம்மன் ஆலயம் - புல்லூர்	
3.4.22	அருள்மிகுஸ்ரீதத்தியம்மன் திருக்கோயில் - அம்பலூர்	
3.4.23	அருள்மிகுஸ்ரீஅங்காளபரமேஸ்வரி அம்மன் ஆலயம் - எக்லாஸ்புரம்	
3.4.24	ஸ்ரீபூங்காவனத்தம்மன் திருக்கோயில் - வடக்குப்பட்டு	
3.4.25	ஸ்ரீபொன்னியம்மன் திருக்கோயில் - அம்பூர் பேட்டை	
3.4.26	ஸ்ரீஊமைசாமுண்டீஸ்வரிஅம்மன் ஆலயம்-இளையநகரம்	
3.4.27	திரௌபதி அம்மன் ஆலயம் - கிரிசமுத்திரம்	
3.4.28	திருப்பதி கங்கை அம்மன் (கரக்கரை) கோயில் - மதனாஞ்சேரி	
3.4.29	திருப்பதிகெங்கையம்மன் திருக்கோயில் - நரசிங்கபுரம்	
3.4.30	ஸ்ரீபெத்த பலி கெங்கையம்மன் ஆலயம் - நிம்மியம்பட்டு	
3.4.31	ஓம்ஸ்ரீராசக்தி மாரியம்மன் திருக்கோயில் - ஆலங்காயம்	
3.4.32	ஸ்ரீதேசத்துமாரியம்மன்ஆலயம்(குதிரையம்மன்) - பூங்குளம்	
3.4.33	ஸ்ரீசாமுண்டீஸ்வரி அம்மன் ஆலயம் - நாச்சார்குப்பம்	
3.4.34	அருள்மிகு பாப்பாத்தியம்மன் ஆலயம் - ஆண்டியப்பனூர்	
3.4.35	வனபொன்னியம்மன் - வெலதிகமானிபெண்டா	
3.4.36	ஸ்ரீகாளியம்மன் திருக்கோயில் - கல்லரப்பட்டி	
3.4.37	அருள்மிகு முத்தாலம்மன் - கௌவுக்காபட்டு	
3.4.38	ஸ்ரீநாகாலம்மன் ஆலயம் - அலசந்தரபுரம்	
3.4.39	ஆனாட்சியம்மன் திருக்கோயில் - நாராயணபுரம்	
3.4.40	வேடியப்பன் கோயில் - பெருமாப்பட்டு	
3.4.41	அருள்மிகு கூத்தாண்டவர் ஆலயம் - குரிசிலாப்பட்டு	
3.4.42	முனீஸ்வரன் கோயில் - மேட்டுபாளையம்	
3.4.43	ஸ்ரீவீரபத்திரசுவாமி ஆலயம் - ஆண்டியப்பனூர்	
3.5	முடிவுரை	
இயல்-4	வழிபாட்டு மரபுகள்	231
4.0	முன்னுரை	
4.1	வழிபாடு - சொற்பொருள்விளக்கம்	
4.2	வழிபாட்டின் தோற்றமும், வளர்ச்சியும்	
4.3	வழிபாட்டின் அடிப்படை காரணங்கள்	
4.3.01	பரிணாம வளர்ச்சி	

4.3.02	தேவை
4.3.03	பயம்
4.3.04	ஆசை
4.3.05	பகை
4.3.06	மறுமை
4.4	வழிபாட்டின் வகைகள்
4.4.01	இயற்கை வழிபாடு
4.4.02	இறை வழிபாடு
4.4.03	ஆத்மார்த்த வழிபாடு
4.4.04	பரமார்த்த வழிபாடு
4.4.05	அகவழிபாடு
4.4.06	தனிவழிபாடு
4.4.07	கூட்டுவழிபாடு
4.5	வாணியம்பாடி வட்டார பெருந்தெய்வங்களின் வழிபாட்டு மரபுகள்
4.5.01	வரசித்தி வினாயகர்
4.5.02	அதிதீஸ்வரர்
4.5.03	அழகு பெருமாள்
4.5.04	சென்றாயசுவாமி
4.5.05	ஆராவமுதப் பெருமாள்
4.5.06	திருப்பால்நதி ஈஸ்வரர்
4.5.07	பிரச்சன்ன வெங்கடேசபெருமாள்
4.5.08	வைகுண்ட பெருமாள்
4.5.09	பழனி ஆண்டவர்
4.5.10	சீனிவாசபெருமாள்
4.5.11	காசிவிஸ்வநாதர்
4.5.12	பஞ்சமுகநந்தீஸ்வரர்
4.5.13	தீர்த்தகிரி ஈஸ்வரர் மற்றும் பாலமுருகன்
4.5.14	பஜானைகோயில்
4.5.15	பெருமாள் (துளசிமாடம்)
4.5.16	சந்திரமௌலீஸ்வரர்
4.5.17	அண்ணாமலை ஈஸ்வரர்
4.5.18	சுந்தரராஜப்பெருமாள்
4.6	வாணியம்பாடி வட்டார சிறுதெய்வங்களின் வழிபாட்டுமரபுகள்
4.6.01	புத்துமாரியம்மன்
4.6.02	பச்சையம்மன்

4.6.03	கனக நாச்சியம்மன்	
4.6.04	தத்தியம்மன்	
4.6.05	அங்காளபரமேஸ்வரி	
4.6.06	பூங்காவனத்து அம்மன்	
4.6.07	பொன்னியம்மன்	
4.6.08	ஊமை சாமுண்டீஸ்வரியம்மன்	
4.6.09	திரௌபதி அம்மன்	
4.6.10	திருப்பதி கங்கை அம்மன் (கரக்கரை)	
4.6.11	திருப்பதி கெங்கையம்மன்	
4.6.12	பெத்த பலி கெங்கையம்மன்	
4.6.13	பராசக்தி மாரியம்மன்	
4.6.14	தேசத்துமாரியம்மன் (குதிரையம்மன்)	
4.6.15	சாமுண்டீஸ்வரியம்மன்	
4.6.16	பாப்பாத்தியம்மன்	
4.6.17	வனபொன்னியம்மன்	
4.6.18	காளியம்மன்	
4.6.19	முத்தாலம்மன்	
4.6.20	நாகாலம்மன்	
4.6.21	ஆனாட்சியம்மன்	
4.6.22	முனீஸ்வரன்	
4.6.23	வேடியப்பன்	
4.6.24	கூத்தாண்டவர்	
4.6.25	வீரபத்திரசுவாமி	
4.7	முடிவுரை	
ஆய்வு முடிவுரை		319
துணை நூற்பட்டியல்		
பின்னிணைப்புகள்		
1. தகவலாளர்பட்டியல்		326
2. பூஜைமுறைகள்		328
3. வினாநிரல்		331
4. நிழற்படங்கள்		335
5. வரைப்படங்கள்		357

இயல் - ஒன்று
நாட்டுப்புறத்தெய்வங்கள்

1.0 முன்னுரை

உலகம் போற்றும் ஒப்பற்ற வாழ்வியல் நெறியைப் பின்பற்றி வாழ்ந்த பண்டைத் தமிழர்கள் தங்கள் சக்திக்கு, ஆற்றலுக்கு மேலான ஒரு சக்தி, ஆற்றல் உண்டு என்று அறிவால் ஆய்ந்து தெளிந்தனர். அந்தச் சக்தியை, ஆற்றலை இறைவன், கடவுள், தெய்வம் போன்ற சொற்களால் குறித்தனர். பண்டைத் தமிழர்கள் தொடக்கநிலையில் இயற்கையையும், சிறுதெய்வங்களையும் தெய்வங்களாக வழிபட்டு வந்தனர். பின்னர் வைதீகச் சமயநெறியின் செல்வாக்கினால் சிவன், விஷ்ணு போன்ற பெருந்தெய்வங்களை வழிபட்டனர். பண்டைத் தமிழர்கள் வழிபட்ட தெய்வங்களை நாட்டுப்புறத்தெய்வங்கள் என்பர். நாட்டுப்புறத் தெய்வங்கள் அல்லது நாட்டார் தெய்வங்கள் என்று அழைக்கப்படுவது கிராமத் தெய்வங்களைத்தான். இவற்றுள் வீட்டுத்தெய்வங்கள், குலதெய்வங்கள், ஊர்தெய்வங்கள், மாலைதெய்வங்கள், சமாதிதெய்வங்கள் போன்றவை அடங்கும். இதுப்போன்று நாட்டுப்புறத்தெய்வங்கள், காலந்தோறும் நாட்டுப்புறத்தெய்வச் சிந்தனைகள், நாட்டுப்புறத்தெய்வ வகைப்பாடுகள், நாட்டுப்புறத்தெய்வங்களின் வளர்ச்சி நிலை, மற்றும் பெரும்பலான நாட்டுப்புறத்தெய்வங்களின் தோற்றக்கதைகள் இருந்தாலும், அவற்றில் ஒரு குறிப்பிட்ட சில பெருந்தெய்வங்களின் வரலாற்றையும், சிறுதெய்வங்களின் தோற்றத்திற்கான கதைகளையும் மட்டுமே இவ்வியலில் அறியலாம்.

1.1 நாட்டுப்புறத்தெய்வங்கள்

இயற்கையின் ஆற்றலைக் கண்டு அஞ்சிய மனிதன் அதன் சீற்றத்திற்கு ஆளாகாமல் இருக்கலாம் என்று நம்பினான். அதனடிப்படையில் இயற்கை வழிபாடுகளும், விழாக்களும் தோற்றம் பெற்றன. பலிகள் தருவதன் மூலம் இயற்கையினை வயப்படுத்தி விடலாம் என்ற அடிப்படையில் விழாக்களும்,

கொண்டாட்டங்களும் தோன்றின. காலப்போக்கில் இயற்கைக்கு உருவம் கொடுத்து வழிபடத் தொடங்கினர். இவ்வாறு மக்களிடையே உருவ வழிபாடு தோற்றம் பெற்றிருக்க வேண்டும். பழங்கால மனிதன் இடி, மழை, மின்னலைக்கண்டு அஞ்சினான். நோய் முதலியவற்றிற்கு ஆவிகளே காரணமென எண்ணினான். அவ்வாவிகளை வழிபட ஆரம்பித்தான். உளவியல் பேரறிஞர். சிக்மண்ட்பிராய்டு அவர்களும் இயற்கையிடமும் மரணத்திற்குப் பின்வரும் நிலையிடமும் மனிதன் கொண்ட அச்சமே வழிபாட்டிற்கு அடிப்படைக் காரணம் என்கிறார்.

பழங்காலத்தில் நாட்டுப்புறத் தெய்வங்கள் இயற்கைச்சக்திகளான காற்று, மழை, நெருப்பு,போன்றவைகளாக இருந்தன. பின்னர் சிறுதெய்வங்கள், பெருந்தெய்வங்கள் என வளர்ந்தன. மாரி, காளி, வீரன், பிடாரி, அய்யனார், முனீஸ்வரன், முதலிய தெய்வங்களைச் சிறுதெய்வங்களாகவும், சிவன் ,திருமால், ராமர்,கிருஷ்ணர், பார்வதி, லட்சுமி, போன்ற தெய்வங்களைப் பெருந்தெய்வங்களாகவும் நாட்டுப்புற மக்கள் வகைப்படுத்தியதைக் காணலாம். சமூகத்தில் உயர்வு, தாழ்வு, அதிகம், குறைவு போன்ற பாகுபாடுகள் காணப்படுவது போல தெய்வங்களிலும் சிறுதெய்வங்கள், பெருந்தெய்வங்கள் என்ற பாகுபாட்டினைக் காண முடிகின்றது.

"ஆரியர் வருகைக்குப் பின் வளர்ச்சியடைந்த, புராண இதிகாசங்களுக்குட்பட்ட ஆகம விதிகளின்படி அமைக்கப்பட்ட கோயில்களில் வேத முறைப்படி வணங்கப்படும் தெய்வங்களைச் சிறு தெய்வங்கள் என்று அழைப்பது பொருத்தமுடையதாக அமையவில்லை காரணம், ஆரியர் நம்நாட்டிற்கு வருகை தருவதற்கு முன்பாகவே நம்நாட்டில் தெய்வங்களும், வழிபாடுகளும் இருந்தன. எனவே, நல்வருணத்தைப் புகட்டும் வேதமுறைப்பட்ட தெய்வங்களோடு நாட்டுப்புறத் தெய்வங்களை ஒப்பிடாமல், பழமை வாய்ந்த மரபுரீதியாக வழிவழியாக வணங்கப்பட்டு வரும் தெய்வங்களைச் 'சிறுதெய்வங்கள்' என்று குறிப்பிடாமல் 'பழந்தெய்வங்கள்' என்று அழைப்பதே பொருத்தமாக அமையும்" என்ற பொற்கோவின் கருத்தும் நினைவு கூறத்தக்கன.

நாட்டுப்புறத்தெய்வங்களின் வகைப்பாட்டினை அறிஞர்கள் பலவாறு வெளிப்படுத்தியுள்ளனர். சு.சக்திவேல் அவர்கள் நாட்டுபுறத்தெய்வங்களை ஐந்தாக வகைப்படுத்துகிறார். அவையாவன ஆண் தெய்வங்கள், பெண் தெய்வங்கள், குலதெய்வங்கள், சாதித்தெய்வங்கள், ஊர்தெய்வங்கள் ஆகும்.துளசிஇராமசாமிஅவர்கள் நாட்டுப்புறத்தெய்வங்களை ஆறாக வகைப்படுத்துகிறார். அவையாவன ஊர்த்தெய்வங்கள், இனத்தெய்வங்கள், குலத்தெய்வங்கள், மாலைத்தெய்வங்கள், சமாதித்தெய்வங்கள், துணைதெய்வங்கள் என்பர். நாட்டுப்புறத்தெய்வங்களின் பெயர்கள்

1. அங்காளம்மன்	16. கறுப்பண்ணார்
2. அந்தர் நாச்சியம்மன்	17. கருப்பராயன்
3. அம்மன்	18. கன்னிகள்
4. அரவான்	19. காட்டேரி
5. அட்டங்கம்மா	20. காவக்காரன்
6. அஷ்டசக்தி	21. காளியம்மன்
7. ஆதனூரம்மன்	22. கொப்புடையம்மன்
8. இசக்கியம்மன்	23. சங்கிலிமாடன்
9. உக்கிரமாகாளி	24. சந்திமாடன்
10. உச்சினமாகாளி	25. சாத்தன்
11. எல்லைக்கறுப்பு	26. துர்க்கை
12. ஐயனார்	27. பிடாரி
13. ஒட்டக்காரன்	28. பெரியாண்டவர்
14. கண்ணாத்தாள்	29. மதுரைவீரன்
15. கந்தசாமி	30. ரேணுகாதேவி

இவை போன்ற நூற்றுக்கணக்கான தெய்வங்களின் பெயர்கள் நாட்டுப்புற மக்களால் வழங்கப்படுகின்றன.

1.2 காலந்தோறும் நாட்டுப்புறத்தெய்வச் சிந்தனைகள்

நாட்டுப்புறதெய்வங்களின் தோற்றம் பழம்பொருளாகவே உள்ளது. உணவு பொருட்களை மட்டுமே தேடி வாழ்ந்த மனிதனின் மனம் என்று விழிப்புணர்வு கொண்டதோ அன்று முதல் அவனுக்கு இறைநாட்டம் தொடங்கி விட்டது. இயற்கையோட இயைந்து வாழ்ந்த மனிதன் விழிப்புணர்வு பெற்று இயற்கையின் அதிசயங்களை கண்டு வியந்தான். மனநிறைவோடு தன்னை வாழ்விக்கும் இயற்கையை எண்ணிப் பார்த்த மனிதன் அந்த இயற்கை பொய்த்த போது கலங்கினான். தனக்கு இயற்கையால் வரும் பாதிப்பையும் மரணத்தையும் அறிந்து தனக்குள் போராடினான். தன் ஆற்றலுக்கும் மீறிய ஏதோ ஒரு பேராற்றல் தன்னை ஆட்டுவிப்பதை உணர்வு மூலமாகவும், பட்டறிவு மூலமாகவும் தெரிந்த மனிதன் அமைதி வேண்டி அந்த பேராற்றலிடமே அடைக்கலம் புகுந்தான். இதுவே தெய்வ வழிபாடாக மலர்ந்தது.

1.2.01 தொல்காப்பியத்தில் இடம்பெற்றுள்ள தெய்வங்கள்

அச்சம்,போராட்டம், நன்றியுணர்வு போன்றவற்றின் அடிப்படையில் மனிதன் உருவாக்கிக் கொண்ட கடவுட்கொள்கை தமிழ்ச் சமுதாய அளவிலும் தோன்றி வளர்ந்து இன்றியமையாத தன்மையை பெறுவதாயிற்று.

"தெய்வம் உணாவே மாமரம் புள்பறை
செய்த யாழின் பகுதியொடு தொகைஇ
அவ்வகை பிறவும் கரு என மொழிப"[1]

என்ற தொல்காப்பியம் கருப்பொருட்களின் வரிசையில் முன்னதாக வைத்திருப்பது தெய்வத்ததைதான் என்பது குறிப்பிடத்தக்கது. பறவைகள், விலங்குகள், தாவரங்கள் போலவே அந்தந்த நிலங்களுக்குரிய தெய்வங்களையும் அவற்றிலிருந்து பிரிக்க இயலாதவாறு அமைந்துள்ளனர். நிலத்திற்கேற்ற தொழிலும்,

உணவும் இயற்கையாக அமைவது போலவே அந்நிலத்துத் தெய்வ வழிபாடும் இயல்பாக அமைந்துள்ளது. இம்முறையில்தான்

> "மாயோன் மேய காடுறை உலகமும்
> சேயோன் மேய மைவரை உலகமும்
> வேந்தன் மேய தீம்புனல் உலகமும்
> வருணன் மேய பெருமணல் உலகம்" [2]

என்ற தொல்காப்பியம் திணைத் தெய்வங்களை வகுத்து கூறியது. முல்லைக்குத் திருமாலும், குறிஞ்சிக்கு முருகன், மருதத்திற்கு வேந்தனும், நெய்தலுக்கு வருணனும், பாலை நிலத்திற்குக் கொற்றவையும் திணைத் தெய்வங்களாகும். 'கொற்றவை நிலை' என்று தொல்காப்பியர் சுட்டுவது பெண் தெய்வமான கொற்றவையே என்பது அறிய முடிகிறது.

தெய்வங்களுள் காளி என்ற தாய்தெய்வம் பிற தெய்வங்களை விட மிகுதியாக இலக்கியங்களில் குறிக்கப்பெற்றுள்ளது. பழந்தமிழ் இலக்கியங்களில் குறிக்கப் பெற்ற கொற்றவையே பிங்காலத்தில் காளி என்று குறிக்கப்பெறும். கொற்றவை(காளி) வரண்ட நிலப்பகுதியான பாலை நிலத்த தெய்வம். பாலை நிலத்தில் அடிக்கடி வழிப்பறி கொள்ளைகள், கொலைகள் நடக்கும். அதனைத் தடுத்து மக்களைக் காக்கவே கொற்றவை (காளி) காவல் தெய்வமாகச் இருப்பதாக தெரிகிறது.

1.2.02 சங்க இலக்கியத்தில் தெய்வங்கள்

தொல்காப்பியம் குறிப்பிடும் நான்கு திணைத் தெய்வங்களையும் கொற்றவை மட்டுமின்றி சங்க இலக்கியங்கள் பல்வேறு தெய்வங்களைக் குறிப்பிடுகின்றன. முக்கடவுள், செல்வன், நான்முகன், மழுவாள் நெடியோன், இராமன், சூரமகளிர், கொல்லிப்பாவை, வாரைமகளிர், சூர், அணங்கு, கள்ளி – நிழற்கடவுள், குந்திற்பாவை எனப் பல்வேறு தெய்வங்கள் சங்க நூற்களில் காணப்படுகின்றன.

1.3 நாட்டுப்புறத்தெய்வங்களின் வளர்ச்சி நிலை

'ஆலயம் தொழுவது சாலவும் நன்று'. 'கோயில் இல்லா ஊரில் குடியிருக்கவேண்டாம்' என்பது பழமொழி. கலைமான்கள்

நீரோடையை நாடுவதை போலவும், வேரானது நீரை தேடிச் செல்வது போலவும் மனித உள்ளங்கள் இறைவனைத் தேடுகின்றன. இறைவனை அடைய மக்கள் பல வழிகளை மேற்கொள்கின்றனர். பண்டைத் தமிழர்கள் தங்களுக்கு அச்சத்தைத் தருகிற இடி, மின்னல், பாம்பு போன்றவற்றையும் மலை, கடல், மரம், காடு போன்றவற்றையும் தெய்வங்களாகக் கொண்டு வழிபாடு செய்திருக்கின்றனர். சங்க காலத் தமிழர்கள்,தங்கள் வாழ்ந்த ஊர்களிலுள்ள சதுக்கங்கள், சந்திகள், மன்றங்கள், இல்லங்கள் முதலிவற்றில் தெய்வங்களை வழிபட்டிருக்கின்றனர்.

நானிலத் தெய்வங்களில் மாயோன், சேயோன், ஆகிய இருவரும் பண்டைத் தமிழர்களால் பெரிதும் வழிபாடு செய்யப்பெற்றமைக்கான செய்திகள் சங்க இலக்கியங்களில் மிகுதியாகப் பதிவு செய்யப்பெற்றுள்ளன. மேலும், மாயோனும், சேயோனும் முறையே முல்லை, குறிஞ்சி நில மக்களால் மட்டுமின்றி, தமிழகம் முழுவதும் வாழ்ந்த மக்களால் வழிபாடு செய்யப்பட்டது. இந்திரனையும், வருணனையும் தமிழக மக்களால் வழிபட்டதற்கான நேரடிக் குறிப்புகள் சங்க இலக்கியங்களில் காணப்படவில்லை. பாலை நிலத்தெய்வமாகிய கொற்றவை, தமிழ் மக்களால் பெரிதும் வழிபட்டதற்கான பதிவுகள் சங்க இலக்கியங்களில் மிகுதியும் இடம்பெற்றுள்ளன. கொற்றவையைப் போர் தெய்வமாகச் சங்க இலக்கியங்கள் குறிப்பிடுகின்றன. நாட்டுப்புறத் தெய்வங்களைக் காணுகின்ற போது அவற்றின் வளர்ச்சி நிலைகளைக் காண முடிகின்றது. தொடக்க காலம் முதல் இக்காலம் வரை காணலாகும் வளர்ச்சிகளைப் பற்றி பின்வருமாறு பிரித்தறியலாம்.

- முதலில் நாட்டுப்புற மக்களின் தெய்வங்கள் வடிவமற்ற கல் சிறுமாடத்தின் மேலும், தரையிலும், மரத்தின் கீழும் அமைந்திருந்த நிலை இருந்தது.
- பின்பு நாட்டுப்புற மக்கள் மரங்களைத் தெய்வ சக்தியுடையதாக எண்ணி அவற்றை வழிபட்டநிலை இருந்தது.

- பிறகு வேல், சூலம், கத்தி முதலியவற்றைத் தெய்வமாகக் கருதி வழிபட்டநிலை இருந்தது.
- நாட்டுப்புறமக்கள் மாடங்களின் மீது விளக்குவைத்து வழிபட்டநிலை அதாவது ஒளி நிலை இருந்தது.
- பின்பு நாட்டுப்புறமக்கள் மாடகோபுரங்களில் கல்லால் உருவாக்கப்பட்ட தெய்வத்தை வைத்து வழிபட்டநிலை இருந்தது.
- களிமண்சிலைகளாகவும், சுடுமண்சிலைகளாகவும், கற்சிலைகளாகவும் நாட்டுப்புறமக்கள் தெய்வ உருவங்களை வழிப்பட்டநிலை இருந்தது.
- இப்பொழுது நாட்டுப்புறமக்கள் மண்சிலைகளும், கற்சிலைகளும் மாறி வெண்கலச் சிலைகளாக உருவெடுத்துக் கோயில்களில் வழிப்படும் நிலை இருக்கிறது.

இவ்வாறு நாட்டுப்புறமக்கள் கல், மரம், வேல், சூலம், கத்தி, விளக்கு, பின்பு களிமண்சிலைகள், சுடுமண்சிலைகள், கற்சிலைகள் எனவும் தற்பொழுது கற்சிலைகள், வெண்கலச்சிலைகள் என நாட்டுப்புறமக்களிடையே தெய்வங்கள் வளர்ச்சியடைந்தது வந்தது.

1.4 நாட்டுப்புறத்தெய்வ வகைப்பாடுகள்

எண்ணிலடங்கா நாட்டுப்புறத்தெய்வங்கள், பல்லேறு பெயர்களால் நாட்டுப்புற மக்களால் வழிபடப்படுகின்றன. பொதுவாக நாட்டுப்புறத்தெய்வங்களை ஆண் தெய்வங்கள் என்றும், பெண்தெய்வங்கள் என்றும் வகைப்படுத்தலாம். நாட்டுப்புறத் தெய்வங்களுள் பெரும்பாலானவை பெண்தெய்வங்களாகவே அமைந்துள்ளன. அதற்குக் காரணமாகத் தமிழருடைய பண்பாட்டைக் கூறலாம். நாட்டுப்புறத் தெய்வங்களைச் சிறுதெய்வங்கள், பெருந்தெய்வங்கள் என்று வகைப்படுத்தலாம். மாரி, காளி, வீரன், பிடாரி, அய்யனார், முனீஸ்வரன் முதலிய தெய்வங்களைச் சிறுதெய்வங்களாகவும், சிவன், திருமால், ராமர்,

கிருஷ்ணர், பார்வதி, லட்சுமி போன்ற தெய்வங்களைப் பெருந்தெய்வங்களாகவும் காணலாம். பழங்காலத்தில் நாட்டுப்புறத்தெய்வங்களாக இயற்கைச்சக்திகளாக காற்று, மழை, நெருப்பு, நீர், மண் போன்றனவே இருந்தன. பின்னர் சிறுதெய்வங்கள், பெருந்தெய்வங்கள் என வளர்ந்தன.

நாட்டுப்புறத்தெய்வங்களின் வகைப்பாட்டினை அறிஞர்கள் பலவாறு வெளிப் படுத்தியுள்ளனர். சு.சக்திவேல் அவர்கள் நாட்டுபுறத்தெய்வங்களை ஐந்தாக வகைப்படுத்துகிறார்.

அவையாவன:

1. ஆண் தெய்வங்கள்
2. பெண் தெய்வங்கள்
3. குல தெய்வங்கள்
4. சாதி தெய்வங்கள்
5. ஊர் தெய்வகங்கள்

என்றும், துளசி இராமசாமி அவர்கள் ஆறாக வகைப்படுத்துகிறார்.

அவையாவன:

1. ஊர்த் தெய்வங்கள்
2. இனத் தெய்வங்கள்
3. குலத் தெய்வங்கள்
4. மலைத் தெய்வங்கள்
5. சமாதித் தெய்வங்கள்
6. துணைத் தெய்வங்கள்

தெய்வங்கள்

நாட்டுப்புறத்தெய்வங்களை,

1. ஊர்த் தெய்வங்கள்
2. காவல் தெய்வங்கள் (அ) எல்லைத் தெய்வங்கள்
3. சாதித் தெய்வம்
4. குலத் தெய்வம்
5. பொதுத் தெய்வங்கள்

எனப் பிரித்துப் பார்க்கலாம்.

1.4.01. ஊர் தெய்வம்

ஓவ்வொரு கிராமத்திலும் ஊர் மக்கள் அனைவருக்கும் பொதுவான தெய்வம் இருக்கும். அத்தெய்வம் ஊர்த்தெய்வம் எனப்படும். வாணியம்பாடி வட்டார மக்களின் பெரும்பாலான கிராமங்களில் 'மாரியம்மன்' ஊர்த்தெய்வம் விளங்குகிறது. இதற்கு வருடம்தோறும் விழா எடுக்கப்படுகின்றது. இத்தெய்வமே ஊரைக் காக்கும் தெய்வமாகும். இதற்கென்று தனிப்பட்ட கோயில் அமைப்பு இல்லை. ஆனால் மேடை போன்ற அமைப்பின் மேல் சிறுமாடம் அமைத்து அதில் நாளும் விளக்கேற்றி வருகின்றனர்.

திருவிழாவின்போது மட்டும் அம்மனின் உருவம் செய்யப்படுகிறது. மூன்று நாள் நடக்கின்ற திருவிழாவில் முதல் நாள் காப்புக் கட்டப்படுகிறது. ஊர் மக்கள் அனைவரும் பொங்கல் வைக்கின்றனர். இரண்டாம் நாள் கரகம் எடுக்கப்படுகின்றன. மூன்றாம் நாள் குயவர் வீட்டில் செய்யப்பட்ட அம்மன் சிலையை வண்ணார் வீட்டிற்குக் கொண்டு சென்று வண்ணார் மகனால் தாலி கட்டப்படுகிறது. பிறகு ஊர்வலமாகக் கொண்டு சென்று ஊர் சுற்றி வந்த பிறகு ஊரின் கடைப்பகுதிக்குக் கொண்டு சென்று மண்ணால் செய்யப்பட்ட உருவத்தை உடைத்து எறிந்துவிட்டு, தீய வார்த்தைகளால் ஏசிவிட்டுத் திரும்பிப் பார்க்காமல் வந்து விடுகின்றனர். இத்தெய்வமே தங்கள் ஊரைக் காக்கும் கிராம தெய்வமாகும் என்றும், அத்தெய்வத்திற்கு விழா எடுத்து ஏசுவது பிடிக்கும் என்றும் கூறுகின்றனர். இது போன்று வாணியம்பாடி வட்டாரத்தில் ஒவ்வொரு ஊருக்கும், ஊரைக் காக்கும் கிராமதெய்வமாக ஊர் மாரியம்மன் ஒன்றிருகிறது. அது அவ்வூர்மக்கள் அனைவருக்கும் பொதுவாக அமைந்திருக்கும்.

1.4.02. குலத்தெய்வம்

ஒரே சாதியைச் சேர்ந்த மக்களாக இருந்தாலும் குடும்பத்திற்குமாக ஒரு தெய்வம் இருக்கும். அத்தெய்வத்தைக் குலத்தெய்வம் என்பர். வீட்டில் நடக்கும் நற்காரியங்களின்போது பொங்கல் வைத்து, பூஜை செய்து வழிபடுவர், அதே போன்று

தொழில் செய்கிற போதும் குலதெய்வத்தை வேண்டிய பிறகே செய்வார்கள்.

'குருவை மறந்தாலும் குல தெய்வத்தை மறவேன்'

'குலதெய்வத்தைக் கும்பிட்டுக் கும்மியடி'[3]

என்ற அடிகள் குலதெய்வ வழிபாட்டினைச் சிறப்பித்துக் கூறுகின்றன.

வேலூர் மாவட்டம் வாணியாம்பாடி வட்டராத்தில் மேட்டுப்பாளையம் என்னும் கிராமத்தில் 'முனீஸ்வரன் காட்டேறி'கோயில் உள்ளது. வாணியம்பாடி வட்டாரத்தில் உள்ள மக்கள் குலதெய்வமாக வணங்குகிறார்கள். இத்தெய்வத்தை குலதெய்வமாக கொண்டவர்கள் வீட்டில் நடக்கும் நற்காரியங்களின் போது குடும்பத்தின் பரம்பரை உறவினர்கள் ஒன்று கூடி பொங்கல் வைத்து, பலியிட்டு, பூஜை செய்து வழிபடுவர், அதே போன்று தொழில் செய்கிற போதும் குலதெய்வத்தை வேண்டிய பிறகே செய்வார்கள்.

1.4.03. காவல் தெய்வம் (அ) எல்லைத்தெய்வம்

கிராம தெய்வத்தைப் போன்றே ஊரின் எல்லையிலிருந்து வேற்றார்களால் ஊருக்கு எந்தத் தீங்கும் வந்து விடாமல் காக்கும் தெய்வம் ஒன்று இருக்கும். அத்தெய்வத்தையே காவல் தெய்வம் (அ) எல்லைத்தெய்வம் என்று கூறுவர்.

வேலூர் மாவட்டம் வாணியாம்பாடி வட்டாரத்தில் புல்லூர் என்னும் ஊர் ஆற்று வெள்ளத்தில் முழுகும் ஆபத்து வந்தபோது கனகநாச்சியம்மன் என்ற அம்மன் அவ்வூரை வெள்ளத்தில் மூழ்காமல் தன்னுடைய கால் பாதித்து, காத்துக் காவல் தெய்வமாக நின்று அருள் தந்தது எனப் அப்பகுதி மக்கள் நம்புகின்றனர். மேலும் பெருமாபட்டு கிராமத்தை காக்கும் காவல் தெய்வமாக வேடியப்பன்சாமி இவ்வூர் ஏரியில் வீற்றிருக்கிறார். குரிசிலப்பட்டு கிராமத்தில் கூத்தாண்டவர் காவல் தெய்வமாக வீற்றிருக்கிறார். காவல்தெய்வங்களுக்கு அப்பகுதிமக்கள் வருடம்தோறும் திருவிழா செய்து வணங்குகிறார்கள்.

1.4.04. சாதி தெய்வம்

ஒரு கிராமத்தில் பல சாதி மக்கள் வாழ்கிற நிலையில் ஒவ்வொரு சாதிக்கும் ஒரு தெய்வம் இருக்கும். அத்தெய்வம் அச்சாதி மக்கள் அனைவருக்கும் பொதுவானதாக அமைந்திருக்கும். அதனை சாதிதெய்வம் என்று கூறுவர். வாணியாம்பாடி வட்டாரத்தையே எடுத்துக்காட்டாக கொண்டால் அங்கே வாழும் இருளர், கருமார், வாணியர், வன்னியர், ஒட்டர், ரெட்டியார், இடையர், குருமர், சலவைதொழில் செய்பவர்கள், முதலான ஒவ்வொரு சாதி மக்களுக்கும் ஒரு சாதிதெய்வம் உண்டு. இச்சாதித் தெய்வங்களுக்கு அவர்கள் ஒன்று கூடி விழா நடத்துவதும் உண்டு. ஊர் சாதிக்கு மட்டுமல்லாது, அதே சாதியைச் சேர்ந்த பல்வேறு கிராமங்களில் வாழும் மக்களுக்கும் பொதுவான சாதித் தெய்வங்கள் உண்டு.

வாணியம்பாடி வட்டாரத்து கிராமிய மக்களில் கௌகாப்பட்டு கிராமத்தில் இருளர் சாதி மக்களுக்கு முத்தாளம்மன் என்னும் அம்மனும், கல்லரபட்டி கிராமத்தில் இடையர் இனமக்களுக்கு காளியம்மனும். வாணியம்பாடி வட்டார அனைத்து கிராமத்திலும் சலவைதொழில் செய்பவர்கள் ஆற்றில் நீர் எப்பொழுது இருக்க வேண்டும் என்று அச்சாதி மக்கள் மட்டும் ஒன்று கூடி ஒவ்வொரு வருடமும் ஆற்றில் பச்சைபந்தலிட்டு வணங்குவார்கள். மேலும் ஆண்டியப்பனூரில் குருமர் இனத்தை சேர்ந்தவர்கள்ஒன்று கூடி வீரபத்தரசாமிக்கு பொங்கலிட்டு வணங்குவார்கள்.

1.4.05. பொது தெய்வங்கள்

ஊர் மக்கள் அனைவருக்கும் பொதுவாக உள்ள தெய்வத்தைப் பொதுத் தெய்வம் என்பார். தமிழ்நாட்டில் பெரும்பான்மையான கிராமங்களில் 'மாரியம்மன்' பொதுத் தெய்வமாக இருக்கிறது. இதற்கு சித்திரை அல்லது ஆடி மாதம் கூழ் வார்த்து பொங்கல் வைத்துப் பலியிட்டு வழிபாடு செய்வார்கள். இத்தெய்வ வழிபாடு அம்மை, காலரா ஆகிய நோய்களிலிருந்து தம்மைக் காத்துக் கொள்வதற்காகவே செய்யப்படுகிறது. மாரியம்மனே பெரும்பாலும் ஊர்த்தெய்வமாகவும் பொதுத்

தெய்வமாகவும் காணப்படுகின்றது, ஊர்த்தெய்வத்திற்கும் பொதுத் தெய்வத்திற்கும் வேறுப்பாடுகள் ஒன்றும் இல்லை என்பதையும் உணர முடிகின்றது.

வேலூர் மாவட்டம் வாணியாம்பாடி வட்டராத்தில் சென்னை, பெங்களூர் தேசியநெடுஞ்சாலையை விரிவுபடுத்தும் பணியில் தொழிலாளர்கள் அச்சாலையில் உள்ள எல்லாம் கோயில்களையும் புற்றுகளையும் அகற்றும் பணியில் ஈடுப்படும்போது,புத்துக்கோயில் என்னும் பகுதியில் உள்ள புற்றை அகற்றமுயன்றபோது, அப்பணியில் ஈடுப்படும் அனைவருக்கும் பல தடைகள் பிரச்சனைகள் மற்றும் நோய் வந்தது. இதனால் அரசாங்கம் ஆராய்ச்சியில் ஈடுப்பட்டு, பல அரியவகையான பாம்புகள் அங்கே இருப்பதால் அபூர்வமான சக்தி உள்ளது என கண்டறிந்தார்கள். எனவே புற்றை அகற்றும் பணியை நிறுத்தி விட்டு மேம்பாலம் அமைத்தார்கள். இப்புற்று சிறிதுசிறிதாக வளரத்தொடங்கியது, அப்பகுதி மக்கள் மட்டும் வணங்கிவந்த அந்ததெய்வம் 'புத்துமாரியம்மன்' என்ற பெயருடன் அனைத்துப்பகுதி மக்களும் வணங்கும் பொதுதெய்வமாக விளங்குகிறது. இப்பகுதி மக்கள் இதற்கு வருடம்தோறும் திருவிழா செய்து வணங்குகிறார்கள். அனைத்து நாட்களும் பகல், இரவு எல்லா நேரத்திலும் வழிபாடு நடைப்பெறுகின்றது.

நாட்டுப்புறமக்கள் தெய்வங்களையேன்றி இயற்கையையும், முன்னோர்களையும்,தலைவர்களையும், வீரர்களையும், ஏனையவிலங்குகள், பறவைகள், போன்றவற்றையும் தெய்வங்களாக வழிபட்டுள்ளனர். அவற்றை வரிசைப்படுத்தி அறிவோம்.

1.4.06. இயற்கை வழிபாடு

மனித சமுதாயத்தின் முதற்படி 'இயற்கை வழிபாடு' ஆகும் 'மனிதன் தொன்மை காலத்தில் இருந்தே இயற்கையோடு இயைந்த வாழ்வு வாழ்ந்து வந்தான். இந்த இயற்கை மனிதனுக்குப் பல வழியில் தீய விளைவுகளைக் கொடுத்தன. எனவே இயற்கைக்கு நன்றிக் கடன் ஆற்ற விரும்பியதே வழிபாடாக மலர்ந்தது.

நிலம், நீர், தீ, வளி, ஆகாயம், தாவரங்கள், மலை, சூரியன், சந்திரன் போன்ற இயற்கைப் பொருட்களை வழிபடும் தன்மையே இயற்கை வழிபாடாகும். ஆரம்ப காலத்தில் சூரியன், ஆறு, கடல், மலை, நெருப்பு, போன்ற இயற்கைகளைத் தெய்வங்களாக மக்கள் வழிபட்டனர் என்பதை.

"கொடிநிலை கந்தழி வள்ளி என்ற
வடுநீங்கு சிறப்பின முதலன மூன்றும்
கடவுள் வாழ்ந்தொடு கண்ணிய வருமே"⁴

ஞாயிறு, திங்கள், தீச்சுடர் ஆகியவற்றை மக்கள் வழிபட்டதைத் தொல்காப்பியம் கூறுகின்றது.

மக்கள் தங்களைச் சுற்றிலும் காணும் இயற்கைப் பொருள்களில் எண்ணற்ற தெய்வங்கள் இருப்பதாக நம்பினர். மலை, காடு, மரம், நீர்நிலைகள், கடல் முதலியவற்றில் எல்லாம் தெய்வங்கள் உள்ளன என்றும் நம்பினர். இத்தெய்வங்கள் மக்களை வருத்தும் இயல்புடையது என்றும் கருதினர்.

"அணங்கொடு நின்றது மாலை"⁵
காடே கடவுள் மேள: புறவே ஒள்ளிழை மகளிரோடு
மள்ளர்மேன் ஆறே அவ்வனைத்து"⁶

என வருவன மலையிலும், காட்டிலும், மக்கள் செல்லும் பிற வழிகளிலும் தெய்வங்கள் உறைதலைக் கண்டனர். இதன் வழி இயற்கையை வழிபட்டு வந்தனர்.

தமிழர்கள் இயற்கையைக் கண்டு அஞ்சினர். பார்வைக்கு மலைப்பாக இருந்தமையால் மலை என்றனர். கடக்க இயலாத நீர்ப் பெருக்கைக் கடக்க முடியாதது எனும் பெயரில் கடல் என வழங்கினர். "வான், நீர், தீ, வளி, நிலம் என்ற ஐந்தையும் இறைப் பெயர் கொடுத்து வழிபட்டனர். விண்ணில் கடவுள் உலகம் இருப்பதாக நம்பினர். அது மேலே இருப்பதால் மேல் உலகம் என்றும், விண்ணுலகம் என்றும் கருதினர். அங்கே ஓர் ஆட்சி நடைபெறுவதாக நம்பினர். எனவே பஞ்சபூதங்கள் ஐந்தையும் மக்கள் பல்வேறு பெயர்களில் வழிபட்டனர்".⁷

நாட்டுப்புறமக்கள் இயற்கையோடு இணைந்து வாழ்வு நடத்தினர். இயற்கையின் சீற்றத்தால் பாதிக்கப்பட்டதால். இயற்கையை வழிபட ஆரம்பித்து விழாவெடுத்து நன்றிக்கடன் ஆற்ற விரும்பினர். இத்தகைய வழிபாட்டுநிலை இன்றும் மக்களிடம் காணப்படுகின்றது. வாழ்விற்கும், விவசாயத்திற்கும் அடிப்படையான மழையை 'மாரியம்மன்' என்றும், உணவைக் கொடுக்கும் பயிர்களைப் 'பச்சையம்மன்' என்றும் வணங்குகின்றனர். மேலும் சூரியனையும், பூமியையும், நீர்நிலைகளையும், மரங்களையும், புற்றையும் வழிபடும் வழக்கம் வாணியாம்பாடி வாட்டார மக்களிடம் இன்றும் இருந்து வருகிறது. சிலம்பிலும் 'ஞாயிறு போற்றுதும்" "திங்களைப் போற்றுதும்' என்ற இயற்கை வழிபாட்டைக் காண்கிறோம். இதுபோல வாணியாம்பாடி வாட்டார மக்கள் புற்று, மரம், நீர், மண், நெருப்பு போன்றவற்றை வழிபடுகின்றனர். வாணியம்பாடி வட்டார மக்களும் இயற்கையைத் தெய்வங்களாக வணங்கினர்.

நாட்டுப்புற மக்கள் இன்றளவில் இயற்கையை வழிபட்டு வருவதைக் காணமுடிகின்றது. இயற்கை வழிபாடானது (1) ஞாயிறு வழிபாடு. (2) திங்கள் வழிபாடு (3) தீ வழிபாடு (4) மழை வழிபாடு (5) நில வழிபாடு (6) மர வழிபாடு (7) பாம்பு வழிபாடு (8) குலக்குறி வழிபாடு எனப் பிரிக்கப்படுகின்றன.

1.4.06.1. ஞாயிறு வழிபாடு

ஞாயிறு வழிபாடு மிகத் தொன்மையான வழிபாடாகும். வேதங்களில் இயற்கை வழிபாட்டுக்கு குறிப்புகள் மிகுதியாகக் காணப்படுகின்றன. பழங்காலத்தில் நெருப்பு கண்டுபிடிக்கப்படாமையால் மனிதன் இரவு நேரங்களில் கண்கள் தெரியாது குகைக்குள் இருந்து காலையில் ஞாயிற்றின் ஒளி கண்டு மகிழ்ந்தான். ஞாயிறு நன்மை பயப்பது என்னும் எண்ணத்தில் தோற்றம் பெற்றதே இந்த ஞாயிறு வழிபாடாகும்.

வேதத்திலும் புராணத்திலும் ஆதித்தன் என்ற சொல் மிகுந்திருப்பதைக் காணலாம். ஆதித்தன் என்ற சொல்லின் மற்றொரு பெயர் 'சூரியன்' என்பதாகும். அரசர்கள் தங்களைச்

சூரிய குலத்தவர்கள் என்றும். இராமாயணத்தில் இராமபிராணையும் சூரிய வம்சத்தைச் சார்ந்தவன் என்றும் கூறுதவன் மூலம் ஞாயிற்றின் பெருமையை நன்கு அறியலாம்.

வேதகாலத்தில் இத்தெய்வத்திற்குக் கோயில்கள் கட்டியோ, திருவுருவங்கள் அமைத்தோ வழிபாடு செய்யப்படவில்லை. வரலாற்றுக் காலத்தில் வடஇந்தியாவில் செங்கதிர்க் கடவுள் வழிபாடு சிறப்புற்றிருக்கிறது.

இலக்கியங்களில் ஞாயிறு வழிபாடு

பண்டைத் தமிழர்கள் சூரிய வழிபாட்டில் ஈடுபட்டுள்ளமையை இலக்கியங்கள் வாயிலாகக் காண முடிகின்றது. ஞாயிறு இயற்கைச் சக்தியாகக் கருதப்பட்டுள்ளது. "உலகத்திற்குப் பல வகையான நன்மைகளை அளிக்கும் கதிர்களை உடைய சூரியன் வானில் தோன்றி வலம் வருகிறது. எனக் கதிரவன் எழுவதை அகநானூறு குறிப்பிடுகின்றது."[8]

நற்றிணையில்,

"முன்னீா மீமிசைப் பலர்தொழத் தோன்றி
ஏமுற விளங்கிய சுடரினும்".[9]

என்று கூறப்பட்டிருப்பதிலிருந்து. சூரியனை மக்கள் வணங்கி வந்துள்ளமை புலனாகின்றது. இக்காலக்கட்டத்தில் சூரியனுக்கெனத் தனிக் கோயில்கள் கட்டப்பட்டதாகத் தெரியவில்லை. சிலப்பதிகாரத்தில், 'ஞாயிறு போற்றுதும் ஞாயிறு போற்றுதும்' என்னும் வரிகள் வழிபாட்டினை விளக்குகின்றது. "சிலப்பதிகாரத்தில் சூரியன் பெருந்தெய்வங்களாகிய முருகன், பலராமன், முக்கண்ணன், திருமால் முதலியோரைப் போன்ற வழிபாட்டிற்குரியதாகத் திகழந்திருக்கிறது. இதனால் பல்கதிர் ஞாயிற்றுக் கடவுளுக்குத் தனிவழிபாடும் ஏற்படலாயிற்று. பூம்புகார் நகரில் இந்திரன் கோட்டம், வேற்கோட்டம் முதலிய கோயில் மட்டுமின்றி சூரியனுக்காக இருந்த கோயில் உச்சிக்கிழான் கோட்டம் என்று அழைக்கப்பட்டது".[10]

"கடலோடு கலக்கும் காவிரித்துறையில் 'சூரிய குண்டம்' என்னும் நீராடும் துறை ஒன்று இருந்ததாகவும் சிலப்பதிகாரம் கூறுகின்றது".[11] நீர்ப்படைக்காதையில் செங்கதிர்க் கடவுளின் திருவுருவம் பற்றிய குறிப்பொன்றும் உள்ளது.

"திரை மணிப் புரவி ஓரேழ் பூண்ட
ஒருதவி யாழிக் கடவுட் டோர்மிசைக்
காலைச் செங்கதிர் கடவுளே றினனென்"[12]

என்று வரிகளில் ஏழு குதிரைகளைக் கொண்ட தேரின் மீது பவனிவரும் காய்கதிர்க் கடவுள் சூரியன் என்று குறிப்பிடப்பட்டுள்ளது. இவ்வாறு தொன்மை வழிபாட்டிலும், பழந்தமிழர் பண்பாட்டிலும் சூரிய வழிபாடு இன்றியமையாத இடம்பெற்று இன்றும் இவ்வழிபாடு நடைமுறையில் நிலைத்து வருகின்றது.

வாணியம்பாடி வட்டாரத்தில் வாழும் மக்கள் காலை எழுந்து சூரியனை வழிப்பட்டு தியானம் செய்கின்றனர். தைத்திங்கள் முதல் நாளாம் பொங்கல் தினத்தன்று அனைவரும் சூரியனுக்கு பொங்கல் வைத்து வழிபடுகின்றனர்.

1.4.06.2.திங்கள் வழிபாடு

வேத காலத்தில் திங்கள் இரண்டாம் நிலைத் தெய்வமாக வணங்கப்பட்டது. வளமை ஆகியவற்றுடன் திங்கள் தொடர்பு படுத்திப் பேசப்படுகிறது என பழங்காலத்தில் மனிதன் இரவு நேரங்களில் துன்புற்று இருந்த போது ஒளி நல்கும் சந்திரனைக் கண்டு பரவசமுற்று மகிழ்ச்சி அடைந்தான். இதனால் சந்திரனையும் வணங்கும் மரபு பிறந்தது.

இலக்கியங்களில் திங்கள் வழிபாடு

கொடிநிலை, கந்தழி, வள்ளி என்ற தொல்காப்பியப் புறத்திணை இயல் (நுற்பா 33) இன் வாயிலாகத் திங்கள் வழிபாடு தமிழரிடம் இருந்ததை உணரலாம்.

புறநானூற்று வாழ்த்துப்பாடலில்,

"பிறைநுதல் வண்ணம் ஆகின்றது, அப்பிறை
பதினெண் கண்ணும் ஏத்தவும் படுமே"[13]

என சந்திரனின் வாழ்த்து அமைகிறது. கணங்களை வணங்கிய தேவர்களும் சிவன் தலைமுடியில் இருக்கும் பிறையை வணங்கியதாகச் சிலப்பதிகாரம் கூறுகிறது மேலும் "திங்களைப் போற்றுதும் திங்களைப் போற்றுதும்" என்ற மங்கல வாழ்த்துப் பாடலும் உள்ளது. சந்திரனுக்கும் சிலப்பதிகாரக் காலத்தில் தனியாகக் கோயில் இருந்தது என்பதற்குக் கனாத்திற உரைத்த காதையில் நிலாக் கோட்டம் என்னும் சொல் விளங்குகிறது.

"மொகஞ்சதாரோவில் கண்டெடுக்கப்பட்ட சில முத்திரைகளில் சக்கரங்களும், சுவஸ்திகா போன்ற ஓவியங்களும் பொறிக்கப்பட்டுள்ளன. இவை இரண்டும் சிந்துவெளி மக்கள் ஞாயிறு, திங்கள் ஆகியவற்றை வழிபட்டதை உணர்த்துகின்றன".[14]மேலும், வளர்பிறை மூன்றாம் திங்களை 'மூன்றாம் பிறை' என்றும் முழுமையான திங்களைப் 'பௌர்ணமி'என்றும் வணங்கி வருகின்ற நிலையை இன்றும் வாணியம்பாடி வட்டார நாட்டுப்புற மக்களிடம் தொடர்ந்து வருவதைக் காண முடிகிறது.

1.4.06.3. தீ வழிபாடு

தீயினைக் கடவுள் நிலையில் மக்கள் வழிபட்டாலும் அதற்கென்று தனிக் கோயில் இல்லை. ஆனால் உருவ அமைப்பில் சோதிலிங்கம்இருப்பதை அறிய முடிகிறது.

ஆதி மனிதன் காட்டை இருப்பிடமாகக் கொண்டு வாழ்ந்தபொழுது மரங்கள் உரசி காட்டுத் தீயானது திடீர் திடீரென்று தோன்றி அவனை அச்சுறுத்தியது. "அச்சம் தரும் தீயைக் கண்டு அஞ்சி மனிதன் அதனையும் வழிபட்டு வந்தான். பின்னர் தீயின் உதவியால் பச்சை இறைச்சிகளைச் சுட்டுப் பதப்படுத்தி உண்ணத் தொடங்கினான்".[15] தீயினால் இரவை ஒளியாக்கிக் கொண்டான். காட்டுத் தீயினால் தனக்கு ஏற்படும் தீமையிலிருந்து தன்னைக் காப்பாற்றிக் கொண்டான். எந்தத்

தீயினைக் கண்டு அஞ்சி வழிபட்டானோ அதே தீயானது நன்மை செய்வதைக் கண்டு நாளடைவில் அதனை வழிபட்டான்.

தீ வழிபாட்டின் மற்றொரு வகையாக,தீபவழிபாடு அமைகிறது. வாணியம்பாடி வட்டாரத்தில் வாழும் மக்கள் பெருபாலான வீடுகளில் மாலை ஆறு மணிக்குமேல் வீட்டின் வாசலில் அல்லது பூசை அறையில் விளக்கேற்றி வழிபடுகின்றனர்.இதேப்போன்று மார்கழி மாதத்தில் இருளை அகற்றவும் தீவினைகளை வீட்டினுள் வராமல் தடுக்கவும் மார்கழி முப்பது நாட்களும் விடியற்காலையில் வீட்டின் வாயிற்படியில் அகல் விளக்கு ஏற்றி வைத்து வழிபடுகின்றனர். 'கார்த்திகை தீபம்'திருவிழாவின் போது வீட்டின் எல்லா இடங்களிலும் தீபமேற்றி கடவுளை வழிபடுவது இவ்வூர் மக்களின் வழக்கமாக உள்ளது. இதனைப் போன்று துர்க்கை அம்மனுக்குச் செவ்வாய், ஞாயிற்று கிழமைகளில் இராகு காலத்தில் எலுமிச்சம் பழத்தை இரண்டாகப் பிளந்து அதில் மூன்று வகை எண்ணெய்களை ஊற்றி, கன்னிப்பெண்கள் விளக்கேற்றி வழிபடுகின்றனர். இன்னும் பெரும்பான்மையான சிறுதெய்வக் கோயில்களில் குத்துவிளக்கு வழிபாடும், பெருந்தெய்வ கோயில்களில் லட்சதீபங்கள் ஏற்றி வழிபாடு நிகழ்த்தப்படுவதை கள ஆய்வு உணர்த்தியது.

1.4.06.4. மழை வழிபாடு

நீர் வளத்திற்கும், நில வளத்திற்கும் மழையே மூலம் காரணமாயிருக்கிறது. கால்நடை வளர்ப்புச் ஆரம்ப காலத்திலேயே நீரின் தேவையைத் தெளிவாக மக்கள் உணர்ந்திருந்தார்கள். விவசாயம் போன்ற தொழில்களைச் செய்து வாழத் தொடங்கிய காலத்தில் நீரின் பயன்பாடு மேலும் உணரப்பட்டது. இவ்வாறு 'மழை வழிபாடும்' உலகில் ஆரம்பமாயிற்று.

"வருணன் மழைக்கும், நீருக்கும் அதிபதிக் கடவுளாக உள்ளான் நாட்டுப்புறப் பாடல்களில் மட்டுமே வருணன் மழைக்கான தெய்வமாகக் கருதப்படுகிறான். கிராமியத் தெய்வங்கள் அனைவரும் மழைக்குக் காரணமானவர்கள் என மக்கள் நம்புகின்றனர்".[25] எனவே மக்கள் தங்கள் வாழ்வு சிறக்கவும்

தாங்கள் எண்ணியவை இனிதே முடியவும் வருணனிடம் வரம் வேண்டினர். குறவர்கள் மழை பெய்யும் பொருட்டு உயிர்ப்பலி கொடுத்து வேண்டினர் இதனை

"மலைவான் கொள்கென உயிர்ப்பலி தூஉய்
மாசிஆன்று மழைமேக்கு உயர்க! எனக்
கடவுள் பேணிய குறவர் மாக
பெயல்கண் மாறிய உவகையர்"[16]

என வரும் புறப்பாட்டு பகுதியால் அறியலாம்

திருவள்ளுவர் திருக்குறளில் வான்சிறப்பு என்ற அதிகாரத்தில் மழையைப் பற்றிப் பேசுகிறார். அதுபோல் சிலப்பதிகாரத்தில் இளங்கோவடிகள் 'மாமழைப் போற்றுதும் மாமழை போற்றுதும்'என மங்கலவாழ்த்துப்பாடலில் குறிப்பிடுகிறார். இந்திர விழாக் காலத்தில், காவிரிப்பூம்பட்டினத்தில் உள்ள காவல் பூதத்தைப் பெண்கள் பூசையிட்டு வணங்குவர். அவர்கள் தமது நாட்டிலிருந்து பசி, நோய், பகைகள் ஒழிய வேண்டும், என்றும் மழையும், செல்வமும் பெருக வேண்டும் என்றும் வேண்டுகின்றனர். இவ்வாறு இயற்கையின் கூறுகளில் ஒன்றாகிய மழையை ஆதியில் அதன் அழிவைக் கண்டும் பின்னர் அதனால் ஏற்படும் பயன்பாட்டைக் கண்டும் அச்சத்தாலும் முறையே அன்பாலும் மழையை வணங்கத் தொடங்கினர்.

வாணியம்பாடி வட்டார கிராமங்களில் 'மாரியம்மன்' வழிபாடு மிகச்சிறப்பாகப் போற்றப்பட்டும் வழிபடப்பட்டும் வருகின்றனர். "மாரி" என்னும் சொல் மழையைக் குறிக்கும் மாரியம்மனை வேண்டினால் மழை பெய்யும் என்பதால் வணியம்பாடி வட்டார மக்கள் ஒவ்வொரு கிராமங்களிலும் ஊர் மாரியம்மன் கோயிலில் வருடம்தோறும் திருவிழாவில் கூழ் ஊற்றி, பொங்கலிட்டு, பலியிட்டு வழிபடுகின்றனர். மாரியம்மன் மனம் குளிர்தால் மும்மாரி மழைபெய்யும் என்பது மக்களின் நம்பிக்கை. மாரியம்மன் திருவிழாவின் போது மாரியம்மன் கரகம் வந்து கோயிலை அடைந்தவுடன் கண்டிப்பாக ஒரு சில துளிகள் மழை பெய்யும் என்பது களஆய்வின் போது நேரே கண்ட உண்மை. இப்படி

மழை வந்தால் தான் அந்த ஆண்டு முழுவதும் தண்ணீர் ஊருக்கு கிடைக்கும் என்பது மக்களின் நம்பிக்கை.

வாணியம்பாடி வட்டாரத்தில் தெக்குபட்டு கிராமத்தில் ஆடிமாதத்தில் முதல் ஒன்பது நாட்கள் பெண்கள் இரவு நேரங்களில் ஒன்று கூடி மழைக்காக அழுதும், கும்மியடித்தும் முடிவில் 9-வது நாளன்று பாத்தி கட்டி நெற்பயிர்களை நட்டு, பொரி,சுண்டல் போன்ற படையலை இட்டு ஆடுபலியிட்டு மழை வேண்டி கூட்டு பிராத்தணை செய்வார்கள்.

1.4.06.5. நில வழிபாடு

நிலம் உற்பத்திக்கும் வாழ்விற்கும் மூல காரணமாக விளங்குவதால் அதனையும் முதன்மை தெய்வமாக மக்கள் வழிபடுகின்றனர். “வேளாண்மையில் உழைப்பும் வளமும் முக்கிய காரணியாகும். இதனைத் தாய் வழிபாட்டால் பெற முடியும் என மக்கள் நம்பினர். எனவே வளத்தின் குறியீடாகப் பெண் கருதப்பட்டாள் இவ்வாறு பெண் நிலமகள் ஆனாள்”.[17] நில வழிபாடு வளமைக் குறியீட்டு முறையில் வகுக்கப்பட்டது. இவ்வளர்ச்சியில் தம் இனத்தைப் பெருக்கும் பெண்ணையும் வழிபட்டனர். இதனால் உலகில் தாய்த் தெய்வ வழிபாடு உலகில் தோன்றியது.

“பழங்காலத்தில் நிலத்தை ‘பூமாதேவி’ என்றும் ‘ஸ்ரீதேவி’ என்றும் கூறுவர்”.[18] இவ் வழிபாட்டிற்கென தனிக்கோயிலோ உருவமோ கிடையாது எனினும் இன்றும் எந்த ஒரு விவசாயியும் விளைச்சலின் முதல் கட்டமாக விதைக்கும் பருவத்தில் அந்நிலத்தில் ஒரு சிறு பிள்ளையாரைச் சாணத்தால் உருவம் செய்து, வேப்பிலை வைத்து மஞ்சள் பொட்டிட்டு தங்களது குலதெய்வத்தையும், முன்னோரையும், சூரிய பகவானையும், நிலத்தையும் (பூமாதேவி) வழிபட்ட பின்னரே விதைப்பர். இதனை ‘பொன்ஏர் பூட்டுதல்’ என்பர்.

உழவுத் தொழில் செய்யும் வாணியம்பாடி மக்கள் நிலத்தில் விதைக்கும் முன்பு நிலத்திற்கு இவ்வாறு வழிபாடு செய்த பின்பு

விதைப்பார்கள். அறுவடை செய்யும் முன்பும் நிலத்தையும், விளைச்சலையும் வழிபட்ட பின்பு தான் அறுவடைச் செய்வார்கள்.

1.4.06.6. மரவழிபாடு

வாணியம்பாடி கிராம மக்கள் அரசமரம், வேப்பமரம், வில்வமரம், புன்னைமரம், அலரிமரம் போன்ற மரங்களையும், துளசிச் செடியையும் பூசை செய்து வணங்கினர். அவற்றில் வேப்பமரம் அதிகம் தெய்வத்தன்மைக் கொண்டதாகக் கருதப்படுகிறது. கிராமமக்கள் வேப்பமரமும், அரசமரமும் ஒரே இடத்தில் பிணைத்து வளர்ந்திருந்தால் அதன் அருகே சிறு கோயில் கட்டி வழிபட்டனர். அதனருகில் கருங்கல்லில் இரண்டு நாகம் பிணைந்திருப்பது போன்ற சிலையினை வைத்து வணங்கி வருகின்றனர். இவ்வாறு வழிபடுவதால் கன்னிப்பெண்ணுக்கு விரைவில் திருமணம் நடைபெறும் என்ற நம்பகின்றனர். வேப்பமரமும், அரசமரமும் இணைந்திருந்தால் அதற்கு திருமணம் செய்து வைத்தால் தீர்கசுமங்கலி யோகம் கிடைக்கும் என்பது நம்பிக்கை. அரசமரம் மட்டும் இருக்கும் இடத்தில் விநாயகர் சிலை வைத்து வழிபாடுவர். இதுபோல வழிபாடுவதால் குழந்தை இல்லாதவர்களுக்கு குழந்தைபாக்கியம் கிடைக்கும் என்பார்கள்.

இலக்கியத்தில் மரவழிபாடு

சங்க காலத்திலும் மரங்கள் வழிபாட்டிற்குரிய மரங்கள் இறைவன் உறையும் இடங்களாக கருதப்பட்டன. இதனை "கடவுள் ஆலத்து" (நற்.343, புறம் : 199),"கடவுள் மரத்த" (அகம். 271),"தெய்வஞ் சேர்ந்து பராரை வேம்பு" (அகம். 319),"கடவுள் வாகை" (பதிற்று. 66) போன்ற பாடல் வரிகள் விளங்குகின்றன.

சிந்துவெளியில் கண்டெடுக்கப்பட்ட ஓர் இலச்சினையில் இரு அரசமரக் கிளைகளுக்கு இடையே ஆடைகளின்றிப் பெண் தெய்வமொன்று காணப்படுகின்றது. இத்தெய்வத்தை மக்களும் விலங்குகளும் வழிபட்டு நிற்பது போன்றும் காணப்படுவதால் மரவழிபாடு சிந்துவெளி நாகரிக காலத்திலேயே நடைபெற்றுள்ளது என்பது புலனாகின்றது. மொகஞ்சதாரோவில் கிடைத்த மற்றொரு முத்திரை ஒன்றில் இரண்டுகிளைகளுக்கிடையில் ஆடையின்றிப்

பெண் உருவம் மூன்று அவிழ்ந்த கூந்தலுடன் நிற்கின்றது. அம்மரத்தின் முன்பு சிறிய பாவாடை கட்டிய பெண்ணுருவங்கள் ஏழு வரிசையாக நிற்கின்றன. மண்டியிட்டு வணங்கும் பெண்ணுருவிற்குப் பின்புறம் மனிதத்தலையுடன் உடலின் மேற்பகுதி ஆடாகவும், கீழ்ப்பகுதி எருதாகவும் உள்ள விலங்கு உருவம் ஒன்று காணப்படுகிறது. இதனை 'மீனோட்டர்'என்பர். மரக்கிளைகளில் காணப்படும் பெண் மரத்தில் வாழும் தெய்வமாகவும், அந்த விலங்கு அவளுடைய ஊர்தியாகவும் இருக்கலாம். என ஆய்வாளர்கள் கருதுகின்றனர்.[19]

1.4.06.7. பாம்பு வழிபாடு

இயற்கையின் சீற்றத்திற்கு அஞ்சிய மனிதன் விலங்குகளையும் கண்டு அஞ்சத்தொடங்கினான். மற்ற விலங்குகளைவிட, பாம்பைக் கண்டு அதிகப் பயம் கொண்டான். ஆதிகால மனிதனுக்கு முதல் எதிரி பாம்பாகவே இருந்திருக்கிறது. ஏனைய சிங்கம், புலி, யானை போன்ற உயிரினங்களின் வரவை அவனால் அறிந்து கொள்ள முடியும். மேலும் மற்ற விலங்குகளின் தாக்குதலிலிருந்து அவனால் தப்பித்துக் கொள்ளவும் முடியும். ஆனால் பாம்பிடம் அகப்பட்டவன் உயிர் தப்புவது என்பது எளிதல்ல. மேலும் பாம்பு கடித்த சில நொடிகளிலேயே உயிர் போகும் ஆற்றல் உடையதால் பாம்பு அவனுக்குப் பேரச்சத்தை உண்டாக்கியது.

மாரியம்மன் கோயில்களில் பாம்பு வழிபாடு சிறப்பிடம் பெற்றுள்ளது. சான்றாக புற்றுமாரியம்மன்,புத்துவாய்மாரியம்மன், நாகமுத்துமாரியம்மன், ஏழைநாகமுத்துமாரியம்மன், முத்துபுத்துளாய் ஏழைமாரியம்மன் முதலிய கோயில்களை கூறலாம். வாணியம்பாடியில் பெத்தகல்லுப்பள்ளி என்னும் கிராமத்தில் புற்றே வடிவமானவள்புத்துகண்ணுமாரியம்மன் என்றும்,வடக்குபட்டு கிராமத்தில் புற்றை பூங்காவனத்தம்மன் என்றும், பீமக்குளம் கிராமத்தில் புற்றை சென்றாயபெருமாள் என்றும் வழிபாடுகின்றனர்.

1.4.06.8. குலக்குறி வழிபாடு

குலக்குறி சமூகத்தின் தம் குலத்தவர்கள் சில பொருட்களில் இருந்து தோன்றியவர்கள் என்றும், அதனோடு வேறுபல முறைகளில் தொடர்புற்றவர்கள் என்றும் நம்புவதால் அப்பொருளை அவர்தம் குலத்தின் குறியாகக் கொண்டுள்ளனர். விலங்குகள், தாவரங்கள், இயற்கைப் பொருள்கள் ஆகியவையே முதன்மையாக உள்ளன. "குலக்குறி அமைப்புடைய சமுதாயங்களில் குலக்குறியின் செயற்பாடு சமுதாயத்தின் பல நிறுவனங்களோடு தொடர்புடையதாக உள்ளது. குறிப்பாக, திருமணமுறை, உறவுமுறை, வழிபாட்டுமுறை, உணவுமுறை போன்றவற்றோடு இது மிகவும் நெருக்கமான செயலுறவைப் பெற்றுள்ளது. ஒவ்வொரு சமூகத்திலும் அச்சமூகத்தவர் குலக்குறியோடு கொண்டுள்ள நடைமுறைகள், நம்பிக்கைகள், செயற்பாடுகள் அனைத்தும் ஒட்டுமொத்தமாக குலக்குறியாம் என்ற கூறப்படும்".[20]

மனிதன் தனக்கும் ஒரு குறிப்பிட்ட பொருளுக்கும் நெருங்கிய தொடர்புண்டு என்று நம்பினான். அப்பொருளே குலக்குறியாக அமைகிறது. குலக்குறி பற்றிப் பீட்டர் ஜோன்ஸ், "ஒரு மனிதனுக்கும் ஒரு குலத்திற்கும் இடையில் உள்ள மறைபொருள் தொடர்பைக் குலக்குறியாம்" என்று கூறியுள்ளார். குலக்குறி மக்களின் உளவியல் சிந்தனையின் அடிப்படையில் பழக்க வழக்கங்களில் இருந்து தோன்றியது. இயற்கைப் பொருட்களில் ஆன்மா உறைகின்றது என்ற நம்பிக்கையும் இதனுடன் இணைந்தே செயல்படுகிறது. இதனை அடியொற்றியே குலக்குறிகளை மனிதனாகவும், மீவியல் ஆற்றலாகவும் கருதினர்".[21] இ.பி.டைலர் என்னும் மானுடவியல் அறிஞர் "குலக்குறி என்பது வெறும் தாவரம், விலங்கு மட்டுமன்று அது ஒரு குறிப்பிட்ட விலங்குகளுக்கும், ஒரு குழுவைச் சேர்ந்த மக்களுக்கும் இடையிலுள்ள தொடர்பினைக் குறிக்கிறது என்று விளக்குகிறார்".[22]

"தொன்மைக் குடியினர் தங்கள் உயிரை விலங்கின் உடலிலோ அல்லது தாவரத்திலோ இயற்கைப் பொருள்களையோ வைக்க இயலும். இவ்வாறு அவர்களின் உயிரை வேற்றுப்

பொருள்களில் வைத்து விட்டால் அவர்களின் உயிரை எவரும் அழிக்க முடியாது என்று நம்பினர். அதற்குத் தீங்கிழைக்காமலும், கொல்லாமலும், உண்ணாமலும் காத்து வந்து அப்பொருளை வழிபட்டனர்"[23] என்பதை அறியமுடிகிறது. சிலஅறிஞர்கள் முன்னோர் வழிபாட்டினர் ஒரு புதியவடிவு இவ்வழிபாடு என்றும், சில அறிஞர்கள் இது இயற்கை வழிபாட்டினின்றும் தோன்றியது என்றும் கருதுகின்றனர். முதலை, மான், பறவைகள், புலி போன்றவை குலக்குறியீட்டுச் சின்னங்களாகக் கருதப்படுகின்றன. "சேர, சோழ, பாண்டியர்களின் கொடிகளில் அமைந்துள்ள வில், புலி, மீன் போன்றவைகளும் குலக்குறியீட்டுச் சின்னமாககக் கருதப்படுகின்றன".[24] "சங்கஇலக்கியத்தில் குலக்குறியீட்டின் சின்னம் 'பொறி'என்று குறிப்பிடப்பட்டுள்ளது"[25] "வீரர்கள் அணிந்திருந்த கழல்களும், இளம் பெண்கள் அணிந்திருந்த வேலைப்பாடமைந்த சிலம்புகளும் குலக்குறியீட்டுச் சின்னங்களாகக் கருதப்பட்டு வந்தன".[26]"குலக்குறியீட்டு முத்தரைகள் கொடிகளிலும் வரையப்பட்டுள்ளன".[27]

1911ல் ஜேம்ஸ் பிரேசர் குலக்குறியைக் கருவுருதல் கொள்கையோடு சேர்த்துக் கூறியுள்ளார். லார்டு ஆல்பா என்பவர் "இயற்கைப் பொருட்களை வணங்கியதிலிருந்து குலக்குறி தோன்றியது என்கிறார். வணங்கப்பட்ட தாவரம், விலங்கு ஆகிய இயற்கைப் பொருட்கள் முதலில் தனி மனிதனுக்கும் பின்னர் குடும்பத்திற்கும் தொடர்புபடுத்தப்பட்டன என்றும், அவை பின்னர் அக்குழுவின் குலக்குறிகளாகவும், பெயர்களாகவும் மாறின"[28] என்றும் கருதுவர்.

1.4.07 உருவ வழிபாடு

நடுகல் வழிபாடே பிற்காலத்தில் உருவ வழிபாடாகத் தோற்றம் பெற்றது. இயற்கை வழிபாடு முதல் குலக்குறி வழிபாடு வரை உருவம் இல்லாமல் மக்கள் வழிபட்டு வந்தனர். நாளடைவில் அவற்றிற்கென ஓர் உருவத்தை அமைத்துக் கொண்டனர். பின் அதைச் சுற்றிப் பாதுகாப்பாகக் கோயில்கள் அமைத்தனர். "தனக்கு நெருக்கமானவர்கள் பிரித்துவிட்ட போதும் தன் கூட்டத்தை வழிபடுத்தி ஆண்டு வந்த தலைவன் அல்லது

அரசன் இறந்துவிட்ட போதும் அவர்களைக் கல்லாக நிறுத்தி வழிபடத் தொடங்கினான்"[29] என்ற கருத்தும் மேற்கூறிய கருத்தோடு ஒப்பு நோக்கததக்கது.

இறையாற்றலைப் பெண்ணாக உருவகம் செய்து வழிபடும் வழக்கம் தொன்றுதொட்டு இருந்துள்ளது. "சக்தியின்றி இவ்வுலகில் எதற்கும் இயக்கம். இருப்பதில்லை. இத்தகைய முன்னேற்றத்துக்கும் வளர்ச்சிக்கும் இயக்கமே ஆதாரம். இடப்பக்கத்தின் உந்துதலாக அமையும் ஆற்றலைச் சக்தியாகக் கருதிய மனிதன் அதற்குத் தகுந்த தத்துவப் பொருளைச் சிந்தித்துப் பொருத்தமான ஓர் உருவத்தைத் தன்கற்பனையின் வாயிலாகப் படைத்திருக்கலாம். அந்த உருவகப் பொருளைத் தன் வழிபாட்டுத் தெய்வமாகக் கருதி மனிதன் வணங்கிப் பணிந்திருப்பதாகக் கருதலாம்"[30]

ஆதியில் இயற்கையை வழிபட்ட மனிதன் காலப்போக்கில் அதற்கு உருவம் கற்பித்தான் வெறும் கல்லாக இருந்தது மெல்ல மெல்ல உருவம் பெற ஆரம்பித்தது. மனிதனின் கலைத்திறன் பெருகப் பெருக தனிச்சிற்பமே எடுக்கப்பட்டது. மரத்தின் கீழ் இருந்த சிறபங்களுக்குப் பூசனைகள், சடங்குகள் செய்ய ஆரம்பித்தபோது உருவவழிபாடு தோன்றியது எனலாம்.

1.4.08. முன்னோர் வழிபாடு

இறந்த முன்னோர் வழிபாட்டைத் தமிழகமெங்கும் காணலாம். தமிழரிடையே இருந்த நடுகல் வழிபாடும் முன்னோர் வழிபாட்டோடு தொடர்புடைதாகும். ஒருவர் செய்த அருஞ்செயல்கள் அவர் இறந்த பின்பும் அவருடைய உறவினருடன் தொடர்பு பெறுகின்றன என்ற நம்பிக்கையே முன்னோர் வழிபாட்டிற்கு அடிப்படையாகும். இனத்தவர் தோன்றுவதற்குக் காரணமாகயிருந்தவரை வழிபடுவதும் இவ்வழிபாட்டில் அடங்கும். சீனா நாட்டிலும் முன்னோர் வழிபாடு இருந்துள்ளது. எகிப்திலும் ரோமிலும் முன்னோர்வழிபாடு இருந்துள்ளது. நமது நாட்டில் ஆண்டுதோறும் திவசம், அமாவாசையன்று நோன்பிருத்தல் முன்னோர் வழிபாட்டைச் சார்ந்ததாகும். முன்னோர் வழிபாடு தொன்மைச் சமயத்தின் ஒரு கூறாகும்.

நாட்டுப்புறமக்கள்தங்கள் குலத்தில் பிறந்து தமக்கு உதவி செய்து இறந்துவிட்ட முன்னோரை வழிபடுவது வழக்கம். அவ்வாறு வழிபாடு செய்வதால் தங்கள் குலம் தழைக்கும் என்று நம்புகின்றனர். பொதுவாகவே இறந்து போவோரைத் தெய்வமாகப் பாவிப்பவர்கள் நாட்டுப்புற மக்கள். தமிழகத்தில் இவ்வழிபாடு ஒவ்வோரு வீட்டிற்கும் வேறுபடும். ஒவ்வோரு சாதிக்கும் மாறுபடும். முன்னோர்களை வணங்குவதால் தங்கள் குடும்பத்தை முன்னோர்கள் காத்து வழிநடத்துவார்கள் என்று நம்புகின்றனர்.

வாணியாம்பாடி வாட்டார பாலற்றங்கரையில் அமைந்துள்ள கொடைஞ்சி என்னும் ஊரில் தங்கள் முன்னோர்களை நினைத்து ஆத்து மணலில் மணல் குவியல் செய்து, அதன் மீது மஞ்சள் தண்ணீர் தெளித்து மஞ்சள் குங்குமம் இட்டு பூ தூவி தீபமேற்றி, வெற்றிலைபாக்கு, வாழைபழம், பொரி, காதோலைகருமணி வைத்து கற்பூரம் ஏற்றி தங்கள் முன்னோர்களை நினைத்து வழிபட்டால் முன்னோர்கள் மோட்சத்தை அடைவார்கள் என்றும், மேலும் முன்னோர்களின் ஆசியும் பெறலாம் என்று நம்பிக்கையுடன் வழிபடுகின்றனர். இவை தவிர ஒவ்வொரு வீட்டிலும் இறந்து போகும் பெரியவர்களையும், அம்மை நோயால் இறந்து போவாரையும், மணமாகாது இறந்து போகும் கன்னிப் பெண்களையும் வழிபடுவர். வாணியம்பாடி வட்டார மக்கள் தங்கள் வீட்டில் சுவரில் மஞ்சள், குங்குமமிட்டு, விளக்கேற்றி, இறந்தவர்க்குப் பிடித்தமான பொருள்களையும், துணிமணிகளையும் வைத்து வழிபடுவார்கள். இவ்வாறு செய்தால் தங்கள் குடும்பத்தை முன்னோர்கள் காத்து வழிநடத்துவார்கள் என்று நம்புகின்றனர். இறந்தவர்களுக்கு ஆண்டிற்கு ஒரு முறை திதிகொடுத்து வணங்கும் பழக்கம் உள்ளது. காகத்திற்கு சாதம் வைப்பதால் முன்னோர்கள் உண்பார்கள் என்பதும் நம்பிக்கை வாணியாம்பாடி மக்களிடையே இன்றும் உள்ளது.

1.4.09. நடுகல் வழிபாடு

பண்டைய மக்கள் இறந்து போன வீரர்களின் ஆவிக்கு அதிக ஆற்றல் உண்டு என்றும் ஆக்க சக்தியாகவும், அழிவு சக்தியாகவும் அது வெளிப்படும் என்றும் நம்பினர். இதுவே நடுகல்

வழிபாட்டின் வித்தாகும். விழுப்புண்பட்ட வீரர்கள் இறந்த இடத்திலோ அல்லது புதைத்த இடத்திலோ ஒரு கல் நடப்படும் அக்கல்லலில் இறந்த வீரனது பெயரையும், அவன் புரிந்த வீரச் செயலையும் பொறித்து வைப்பர். நடுகல்லுக்கு மாலையிட்டு வழிபாடு செய்வர்.

"காட்சி கால்கோள் நீரப்படை நடுகல்"[31]

என்று தொல்காப்பியம் கூறுகிறது.

"கடம்ப மரத்ததின் அடியில் நடுகல் நடப்பட்டதையும் அக்கல்லில் மறைந்த தலைவனின் பெயரும்பீடும் எழுதப்பட்டு இருந்தச்செய்தியையும் மலைபடுகடாம்"[32] மூலம் அறியலாம்.

"ஒள்ளாத் தெவ்வர் முன்னின்று விலக்கி
ஒளிறு ஏந்து மருப்பின் களிறு எறித்து வீழ்ந்தெனக்
கல்லே புரவின் அல்லது
நெல் உருத்துப் பரவும் கடவுளும் இலவே"[33]

என்றும் புறநானூற்றுப் பாடல் நடுகல் வழிபாட்டின் சிறப்பினைக் கூறுகிறது.

வாணியம்பாடி வட்டாரத்தில் உள்ள கேத்தாண்டிபட்டி கிராமத்திற்கு பெருமை சேர்க்கும் வகையில் 6,7ஆம் நூற்றாண்டுகளிலே பூர்வக் குடிகள் வாழ்ந்ததற்கான ஆதாரங்கள் உள்ளன. சான்றாக, கொல்லப்பன் என்று அழைக்கப்படுகிற நடுகல் ஒன்று பெருமாளப்பன் முன்றிற்கு கீழ்ப்பகுதியில் மடுவின் கரையில் இன்றைக்கும் சாட்சியாகத் திகழ்கிறது. இவ்வீரனை வழிபடுகிற நிகழ்ச்சி ஆண்டுதோறும் தெலுங்கு வருடப்பிறப்பில் நடத்தப்பட்டு வருகின்றது.

1.4.10 தலைவர் வழிபாடு

தங்கள் குலத்திற்கோ, சாதிக்கோ, ஊருக்கோ உதவி செய்து அவர்களுக்காகப் போராடிப் பல துன்பங்களை அனுபவித்து உயிர்விட்ட பெரியோர்களை வழிபடும் வழக்கமும் கிராமங்களில் உண்டு. அவ்வழிபாட்டைத் தலைவர் வழிபாடு எனலாம். கட்டபொம்மன், மருதபாண்டியர் போன்றவர்களை வழிபடுகின்றனர்.

அதாவது சமூக வரலாற்று அடிப்படையில் தங்களுக்குத் தெரிந்த உண்மைகளின் வழிநின்று முன்னோரைப் போற்றும் வகையில் இத்தகையோரையும் கிராம மக்கள் வழிபட்டு வருகின்றனர்.

வாணியம்பாடி வட்டாரத்தில் தேசத்திற்காக விடுதலை போரில் கலந்துகொண்டு உயிர் விட்ட தியாகிகளுக்கு அன்றையதினம் அவர்களின் உருவபடங்கள் வைத்து வணங்குகின்றனர்.

1.4.11 வீரர்கள் வழிபாடு

தங்கள் கிராமத்திற்காகவும் தங்கள் சாதிக்காகவும் பாடுபட்டு இறந்து போன வீரர்களை வழிபடும்வழக்கம் கிராமங்களில் உண்டு. மாடசாமி, மதுரைவீரன், காத்தவராயன், கருப்பராயன், வீரனார், அக்கினிவீரபத்திரன், மந்தைவீரன், இருளப்பசாமி, வீரபத்திரன் முதலான வீரர்களைத் தெய்வங்களாக வழிபடுகின்றனர். வாணியம்பாடி வட்டராத்தில் குரும்பர் இனமக்கள் தங்கள் இனத்திற்காக உயிர் துறந்த வீரபத்திரசாமியை தங்களின் குலதெய்வமாகவும், காவல் தெய்வமாகவும் வணங்குகின்றனர்.

1.4.12 புனிதபோலிப் பொருள் வழிபாடு

இயற்கை கடந்த ஆற்றல்கள் சிலபொருள்களில் உறைவதாக மக்கள் எண்ணி அவற்றை வழிபட்டனர். அப்பொருட்கள் உயிருள்ளவையாகவோ, உயிரற்றவைகளாகவோ, இயற்கையானவைகளாகவோ, செயற்கையானதாகவோ இருக்கும். இயற்கை மீறிய ஆற்றல் உடையதென்று நம்பி வழிபடுகின்றனர். தாயத்து கட்டிக்கொள்ளுதல் போலிப்பொருள் வழிபாட்டின் தொடர்ச்சியாகும். இவற்றிற்கு மந்திரஆற்றல் இருப்பதாகவும் மக்கள் நம்புகின்றனர். இவ்வழிபாடு ஆப்ரிக்கா மட்டுமின்றி உலக முழுவதும் பரவியுள்ளது. இவ்வழிபாட்டு முறையை ஆவியுலக நம்பிக்கையின் தொடர்ச்சி என்று கூறலாம்.

இப்பொழுது வாணியம்பாடி வட்டார மக்களிடையே இந்த நம்பிக்கை பெருபான்மையாக உள்ளது. குழந்தைகளுக்கு, பெரியவர்களுக்கு காத்துகருப்பு தீண்டிவிடமால் பாதுகாக்கவும்,

தோஷம் பட்டுவிட்டால் நிவர்த்திச் செய்யவும், மந்திரம் போட்டு தாயத்து கட்டுகிறார்கள். இது மக்களின் நம்பிக்கையாகும்.

1.4.13 ஆவியுலக வழிபாடு

ஆவியுலக வழிபாட்டைப் பற்றி டைலர் சமயத்தின் தொடக்கம் ஆவிகளின்பாற் ஏற்பட்ட நம்பிக்கையிலிருந்து தோன்றியது என்கிறார். ஆதி மனிதன் ஆவியின் சீற்றத்தைத் தணிக்க ஆவியை வழிபட ஆரம்பித்தான். ஆவிகள்தான் அவர்களது செயலைக் கட்டுப்படுத்துவதாக ஆதிமனிதன் நம்பினான். முன்னோரது ஆவியை வழிபட ஆரம்பித்தனர். பெரும்பாலான பழங்குடி மக்கள் ஆவியுலகக் கோட்பாட்டினராவர். தமிழர்களும் ஆவி வழிபாட்டினரே. ஆவிவழிபாட்டைப் பற்றிப் பழந்தமிழ் இலக்கியங்களிலும் காணலாம். ஆவியுலகக்கோட்பாட்டில் ஆன்மாக்கோட்பாடும் அடங்கும் என டைலர் கூறுவது குறிப்பிடத்தக்கது. இக்கோட்பாட்டில் எழுந்ததே தோடரது பச்சைச் சாவுச் சடங்கும் உலர்ந்த சாவுச் சடங்குமாகும். எம்மோர் அவர்களும் இறந்தவரது ஆவிகளே தெய்வங்களின் தோற்றம் எனக் கூறுவது குறிப்பிடத்தக்கது. தமிழ்நாட்டுக் கதைப் பாடல்களிலும் கதைத் தலைவர்கள் உயிர் பெற்று, தெய்வமாவதைக் காண்கிறோம் கொடூரமாக, சமூக அநீதியால் கொல்லப்பட்ட தலைவர்களது ஆவியின் சினத்தைத் தணிவிக்க, பூசையிட்டு வழிபடுவது இவண் குறிப்பிடத்தக்கது. இஃது ஆவியுலக வழிபாட்டின் அடிப்படையில் எழுந்ததாகும்.

1.4.14 சித்தர்கள் வழிபாடு

தெய்வங்களே மனித உருவெடுத்து தெய்வீக சாதனைகள் செய்யும் போது சித்தர்கள் ஆகிறார்கள். சித்தர்கள் பிறப்பதுமில்லை, இறப்பதுமில்லை. தோன்றுவார்கள், மறைவார்கள் மனித உடலுக்குரிய அனைத்து இன்பதுன்பங்களையும் ஏற்றுக்கொள்வார்கள். இன்றுள்ள புகழ்மிக்க கோயில்கள் அனைத்துமே சித்தர்களின் தவநிலை சமாதிகளே ஆகும் எனவே சித்தர்களின் சமாதி உள்ள இடங்களுக்குச் சென்று அவர்களை வணங்க வேண்டும் கடவுளால் செய்ய முடியாத காரியங்களை

சித்தர்கள் செய்வார்கள் தமிழ் நாட்டில் உள்ள கோவில்களும் அங்கே உள்ள சித்தர்களின் சமாதிகளும் முறையே பார்ப்போம் தில்லையிலே திருமூலர், அழகர் மலையில் ராமத்தேவர், திருப்பதியிலே கொங்கணவர், கமலமுனி, மதுரையிலே சுந்தரானந்தர், கரூரிலே கருவூரார், அரூரிலே சட்டமுனி, சங்கரன் கோவிலிலே பாம்பாட்டிச்சித்தர், பழனியிலே போகர் ராமேஸ்வரத்திலே பதஞ்சலி, வைத்தீஸ்வரன் கோவிலிலே தன்வந்திரி, மயிலாடுதுறையிலே குதம்பர், திருவண்ணாமலையிலே இடைக்காடர், ரமணர், சோத்திரி போன்றவர்கள் சமாதியாகி அங்குள்ள கோயிலிலே அருள்பாலித்துக் கொண்டிருக்கிறார்கள்.

இவர்களுடன் வேறிடத்தில் சமாதியாகி வேறு ஒரு ஊரில் கற்சிலையில் ஜீவன்முக்தி அடைந்த ஸ்ரீராமானுஜர் என உலகில் எத்தனையோ சித்தர்கள் உண்டு. ஒரே சித்தர் பல உடல்களில் வாழ்ந்து பல அனுபவம் பெற்று இந்த நவீனயுகத்திலும் வாழ்ந்து கொண்டுதான் இருக்கிறார்கள். இவர்கள் மின்னலை உடலில் உள் வாங்கி எவ்வித அதிர்வும் இன்றி உதட்டில் புன்னகை ஒளிர இருப்பார்கள். சராசரி ஆன்மாவிற்கு ஆசி வழங்கி அவரவர் பாவப்பதிவுகளை வாங்கிக்கொண்டு வெற்றி வாழ்க்கைக்கு வழி காட்டுவார்கள். அவர்களில் சிலரைப் பற்றி பார்ப்போம்.

1. சிவமதம் அமைத்த சிவாம்சம் கொண்ட ஆதி சங்கரர் சில காலம் கூடுவிட்டு கூடு பாய்ந்து குடும்பம் நடத்திய சம்பவங்களும் உண்டு.

2. லௌகீக வாழ்வில் மூழ்கி கரணபக்தியால் திருமுருகன் அருளாலே திருப்புகழ் அருளிய ஸ்ரீ அருணகிரிநாதர்.

3. தைப்பூசம் நன்னாளில் மறைந்த வள்ளவார் இன்றும் அன்ன தர்மம் நடக்கும் இடங்களுக்கு வந்து செல்வதை கண்டவர்கள் உஒ்டு.

4. ஸ்ரீ ராமனை பிரிந்திருக்க முடியாது என்ற நிலை கொண்ட சகுண சித்தர் ஸ்ரீ லட்சுமணன்.

5. ஸ்ரீ ராமன் பாதுகையால் அயோத்தியை ஆண்டாலும் ஸ்ரீ ராமனையே நினைத்த நிர்குணசித்தர் ஸ்ரீ பரதன்.

இவர்கள் அனைவரும் அன்புடன் உலகத்தில் மக்கள் அனந்தமாய் வாழ வேண்டும் என்பதையே குறிக்ளோகக் கொண்டு வாழ்ந்தவர்கள் ஆவார்கள்.வாணியம்பாடி வட்டாரத்திலுள்ள இராமநாயக்கன்பேட்டை கிராமத்தின் மேற்கே உள்ள ஆவாரங்குப்பம் கிராமத்தில் உள்ள பிரசித்து பெற்ற முருகன் ஆலயத்தில் சுப்பிரமணிய சித்தர் என்பவர் ஜீவசமாதி அடைந்து அருள்பாலித்து வருகிறார்.

இவ்வாறு பல்வேறு நிலைகளில் நாட்டுப்புறத்தெய்வங்களின் வகைப்பாடுகளைப் பற்றி அறிய முடிகின்றது.

1.5 நாட்டுப்புறத்தெய்வங்களில் பெருந்தெய்வங்களின் தோற்றம்

நாட்டுப்புறத்தெய்வங்கள் மனிதர்களின் அகால மரணத்திலிருந்து தோன்றுதல், வேள்விகளிலிருந்து தோன்றுதல், சிவபெருமான் - சக்தி உறவாலும், தேவர்கள் - அரக்கர்கள் தொடர்பாலும் தோன்றுதல் என மூன்று வகையான முறைகளில் நாட்டுப்புறத்தெய்வங்கள் தோன்றுகின்றன. இவற்றில் மனிதர்களின் அகால மரணத்தில் தோன்றும் நாட்டுபடபுறத் தெய்வங்கள், தற்கொலையிலிருந்து தோன்றுதல், கொலையிலவிருந்து தோன்றுதல் என இரு வழிகளிலும், வேள்விகளிருந்து தோன்றும் நாட்டுப்புறத் தெய்வங்கள் சிவபெருமான் ஆணைப்படியும், மனிதர்கள் நடத்தும் வேள்வியிலிருந்தும் என இரு முறைகளில் உருவாகின்றார்கள். பிறவழிகளான உடலுறவிலிருந்து தோன்றுதல் சிவபெருமான்-சக்தி தம்பதிகளின் மூலமாகவோ, தேவர் - அசுரர் - முனிவர்களின் உடலுறவாலும் தோன்றுகின்றன. என்று ஆறு. இராமநாதர் அவர்கள் விளக்குகிறார்.

பெருந்தெய்வக் கோயில்கள் என்றழைக்கப்படும் கோயில்கள் ஆகம சிற்பக்கலைகளின் அடிப்படையில் கட்டப்பட்டவை. ஆதிக்க சக்திகளின் பொருளுதவி பெற்றவை. பிராமணப் பூசாரிகளைக் கொண்டவை, உயிர்ப்பலிகள் இடம் பெறுவதில்லை. கல்லில் தான் தெய்வம் வந்துறையும். ஆறுகாலப்பூசையும் சோடக உபச்சாரங்களும் பெறுபவை. பெருந்தெய்வங்களாக சிவன்,

விஷ்ணு, முருகன், கண்ணன், விநாயகர் போன்ற தெய்வங்களைக் குறிப்பிடலாம்.

1.5.01. மும்மூர்த்திகளின் தோற்றம்

இந்து தர்ம புராணங்களின்படி மூப்பெரும் கடவுள்களாக முறையே பிரம்மா, விஷ்ணு, சிவன், ஆகியோர் வணங்கப்படுகிறார்கள். இவர்களில் படைக்கும் தொழில் கொண்டவர் பிரம்மா: காக்கும் தொழில் கொண்டவர் விஷ்ணு: அழிக்கும் தொழில் கொண்டவர் சிவன் என, இவர்களைப் போற்றி வணங்குகிறது வேதம். பிரம்ம வைவர்த்த புராணம், விஷ்ணு புராணம், சிவபுராணம், ஸ்ரீமத் பாகவதம் ஆகிய புராணம் நூல்களில் இந்த மூவரின் தோற்றமும், அவர்கள் தத்தமக்குரிய பணிகளை ஏற்ற விவரமும், அவர்களின் பூரண மகிமையும் சித்தரிக்கப்படுகின்றன.

ஒரு யுகத்தில் மகாப்பிரளயம் தோன்றி அனைத்து உலகங்களையும் நீரில் ஆழ்த்தியது. அதற்கு முன்பு தோற்றுவிக்கப்பட்ட எந்த ஜீவராசிகளும், தாவர, விலங்கினங்களும் காணப்படவில்லை. பார்க்குமிடமெல்லாம் தண்ணீர். அந்த பிரளய வெள்ளத்தில் ஒரு சிறு ஆல் இலை மிதந்து வந்தது. அதன் மேல் பகவான் ஸ்ரீ மகாவிஷ்ணு ஒரு குழந்தை வடிவில் மிதந்துக்கொண்டிருந்தார். ‘நான் யார்? என்னைப் படைத்தவர்யார்?’ என்ற சிந்தனையுடன் ஸ்ரீ மகாவிஷ்ணு ஆனந்த நிஷ்டையில் ஆழ்ந்திருந்தார். அப்போது, ஆதிபராசக்தி எனும் மூலசக்தி மகாதேவி என்ற பெயருடன் காட்சியளித்தாள்.

சங்கு, சக்கரம், கதை, தாமரை ஆகிய சின்னங்கள் அவள் கரங்களில் ஒளிர்ந்தன. ஆதிபராசக்தியைச் சூழ்ந்து ரதி, பூதி, புத்தி, மதி, கிருதி, த்ருதி, ஸ்ரத்தா, மேதா, ஸ்வேதா, ஸிதா, தந்த்ரா ஆகிய பதினோறு தேவியரும் காட்சி தந்தனர். அப்போது மகாதேவி அசரீயாக அருள்வாக்கு தந்தாள். “மகாவிஷ்ணுவே! படைத்தல், காத்தல், அழித்தல் ஆகிய மூன்று கர்மாக்களும் ஒவ்வொரு யுகத்தில் பிரதிபலிக்கும். பிரளயம் தோன்றி அவற்றை அழிக்கும்போது, காக்கும் கடவுளான நீ மட்டும் அழியாமல்

நிற்பாய். ஆதிசக்தியின் அம்ஸமாகத் திகழும் நீ பிரளயத்துக்கும் ஊழித்தீக்கும் அப்பாற்பட்டு நிலைத்திருப்பாய், சத்வ குணங்களின் பரிமாணமாக நீ திகழ்வாய். உனது நாபியிலிருந்து (தொப்புள்) பிரம்மன் தோன்றுவான். அவன், ரஜோகுணங்களின் பிரதிநிதியாகயிருந்து, பிரளயத்தில் மறைந்த அனைத்தையும் சிருஷ்டி செய்வான். ஆவன் அழியாத பிரம்மஞானத்தின் மொத்த உருவமாக இருந்து, மீண்டும் அண்டச்சராசரங்களை உருவாக்குவான். அவனது புருவ மத்தியில் ஒரு மாபெரும் சக்தி தோன்றும். அதன் வடிவம்தான் சிவன். அவன், தமோகுணவடிவமாக, ருத்ர மூர்த்தியாக நின்று, ஸம்மாரம் எனும் அழிக்கும் தொழிலை ஏற்பான். இப்படி படைத்தல், காத்தல், அழித்தல் எனும் மூப்பெரும் கர்மாக்களையும் பிரம்மா, விஷ்ணு, சிவனாகிய நீங்கள் மூவரும் செய்வீர்கள். உங்களின் இயக்க சக்தியாக நானும் என் அம்ஸங்களான தேவிகளும் செயலாற்றுவோம்" என்று அருளினாள் தேவி. தேவிபுராணத்தின் ஏழாவது காண்டத்தில், பிரம்மன் தோன்றிய வரலாறு மேற்கண்டவாறு விளக்கப்படுகிறது.

விஷ்ணுவின் நாபியிலிருந்து ஒரு தாமரைத் தண்டு வளர ஆரம்பித்தது. பிரளய வெள்ளத்தின் பரப்புகளைத் தாண்டி, அது நீண்டு வளர்ந்தது. அதன் நுனியில் ஒரு பிரமாண்டமான தாமரை மலர்ந்தது. அதனுள் இருந்து பிரம்மதேவன் தோன்றினார். அப்போது அவருக்கு ஐந்து முகங்கள் இருந்தன. அவற்றில் ஒரு முகம், பின்னர் சிவப்பெருமானால் அழிக்கப்பட்டது. அதனால் பிரம்மன் 'நான்முகன்' என்றழைக்கப்பட்டார். அவருக்கு 'சதுரானன்' என்ற பெயரும் உண்டு. பிரம்மன் தோன்றியதுமே ஸ்ரீவிஷ்ணுவைக் குறித்தும், அம்பிகையைக் குறித்தும் கடும் தவம் இயற்றத் தொடங்கினார். ஜகதம்பா எனப்படும் மாகதேவி மற்றும் மாகவிஷ்ணுவின் அனுகிரகத்தால் பிரம்மன் ஞானசுடராக மாறினார். முதலில் பூரண ஞானத்தின் பிரதிநிதிகளாக அத்ரி, ப்ருகு, குத்ஸர், வஸிஷ்டர், கௌதமர், காஸ்யபர், ஆங்கீரஸர் ஆகிய சப்தரிஷிகள் தோன்றினர். ஜீவராசிகள் உருவாகின. புல், புழு, பூச்சி, கடல்வாழ் இனங்கள், நிலவாழ் மிருகங்கள், மனிதன்

என சிருஷ்டி தொடர்ந்தது. -இது தேவிமகாத்மியத்தில் காணப்படும் பிரம்மனின் தோற்றம் பற்றிய புராணக் கதைகள்.

'மனுஸ்மிருதி' எனப்படும் சாஸ்திரத்தில் பிரம்மன் தோன்றிய வரலாறு வேறு விதமாகச் சித்திரிக்கப்பட்டுள்ளது.பிரளயத்தின் முடிவில் அண்டங்களை விடப் பெரியதாக ஒரு முட்டை வடிவம் தோன்றியது. அது தங்கத்தைவிடப் பிரகாசமாக ஜொலித்தது. பல்லாயிரம் வைரங்கள் போல் அது மின்னியது. அண்ட சராசரங்களை உருவாக்கும் அத்தனை சக்தியும், அதற்குரிய தவமும் ஞானமும் அந்த முட்டையில் அடங்கியிருந்தது. பிரளய வெள்ளத்தில் விழுந்த முட்டை வெடித்தது. அதிலிருந்து ஐந்து முகத்துடன் ஜெகஜ்ஜோதியாக ஒரு தேவன் தோன்றினார். அவர் தான் பிரம்மதேவன். பிரமாண்டமான அந்த முட்டை உடையும் போது ஒரு சத்தம் உருவானது. அதுவே 'ஓம்' எனும் பிரணவம். அந்த ஓம்கார நாதத்திலிருந்து மூன்று சப்த அலைகள் வெளிப்பட்டன. அவை பூர், புவ, ஸுவக என்பன. இந்த நாதத்திலிருந்தே பூலோகம், புவர்லோகம், ஸுவலோகம் ஆகிய மூன்று உலகங்களும் தோன்றின. இவ்வாறு மும்மூர்த்திகள் தோன்றியதாக கூறப்படுகிறது.

1.5.02. பிரம்மா

பிரம்மா இந்து கடவுள்களான மும்மூர்த்திகளுள் படைக்கும் தொழில் செய்பவராவார். பிரம்மா கலைமகள் என்று அழைக்கப்பெறும் சரஸ்வதியுடன் சத்யலோகத்தில் வசிப்பவர். இவர் நான்கு தலையுடனும், நான்கு கைகளையும் கொண்டுள்ளார். இவருடைய வாகனமாக அன்னப் பறவை உள்ளது. இவர் நான்கு முகங்களை உடையவர் என்பதால் நான்முகன் என்றும், பிரம்மத்திலிருந்து தோன்றிய விஷ்ணுவின் தொப்புளிலிருந்து தோன்றியதால் பிரம்மா என்றும் அழைக்கப்படுகிறார். பிரம்மா தன்னுடைய தொடையிலிருந்து நாரத மகரிசியையும், தன்னுடைய நிழலிருந்து கர்த்தமகரிசியையும்,பெருவிரலிருந்து தட்சனையும் படைத்தார். இவ்வாறு பதிமூன்று மானசீக புத்தரர்களை பிரம்மா உருவாக்கினார் என மாகபுராணங்களில் ஒன்றான சிவமகாபுராணம் கூறுகிறது.

1.5.03. சிவன்

சிவன் என்பவர் இந்துப் பிரிவான சைவசமயத்தின் முழுமுதற் கடவுளாகவும், பிறப்பும், இறப்பும் இல்லாத பரம் பொருளாலல் பரமசிவன் என அழைக்கின்றனர். இவர் தனது ஒரு பகுதியிலிருந்து அன்னை பராசக்தியை உருவாக்கினாரெனவும், பின்னர் இருவரும் இணைந்து ஆனந்த தாண்டவமாடி அண்டசாரங்களை உருவாக்கினார்களென்றும், தனது உடுக்கையிலிருந்து படைத்தல், காத்தல், அழித்தல், மறைத்தல், அருளல் எனும் ஐந்து பணிகளுக்கும் அடிப்படையான ஓம் என்ற பிரணவ மந்திரத்தை உருவாக்கினார் எனவும் கருதப்படுகிறது. கடவுள்களில் ஊழிகாலத்தில் அவர் மட்டும் நிலைத்திருப்பவராதலால் சாதசிவன் எனப்படுகிறார். சிவனின் இடப்புறத்திலிருந்து திருமாலும், வலதுப்புறத்திலிருந்து பிரம்மரும் உருவானார்கள் என்று திருமாலின் அவதாரங்களில் ஒருவரான வேதவியாசர் கூறுகின்றார். பிரம்மன் தன்னால் படைக்கப்பெற்ற உயிர்களை அழிக்க ஈசனிடம் வேண்டிநிற்க பிரம்மரின் மகனாக மும்மூர்த்திகளில் அழிக்கும் கடவுளான ருத்திருன் உதித்தார் என்று வாயுபுராணம் கூறுகின்றது.

1.5.04. விஷ்ணு

விஷ்ணு என்பவர் இந்து சமயத்தின் முக்கியமான கடவுள்களில் ஒருவரும் வைணவ சமயத்தின் முழுமுதற் கடவுளும் ஆவார். மும்மூர்த்திகளில் ஒருவரான விஷ்ணு உலகைக் காப்பவராக இருக்கிறார். விஷ்ணு என்ற சொல்லுக்கு எங்கும் நிறைந்திருப்பவர் என்று பொருள். வைணவ சமயத்தின் படி பரப்பிரம்மனான விஷ்ணு, உலகில் அதர்மம் தலைதூக்கும் போது தர்மத்தை நிலைநாட்ட பல்வேறு அவதாரங்கள் எடுப்பார் என்று கூறப்படுகிறது. அதன்படி அவர் எடுத்த தசவதாரங்களில் ராமர் மற்றும் கிருஷ்ண அவதாரங்கள் குறிப்பிடத்தக்கனவாகும். நாராயணன், வாசுதேவன், ஜகன்நாதர், விதோபர், அரி என்று பல பெயர்களால் விஷ்ணு அறியப்படுகிறார். இவர் நீல நிற தோலுடன் கீழ் வலது கையில் கௌமேதகியும் கீழ் இடது கையில் பத்மாவும் மேல் வலது கையில் சுதர்சனமும் மேல் இடது கையில் பாஞ்சஜன்யமும் தாங்கிய தோற்றத்துடன்

காணப்படுகிறார். மேலும் இவர் பாற்கடலில் லட்சுமி தேவியுடன் ஆதிசேஷன் என்ற நாகபடுக்கையில் படுத்திருப்பாதாக நம்பப்படுகிறது. விஷ்ணு சிவபூஜை செய்து சுதர்சன சக்கரத்தை பெற முயன்றபோது தனது கண்ணையே பூவாக அர்சித்து இறுதியில் சுதர்சன சக்கரம் பெற்றாரென்று வேதவியாசர் எடுத்தியம்புகிறார்.

1.5.05 விநாயகர்

விநாயகர் என்றால் 'மேலான தலைவர்' என அர்த்தமாகும். முழுமுதல் கடவுள் இவரே. உண்மையில் விநாயகர் அவதரித்த திதியையே (அவர் அவதரித்த தினம்) விநாயகர் சதுர்த்தி எனக் கொண்டாடப்படுவதாக புராணங்கள் கூறுகின்றன. ஒருமுறை சிவபெருமான் வெளியே சென்றிருந்த சமயம் பார்வதிதேவி நீராடச் சென்றார். அப்போது தனக்கு காவல்காக்க ஒருவரும் இல்லையென்பதால், தனது நீராட்டுக்காக வைக்கப்பட்டிருந்த சந்தனக் குழம்பை எடுத்து ஒரு உருவம் உருவாக்கி அனுக்கிரகத்தால் அதற்கு உயிரூட்டினார். அவரால் உயிரூட்டப்பட்டதால் அவ்வுருவம் அவரது பிள்ளை ஆகிவிட்டது. எவரையும் உள்ளே நுழைவதற்கு அனுமதிக்கக் கூடாதெனப் பிள்ளையாருக்கு அறிவுறுத்தி விட்டு பார்வதி தேவியார் நீராடச் சென்று விட்டார். அச்சமயம் அங்கு வந்த சிவபெருமானைப் பிள்ளையார் உள்ளே செல்ல அனுமதிக்கவில்லை. ஆதனால் கோபம் கொண்ட சிவன் பிள்ளையாரின் தலையை வெட்டி விட்டு உள்ளே சென்றுவிட்டார்.

நீராடி முடிந்ததும் தேவியார் வெளியே வந்து பிள்ளையார், தலை இல்லாமல் கிடந்த கோலத்தைக் கண்டு கோபமும், ஆவேசமும் கொண்டார். தான் உருவாக்கிய பிள்ளையாரைச் சிவனே சிதைத்து விட்டதை அறிந்த அவர் காளியாக மாறி உருவம் எடுத்து வெளியேறி மூவுலகிலும் தமது கண்ணில் பட்ட சகலவற்றையும் அழிக்கத் தொடங்கினார். காளியின் ஆவேச நர்த்தனத்தைக் கண்டு அஞ்சிய தேவர்கள் சிவனிடம் சென்று முறையிட்டனர். காளியைச் சாந்தப்படுத்துவதற்கு முடிவு செய்த சிவன், தனது கணங்களை அழைத்து வட திசையாகச் சென்று

முதலில் தென்படுகின்ற ஜீவராசியின் தலையைக் வெட்டி வருமாறு பணித்தார். அதன்படி கணங்கள் வடதிசை நோக்கிச் சென்ற பொழுது அவர்களுக்கு ஒரு யானையே முதலில் தென்பட்டது. அவர்கள் அதன் தலையை வெட்டி எடுத்துச் சென்று இறைவனிடம் கொடுத்தனர். அவர் அத்தலையை வெட்டுண்டு கிடந்த பிள்ளையாரின் முண்டத்தில் வைத்து உயிரூட்டி விட்டார். இதைக் கண்டு சாந்தமடைந்த தேவியார் அகமகிழ்ந்து பிள்ளையாரைக் கட்டி அணைத்துக் கொண்டார். சிவன் அந்தப் பிள்ளையாருக்கு 'கணேசன்' என நாமம் சூட்டித் தமது கணங்களுக்கு தலைவலாக நியமித்தார் என 'நாரதபுராணத்தில்' தெரிவிக்கப்பட்டுள்ளது. இதுவே பிள்ளையாரின் அவதார கதையாகும்.

1.5.06 முருகன்

முருகன் அல்லது கார்த்திகேயன் என்பவர் சைவக் கடவுளான சிவன் - பார்வதி தம்பதிகளுக்கு மகனாவார். சிவபெருமான் தனது முகத்திலிருக்கும் நெற்றிக்கண் நெருப்பினை வெளியிட, அதை தாங்கிய வாயுபகவான் சரவணப்பொய்கை ஆற்றில் விட்டார். அந்த நெருப்புகள் ஆறு குழந்தைகளாக கார்த்திகை பெண்களிடம் வளர்ந்தனர். அன்னையான பார்வதி ஆறு குழந்தைகளையும் ஒருசேர அணைக்கும் பொழுது, ஆறுமுகனாக முருகன் தோன்றினார் என்று இந்துசமய நூல்கள் கூறுகின்றன. இவர் கணங்களின் அதிபதியான கணபதிக்கு தம்பியாக கருதப்படுகிறார். மேலும் முருகனுக்கு இந்திரன் மகளான தெய்வாணையும், குறத்தி பெண்ணான வள்ளி என்ற பெண்ணும் மனைவிகளாவர். தமிழர்களின் குறிஞ்சி நிலத்தின் தெய்வமான சேயோன் வழிபாட்டினை, சைவசமயம் இணைத்துக் கொண்மதாகவும் வரலாற்று ஆசிரியர்கள் கூறுகிறார்கள். பண்டையக் காலத்தில் கௌமாரம் எனும் தனித்த மதமாக இருந்த முருகன் வழிபாடு, பின்பு சைவ சமயத்துடன் இணைந்தது.

முருகு என்ற சொல்லிற்கு அழகு, இளமை என்று பொருள்படும், ஆகவே முருகன் என்றால் அழகன் என்பதாகும். மெல்லினம், இடையினம், வல்லின மெய்யெழுத்துகளுடன் உ என்னும் உயிரெழுத்து ஒவ்வொன்றுடனும் சேர்ந்து முருகு (ம்

+ உ, ர் + உ, க்+ உ= (முருகு) என்றானதால், இம்மூன்றும் இச்சாசக்தி, கிரியாசக்தி, ஞானசக்தி என்பதை குறிக்கும் அதனால் தான், இவர் தமிழ்க் கடவுள் என்றும் அழைக்கப்படுகிறார்.

1.5.07 முப்பெருந்தேவியர்கள்

இந்துமதத்தின் மும்மூர்த்திகளாக பிரம்மா, திருமால், சிவன், ஆகியோரின் மனைவிகளான சரஸ்வதி, இலட்சுமி, பார்வதி ஆகியோர் முப்பெருந்தேவியர் என்று வணங்கப்படுகிறார்கள். இவர்களை கலைமகள், அலைமகள், மலைமகள் என்றும் கூறுவதுண்டு. இவர்கள் மூவரும் ஆதிசக்தியின் வடிவங்களாக வணங்கப்படுகிறது.

1.5.08 சரஸ்வதி

முப்பெரும் பெண்தெய்வங்களில் கல்விக்குரிய கடவுளாகவும், படைப்பு தெய்வமான பிரம்மாவின் மனைவியாகவும் உள்ளவர் சரஸ்வதி. சரஸ்வதி தேவியை பற்றி கந்தபுராணம் "அனைத்து உயிர்களின் நாவிலும் வீற்றிருப்பவள் கலைமகள்" என கூறுகிறது. சரஸ்வதி தேவியின் தோற்றம் குறித்து புராணங்கள் வெவ்வேறு விதமாக கூறுகின்றன. பிரம்மவைவர்த்த புராணத்தின் படி பிரம்மா உலகை படைக்கின்ற போது அவரது உடல் இருபிரிவாக பிரிகின்றது. ஒரு பகுதி ஆண், மற்றொரு பகுதி பெண். அதில் பெண் பகுதியாக தோன்றியவளே சரஸ்வதி. மேலும் பிரம்மாவின் நாவில் இருந்து தோன்றியவளே சரஸ்வதி எனவும் தேவிபாகவதத்தில் குறிப்பிடப்பட்டுள்ளது.

1.5.09 லட்சுமி

முப்பெரும் பெண்தெய்வங்களில் செல்வத்துக்குரிய கடவுளாகவும், காக்கும் தெய்வமான விஷ்ணுவின் மனைவியாகவும் உள்ளவர் லட்சுமி. அமுதம் வேண்டி தேவர்களும், அசுரர்களும் பாற்கடலைக் கடைந்த தருணத்தில் அதிலிருந்து எண்ணற்ற பொருள்களும், இறைகளும் வெளிவந்தன. அதில் ஒன்றாக லட்சுமி தேவியும் தோன்றினார்.

1.5.10 பார்வதி

முப்பெரும் பெண்தெய்வங்களில் வளம், அன்பு, பக்தி, பெருவலிமை ஆகியவற்றின் கடவுளாகவும், அழித்தல் தெய்வமான சிவப்பெருமானின் மனைவியாகவும் உள்ளவர் பார்வதி. மலையரசனான இமவான் மற்றும் மேனை ஆகியோரின் மகளாகப் பார்வதி பிறந்தார். தேவிபாகவதபுராணம், சிவமாகபுராணம், கந்தபுராணம் என்பவற்றின் படி, ஆதிசக்தியை, மலையரசனும் மேனையும் வேண்டித் தவமிருந்ததாலேயே அவள் அவர்களுக்கு மகளாகப் பிறக்கிறாள்.

1.6 நாட்டுப்புறத்தெய்வங்களில் சிறுதெய்வங்களின் தோற்றக்கதைகள்

முதலில் நாம் தமிழில் சிறுதெய்வம் என்ற சொல்லின் தோற்றத்தை நோக்குவோம். இச்சொல் முதன் முதலாக 'சென்று நாம் சிறுதெய்வம் சேரோம் அல்லோம்' என்று அப்பர் தேவாரத்தில் பயின்று வருகிறது. இதன் காலம் கி.பி ஏழாம் நூற்றாண்டு ஆகும். இதற்கு நேர்மாறாகப் பெருந்தெய்வம் என்ற சொல் வழக்கு புறநானூற்றிலேயே காணப்படுகிறது. இரண்டு வேந்தர்களையும் ஒன்றாகக் கண்ட புலவர் 'இருபெருந்தெய்வமும் உடன் நின்றா' அங்கு (புறநானூற்றில் 58) என்று பலராமனையும் திருமாலையும் நினைத்துப் பாடுகிறார். எனவே சமூகத்தின் அடித்தளத்து மக்கள் வழிபடும் கடவுளரைச் சிறுதெய்வங்கள் எனவும் மேல் தளத்து மக்கள் வழிபடும் தெய்வங்கள் பெருந்தெய்வம் எனவும் குறிப்பிடும் வழக்கம் அக்காலத்திலேயே இருந்திருப்பதாகத் தெரிகிறது.

சங்ககாலத்தில் முருகன் மலைகிழவோனாகத் தான் இருந்தான். அதற்கு முன்னர் பழையோள் குழவியாக இனக்குழுத் தெய்வமாகத் தான் இருந்தான். காலப்போக்கில் சுப்பிரமணியனானான். பின்னர் பழந்தெய்வங்கள் சமஸ்கிருத மயமாக்கப்பட்டன. ஆளும்வர்க்கம் கோயிலின் மேலாதிக்க சக்திகளுக்கு அடங்கிப்போயிற்று, சமஸ்கிருதம் புனித மொழி ஆக்கப்பட்டது. அடித்தளத்திற்கும் மக்கள் புரோகிதர்களாக ஆக முடியாத நிலை இருந்தது. மேலாதிக்கச் சாதிகள் அடித்தள

மக்களைக் கோயிலுக்குள் நுழைய விடாது தடுத்தனர். சைவ,வைணவச் சமயங்களில் இடம் பெறும் தெய்வங்களைச் பெருந்தெய்வம் என்றும் ஏனைய தெய்வங்களைச் சிறுதெய்வம் என்றும் அழைப்பது தற்செயலாகத் தோன்றியதல்ல. சிவன், திருமால், முருகன் போன்ற தெய்வங்கள் உயர்வானவை என்ற பொருளையே பெருந்தெய்வம் என்ற சொல் குறிக்கிறது. அடித்தள மக்கள் வணங்கும் மாடன், காடன், மாரி, பிடாரி போன்ற தெய்வங்கள் சிறுமையானவை என்ற பொருளில் சிறுதெய்வங்கள் என்றழைக்கப்படுகின்றன.

எண்ணிலடங்கா நாட்டுப்புறத் தெய்வங்கள், பல்வேறு பெயர்களால் நாட்டுப்புற மக்களால் வழிபடப்படுகின்றன. நாட்டுப்புற சிறுதெய்வங்கள் ஆண் சிறுதெய்வங்கள், பெண் சிறுதெய்வங்கள் எனபர். சிறு தெய்வங்களின் பெயர்கள் பெருந்தெய்வங்களின் பெயர்களிலிருந்து தெளிவாகவே வேறுபட்டு நிற்கின்றன. ஆண் சிறு தெய்வங்களின் பெயர்கள் பொதுவாக அய்யா, அப்பன், அடியான், சாமி முதலிய பெயர்களில் அழைப்பர். பெண் தெய்வங்களின் பெயர்கள் அம்மன், நாச்சி, கிழவி முதலிய பெயர்களில் அழைப்பர். நாட்டுப்புற சிறுதெய்வங்களுள் பெரும்பாலானவை பெண் தெய்வங்களாகவே அமைந்துள்ளன. அதற்குக் காரணமாகத் தமிழருடைய பண்பாட்டைக் கூறலாம். அதாவது எதையுமே தாயாகப் பாவிக்கும் தன்மை நம்மிடம் உள்ளது. தாய்நாடு, தாய்மண், தாய்மொழி என்று தாய்மைக்குப் புனிதத் தன்மை கொடுத்துப் பார்க்கும் இயல்பு உள்ளதால் பெண்தெய்வங்கள் அதிகமாக வணங்கப்படுகின்றன. சிறு தெய்வங்களின் முதற்பண்பு அவை பிராமணரால் பூசை செய்யப் பெறாதவை ஆகும். பிராமணப் பூசை இன்மையால் இவை இயல்பாகவே இரத்தப்பலி பெறும் தெய்வங்களாகும். இங்கு சில சிறுதெய்வங்களின் தோற்றக் கதைகளை அறியலாம்.

1.6.01. கூத்தாண்டவர்

அரவானையே கூத்தாண்டவராக வழிபடுகின்றனர். இதற்கு திரௌபதையம்மன் வழிபாடும் பாரதக் கதை வாசிப்பும், தெருக் கூத்தும் காரணம் என்பார் துளசி இராமசாமி. அம்மன் கோயிலில்

தெற்கு மூலையில் வெளிப்பகுதியில் அரவான்பீடம் இருக்கும். தலை மட்டுமே வழிபடப்படும். கூத்தாடிகளின் கடவுள் கூத்தாண்டவர். இவரை அரவான் என்று எண்ணுவது தவறு. சாமிகள் திருவிழாவும் கூத்தாண்டவர் விழா என்று கூறுவதும் தவறு. வன்னியக் கூத்தாடிகளின் முன்னோர் தான் கூத்தாண்டவர். வன்னியராசனின் கதையில் அவனது மனைவி கணவன் இறந்து போனதாகத் தவறுதலாக எண்ணி தாலி அறுத்து கொள்கிறாள். போர் முடிந்ததும் கணவன் உயிருடன் வந்ததும் மீண்டும் தாலியைக் கட்டிக் கொள்கிறாள். இதனைக் காட்டுவதே கூத்தாண்டவர்விழா. இக்கதையை அரவான் வழிபாட்டோடு சேர்த்து பாரதத்தில் இல்லாத கதையை அரவான்மேல் புனைந்தனர். அதாவது அரவான் சாகுமுன் திருமணம் புரிந்துகொள்ள விரும்ப கண்ணனே மோகினி வடிவில் மறைந்து அவன் இறந்ததும் தாலி அறுத்துக் கொள்கிறான். அரவானிகளும் தம்மை மோகினிகளாக எண்ணி தாலிகட்டி அறுத்துக் கொள்கின்றனர். இக்கதை கூத்தாண்டவர் கதையின் தழுவல்தான். கூவாகம் தான் கூத்தாண்டவரின் மூலஇடம். வன்னிய மக்கள் நேர்த்திக்கடனாக தாலிகட்டி அறுத்துக் கொள்கின்றனர். ஆண்கள் மட்டும்தான் இதைச் செய்கின்றனர். இது கூத்தாண்டவர் உள்ள அனைத்து இடங்களிலும் நடைபெறும். ஆனால் அரவான் உள்ள கோவில்களுக்கெல்லாம் அலிகள் செல்வதில்லை. பெண்கள் கூத்தாண்டவருக்குத் தேங்காய் உடைத்தும் கண்மலர் கொடுத்தும் மொட்டையடித்து குழந்தைக்குப் பெயர் வைத்தும் வழிபடுகின்றனர்.

1.6.02. சுடலைமாடன்

சுடலைமாடன் சங்ககாலமுதல் வழிபடப்படுகிறான். இது சுடுகாட்டில் வழிபடப்படும் தெய்வம். பிற்காலத்தின் இதன் இடத்தைச் சிவன் பிடித்துக் கொண்டதாக கே.கே.பிள்ளை கூறுவார். சுடலை சிவனால் படைக்கப்பட்டவன் சிவனின் வடிவத்தோடும் தன்மைகளோடு ஒத்துச் செல்லக்கூடிய தெய்வம். ஆலமரத்தடியில், சூலாயுதத்துடன், கபாலம் போன்ற திருநீற்றுக் கப்பரையுடன் சுடலை மாடன் ஏறக்குறைய சிவனாகவே விளங்குகிறான்.

ஞானப்பழம் கிடைக்காத கோபத்தில், பெற்றோரைப் பிரிந்து குன்றின்மேல் கோயில் கொண்டார் முருகன். பிள்ளையார், தன் தாய்போல் குணாதிசயம் கொண்ட பெண் தனக்குத் துணையாக வேண்டும் என்பதால் பெற்றோரைப் பிரிந்து சென்றார். இதனால் உமாமகேஸ்வரியைப் புத்திர சோகம் வாட்டியது. தனக்கு இன்னொரு பிள்ளை வேண்டும் எனச் சிவபெருமானைப் பிரார்த்தித்தாள். "கயிலாயத்தில் உள்ள முப்பத்திரண்டாவது மரகதத் தூணில், தூண்டா மணிவிளக்கு ஒன்று உள்ளது, அதில் தீபம் ஏற்றி தவம் செய், கிடைக்கும்!" என்று அருளினார் சிவபெருமான்.

ஈஸ்வரனை மனதில் தியானித்து, தூண்டா மணிவிளக்கேற்றி தவத்தில் ஆழ்தாள் தேவி. ஒரு கட்டத்தில் விளக்கின் பிரகாசம் குறைந்தபோது சிவபெருமான் திரியைத் தூண்டினார். அப்போது விளக்கிலிருந்து மூன்று சுடர்கள் பார்வதிதேவியின் மடியில் விழுந்தன. விழித்தாள் தேவி. ஒழுங்கற்ற உருவமில்லாத குழந்தை ஒன்று முண்டமாக மடியில் கிடந்தது. அதற்கு உருவம் கொடுக்குமாறு பிரம்மாவை வேண்டினாள். அவரும் அப்படியே செய்தார். சிவன், குழந்தைக்கு உயிர் தந்தார். விளக்குச் சுடரிலிருந்து உருவானதால் குழந்தைக்கு 'சுடலை' என்று பெயர் சூட்டி வளர்த்தாள் பார்வதிதேவி.

மூன்று வயதான சுடலை, அடக்க முடியாத பசி கொண்டவராக இருந்தார். தாய்ப்பாலால் பசி அடங்காத சுடலை, ஜாமத்தில் பூலோகம் வந்து தில்லைவனச் சுடுகாட்டில் எரியும் பிணங்களை உண்டு பசியாறுவார். பிறகு, தாய் அறியாவண்ணம் தொட்டிலில் படுத்துக்கொள்வார். ஒருநாள் குழந்தையைப் பார்வதிதேவி கொஞ்சுகிறபோது அதன்மீது பிணவாடை வீசியது. ஞான திருஷ்டியால் நடந்ததை அறிந்து திடுக்கிட்ட தேவி, சிவபெருமானிடமும் கூறினாள். சிவபெருமாள்,"மாமிசம் தின்னத் தொடங்கிவிட்ட சுடலை இனி கயலாயத்தில் இருக்க முடியாது. பூலோகத்துக்கு அனுப்பு!" என்றார் கடுமையாக. உயரமான பீடத்தில் கலசம் அமைத்து, சுடலையை உட்கார வைத்து, ஒரு கோட்டை (இருபத்தோரு படி) அரிசிச் சாதம், முருங்கைக்காய்

சேர்த்துச் செய்த குழம்பு ஆகியவற்றுடன் வழித்துணையாக வனப்பேச்சியையும் கண்ணீருடன் பூலோகத்துக்கு அனுப்பி வைத்தாள் பார்வதிதேவி.

1.6.03. முனீஸ்வரன்

இது எல்லைச்சாமி, ஊர்க்கோடி மரத்தடியில் வேல்கம்பு அல்லது சூலாயுதம் அல்லது வெறும் கல்தூணே முனீஸ்வரன். சில இடங்களில் கற்சிலை அல்லது சுதைச் சிற்பம். இவர் குல தெய்வமாகவும் ஊர்த் தெய்வமாகவும் விளங்குவர். இவர் மனிதர்களையே காவு கொள்வதாக மக்கள் நம்புகின்றனர். உச்சி வெயிலிலும் இரவு நடுச் சாமத்திலும் இவர் வீதி உலா வரும்போது தனியாக வரும் பெண்மீது இறங்கி விடுவார். பிறகு அவள் முழுவதும் முனீஸ்வரனின் கட்டுப்பாட்டுக்குள்ளேயே இருப்பாள். ஆணாக இருந்தால் அடித்து வாயிலும் மூக்கிலும் ரத்தம் சொட்டச் செய்து விடுவார்.

ஆடு, கோழி, மாடு, கள், சாராயம், கஞ்சா, பீடி எல்லாம் படைப்பார்கள். சிவனின் பூதகணங்களில் ஒருவர். நொண்டி முனி, ஜடாமுனி, மொட்டைக் கோபுர முனி, பாண்டி முனி எனப் பல்வேறு பெயர்கள் உண்டு. சிவனை உக்கிர முனிவராக இருக்கவேண்டும் என எண்ணிய கிராமத்து மக்கள் முனீஸ்வரனை உருவாக்கினர். ஆல் அமர் கடவுள், ஆள் உயரத்துக்கு நிற்கிற கடவுளாகக் கிராமத்துக்கு எழுந்தருளிவிட்டார். மூன்று கண்கள், கோடி இளஞ்சூரியன்களைப் போன்ற பிரகாசம், கையில் புத்தகம், ஜப மாலை, உக்கிரமான தேசக் கதிர்கள், வீணை, தண்டம், ஏந்தியவர். மகுடமாகத் தலைமுடி: பட்டாடை அடியார்களின் கோரிக்கைகளை நிறைவேற்றும் அருட்தன்மை. அச்சத்தைப் போக்கும் வீரம்: தஞ்சம் அளிக்கும் தாய் என்பார் டி.எஸ். கோதண்டராம சர்மா.

1.6.04. அய்யனார்

விஷ்ணு மோகினி அவதாரம் எடுத்தபோது சிவன் மோகினிமேல் ஆசை கொண்டு அவர்களிருவரின் கூடலால் பிறந்த ஹரிஹர புத்திரரே ஐயப்பன் அவதாரமே ஐயனார் என்று எல்லா இடங்களிலும் கூறுகின்றனர். இதனால் ஐயப்பனே, ஐயனாராக, கிராமங்களில் கிராமத்தெய்வமாக வழிபடப்படுகின்றது.

1.6.05. எல்லை அய்யனார்

எல்லைச் சாமிகளில் எல்லா கிராமங்களிலும் முதன்மையாக விளங்குபவர் அய்யனார். கொடுவா மீசையும், அருவா பார்வையும் கொண்டவர். பெரும்பாலும் அய்யனார் தான் மேற்கொண்ட காவல் பொறுப்பு காரணமாக ஊரின் எல்லையில்தான் இருக்கிறார். திறந்த வெளியில் மரத்தடியில் இருக்கும் பீடத்தில் அமர்ந்துதான் ஆட்சி செய்கிறார். பல இடங்களில் பிரம்மாண்ட வடிவில் வலது காலை மடித்து, இடது காலைத் தொங்கவிட்டுக் கொண்டிருக்கிறார். கொடுவாள் மீசையும் உருண்டை விழிகளுமாக, கைகளில் அவர் பிரம்மாண்டத்துக்குத் தகுந்தபடி வெட்டரிவாள் வைத்திருக்கிறார். கதைச் சிற்ப வடிவத்தில் கம்பீரமாகக் காட்சி தருகிறார். கூடவே இவரின் முன்னால் பெரிய வெண்குதிரை. இரவு நேரங்களில் குதிரைமீது அமர்ந்து அய்யனார், ஊரை வலம் வந்து காப்பதாக ஐதீகம்.

கிராமங்களில் திருவிழாவின்போது முதல் பூஜை இவருக்குத்தான். கொடுக்கல் வாங்கலில் ஏற்படும் பிரச்சனைகளையும் திருட்டு போன்ற குற்றங்களையும் இவரின் முன் வைத்து இவரையே நீதிபதியாக எண்ணி மேற்கண்டவற்றுக்கு பஞ்சாயத்து நடத்தியும் திருவுளச் சீட்டெழுதியும் பார்க்கும் வழக்கம் உண்டு. இவரைச் சில ஊர்களில் சிவனின் அம்சம் என்று கருதியும் வழிபடுகிறார்கள். காரி, புறத்துவன், கடல்வண்ணன், சாத்தன், பூசனைகேள்வன், புட்கலை மணவாளன், மாசாத்தான், கொண்டாயுதன், வெள்ளை யானை ஊர்தி ஆரியன், அரி□ரகுமாரன் என்கிற பெயர்களில் எல்லாம் அய்யனார் பலவிதமாக அழைக்கப்படுகிறார். இவருக்கான திருவிழா, பொதுவாக ஜாதி பாகுபாடின்றியே நடத்தப் படுகிறது. நேர்த்திகடனாக சுடுமண்சிற்பமாகவும், சுதைச்சிற்பமாகவும் வைக்கிறார்கள். அதே போல் தவழும் குழந்தைச் சிலைகளையும் நேர்த்திக்கடனாக சில இடங்களில் வைக்கிறார்கள். பூசாரிகளாக வேளாளர் இனத்தவரும், பண்டாரமும் இருக்கிறார்கள் என்பார் பாரதிகாந்தன்.

1.6.06. ஐயனார்

ஐயனார் என்றால் தலைவர் என்றும் பொருள். வேளாண்மைத் தலைவர் இவர். மழையைத் தருவிப்பவர். அதனால் விதைக்குமுன், நாற்று நடும்போது, அறுவடைக்கு முன்னால் என்று பலமுறை வேண்டுவர். "மட்டமலை அய்யனாரே, மழையை இறக்கிவிடு, மானுடங்க கையெடுக்க" என்று பாடி மழையை வேண்டுவர். ஐயனார் காவல்தெய்வமாகவே விளங்குகிறார். நோய் நொடி, பேய், பிசாசு ஆகியவற்றிலிருந்து என்றும் இவர் மக்களைக் காப்பாற்றுகிறார். ஊரைக் காக்கவே அவருக்குக் குதிரையும் யானையும் உள்ளது. ஐயனார் தனியாக இல்லாமல் பரிவாரங்களோடு இருக்கிறார். பத்திரகாளி, பரமராக்கத்தி, சிவனணைந்த பெருமாள், தளவாய், சுடலை, காத்தவராயன், வன்னிராயன், பாவாடைராயன், பட்டவராயன், சின்னத்தம்பி, பெரியதம்பி, கறுப்பன், முன்னடியான், பின்னடியான், முண்டன், பேய்ச்சி, இசக்கி, பல வேசக்காரன். முனீஸ்வரன், தபசுதம்பிரான், சங்கிலிமாடன் என்பவை பரிவாரத் தெய்வங்கள். இவர்களுக்கு ஐயனாரே தலைவர்.

அமர்ந்தநிலையில் இடதுகாலை மடக்கி, வலது காலைக் குத்துக்காலாகக் கொண்டு குத்துக்காலின் மீது வலது கையை நீளமாக வைத்து அதில் கெண்டி. இடது கையில் மந்திரக்கோல். இரு பக்கமும் புஷ்கலை, பூரணி என்று இருவர். சிவலிங்க வடிவிலும் இருப்பார். சில இடங்களில் சனிக்கிழமை தோறும் விளக்கேற்றி கற்பூரம் காட்டுவர். சில இடங்களில் மக்கள் வேண்டிய நாட்களில் பொங்கலிடுவர். ஆண்டுதோறும் பங்குனி உத்திரநாளில் திருவிழா நடைபெறும். அறுவடையான காலம் விழாவுக்கு ஏற்றது. வேளார் 8 நாட்களுக்கு முன் விரதம் இருந்து வாகனங்களைச் சீர் செய்வர். விழாவன்று பால்பொங்கல் வைப்பர். ஆடு கோழியோடு வந்து ஆக்கி சாப்பிடுவார்கள். முழுமதி நாளில் ஆட்டம், வில்லுப்பாட்டு, சிலம்பு, நையாண்டி மேளம் என ஆரவாரமாக இருக்கும்.

ஈங்கூர், பிரமியம், காங்கேயம், கொல்லிமலைப் பகுதிகளில் ஐயனார் உருவங்கள் வேட்டுவர் வாழ்க்கையை நினைவுப்படுத்தும்.

ஐயனார் கள்ளம் ஊனும் சாப்பிடுவதாக தக்கயாகப் பரணி கூறும். பிற்காலத்தில் பிராமணமயமானது. எனினும் இன்றும் சேலம் மாவட்டத்தில் சில ஐயனார் எதிரில் கோழியைத் தலைகீழாகத் தொங்கப் போடுகின்றனர்.

1.6.07. கருப்பசாமி

இவரைக் கண்ணனின் அம்சமாகவும் கருதுகின்றனர். கிருஷ்ணனே கறுப்பன். "மாயோன் மேய காடுறை உலகம்" என்று தொல்காப்பியம் கூறியது. கறுப்பன் ஒரு காவல் தெய்வம். கோட்டைக் காவலன், ஊர்க் காவலன், பெருங்கோவில்களிலும் காவல்காரன், மதுரை அழகர் கோவிலில் பதினெட்டு படிகளுக்கு மேல் பெரிய உருவோடு இருக்கிறார். இவரது பெரிய கண்களும் சோரப் பற்களும் பார்ப்பவர்களுக்குப் பயம் தருவன். வில், வேல், வாள், கதை ஆகியவை இவரது அருகில் இருக்கும். கருவூலத்தின் காவலர். கோவிலைப் பூட்டி தாழ்க்கோலை இவரிடமே தருகின்றனர். மதுரை மாவட்டத்துக்காரர்கள் தம் வழக்குகளை இவர் முன்னாலேயே தீர்த்துக் கொள்கின்றனர். ஐயப்பன் கோவிலிலும் கறுப்பன் காவல்காரர்.

1.6.08. அரவான்

துரோபதையம்மனுக்கு இடப்புறத்தில் தனியாக அரவானுக்குக் கோயில் உண்டு. அரவானின் தலைமட்டுமே தனியாக இருக்கும். துரோபதை தன் மகன் எனத் தெரியாமல் அரவானைக் களப்பலி கொடுத்தாள். வெட்டுப்பட்டதும் அவன் 'அம்மா' என்று அலற, அவள் உண்மை அறிந்தாள். கண்ணனை அவள் வேண்டிட அவன் தலைக்கு மட்டும் உயிர் கொடுத்தான். அரவான் வாளை வாயில் வைத்துக் கொண்டு போரிட்டு மாண்டான் என்று புதுக்கதை சொல்வர் என்பார் கணபதி ராமன். அரவான் அருச்சுனனுக்கு நாகக்கன்னியான உலுபியிடம் தோன்றியவன் என்பது பாரதக்கதை.

1.6.09. கருப்பராயன்

காரமடை சாலையில் பாளையத்தில் சாமி கோயில் உள்ளது. 300 ஆண்டுகளுக்கு முன்னர் சாமி பன்றிமூஞ்சி

வாகனத்தில் ஏறி வேட்டைக்குப் போனார். வழியில் பன்றி இறந்து போனதும் அதனை வண்ணான் பார்த்து ஊரார் உதவியுடன் அடக்கம் செய்தான். அன்றிரவு சாமி வண்ணான் கனவில் வந்து தன்னை வழிபட வேண்டினார். அவ்வாறே செய்தனர். தென்னங் கீற்று பந்தல், கோவில் முன்பு கல் ஊஞ்சல், மேடையில் குதிரையைப் பிடித்த வண்ணம் கருப்பராயன். வண்ணார், நாடார், நெசவாளர், தேவர் போன்றோருக்கு இவர் குலதெய்வம்.

1.6.10. காவக்காரசாமி

கல்யாண சுந்தரபுரம், திருவாரூரிலிருந்து 7 கி.மீ. தொலைவிலுள்ள கிராமம், தாமரைக்குளத்திற்குப் பக்கத்தில் உள்ள சிறிய கீற்றுக் கொட்டகையில் பார்க்கிறவங்கள் மிரட்டுகிற மாதிரி கையில் அரிவாளுடன் பெரிய மீசையுடன் நிற்கும் காவக்காரசாமி ஐந்தாறு தலைமுறைகளுக்குமுன் ஒரு தலையாரி. கதிர் முற்றி அறுத்து போட்டிருந்த வயற்காட்டுக்கு நடுவே போர்வையை இழுத்துப் போர்த்திட்டு இண்டு கன்னங்களும் ஒட்டி உறவாடுகிற அளவுக்கு சுருட்டை இழுத்து புகை விட்டுக்கிட்டிருந்தார் தலையாரி. இண்டு மூன்று பேர் திடக்கட்டான ஆட்கள் அரிவாளோடு கதிர்களை தாறுமாறாக மிதித்துவிட்டு ஓடி வந்தார்கள். அருகில் இருந்த தடிக்கம்பை எடுத்துக்கிட்டு கதாரிச்சு எழுந்தார். அவர்கள் திருடர்கள் என்று அறிந்து "எல்லோரும் ஓடிவாங்க"ன்னு சுதாரிச்சு சத்தம் போடுவதற்குள் அவர் தலையை ஒருவர் அரிவாளால் ஒரே போடா போட்டுட்டான். தலை வேறன்னு உடம்பு வேறன்னு ஆகிவிட்டது. தலையாரியின் தலை துடித்துக் கீழே விழுந்ததைப் பார்த்தவனுங்க அரக்கப்பறக்க கதிர்கள் கட்ட ஆரம்பித்தார்கள்.

வெட்டுப்பட்டு தனியே விழுந்த காவலாளியின் தலை மட்டும் உருண்டு கொண்டே ஊருக்குள் வந்து துடிதுடித்து உயிர் அடங்கியதைக் கண்ட ஊர்க்காரர்கள் ஒன்றாய் திரண்டு வயற் காட்டுக்கு ஓடிப்போனார்கள். எப்படியோ ஓடிப் போன வேகத்தில் திருடர்களைப் பிடித்துவிட்டார்கள். தலையாரிக்கான எல்லா காரியங்களும் முடிந்து நாட்கள் ஓடின. யாரும் எதிர்பாராத ஒருநாள் ஊர்ப் பூசாரியின் கனவில் தோன்றினார் தலையாரி. "நான்

எப்போதும் இந்த ஊருக்குக் காவல் தெய்வமா இருப்பேன். மறக்காம ஊர் மக்கள் எல்லாரும் வழிபட்டு வரவேண்டும்" தலையாரி சொல்லிவிட்டு மறைந்து போனார்.பொழுது விடிஞ்சதும் கனவில் வந்த கதையை பூசாரி ஊர் முழுக்கச் சொல்லி வைத்தார். சும்மா இருப்பார்களா ஊர்மக்கள் தலையாரிக்கு சிலை வைத்து காவக்காரசாமியா வணங்கி வருகிறார்கள்.

1.6.11. சாத்தான் சாமி

சாத்தனார் ஐயன் என்றும் அரிகரன் என்றும் சாஸ்தா என்றும் பலவாறு அழைக்கப்படுகின்றார். ஓதுவார் பூசைகள் செய்து வருகிறார். இது சைவக் கடவுள்.ஆண்டுக்கொரு முறை பங்குனி உத்திர விழாவில் எண்ணெய் தேய்த்து புதிய உருவம் பெற்றதுபோல் புதுப்பிக்கின்றனர். திருநாவுக்கரசர் சிவனின் மகனாக சாத்தனை வணங்குகிறார். புத்தனுக்கு மறுபெயராகவும் ஐயன் எனும் பெயர் வழங்கி வந்தது என்பர். குமரி மாவட்டத்தைச் சார்ந்த குண்டல் ஊரில் வாதிரியார்களின் சாத்தன் வழிபாட்டினை த.ஜெயகுமார் (நூலும் வாழ்வும்) விவரமாக எழுதியுள்ளார். பங்குனி உத்திரத்திற்கு முந்திய நாள் அதிகாலையில் குடும்பத்தோடு குலதெய்வக் கோவிலுக்கு வந்து கூடுவர். கடல் நீராடி கட்டுச் சோற்றை உண்கின்றனர். தங்களுக்குள் வரிவசூல் செய்து பூசை பொருட்கள் வாங்கி கொடை விழா செய்வர். அங்கேயே திருமணம் பேசி முடிப்பதும் உண்டு. இரவு ஏழு மணிக்குச் சாத்தனுக்கு சைவ பூசை, பூ, பழம், தேங்காய், சக்கரைப் பொங்கல் ஆகியவற்றைப் படைப்பர். ஆராதனை காட்டி, வணங்கியபின் பரிவாரங்களுக்கு உயிர்ப்பலி தர ஏற்பாடு செய்வர். வில்லுப்பாட்டில் சுடலை, இசக்கி, பஞ்சபாண்டவர் கதைகள் பாடப்படும். மாடனுக்கு சேவற்குஞ்சை நெருப்புக் குழியில் சுட்டு பனை ஓலை பட்டையில் வைத்து படைப்பர். கருப்பசாமிக்கு சுடா பலி செய்வர். இரத்தத்தைப் படைப்பர். கறி சோறு படைத்து அதிகாலை பூசை செய்வர். சேவலைக் கழுவேற்றி கடாய்வெட்டி பூசையை முடிப்பர். மதியம் சைவ பூசையுடன் வழிபாடு முடிவுறும்.

1.6.12. பெரியாண்டவர்

இது பெரிய ஆண்டவராக கருதப்படும் சாமியே. பெரம்பலூர் மாவட்டம் மருதூரிலும் உட்கோட்டையிலும் இவர் வீற்றிருக்கிறார். சாமியின் பூர்வீகம் ஜெயங்கொண்டான் அருகில் உள்ள மருதூர் தான். ஒரு பஞ்சகாலத்தில் இங்குள்ள மக்கள் குடிபெயர்ந்து உட்கோட்டைக்கு வந்தனர். பெரியாண்டவர் இரவு கனவுகளில் வந்து "என்னை ஏண்டா மறந்தீங்க" என்று கேட்டுள்ளார். மக்களும் குடிசாமியைக் கொண்டு வர மருதூர் செல்ல, அங்குள்ளவர்களோ சாமியை அனுப்ப மறுத்து விட்டனர். "ஊரை விட்டுப் போனதுமே உரிமையும் போய்விட்டது" என்றனர் இவர்களோ விடவில்லை. இரவோடு இரவாகச் சாமியைக் கடத்திக் கொண்டு வந்து விட்டார்கள்.

நல்லது கெட்டது எதுவானாலும் சாமி முன்னால் வந்து கைகூப்பி நிற்பார்கள். பெரியாண்டவர் கோயிலில் பூப்போட்டு கேட்பார்கள். "பெரியாண்டவரும் பெரிய நாயகியும் தாண்டா நமக்கு ஆதாரம் அடையாளம்" என்பாராம் பா.விஜயின் அப்பா, இவருக்கு மட்டுமல்ல இவரது மகனுக்கும் இங்கேதான் காதுகுத்தப்பட்டது. "ஒரு பாடலாசிரியராக வேண்டுமென்று நான் உட்கோட்டையிலிருந்து புறப்பட்டபோது என்னுடன் வந்த ஒரே தோழன் என் குலதெய்வம் பெரியாண்டவர்தான். எப்போதும் அவர் என்னோடு இருக்கிறார் என்கிற நம்பிக்கையும் தைரியமும் தான் என்னை வழிநடத்துகிறது" என்கிறார்.(ஆனந்தவிகடன் -23.1.05)

1.6.13. மதுரைவீரன்

மதுரைவீரன் கைலாயத்தில் பொம்மி, வெள்ளையம்மாள் மீது ஆசை கொண்டான். கோபம் கொண்ட சிவன் தனக்குத் தொண்டு செய்த அவனது தகாத ஆசைக்காக சபித்து காசிராசனுக்கு மகளாகப் பிறக்கச் செய்தான். மாலை சுற்றி பிறந்ததால் அவனைக் காட்டில் போட ஐந்துதலை நாகம் அவனைக் காப்பாற்றியது. மாதியான் கண்டெடுத்து வளர்க்கிறான். பொம்மணன் அரசகுமாரிக்குக் காவலாக வீரன் போய் காதல் கொண்டு சிறையெடுத்தான், மன்னன் அவனோடு போரிட்டு

மாய்கிறான். இறுதி சடங்கை முடித்து விட்டு திருச்சி மன்னரிடம் சேவகம் செய்கிறான்.

மதுரை மன்னன் திருமலை கள்ளர்களை அடக்கிட திருச்சியின் உதவியை நாடினான். வீரன் மதுரைக்கு வந்து கள்ளர்களை அடக்கவே மதுரை வீரனாகிறான். அங்கே வெள்ளையம்மாள் என்னும் தாதியை விரும்பவே மன்னன் அவனை மாறுகால் மாறுகை வாங்கினான். வீரனோடு மனைவியர் இருவரும் மாண்டனர். வீரன் மீனாட்சியிடம் வரம்பெற்று பூசை பெற்று வருகிறான்.

1.6.14. முத்துமாரியம்மன்

மாரியம்மனை அம்மை நோய் ஏற்படுத்தும் தெய்வமாகமக்கள் கருதுகிறார்கள். ரேணுகாதேவி என்பவள் ரேணுகாவின் மகளாவாள். ரேணுகாதேவி ஜமதக்கினி முனிவரின் மனைவி. குர்த்தவீரியன் மகன்களால் இம்முனிவர் கொல்லப்பட்டார். ரேணுகாதேவியும் முனிவரின் மேல் மூட்டப்பட்ட தீயில் விழுந்து புரளும் சமயத்தில், இந்திரன், வருணத்தேவனின் கருணையால் மழையைப் பொழிவித்தார். அதனால் தீக்காயங்களோடு எழுந்த ரேணுகாதேவியின் உடலில் தீக்கொப்புளங்கள் ஏற்பட்டன. தன்னுடைய உடலை மறைத்துக் கொண்டு ஏழை எளிய, தாழ்த்தப்பட்ட மக்கள் வாழும் பகுதியை அடைந்தாள். தாகத்தாலும், பசியாலும் உந்தப்பட்டு அந்தப் பகுதியில் வாழும் மக்களிடம் உணவு கேட்க, அவர்கள் பயந்து தாங்கள் உண்ணும் உணவைக் கொடுக்காமல் அரிசிமாவு, வெல்லம், தேங்காய், பானகம் முதலியவற்றை அருந்தக் கொடுத்தார்கள். இவற்றால் தன் பசியைத் தீர்த்துக் கொண்டு, ஒரு சலவைத் தொழிலாளியின் வீட்டுக்குச் சென்று சேலையை உடுத்திக் கொண்டு, தன் கணவன் சிதை அருகில் அமர்ந்திருந்தாள்.

அப்போது தேவர்கள் தோன்றி அவளுக்கு உயிர்ப் பிச்சையளித்து வாழ்த்தி மறைந்தனர். அப்பொழுது சிவன் தோன்றி 'நீ பார்வதியின்' ஒரு சக்தியாக இருப்பதால், இந்தக் கிராமத்திலேயே தங்கி மக்களையும், கிராமத்தையும் காப்பாயாக!

உன் உடலில் ஏற்பட்ட தீக்கொப்புளங்கள், மக்கள் உடலில் தோன்றும் அம்மை நோயாகவும் அம்மை நோயினால் ஏற்படும் கொப்புளங்களைக் குறைக்கவும், போக்கவும் உன் உடலில் அணிந்திருக்கும் வேப்பிலையே மருந்தாகவும் அமையும். மேலும், நீ உன்னை நம்பி வரும் மக்களின் துயர் தீர்த்து, உன்னை நம்பாதவர்களுக்கு துன்பத்தைக் கொடுத்து அவர்களையும் உன்னை நம்புமாறு செய்க! என்று கூறி மறைந்தார். தீயிலிருந்து, தீக்கொப்புளங்களோடு தோன்றியதால் இத்தெய்வம் முத்துமாரியம்மன் எனப் பெயரிட்டு வணங்கப்படுகிறது.

1.6.15. காளியம்மன்

துர்வாச முனிவரால் கொடுக்கப்பட்ட சாபத்தால் மதலோலை என்ற பெண்ணுக்கு இரண்டு அசுரக் குழந்தைகள் பிறந்தன. அக்குழந்தைகளை அம்பரன், அம்சன் என்று பெயரிட்டு அழைத்தனர். இவர்கள் 'சுக்கிரலியம்' என்னும் அசர குலகுருவிடம் கல்வி கற்று மிதமிஞ்சிய சக்தியையும், பலத்தையும் பெற்றனர். இந்தச் சக்தியையும் வலிமையையும் வைத்து இவ்வசுர குமாரர்கள் வையகத்தில் வாழும் மக்களுக்குத் துன்பம் விளைவித்தனர். தேவர்களின் மனைவிகளுக்குக் கூடத் தொல்லை கொடுத்தனர். அவர்களுடைய தொல்லைகளுக்கு அளவில்லாமல் போகவே, தேவர்கள் சிவனிடம் முறையிட்டார்கள் சக்திகளிலேயே அதிகபலம் பொருந்திய சக்தியான 'காளி' அவதாரத்தை அன்னை பராசக்தி எடுக்க, அவருக்குத் துணையாகத் திருமாலும் சென்றார்.

திருமால் தன்னை ஒரு வயோதிக பிராமணணாகவும்,'காளி' தன்னை ஒரு அழகிய இளம் பெண்ணாகவும் மாற்றிக் கொண்டு, அசுர சகோதரர்கள் வாழும் இடத்தை அடைந்தனர். அழகிய இளம் பெண்ணைக் கண்ட அசுர சகோதரர்கள் இருவருமே அவளை விரும்பி மணக்க கேட்டு வயோதிக அந்தணரை அணுகினர். அந்தணர் இருவருக்கும் ஒரே பெண்ணை மணம் செய்து கொடுக்கக் கூடாது என்றும், இருவரின் யார் பலசாலியோ அவர்களுக்குத் தன் பெண்ணை மணம் செய்விப்பதாகவும் கூறினார். உடனே இரு அசுரசகோதரர்களும் தங்களுக்குள் சண்டையிட்டு இளைய சகோதரன் அம்பனை, மூத்தவன் கொன்று விட்டான்.

மூத்த சகோதரன் தற்போது அந்தணரை அணுகி தான் வலிமை உடையவன் என்று கூறி பெண்ணை மணம் கேட்க உடனே அழகிய இளம் பெண்ணான காளி, பத்ரகாளி வேடம் கொண்டு அம்பரனோடு மோதினாள். கடும் சண்டையில் அம்பரன் எருமை வேடம் கொண்ட போது அவனது கழுத்தைக் காளிவெட்ட அவன் மீண்டும் மகிஷாசூரன் வேடன் கொண்டான். உடனே காளி தன் சூலாயுதத்தால் அவனை நெஞ்சில் குத்திக் கொன்றான். தேவர்கள் மகிழ அவர்கள் விருப்பப்படி அந்த இடத்திலேயே 'காளி' கோயில் கொண்டாள்.

1.6.16. பச்சையம்மன்

ஒரு சமயம் பார்வதி அம்மையார் சிவனுக்குப் பூசை செய்ய நினைக்கையில் நீர் இல்லாமல் போகவே தனது மகனான விநாயகரையும், முருகனையும் நீர் கொணர ஏற்பாடு செய்தார். அவர்கள் வர சிறிது தாமதமாகவே, தன் கையில் இருக்கும் சிறு தடியால் தரையில் தட்ட நீர் பெருகி, ஒரு ஆறாக ஓடியது. அதே நேரம் விநாயகரும், முருகனும் நீர் கொண்ட வரவே அந்த இரு நீர்களும் இரு ஆறாக மாற, அங்கு முப்பெறும் ஆறுகள் ஓடியது கண்டு மகிழ்ந்து அந்நீரை எடுத்துக் கொண்டு திருவண்ணாமலை சென்று சிவனுக்குப் பூசை செய்து வழிப்பட்டாள். சிவனின் அருளால் முன்பு நீர் பெருகிய இடத்தில், பெலாம்பட்டு என்ற கிராமத்தில் பச்சையம்மனாக அமர்ந்து தன்னை வழிபடும் மக்களுக்கு நல்லாசி புரிந்து வருகிறாள்.

1.6.17. அங்காளபரமேஸ்வரி

சங்ககால முதல் வழிபடப்படும் பெண்தெய்வம். பிற்காலத்தில் பார்வதி இவளது இடத்தைப் பிடித்துக் கொண்டாள். அங்கம்மன், அங்காளபரமேஸ்வரி, அங்காலி என்றும் அழைக்கப்படுகிறாள். நவசக்திகளில் ஒருத்தி என்றும் கருதப்படுகிறாள். தட்சணை அழிக்க கோரவடிவம் கொண்டவள். இவளது கணவன் வீரபத்திரன். அவனுக்கு ஆயிரம் முகங்கள் உள்ளன. காளன் என்ற பெயரும் உண்டு. மாசிமகம் அமாவாசையில் மயான கொள்ளை நடைபெறுகிறது. கோரமான

வடிவம். கபாலமாலை, சடைமுடி, கைகளில் பாம்பு, உடுக்கை, கபாலம், வாள், இருக்கும். காலின் கீழ் ஒரு அரக்கன். வல்லாள கண்டனையும் அவனது குடும்பத்தையும் அழித்தவள். சுடுகாட்டில் உறைபவள். பேய்கள் இவளிடம் வரம் பெறும். கயிலையில் சிவன் 5 தலை வடிவமாக யோகத்தில் இருந்தபோது, பார்வதி அவரை அர்ச்சிக்க மலர்பறிக்க பூவனம் சென்றாள். அங்கே வந்த பிரம்மாவைப் பார்த்து சிவனாக எண்ணிப் பாதம் பணிந்து நிமிர்ந்தபோது அதிர்ந்தாள். சிவனிடம் தன் குழப்பத்தைச் சொல்ல ஐந்து தலை இருந்ததால் அகம்பாவம் கொண்ட பிரம்மனின் ஒரு தலையைச் சிவன் கிள்ளி எறிந்தான். தலை மீண்டும் முளைத்தது. தலையைக் கீழே போடாமல் கையிலேயே வைத்திருக்கச் சொன்னாள் பார்வதி. பிரம்மனின் தலை மீண்டும் முளைக்க வில்லை. ஆனால் அந்தத் தலை கபாலம் கையிலேயே ஒட்டிக் கொண்டது அவனைப் பிரம்மஹத்தி தோஷம் பிடித்துக் கொண்டது. பசிப்பிணி வாட்டியது. சரஸ்வதி கணவனுக்காக பார்வதிக்குச் சாபம் கொடுத்தாள். கொடிய உருவத்தோடு மண்ணுலகில் வலம்வந்து மலையனூரில் வந்ததும் மகிமை பெற்று அங்கேயே கோயிலகொண்டாள்.

பரமன் மலையனூர் வந்தார். மகேஸ்வரி பிச்சையாக இரண்டு கவளத்தைக் கபாலத்தில் இட்டு மூன்றாவது கவளத்தைத் தரையில் போட்டாள். பிரம்ம கபாலம் ருசிதேடி கையை விட்டு கீழே இறங்க,ஈஸ்வரி அதனைக் காலால் அழுத்தி மிதித்தாள். பிரம்ம□த்தி தோஷம் பரமனைவிட்டு அகன்றது. இதனையே மயானக் கொள்ளை என்று கொண்டாடுகிறார்கள். பின் திருவண்ணாமலை பிரம்மதீர்த்தத்தில் நீராடி சாபம் நீங்கப்பட்டாள். அம்பிகை சிவனை வேண்டி அவனில் பாதியானாள். காளன் என்றால் சிவன். அவள் அங்காளன் ஆனாள். சரசுவதியின் சாபத்தால் பயங்கர உருவத்தோடு அவள் திரிந்தபோது பக்தர்கள் வணங்கிய இடங்களில் எல்லாம் அங்காளபரமேஸ்வரியாகக் கோயில் கொண்டாள்.

1.6.18. எல்லம்மன்

காவலாக பல ஊர்களின் எல்லையிலே அமைந்திருக்கும் அம்பிகையின் வடிவம்தான் எல்லையம்மன். பாரதத்தின்

தென்பகுதியில் சித்தர்கள், யோகிகள், தவசிகள் நிறைந்திருந்த காலம், இயற்கை மட்டுமன்றி இப்பூமியில் இருந்தோரின் மனமும் மாசுபடாமல் இருந்த காலம் அது என்பதால், எங்கும் இறைசக்தி நிறைந்திருந்தது. அதனால், நினைத்த இடத்தில், விரும்பிய போதெல்லாம் தியானத்திலும் தவத்திலும் நாட்கணக்கில், மாதக்கணக்கில், வருடக்கணக்கில் ஆழ்ந்தார்கள் சித்தர்களும், தவசிகளும். காலம் மெதுவாக நகர்ந்ததில் எப்படியோ வேகமாகப் பரவியது. தீவினைகளும், சூழ்ச்சிகளும். அதனால், தவமிருக்கத்தக்க இடமின்றித் தவித்தனர். புனிதர்கள் ஒன்று கூடி யோசித்தனர். அவரவர்க்குப் பிடித்த இடத்தைத் தேர்வு செய்தனர். அங்கே காவலாக இருக்கும்படி அம்பிகையை வேண்டினர். மனம் இரங்கினாள் மகேஸ்வரி. தன் அம்சமாக ஓர் அம்பிகையைப் படைத்தாள். "எல்லையைக் காத்திடும் தெய்வமாக 'எல்லையம்மன்' என்ற திருப்பெயரோடு எங்கெங்கும் எழுந்தருள்க!" என்று ஆசியளித்து, அவளைப் பூவுலகுக்கு அனுப்பினாள். எல்லையம்மனின் காவலில் எந்தவித பிரச்னையும் இல்லாமல் தவமும் தியானமும் புரிந்தார்கள் சித்தர்களும், யோகிகளும். காவலாக வந்த எல்லையம்மனுக்குத் தலங்கள் பலவற்றில் கோயில்கள் அமைந்தன. அங்கெல்லாம் சென்று வழிபடும் பக்தர்களின் வாழ்வில் வரும் தடைகளும், சோதனைகளும் விலகின. தீவினைகள் விரட்டப்பட்டு நிம்மதியாய் வாழ்ந்தார்கள். 'எல்' என்றால் தூய தமிழில் இரவும் பகலும் என்று அர்த்தம். பகலிரவு பாராமல் தன் பக்தர்களைக் காப்பதால், எல்லையம்மன் மருவி எல்லம்மன் ஆனாள். இவள் நவசக்திகளில் ஒன்று, காவல் தெய்வமாக கருதப்படுகிறாள்.(குமுதம்பக்தி ஸ்பேஷல் 1.7.2008)

1.6.19. கண்ணகி

கண்ணகியைப் பத்தினி வழிபாடாக மாற்றியவன் சேர செங்குட்டுவன்: விழாவிற்கு வந்த கயவாகு மன்னன் இலங்கைக்குக் கண்ணகி வழிபாட்டைக் கொண்டு சென்றான். இன்று கேரளாவில் பகவதி அம்மன் வழிபாடாகவும் ஈழத்தில் கண்ணகியம்மன் வழிபாடாகவும் நிலைத்துள்ளது. ஆனால் தமிழ்நாட்டில் கண்ணகி வணக்கம் மாரியம்மன் வணக்கமாக மாறிவிட்டது என்பர்.

கண்ணகியை மாரியாக வழிபடுவதுமாக உள்ளது என்பாரும் உள். சிலப்பதிகாரக் காலத்தில் கோவில்கள் உருவாகின. ஆனால் அது பரவவில்லை. காளி, துர்க்கை வழிபாட்டுடன் கலந்து விட்டிருக்கலாம் என்று கருத இடமுண்டு. சமண சமயத்தவன் என்பதால் மறைக்கப்பட்டிருக்கலாம். கேரளத்து உறவால இலங்கை மட்டக் களப்பில் கட்டாமிமார், அம்புகனார் ஆகியோர் கண்ணகியை வழிபடுகின்றனர். இலங்கை சைவர்கள் கண்ணகியை நாட்டார் மரபில் இருந்து பெருநெறிமரபில் இணைக்க தடையாய் இருந்தனர். அங்கு 50-க்கும் மேற்பட்ட கோவில்கள் உண்டு. வைகாசி பௌர்ணமியில் விழா உண்டு. கண்ணகி வழக்குரைப்பாட்டும், காவியம், அகவல், தாலாட்டு, குளிர்த்தி எனும் பாடல்களும் வழக்கில் உள்ளன.

1.6.20. காட்டேரி

முனீஸ்வரனின் மனைவி. தலைவிரி கோலத்தோடு கருப்பு வண்ணத்தில் இருக்கும் அம்மன். கொல்லைப்புறத்தில், கிழக்கு நோக்கிய வாசலுடன் கட்டி சாணிப் பிள்ளையாருடன் வைப்பர். குங்குமம், வாழைப்பழம், வெற்றிலைப்பாக்கு, தேங்காய், எலுமிச்சை, காதோலை, கருமணி, கதம்பப்பொடி, சோறு, கருவாட்டுக் குழம்பு, புண்ணாக்குக் கீரை, புடிக் கொழுக்கட்டை, கருப்புக்கோழி, கருப்புப் புடவை தட்சணை ஆகியவற்றை படைப்பர்.

சாணப்பிள்ளையாருக்குக் குங்குமப் பொட்டு வைத்து அம்மனுக்குப் பூசை வைப்பர். படையலை வீட்டாரே உண்பர், புடவையையும் அவர்களே அணிவர். பூசை முடிந்ததும் கலைத்து விடுவர், இல்லா விட்டால் அம்மன் நிரந்தரமாகத் தங்கிவிடும். கருவுற்றப் பெண்கள் வீட்டில் இருந்தால் பூசை வைக்கக்கூடாது. இரிசிகாட்டேரிக்குப் பெண்களே பூசை செய்வர். இவற்றை ஆண்கள் பார்க்கவே கூடாது. ஆடோ கோழியோ பலியிடுவர். முனீஸ்வரனை வழிபடும் அதே நாள் இரவு அம்மனையும் வழிபடுவர்.

1.6.21. காளி

தென்பகுதியில் சிறுபீடம் அமைத்து அதில் மஞ்சள் குங்குமம் பூசுவர். ஒரு பிரம்பைப் பீடத்தில் வைத்து காளியாக

வணங்குவர். இங்கு கற்சிலை அமைக்கும்போது நான்கு கைகளில் சூலம், கத்தி, கேடயம், கபாலம் ஆகியவற்றை வைத்திருப்பாள். திருவடியில் அசுரனைக் கிடத்திச் சூலத்தை அவன் மார்பில் அழுத்துவாள். ஏழு கடலுக்கு அப்பால் மணிநாகப் புற்றில் நாகராஜனும் நாகராணியும் வசித்தனர். தவத்தின் பயனால் நாகக்கன்னி எட்டு முட்டைகள் இட்டாள். அதிலிருந்து ஈஸ்வரி, பேச்சி, முப்புடாதி, உச்சினிமாகாளி, அங்காளம்மை, அழகம்மை, பத்திரகாளி, மாரியும் தோன்றினர். இவர்களை அட்டகாளி என்றும் கூறுவர். நோய் நொடிகளிலிருந்து காப்பற்றுவதாக நம்புகின்றனர். பிள்ளைவரம் தரும் தெய்வமாகவும் பாவிக்கின்றனர். "திருநீறு தந்தா சிந்திப் போகும் என்று சொல்லி, நேசமாக பிள்ளைவரம் தந்தாளே" என்று பாடுவர். (டாக்டர்.ச.கணபதிராமன்)

பாலை நிலத்தில் கொற்றவையை வழிபட்டதாக சங்க இலக்கியங்கள் கூறும். கொற்றவையே காளி என்பாரும் உளர். காளியம்மனுக்கு இரத்தபலி தருவர். பழந்தமிழர் காளியை, கொற்றவை என்ற பேரில் வழிபட்டு வந்திருக்கிறார்கள். சங்க இலக்கியங்கள் காளியை, பாலை நிலத்தின் தெய்வமாகப் பேசுகின்றன. அரசுர்களுக்கிடையே அடிக்கடி நிகழ்ந்த போர்களின் காரணமாக, போர்க்குணம் நிரம்பிய வீரர்களின் தெய்வமாகவும் விளங்கியவள் காளி. காளி என்னும் சொல் 'காலி' என்ற வடசொல்லின் திரிபு. கரிய நிறம் கொண்டவள் என்று இதற்குப் பொருள். காலங்களின் அதி தேவதையாக விளங்குவதாலும் இவள் 'காலி' என்று பெயர் பெற்றாள். வடநாட்டில், குறிப்பாக வங்கதேசத்தில் பெரிதும் வழிபாடப் பெறும் இவள், அங்குள்ள காளி கோயில்களில் மிகப் பயங்கரமான தோற்றத்துடன் எழுந்தருளியிருக்கிறாள். தென்னாட்டுக் காளியின் வடிவம் சாந்தவடிவம் என்றே சொல்லலாம். சோழர் கால செப்புப் படிமங்களில் காளி பல்வேறு கோலங்களில் காட்சி தருகிறாள். நின்றகோலத்திலும், அமர்ந்த கோலத்திலும், அசுரனை வதம் செய்யும் கோலத்திலும், நடனமாடும் கோலத்திலும் காளியின் விக்ரகங்கள் இன்று காணக்கிடைக்கின்றன.

1.6.22. குந்தியம்மன்

கிருஷ்ணகிரி வட்டார களிமங்கலம் பகுதியில் கோவில் கூம்பு வடிவில் கலசத்துடன் உள்ளது. குடியானவர் இனத்தினர் வழிபடுகின்றனர். பாண்டவர் சிலைகளும் உள்ளன. ஆடு வெட்டி சமைத்து ஏழை எளியவர்க்கு அன்னதானம் செய்வர். குழந்தைகளுக்கு மொட்டை அடித்து காது குத்துவர். அம்மனுக்கு அணிவித்த மாலையை வீட்டில் தொங்கவிட்டால் வளம்பெருகும். தை மாதம் கரிநாளில் விழா நடக்கும். பண்டாரமே பூசாரி. குங்குமம் திருநீறு, மஞ்சள்தூளைப் பிரசாதமாக வழங்குபவர். பஞ்ச பாண்டவர்கள் தங்கியதாகக் கருதுவர். குந்திதேவி மோர் கடைந்து மக்களுக்குக் கொடுத்ததாக கதை உண்டு. தகடூர்ப் பகுதியில் கோவிலூரில் குந்தியம்மாவுக்குக் கோவில் கட்டினர். இது ஒரு குன்றின்மேல் உள்ளது.

1.6.23. முத்தாலம்மன்

இவள் கம்பளத்து நாயக்கர் வீட்டுப்பெண். தன் தாய்மாமனுக்கு வாழ்கைப்பட்டாள். அவள் வயலுக்குப் போயிருந்தபோது அவனுக்கு அவள் உணவைத் தாமதமாக எடுத்துச் சென்றாள். அவன் அவளை அடிக்க வர அவள் ஓடிச் சென்று செட்டியா வீட்டில் ஒளிந்தாள். பின்னர் அங்கு அவளைப் பானைக்குள் மூடி வைத்தபோது அதில் இறந்து தெய்வமானாள். இப்போது அவள் ஊர்த்தெய்வம். நாயக்கரும் செட்டியாரும் வழிபடுகின்றனர். ஊர்க்குளத்தில் பிடிமண் எடுத்து வந்து அம்மனுக்கு மண் சிலை செய்வர். அம்மண் சிலைக்கு சின்னாஞ்செட்டிப் பட்டியில் வர்ணம் பூசி ஒரு கண்ணைத் திறப்பர். கங்கை நாயக்கன்பட்டியில் மற்றொரு கண்ணைத் திறந்து கோவிலில் வைப்பர். அப்போது ஒரு கிடாவை விரட்டி அடித்துக் கொல்வர். இதற்கு 'ஒருகிடா காவுகுடுத்தல்' என்பர். இறுதியில் அம்மன் சிலையை உருவில்லாமல் உடைப்பர்.

1.6.24. அங்காளம்மன்

சங்க கால முதல் வழிபடப்படும் பெண் தெய்வம். பிற்காலத்தில் பார்வதி இவளது இடத்தைப் பிடித்துக் கொண்டாள்.

அங்கம்மன், அங்காளபரமேஸ்வரி, அங்காலி என்றும் அழைக்கப்படுகிறாள். நவசக்திகளில் ஒருத்தி என்றும் கருதப்படுகிறாள். தட்சணை அழிக்க கோர வடிவம் கொண்டவள். இவளது கணவன் வீரபத்திரன். அவனுக்கு ஆயிரம் முகங்கள் உள்ளன. காளன் என்ற பெயரும் உண்டு. மாசிமகம் அமாவாசையில் மயானகொள்ளை நடைபெறுகிறது. கோரமானவடிவம். கபாலமாலை, சடைமுடி. கைகளில் பாம்பு, உடுக்கு, கபாலம், வாள், இருக்கும். காலின் கீழ் ஒரு அரக்கன். வல்லாள் கண்டனையும் அவனது குடும்பத்தையும் அழித்தவள். சுடுகாட்டில் உறைபவள். பேய்கள் இவளிடம் வரம் பெறும்.

1.6.25. இசக்கியம்மன்

இசக்கியை 'இயக்கி' என்பர். யட்சி என்ற வடசொல்லின் திரிபு. சாத்தனாரின் இரண்டு பணியாளர்களின் ஒருவர் என்றும் கூறுவர். வையாபுரிப்பிள்ளையின் அகராதியில் இசக்கி என்றால் துர்க்கா, யட்சப்பெண், தர்மதேவதை என்றும் பொருள் தருகிறது. சிலப்பதிகாரம் 'பூங்கண் இயக்கி' என அழைக்கும். இயக்கர் இனம் பதினெட்டுக் கணங்களுள் ஒன்று. சமணப்பெண் தேவதை என்றாலும் இன்று அனைவராலும் வணங்கப்படுகிறாள். கொலையுண்ட அல்லது தற்கொலை புரிந்து கொண்ட பெண்கள் இசக்கி ஆகின்றனர். நீலியின் கதையும் இதற்குத் துணைபுரியும்.

1.6.26. உச்சினிமாகாளி

மகிடன் என்னும் அரக்கனை அழிக்க, சிவனின் அனல் பறக்கும் கண்களிலிருந்து தோன்றியவள் இந்த காளி. குப்பதர்களின் தலைநகரம் உஜ்ஜையினி. குப்தர்கள் சக்தி வழிபாட்டினர். இரண்டாம் விக்கிரமாதித்தன் காளிபக்தன். குப்தர்களுக்கும் தமிழர்களுக்கும் தொடர்பு ஏற்பட்டபோது காளி அங்கிருந்து வந்திருக்கலாம். உஜ்ஜையினி மாகாளியே உச்சினிமாகாளி ஆனாள். மந்தரமலையை மத்தாக்கி வாசுகிப் பாம்பை நாணாக்கி பாற்கடலை கடையவும் ஆரம்பித்தார்கள். அப்போது கடலிலிருந்து காமதேனு, வச்சிராயுதம், கற்பக விருட்சம் என்று பல தூய பொருட்களும் கடைசியில் ஆலகால விஷம்

வந்தது. விஷத்தைப் பார்த்து எல்லோரும் பயந்தார்கள். அது நிலத்தில் விழக்கூடாது என்று சிவன் உலக நன்மைக்காக விழுங்கிவிட்டார். பார்வதி சிவனைத் தடுத்தாள். சிவன் பார்வதியின் செய்கையை பொருட்படுத்தவில்லை. பார்வதியோ சிவனின் உச்சியில் அடித்தாள். சிவன் தலையிலிருந்து உச்சினிமாகாளி பிறந்தாள். பார்வதி அவளைத் தன் மகளாகப் பாவித்தாள். அவளுக்கு வாந்திபேதி, பெரியம்மை, சின்னம்மை, வலிப்பு ஆகிய வியாதிகளை உண்டாக்கும் சக்தியைக் கொடுத்தாள். உச்சினிக்குத் துணையாக பச்சைவேதாளம், கருப்பன், மோகினி ஆகிய பிசாசுக் கூட்டங்களையும் படைத்தாள்.

1.6.27. பாப்பாத்தியம்மன்

ஒரு பிராமணர் வீட்டின் பறையர் ஒருவர் கணக்கு வேலை பார்த்து வந்தார். அந்த வீட்டுப் பெண்ணுடன் அவருக்குத் தொடர்பு ஏற்பட்டது. பிராமணர்கள் அவரைக் கொல்லத் திட்டமிட இருவரும் வீட்டைவிட்டு ஓடினர். வழியில் அவள் அவர்களால் கொல்லப்பட அவள் சாகுமுன் அவனைக் காப்பதாகச் சொன்னாள். அவன் அவளை அடக்கம் செய்துவிட்டு பிடி மண்ணுடன் வந்து நடந்ததை கூறிவிட்டு இறந்தான். அதிலிருந்து பாப்பாத்தியைக் குலதெய்வமாக வணங்கி வருகின்றனர்.

இதன் பூர்வீகம் திருமயம். சிறு மாடமே கோயில். சிலை எதுவுமில்லை. மாசிமாதம் மகாசிவராத்திரி அன்று திருவிழா நடத்துவர். திருவிழா தொடங்குமுன் 15 நாட்கள் ஒருவேளை சைவ உணவுடன் விரதம் இருப்பர். விழாவிற்கு நாள் சாட்டியது முதல் பூசாரியும் சாமியாடியும் கோயில் பொட்டலில் படுப்பர். விழா நாளன்று பீடத்தை அலங்காரம் செய்வர். தெப்பக் குளத்திலிருந்து கரகம் எடுத்துவருவர். பூசாரி வாய்கட்டி பால் பொங்கல் வைத்து அலங்கார மேடையில் ஆராதனை செய்வர். சாமியாடிகள் நல்லது கெட்டது சொல்வர். பாவாடை, காதோலை, கருகமணி, எலுமிச்சம்பழம், நகைகள், அரிவாள், கைத்தடி முதலானவற்றை தனித்தனிப் பூசைப் பெட்டிகளில் பூசாரிவீட்டில் வைப்பர்.

1.6.28. பிடாரியம்மன்

வடஆற்காடு மாவட்டத்து வேலூர் பகுதியிலும் பிடாரி அம்மனை வழிபடுகின்றனர். பூசாரியும் உறவினரும் சேர்ந்து அம்மனை அழைத்துப்பாடுவர். அபிஷேகம் முடிந்ததும் ஒருவருக்கு அருள்வரும். பிறகு சரிந்து அருகில் உள்ளவர்களின் கைகளில் அயர்ந்து கிடப்பார். அவர் முன்னால் சூடம் கொளுத்தப்படும். திருவிழா நடந்த அனுமதி கேட்பர். திருவிழாவின் இரண்டாம்நாள் அம்மனின் ஐம்பொன்விளக்கை அபிஷேகம் செய்து தேரில்வைத்து இழுத்துச்செல்வர். ஒருவர் கரகத்துடன் ஆடிக்கொண்டே வருவார். இந்த ஆட்டம் ரசித்து பார்ப்பது போல் இருக்கும். தெருச் சந்திகளில் கோழி, ஆடுகளைப் பலிதருவர். வீடுதொறும் தேங்காய் உடைத்து சாம்பிராணி சூடம்காட்டுவர். இறுதியில் தேர் கோவிலுக்கு வந்து நிலையில் நிற்கும். அன்று இரவில் நாடகமும் கூத்து நடைபெறும்.

1.6.29. துர்க்கை

அமரி, குமரி, கவுரி, சமரி, சூலி, நீலி, மாலவற் கிளங்கிளை, ஐயை, செய்யவள், வெய்யவள், தடக்கைப் பாய்கலைப்பாவைஈ பைந்தொடிப் பாவை, ஆய்கலைப் பாவை, அருங்கலப் பாவை என்று (சிலம்பு 12: 67-71) பல பெயர்கள் கொண்டவள் துர்க்கை. இதனால் துர்கையின் தோற்றப் பொலிவு, ஆயுதங்கள், வாகனங்கள் போன்றவற்றை அறியலாம். பெயர்களில் தமிழ், வடமொழி கலந்துள்ளது. பல மகிமைகள் கொண்டு மந்திரத் தொடர்களைப் போலவே பேராற்றல்கள் நிறைந்தவை. அவளது பெயர்களைப் பாராயணம் செய்வது மிக எளிய வழிபாட்டு முறையாகும்.

சக்தியின் பல வடிவங்களில் ஒன்று துர்க்கை. தெய்வசக்திகளில் மேலான சக்தி இவளே. இவளது தோற்றத்தில் முகப்பொலிவில் சினம், அருள், பெருமிதம், ஆற்றல் முதலிய உணர்வுகள் கலந்திருக்கின்றன. இவளது முக்கண்ணும், பிறைநிலவும், சூலமும் சிவனின் அம்சங்களாம். இவள் ஏந்திய சங்கு, சக்கரம், வில், அம்பு, கதை முதலியன திருமாலுக்குரியன. அதனால் நாராயணி என்றும் ஒரு பெயருண்டு. புலித்தோல் ஆடை,

ஆனைத்தோல் போர்வை, சிங்கத்தோல் மேகலை, சிவப்புப்பட்டு ஆகியவற்றை உடுத்துகிறாள். சிங்கம், எருமை இவளது வாகனமாகக் கொண்டவள்.

நீலகண்டி, ஹேமங்கரி, அரசித்தி, உருத்திரசூசதுர்க்கை, வனதுர்க்கை, அக்கினி துர்க்கை, ஜெயதுர்க்கை, வித்தியாவாசதுர்க்கை, திரிபுமாரிதுர்க்கை என வனதுர்க்கைகளைக் குறிப்பிடுவர். தீச்சட்டிஏந்துதல், தீமிதித்தல், வேப்பஞ்சேலை அணிதல், இருமுடிதரித்தல், தேர்ப்பவனி, கரகாட்டம், திருவிளக்குப் பூசை, சுமங்கலிபூசை ஆகியவற்றைச் செய்வர். செவ்வாய், வெள்ளி, ஞாயிறு ஆகியவை துர்க்கை வழிபாட்டிற்கு உகந்தவை. செவ்வாய் இராகு காலத்தில் செய்யப் படும் வழிபாட்டால் இராகு காலத் தீமைகள் அகலும், செவ்வாய் தோஷம் நீங்கும், திருமணத் தடைகள் விலகும், பீடைகள் ஒழியும், பகைகள் ஒடுங்கும். மகப்பேறு கிட்டும், காரியங்கள் சித்தியாகும்.

1.6.30சப்த மாதாக்கள்

இம்மாதாக்கள்: - 1. பிரம்மி 2. மகேஸ்வரி 3. நாராயணி (எ) வைஷ்ணவி 4. சாமுண்டி (எ) காளி 5. வரா□ 6. இந்திராணி 7. கௌமணி இச்சப்த மாதாக்கள் நமது வேலூர் மாவட்டத்தில் தெரிந்தவரையில் கோயில்கள் இல்லை, இருப்பது கொடையாஞ்சி கிராமத்தில் மட்டுமே. இதன்படி அரிய அபூர்வ அளவிடற்கரிய அற்புத சக்தி கொண்ட சப்தமாதாக்கள் கோயில் கொண்டிருப்பது கொடையஞ்சி கிராமம் செய்த பாக்கியமே இந்நாள் வரை இதை புற்றி அறிந்து கொள்ளாது. ஏதோ பூஜை பெயரில் வழிபடுவது அறியாமையே, இனி இம்மாதாக்களை பற்றி அறிந்து கொள்வோம்.

1. பிரம்மி

இவன் பிரம்மதேவனின் அம்சம், இம்மாதாவின் மகிமை அனைத்து கலைகளிலும் தேர்ச்சி அடையச்செய்தல், மாணவ மாணவியருக்கு கல்வி, அறிவு, விருத்தி, வளர் பிறை தினங்களில் (அ) அமாவாசை அன்றோ, லலிதா சஹஸ்ர நாமம் பாராயணம் செய்து வழிபட்டால் மிக்க நன்மை பயக்கும்.

2. மகேஸ்வரி

இவள் சிவனின் அம்சம்,திருமணத் தடையுள்ள பெண்களும், திருமணம் ஆன பெண்களும், வழிபட்டு வந்தால் திருமணம் கைகூடும், மாங்கல்ய பலம் பெருகும்.

3. நாராயணி (எ) வைஷ்ணவி

இவன் விஷ்ணுவின் அம்சம், திருவோணம் நட்சத்திரம் தினத்தன்று நெய்விளக்கேற்றி, துளசி மாலை சாற்றி தொழுதால் சகல தோஷங்களும் நீங்கி சௌபாக்கியம் கிட்டும்.

4. சாமூண்டி (எ) காளி

இவன் சண்டன் - முண்டன் என்கிற அரகர்களை அழித்தவள், வாழைநார் திரியில் விளக்கேற்றி துர்க்கை கலசம் பாராயணம் செய்திட துன்பங்கள் விலகுவதுடன் வாழ்க்கை குறித்த பயமும் நீங்கும்.

5. வராஹி

இவள் ஸ்ரீ விஷ்ணுவின் வராஹ அவதாரத்தின் வடிவாக தோன்றியவள், குடும்ப சிக்கல்கள் நீங்கிட அஷ்டமி தினத்தன்று வழிபாடு செய்து எலுமிச்சை, பழத்தின் மூடியில் விளக்கேற்றினால் அனைத்து தடைகள் நீங்குவதுடன் இன்னல்கள் மறையும்.

6. இந்திராணி

இவன் இந்திரனின் அம்சம், இவளது மகிமை வெள்ளை மாலை அணிந்து நெய்தீபம் ஏற்றி வழிபட்டு வந்தால் எதிரிகள் தொல்லை, வறுமை நீங்கும்.

7. கௌமணி

இவள் ஸ்ரீ முருகனின் அம்சம், இவளது மகிமை சஷ்டி (அ) கார்த்திகை (அ) செவ்வாய்கிழமைகளில் இவளை வழிபட்டு துவரை நிவேதனம் செய்து வழிபட்டால் நல்ல அறிவும் தெளிந்த சிந்தனையும் ஏற்படும்.

1.7 சிறுதெய்வங்கள், பெருந்தெய்வங்கள் வேறுபாடுகள்

நாட்டுப்புறதெய்வங்கள் பல்வேறு வகைகள் உண்டு. இந்த தெய்வங்களை சிறுதெய்வங்கள், பெருந்தெய்வங்கள் என இரண்டு வகைகளாக பிரிப்பர். இவ்விரு தெய்வங்களுக்கும் பல்வேறு வேறுபாடுகள் உண்டு. இயற்கை வழிபாடே வளர்ச்சி அடைந்து பின்பு பெருந்தெய்வவழிபாடு, சிறுதெய்வவழிப்பாடு என இருவகையாள வழிபாடுகள் தோன்றக் காரணமாயிற்று.

வ.எ	சிறுதெய்வங்கள்	பெருந்தெய்வங்கள்
1	குறிப்பிட்ட ஆற்றலுடையவை	அளவற்ற ஆற்றலுடையவை
2	முன்னோர் வழிபாடு என்றும் பிறப்பும் இறப்பும் உள்ளவை	சமயங்களின் அடிப்படையில் தோன்றியவை
3	சில குறிப்பிட்ட சக்திகளைக் கொண்டு விளங்குபவை	எல்லாச் சக்திகளையும் கொண்டவை
4	சமய வேறுபாடுகள் இல்லை	சமய வேறுபாடு உண்டு
5	மக்களின் உணர்வில்தோன்றியவை	பண்பாட்டுக் கூறுகளின் அடிப்படையில் தோன்றியவை.
6	உயிர்பலி உண்டு	உயிர்பலி இல்லை
7	நாட்டுப்புறத் தெய்வங்களில் பெருபான்மையானவை பெண் தெய்வங்கள்	பெரும்பான்மையானவை ஆண்தெய்வங்கள்
8	பூசை, திருவிழா முதலியவற்றில் எந்தவிதமான வரன்முறை இல்லை	பூசை, திருவிழா முதலியவற்றில் திட்டவட்டமான வரன்முறை உண்டு
9	நாட்டுப்புறத் தெய்வங்களை வீட்டுத்தெய்வம், குலதெய்வம், சாதித்தெய்வம், ஊர்த்தெய்வம் எனப் பிரிப்பர்.	பொதுவான தெய்வங்களாகக் கருதப்படுகின்றன.
10	தங்களுக்குள்ளே பகைமைகளை வளர்க்கும்.	பொது உணர்வை வளர்க்கும்.
11	பெரும்பாலும் ஆகம விதிப்படி கோயில் அமைப்பு இல்லை.	ஆகம விதிப்படி கோயில் அமைப்பு இருக்கும்.

12	அசைவப் பொருட்களைப் படைத்து வழிபடுகின்றனர்.	சைவப் பொருட்களைப் படைத்துவழிபடுகின்றனர்.
13	நாட்டுப்புறத் தெய்வங்களுக்குச் செவிவழிச் செய்திகள், கதைகள் உள்ளன.	புராணங்கள், புராணக் கதைகள் அதிகமாக உள்ளன.
14	பெரும்பாலும் கொடூர உருவம் உடையவை.	சாந்த உருவமுடையவை.
15	வழிபாட்டு முறையில் காலமுறை	வழிபாட்டு முறைகள் இல்லை. முறைப்படுத்தப்பட்டு உள்ளன.
16	சிறு பாரம்பரிய மரபைச் சார்ந்தவை.	முழுவதும் பெரும்பாரம்பரிய மரபைச் சார்ந்தவை.
17	நாட்டுப்புற மக்களால் வழிபடக் கூடியது	அனைவராலும் வழிபடக் கூடியது
18	அழிக்கும் தன்மை கொண்டது	அருட்தன்மை கொண்டது
19	பிராமணர் அல்லாதோர் பூசாரியாக இருப்பர்	பெரும்பாலும் பிராமணர்களே பூசாரிகளாக இருப்பர்
20	நாட்டுப்புறத் தெய்வங்கள் எண்ணிலடங்காதவை அடக்கிக் காணலாம்	சைவம், வைணவம் என்ற பாகுபாட்டிற்குள் எண்ணிக்கையில்
21	தினசரி பூசைகள் இல்லை	தினசரி பூசைகள் உண்டு
22	மணமாகாத தெய்வங்களாகப் பெண்தெய்வங்கள் காணப்படுகின்றன	மணமான பெண்தெய்வங்களே உள்ளன
23	பூமியில் வாழ்வனவாகக் கருதப்படுகின்றன	சொர்க்கத்தில் வாழ்வனவாகக கருதப்படுகிறது

1.8 முடிவுரை

ஆதிமனிதனின் இயற்கை வழிபாடே தெய்வ வழிபாட்டின் தொடக்கமாக அமைகின்றது. இயற்கையை வழிபட்ட காலத்திலிருந்தே நாட்டுப்புறச் சமயம் தோற்றம் பெற்றுவிட்டது என்று கூறலாம். நாட்டுப்புறச்சமயம் பண்பாட்டின் நாற்றாங்காலாகவும், தமிழர்களின் வீரஞ்செறிந்த கலை வாழ்வினைக் காட்டும் தூண்களாகவும் விளங்குகின்றன.

தமிழ் இலக்கியங்களில் நாட்டுப்புறத் தெய்வங்கள் பெரும் இடத்தை அறியமுடிகிறது. நாட்டுப்புறத் தெய்வங்களை ஆண்தெய்வங்கள் என்றும் பெண்தெய்வங்கள் என்றும், சிறுதெய்வங்கள் என்றும், பெருந்தெய்வங்கள் என்றும் பிரித்துக் காண்கிறோம். ஆரியர் வருகைக்கு முன்பே இருந்த நாட்டுப்புறத் தெய்வங்களைச் சிறுதெய்வங்கள் என்று கூறுவது பொருந்தாது. பழந்தெய்வங்கள் என்று கூறுவதுதான் பொருந்தும்.

இயற்கை, முன்னோர், தலைவர், வீரர் என நாட்டுப்புறத் தெய்வங்களாக உள்ளமையை அறியலாம். ஊர்த்தெய்வம், காவல்தெய்வம், சாதிதெய்வம், குலத்தெய்வம், பொதுத்தெய்வம் என்ற பாகுபாட்டில் நாட்டுப்புறத் தெய்வங்களை அடக்கிக் காண்கிறோம். வடிவமற்ற நிலையிலிருந்து வடிவம் பெற்ற நிலையினை நாட்டுப்புறத் தெய்வங்களில் காணமுடிகின்றது.

கூத்தாண்டவர், சுடலைமாடன், முனீஸ்வரன், அய்யனர், கருப்புசாமி, பெரியாண்டவர், மதரைவீரன், முத்துமாரியம்மன், காளியம்மன், பச்சையம்மன், அங்காளபரமேஸ்வரி, எல்லம்மன், கண்ணகி, காட்டேரி, காளி, குந்தியம்மன், முத்தாலம்மன், அங்காளம்மன், இசக்கியம்மன். ஊச்சனிமாகாளி. பாப்பாத்தியம்மன், பிடாரியம்மன் துர்கை போன்ற தெய்வங்களின் தோற்றத்திற்கான கதைகள் நாட்டுப்புற மக்களிடையே நிலவிவருவதை அறிய முடிகிறது.

உணர்வின் அடிப்படையாகச் சிறுதெய்வவழிபாடுகளும், பண்பாட்டின் அடிப்படையில் பெருந்தெய்வவழிபாடுகளும் அமைந்திருக்கின்றன. வாணியம்பாடி வட்டார மக்கள் வணங்கும் தெய்வங்களை ஊர்த்தெய்வம், காவல்தெய்வம், சாதிதெய்வம், குலத்தெய்வம், பொதுதெய்வம் எனப் பிரித்து அறிய முடிகிறது.

அடிக்குறிப்புகள்

1.தொல்.பொருள் நூ.எ966

2. மேலது நூ.எ 951

3. டாக்டர்.சு.சக்திவேல், நாட்டுப்புறஇயல்ஆய்வு ப.எ.225

4. தொல்.பொருள் நூ.எ 85
5. நற்றிணை ப.எ.319
6. பதிற்று 13:21,22
7. அறவாணன்.க.ப. தேடல்-4.ப.எ 11
8. அகம் 248: 6-7
9. நற்றிணை 283:6-7
10. சிலம்பு 9-3
11. மேலது 9-59
12. மேலது 27:135-137
13. புறம் பா.எ.34-42
14. சீனிவாசன்.இரா. சக்திவழிபாடு ப.9
15. சத்யமூர்த்தி. இரா. சிவலிங்கவழிபாடு ப.9
16. புறம்.பா.எ. 34-42
17. கிருட்டிணமூர்த்தி.கோ. காளிவழிபாடு ப.34
18. வானமாமலை.நா. கலைகளின்தோற்றம்,ஆராச்சி ப.239
19. திருநாவுக்கரசு.க.த.சிந்துவெளிதரும் ஒளி. ப.84
20. பக்தவச்சலபாரதி.சீ. பண்பாட்டு மானிடவியல். ப.519
21. ஞானசேகரன்தே. நாட்டார் சமய தோற்றமும் வளர்ச்சியும், ப.29
22. பாலசுப்ரமணியன். இரா. நாட்டுப்புற வாழ்வியல்
23. பக்தவச்சலபாரதி.சீ. பண்பாட்டு மானிடவியல். ப.523
24. புறம் 99:7-8
25. புறம் 39:14-16
26. புறம் 281:9,3 41,3
27. புறம் 56:4-6

28. பாலசுப்ரமணியன்.இரா. மேலது ப.18
29. அறவாணன். கா.ப. மரவழிபாடு திராவிட ஆப்பிரிக்க ஒப்பிடு.பா.98
30. பெருமாள்.அ.ந. நாட்டுப்புறவியல் சிந்தனைகள். ப.47
31. தொல்.பொருள்.நூ.எ.63
32. மலை.பா.வ.395-396
33. கைலாசபதி.க. மேலது.ப.49

இயல் - இரண்டு

களமும் மக்களும்

2.0 முன்னுரை

சோழநாடு சோறுடைத்து: பாண்டிய நாடு முத்துடைத்து: சேரநாடு வேழமுடைத்து : தொண்டை நாடு சான்றோர் உடைத்து என்று முன்னோர்களால் சொல்லப்பட்டு வந்தது. தொண்டை நாடான வடாற்காடு மாவட்டம் என்பது தற்போது வேலூர் மாவட்டமாக மலர்ந்துள்ளது. இந்த மாவட்டத்தில் மொழிபற்றும், தேசப்பற்றும், தெய்வபக்தியும் நிறைந்த ஒரு நகரம் வாணியம்பாடி. வாணியம்பாடி வட்டாரத்தில் வாழும் மக்கள் பழங்கால வழிபாட்டு முறைகளை இன்றளவும் பின்பற்றி வருகின்றனார். எனவே, இவ்வியல் வேலூர்மாவட்டம்,வாணியம்பாடி வரலாறு, வாணியம்பாடி பெயர்க்காரணம், வாணியம்பாடி வட்டம், வாணியம்பாடியின் சிறப்பு, வாணியம்பாடி வட்டாரத் தொழில்கள், வாணியம்பாடி மக்களின் கல்விமுறை, வாணியம்பாடி வட்டாரத் தெய்வங்கள், வாணியம்பாடி மக்களின் தெய்வபக்தி, வாணியம்பாடி மக்களின் தேசபக்தி, வாணியம்பாடி மக்களின் மொழிபற்று ஆகிய தலைப்புகளில் வாணியம்பாடி வட்டார மக்களைப் பற்றி விரிவாக ஆராய்கிறது.

2.1 வேலூர்மாவட்டம்

இந்திய மாநிலமான தமிழ்நாட்டின் 33 மாவட்டங்களில் ஒன்று வேலூர் மாவட்டம். தமிழ்நாட்டில் முதன்மை மாவட்டங்களில் ஒன்றாக வேலூர் மாவட்டம் உள்ளது. இது தமிழகத்தின் தலைநகரான சென்னைக்கு மேற்கே சுமார் 145 கிலோமீட்டர் தொலைவிலும், திருவண்ணமலைக்கு வடக்கில் 82 கிலோமீட்டர் தொலைவிலும் அமைந்து, தனக்கென தனி வரலாற்று சுவட்டை பெற்று சிறந்து விளங்குகிறது. தமிழில் வேலூரை வேல் + ஊர் என பிரித்தால் வேல் என்ற சொல் இந்து மதக்கடவுள் முருகனின் ஆயுதமான ஈட்டி எனவும், ஊர் என்பது முருகக் கடவுள்

ஆயுதத்தைப் பயன்படுத்திய இடத்தைக் குறிப்பதாகவும் நம்பப்படுகிறது. இந்து மதப் புராணத்தின்படி, தீயசக்திகளை அழிப்பதற்காக தாமரைக்குளத்தில் வேலுடன் தோன்றிய பழங்குடி வேட்டைக்காரனாக முருகக் கடவுள் கருதப்படுகின்றார், எனவே வேலூர் என்றால் முருகன் தோன்றிய ஊர் எனப் பொருள் கொள்ளப்படுகிறது. மேலும் வேலமரங்காளால் சூழப்பட்ட நிலம் என்பதால் இவ்வூர் வேலூர் என்று அழைக்கப்பட்டது.

வரலாற்றுச் சிறப்புமிக்க இம்மண்ணில்தான் முதல் சுதந்தரப் பொறியான வேலூர் சிப்பாய்க் கலகம் -1806 இல் சுடர்விட்டு எரிந்தது என்றால் மிகையன்று. தேசியக் கொடியை வடிவமைத்து பட்டொளி வீசிப் பறக்கச் செய்தது குடியேற்றம் மண்தான். முதலில் தேசப்பிதாவுக்குச் சிலை வைத்துப் பாராட்டப்பட்டது இராணிப்பேட்டை மண்ணில் தான். தென்னிந்தியாவின் முதல் தொடர்வண்டி 1856-இல் இராயபுத்திலிருந்து வாலாஜா வரை தொடங்கியதும் இம்மாவட்டத்திலே தான். நூற்றாண்டு விழா கண்ட தமிழ்க் காதலன் முனைவர்மு.வ. பிறந்த மண் திருப்பத்தூர் என்பதை மறந்த விடக்கூடாது. மற்றும் தமிழர்களின் பண்பாட்டை விளக்கும் சங்கத்தொகை நூலான குறுந்தொகைக்கு 1915-இல் முதற்பதிப்பும் முதல் உரையும் கண்டமண் வாணியம்பாடி ஆகும்.

2.2 வாணியம்பாடி வரலாறு

அன்றைய சென்னை மாகாண அரசாணையின் படி (எண்: 421-01.04.1886) வாணியம்பாடி நகராட்சி 1886 இல் உருவாக்கப்பட்டது. இதன் மொத்தப் பரப்பளவு 9.53 சதுர கிலோ மீட்டராகும். வாணியம்பாடி நகரம் 78.35 தீர்க்க ரேகைக்கும் 12.42 கிழக்கு அட்சய ரேகைக்கும் இடையில் உள்ளது. இந்நகரம் கடல் மட்டத்திலிருந்து 345 மீட்டர் உயரத்தில் அமைந்துள்ளது. இந்நகராட்சி கோவிந்தபுரம், அம்பூர்பேட்டை, வாணியம்பாடி மற்றும் தேவஸ்தானம் ஆகிய நான்கு கிராமங்களின் பகுதிகளை உள்ளடக்கியதாகும்.

ஆரம்பப்பள்ளிகள் -11 இதில் இரண்டு பள்ளிகள் இசுலாமிய ஆண்கள் பள்ளியாகவும், நான்கு பெண்கள் பள்ளிகளுமாக உள்ளன. 5 நகராட்சி நடுநிலைப் பள்ளிகள் மேலும் 1 உயர்நிலைப் பள்ளியும் உள்ளது என்பது குறிப்பிடத்தக்கது 2011 ஆம் ஆண்டின் நிலவரப்படி வாணியம்பாடி நகரில் தனியாரக்குச் சொந்தமான 2 உயர்நிலைப்பள்ளிகளும் 4 மேல்நிலைப்பள்ளிகளும் நடத்தப்பட்டு வருவது குறிப்பிடத் தக்கதாகும். அதேபோன்று 2 பல்தொழில்நுட்ப கல்லூரிகளும் 4 கலை மற்றும் அறிவியல் கல்லூரிகளும் 1 பொறியியல் கல்லூரியும் நன்முறையில் இயங்கி வருகின்றன. அரபிக் பேசும் மக்களுக்காக ஒரு அரபிக்கல்லூரி சந்தை மைதானத்தில் நடத்தப்பட்டு வருகிறது. 10க்கும் மேற்பட்ட தனியார் சுயநிதிப்பள்ளிகள் இயங்கி வருகின்றன்.

வாணியம்பாடி இசுலாமியப்பெருமக்கள் பெரும்பான்மையாக வாழும் ஊராகும். 'ஹைதர் அலி'யை எதிர்த்து ஆங்கிலேயர்கள் ஒரு படைப் பிரிவை வைத்திருந்தனர். அப்படைப்பிரிவின் தலைவனை ஹைதர் அலி சிறை செய்து வென்றார் என்று வரலாறு கூறுகிறது என்று, இசுலாமியாக் கலைக்கஞ்சியத்தின் நான்காம் பாகத்தில் எம்.ஆர்.எம்.அப்துல்ரகீம் குறிப்பிடுகிறார். (ப.472) கி.பி.1857இல் நிகழ்ந்த முதலாம் இந்திய விடுதலைப் போரின் அனாதைகளுக்கு ஆதரவு அளிக்கும் வகையில் 'அனாதை இல்லம்' ஏற்படுத்தப்பட்டது. இவ்வானதையில்லாம் வாணியம்பாடி நேரு சாலையில் தற்போது 72 மாணவர்களைப் பராமரித்து, நல்ல கல்வியை வழங்கி கொண்டு வருகிறது. அனாதை இல்லத்தின் மாணவர்கள் தொழிற்பயிற்சி கல்வியை பயின்று தங்களுடைய வாழ்க்கைத் தரத்தை உயர்த்திக் கொள்கிறார்கள் என்பதில் ஐயமில்லை. 'அல்யதாமா' என்ற இதழ் இவர்களுக்கு உதவிக்கரம் தேடிக்கொடுத்தது. 'நஸீர் குல்ஸதர' போன்ற உருது நாளிதழும் 'முகமதிய மித்திரன்' என்ற தமிழ் நாளிதாழும் வாணியம்பாடியிலிருந்து வெளிவந்த நாளிதழ்களாகும். இங்கு 21 பள்ளி வாசல்களும், மத்ரஸா மதனுல் உலூம் என்னும்

அரபிக் கல்லூரியும், ஹிப்ளு மத்ரஸாவும், 6 பெண்கள் மத்ரஸாக்களும் இருக்கின்றன. இவ்வூர் மக்கள் உருது மொழியையும் இலக்கியத்தையும் தெளிவாக கற்று வருகின்றார்கள். திங்கள் தோறும் கவியரங்குகள் நடத்தி வருகின்றனர்.

2.3 வாணியம்பாடி பெயர்க்காரணம்

வாணியம்பாடி வாணிபாடி, சரஸ்வதிபுரம், வாணிகன்பாடி, சதுர்வேதிமங்கலம், பெரும்பாணர்பாடி, ஜம்புகளூர் என்று பல்வேறு பெயர்கள் வரலாற்றுக் காலத்தில் அழைக்கப்பட்டது. சிறிய கிராமங்கள் முதல் பெரிய நகரங்கள் வரை அதன் பெயர் வரலாற்றைப் பின்னணியாகக் கொண்டே சிறப்புற்று விளங்குகிறது.

வாணியம்பாடி என்ற பெயர் புராணப் பெயராகும். சத்திய லோகத்தில் பிரம்மதேவன் தன்மனைவியான சரஸ்வதிதேவியிடம் “மும்மூர்த்திகளுள் எனது பெயரே முதன்மையாகவும், எனது தொழிலாகிய படைத்தலே முதலானதாகவும் உள்ளதாலேயே காத்தலும், அழித்தலும் நடைபெறுகிறது. எனவே, யானே முதல்வன்” என்று ஆணவத்துடன் கூறினார்.

அறுபத்து நான்கு கலைகளின் நாயகியான கலைவாணி தன் நாயகனின் தவறான எண்ணத்தை எண்ணி நகைத்தனள். தன் கூற்று நகைப்பிற்குண்டானதைக் கண்ட பிரம்மதேவன் தனக்கு ஏற்பட்ட அவமானத்தைப் பொறுக்க முடியாமல் அன்னை வாணியை ஊமையாகும்படி சாபமிட்டார். அன்னை வாணி கோபத்துடன் தன் சாப நிவர்த்திக்கென பூலோகத்திலுள்ள சிருங்கேரியில் சென்று தவக்கோலம் ஏற்று தவம் இயற்றத் தொடங்கினாள்.அன்னை வாணியின் பிரிவால் படைப்பின் மூலமான பிரம்ம தத்துவ வேதம், நாதம் மறந்த நிலையில் பிரம்மன் காஞ்சியில் வேள்வி நடத்த முனைகிறார். வேள்வி பூர்த்தியாக வேண்டுமெனில் மனைவியுடன் இயற்றும் வேள்வி மட்டுமே பூர்த்தியாகும் என்றனர் தவமுனிவர்கள். அது கேட்ட பிரம்மன் தன் தவறை உணர்ந்து திருமாலையும், சிவபெருமானையும் வேண்ட அவர்கள் கூறியபடி சிருங்கேரி சென்று வாணிதேவியைக்

கண்டு தம் தவறுக்கு வருந்தி, தான் செய்யும் யாகத்தைப் பூர்த்தி செய்ய தம்மோடு வரும்படி வேண்டினார்.

உலகுய்ய வேண்டி நான்முகன் அழைப்பிற்கிணங்கி உடன் வர சம்மதித்தாள். பாலாற்றின் வடகரைக்கு வந்தவுடன் யாகம் செய்த இறைவனை வணங்கத்தக்க இடம் இதுவென அறிந்துணர்ந்து அவ்விடத்தில் அறச்சாலை நிறுவி 32 அறங்களையும் இயற்றினார். 32 வகையான தானங்கள் செய்து. இறைவனை நறுமலர் கொண்டு பூஜித்துத் தன் கணவனின் யாகம் நிறைவேறவும் தனது விருந்தினை ஏற்கவும் வேண்டினார். இறைவன் சிவவேதியராகவும், இறைவி வேதநாயகியாகவும், விருந்தினராக வந்து வாணி அளித்த விருந்தினை ஏற்று உண்டு மகிழ்ந்தனர். விருந்தின் பின் "வாணி ஊமைத்தன்மை விடுத்துப் பாடுக" என அம்மையும் அப்பனும் ஒரு சேர திருவாய் மலர்ந்தருளினர். வாணியும் தனது ஊமைத் தன்மை விடுத்து உரக்கப் பாடிய இடம் வாணிபாடி எனப் பெயர் பெற்றது பின்னாளில் வாணியம்பாடி என மருவி நின்றது.

தற்போதும் புகழ் பெற்று விளங்கும் வேலூர் மாவட்டம் சார்ந்த வாணியம்பாடி எனும் நகர் வணிகத்தால் சிறப்புற்று விளங்கியது. இம்மாவட்டத்தினைச் சூழ்ந்த பகுதியில் குறிப்பாக ஏலகிரியில் மிளகு, ஏலம் மற்றும் வாசனைப்பொருள்கள் மிகுதியாக கிடைத்தமையின் அவற்றை கிரேக்க நாடுகளுக்கு ஏற்றுமதி செய்யும் பொருட்டு வணிகர்கள் கூட்டம் மிகுதியாக வாழ்ந்தார்கள். இதனை விரிஞ்சிபுரம், குடியாத்தம் முதலிய தல புராணங்கள் வாயிலாகவும் அறியலாம். அவ்வகையில் வணிகர் சேர்ந்து வாழும் முல்லை நில ஊர் வணிகன்பாடி எனப் பெயர் பெற்றது. வணிகர் சேர்ந்து வாழும் ஊர் வணிகன்பாடி எனவும் கொள்ளலாம். இவ்வூரின் வரலாற்றுச் சிறப்பு மிக்க கோயிலின் கல்வெட்டுகளில் பெரும்பாணப்பாடி வணிகன்பாடி எனக் குறிப்பிடப்பட்டுள்ளது.

"சம்புகளும் நாட்டு மதுராந்தக சதுர்வேதி மங்கல பெரும் பாணப்பாடி என்ற வணிகன்பாடி சபையர்"

என்பது முதலாம் குலோத்துங்கன் (கி.பி. 1073 -1120) மூன்றாம் இராசராசன் (கி.பி. 1216 -1246) சாசனங்களின் வாக்கியம். பெரும்பாணப்பாடி என்னும் பெயரே வாணியம்பாடி என்று திரிந்தது. இவ்வூரின் புராணப் பெயர்கள் வாணிபாடி, சரஸ்வதிபுரம், வாணிகன்பாடி, சதுர்வேதிமங்கலம், பெரும்பாணர்பாடி, ஜம்புகளூர் என்பவையாகும். கி.பி.க்கு முந்தைய சங்க காலம் தொட்டு கி.பி.16ம் நூற்றாண்டு வரை சமயம் வளர்த்த ஆன்மிகச் சான்றோர்களால் அருளப்பட்டு வரலாற்றுக் குட்பட்டு இன்றைநாளில் மக்கட் பெருக்கத்தால் ஏற்பட்ட சில நகரங்கள் அரசியலாரால், விஞ்ஞான பெருக்கத்திற்கு ஏற்ப பெயர்களைப் பெற்றுள்ளன. இவை நீடித்து நிலைப்பது காலம் நிகழ்த்தும் நிலைக்கேற்பவே என்பது புலனாம்.

2.4 வாணியம்பாடி வட்டம்

வேலூர் மாவட்டத்திலுள்ள 13 வட்டங்களை உள்ளடக்கியுள்ளது. அவை முறையே அணைக்கட்டுவட்டம், அரக்கோணம்வட்டம், ஆம்பூர்வட்டம், ஆற்காடுவட்டம், காட்பாடி வட்டம், குடியாத்தம் வட்டம், நாட்றாம்பள்ளிவட்டம், நெமிலிவட்டம், திருப்பத்தூர்வட்டம், பேரணாம்பட்டுவட்டம், வாணியம்பாடிவட்டம், வாலாஜாபேட்டைவட்டம், வேலூர்வட்டம். இந்த 13 வட்டங்களில் ஒன்று வாணியம்பாடிவட்டம். வேலூர் மாவட்டத்தில் சென்னையிலிருந்து 196கி.மீ தொலைவிலும் வேலூரிலிருந்து 67 கி.மீ தொலைவிலும் தேசியநெடுஞ்சாலை எண் 46இல் அமைந்துள்ளது வாணியம்பாடி நகரமாகும். அனைவராலும் முன்பெருகாலத்தில் தாலுக்கா என்று செல்லமாக அழைக்கப்பட்ட சொல் தான் தற்போது வட்டம் என்று அழைக்கப்படுகிறது. வாணியம்பாடிவட்டம் 1974-இல் உருவாக்கப்பட்டது. திரு.எம். மாணிக்கவேல் என்பவர் முதல் வட்டாட்சியராகப் பணியாற்றினார். வாணியம்பாடி வட்டத்தில் 100க்கும் மேற்பட்ட ஊரகப்பகுதிகளை

உள்ளடக்கியது. 2010இல் ஆம்பூர் வட்டம் தனியாகப் பிரிக்கப்பட்டுவிட்டது. வாணியம்பாடி வட்டத்தில் 52 வருவாய் கிராமங்கள் இடம்பெற்றுள்ளன என்பது குறிப்பிடத்தக்கதாகும். வாணியம்பாடி வட்டத்தில் காணப்படும் 52 கிராமங்களில் பட்டியல் கீழே அட்டவணையில் நிரல் படுத்தித் தரப்பட்டுள்ளது.

கிராம எண்	கிராமத்தின் பெயர்	கிராம எண்	கிராமத்தின் பெயர்
1	ஜவாது ராமசமுத்திரம்	28	பெத்தகல்லுப்பள்ளி
2	நாராயணபுரம்	29	சின்னவேப்பம்பட்டு
3	வெங்கடராஜசமுத்திரம்	30	கலந்திரா
4	அலசந்தாபுரம்	31	வள்ளிப்பட்டு
5	கொல்லப்பள்ளி	32	கோவிந்தாபுரம்
6	சிமுகம்பட்டு	33	ஆம்பூர் பேட்டை
7	திம்மாம்பேட்டை	34	வளையாம்பட்டு
8	புல்லூர்	35	கிரிசமுத்திரம்
9	குருவானிகுண்டா	36	நெக்னாமலை
10	மல்லகுண்டா	37	வெள்ளகுட்டை
11	கேத்தாண்டபட்டி	38	கொத்தகொட்டை
12	தெக்குப்பட்டு	39	ரெட்டியூர்
13	மல்லங்குப்பம்	40	நிம்மியம்பட்டு
14	இராமநாயக்கன்பேட்டை	41	பெத்தூர்
15	அம்பலூர்	42	ஆலங்காயம்
16	வடக்குப்பட்டு	43	நரசிங்கபுரம்
17	சிக்கனாங்குப்பம்	44	மரிமாணிகுப்பம்
18	கவுக்காப்பட்டு	45	பூங்குளம்
19	கொடுகுமாணிபட்டை	46	நாச்சியார்குப்பம்
20	தும்பேரி	47	ஆண்டியப்பனூர்
21	சிந்தகமாணிபெண்டா	48	இருணாப்பட்டு
22	வெலதிகமாணிபெண்டா	49	பெருமாப்பட்டு
23	இளையநகரம்	50	மதுக்கடப்பா
24	மதனாஞ்சேரி	50	குரிசிலாப்பட்டு
25	வாணியம்பாடி கிராமம்	51	நாயக்கனூர்
26	வாணியம்பாடி நகரம்	52	பீமகுளம்
27	தேவஸ்தானம்		

இக்கிராமங்களின் பெயர்ப்பட்டியலைப் படித்தவுடன் நம் நினைவுக்கு வருவது 'நாநிலம்' ஆகும். குறிஞ்சி, முல்லை, மருதம், நெய்தல் போன்ற நிலங்களை உள்ளடக்கிய பகுதியாக இவ்வட்டம் அமைந்துள்ளது. சான்றாக குறிஞ்சிக்கு நெக்கனாமலையும், முல்லைக்கு வெலதிகமாணிபெண்டா, என்றும் மருதத்திற்கு அலசந்தாபுரமும், நெய்தலுக்கு ஜவ்வாதுராமசமுத்திரமும் சான்றாக்கலாம். அத்தகைய இயற்கை எழிலார்ந்த பகுதியாக வாணியம்பாடி வட்டம் திகழ்கிறது என்பதில் யாதொரு ஐயமில்லை.

2.5 வாணியம்பாடியின் சிறப்பு

வேலூர் மாவட்டத்தில் தொழில் வளம் மிக்க தொகுதியாக வாணியம்பாடி சட்டப்பேரவை தொகுதி விளங்கி வருகிறது. தொகுதி மறுசீரமைக்குப் பின்னர் வாணியம்பாடி தனி தொகுதியாக உருவெடுத்தது. வேலூர்மாவட்டத்தில் இஸ்லாமியர்கள் அதிகம் வசிக்கும் பகுதியாக வாணியம்பாடி திகழ்கிறது.தமிழகத்தில் பாலாறு தொடங்கும் புல்லூர் கிராமம் வாணியம்பாடி சட்டப்பேரவை தொகுதிக்கு உட்பட்ட இடத்தில் அமைந்துள்ளது கூடுதல் சிறப்பாகும்.இங்கு பழமையான இந்து கோயில்களும், பள்ளிவாசல்களும் வாணியம்பாடி தொகுதியில் அமைந்துள்ளன. மேலும் பல்வேறு சிறப்புகள் கீழே தரப்பட்டுள்ளது.

2.5.01 புனர்பூசம் நட்சத்திரக் கோயில்

மனிதராய் பிறந்த அனைவர்க்கும், அவரவர் கர்மவினையே – லக்கினமாகவும், ஜென்மநட்சத்திரமாகவும்,பன்னிரண்டு வீடுகளில் நவகிரகங்கள் அமர்ந்து பெற்றெடுக்கும் பெற்றோர்களையும், பிறக்கும் ஊரையும், வாழ்க்கை துணையையும், அவர் வாழ்வில் நடக்கும் முக்கிய சம்பவங்களையும், வாழ்கையையும்மே தீர்மானிக்கிறது. 27 ஜென்ம நட்சத்திரங்களில் ஒவ்வொரு நட்சத்திரங்களுக்கும் ஒருசிறப்பு கோயில் ஒன்று உண்டு.

வ. எ	ஜென்ம நட்சத்திரம்	கோயில் மாவட்டம் /	வட்டம்	ஊர்
1	அஸ்வினி	பிறவிமருந்தீஸ்வரர் திருக்கோயில்	திருவாரூர்	திருத்துறைப்பூண்டி
2	பரணி	அருள்மிகு அக்னீஸ்வரர் திருக்கோயில்	மயிலாடுதுறை (வழி) காரைக்கால்	நல்லாடை
3	கார்த்திகை	காத்ரசுந்தரேஸ்வரர் திருக்கோயில்	மயிலாடுதுறை (வழி) பூம்புகார்	கஞ்சாநகரம்
4	ரோஹிணி	பாண்டவதூதப் பெருமாள் திருக்கோயில்	காஞ்சிபுரம் ஏகாம்பரேஸ்வரர் கோயில் எதிரில்	காஞ்சிபுரம்
5	மிருகசீரிடம்	ஆதிநாராயணப்பெருமான் திருக்கோயில்	தஞ்சாவூர்	முகூந்தனூர்
6	திருவாதிரை	அபயவரதீஸ்வரர் திருக்கோயில்	தஞ்சாவூர்	ஆதிராம்பட்டினம்
7	புனர்பூசம்	அதிதீஸ்வரர் திருக்கோயில்	வாணியம்பாடி	தேவஸ்தானம்
8	பூசம்	அட்சயபுரீஸ்வரர் திருக்கோயில்	பட்டுக்கோட்டை	விளங்குளம்
9	ஆயில்யம்	கற்கடேஸ்வரர் திருக்கோயில்	கும்பகோணம்	திருந்துதேவன்குடி
10	மகம்	மகாலிங்கேஸ்வரர் திருக்கோயில்	திண்டுக்கல்	விராலிப்பட்டி
11	பூரம்	ஸ்ரீ ஹரிதீர்த்தேஸ்வரர் திருக்கோயில்	புதுக்கோட்டை	திருவலங்குளம்
12	உத்தரம்	மாங்கல்யேஸ்வரர் திருக்கோயில்	திருச்சி	இடையாற்று மங்கலம்
13	அஸ்தம்	கிருபாகூபாரேச்வரர் திருக்கோயில்	கும்பகோணம்	கோமல்
14	சித்திரை	சித்திரரதவல்லபபெருமாள் திருக்கோயில்	மதுரை	குருவித்துறை
15	சுவாதி	தாத்திரீஸ்வரர் திருக்கோயில்	சென்னை	சித்துக்காடு
16	விசாகம்	முத்துக்குமாரசுவாமி திருக்கோயில்	செங்கோட்டை	பண்பொழி

17	அனுஷம்	முகாலட்சுமீஸ்வரர் திருக்கோயில்	மயிலாடுத்துறை	திருநின்றியூர்
18	கேட்டை	வரதராஜப்பெருமாள் திருக்கோயில்	தஞ்சாவூர்	பசுபதிகோவில்
19	மூலம்	சிங்கீஸ்வரர் திருக்கோயில்	சென்னை	மப்பேடு
20	பூராடம்	ஆகாசபுரீஸ்வரர் திருக்கோயில்	திருவையாறு	கடுவெளி
21	உத்திராடம்	பிரம்மபுரீஸ்வரர் திருக்கோயில்	காரைக்குடி	கீழப்பூங்குடி
22	திருவோணம்	பிரசன்னவெங்கடேசப் பெருமாள் திருக்கோயில்	வேலூர்	திருப்பாற்கடல்
23	அவிட்டம்	பிரம்மஞானபுரீஸ்வரர் திருக்கோயில்	கும்பகோணம்	கீழ்க்கொருக்கை
24	சதயம்	அக்னிபுரீஸ்வரர் திருக்கோயில்	திருவாரூர்	திருப்புகலூர்
25	பூரட்டாதி	திருவானேஷ்வரர் திருக்கோயில்	திருக்காட்டுபள்ளி	ரங்கநாதபுரம்
26	உத்திரட்டாதி	சகஸ்ரலட்சுமீஸ்வரர் திருக்கோயில்	புதுக்கோட்டை	தீயத்தூர்
27	ரேவதி	கைலாசநாதர் திருக்கோயில்	முசிறி	காருகுடி

மேற்கண்ட ஜென்மநட்சத்திரக் கோயில்களில் வேலூர் மாவட்டம் வாணியம்பாடி தாலுக்காவில் பழைய வாணியம்பாடியில் தேவஸ்தானம் எனும் இடத்தில் கோயில் கொண்டிருக்கும்அருள்மிகு அதிதீஸ்வரர் திருக்கோயில்புனர் பூச நட்சத்திரக்காரர்கள் தங்களுக்கு ஏற்படும் தோஷங்கள் நீங்கவும் இத்திருத்தல இறைவனை வழிபாடு செய்கின்றனர். குழந்தைகளை பள்ளியில் சேர்க்கும் முன்பு விஜயதசமியன்று சரஸ்வதி சந்நதியில் 'அச்ஷரப்யாசம்' எனும் 'எழுத்தறிவித்தல்' பூஜை செய்வித்தல் சிறப்பு. மாணவர்கள் கல்வி, கேள்விகளில் சிறந்து விளங்கவும், திக்குவாய், ஊமைத்தன்மை நீங்கவும் இங்கு பிரார்த்தனை

செய்யப்படுகிறது இவை, மனிதர்களைப் பாடி பொருளை மாத்திரம் சேர்ப்பதைவிட இறைவனைப்பாடி இம்மைக்கும் மறுமைக்குமாக அருளைப் பெறல் வேண்டும் என்பதை நோக்மாகக் கொண்டு வலியுறுத்துவன. வேலூர் மாவட்டம் வாணியம்பாடி தாலுக்காவில் பழைய வாணியம்பாடி எனும் இடத்தில் கோயில் கொண்டிருக்கும்அருள்மிகு அதிதீஸ்வரா திருக்கோயில் தலபுராணம் பழமைகளை விளக்கி புதுமையை அறிய செய்வதோடு இறைவனின் அருளையும் பெற்று தருகிறது.

2.5.02 ‘அஸ்தி’ மலரான அதிசயம்

வேலூர் மாவட்டம், வாணியம்பாடியிலிருந்து 3 கி.மீ. தொலைவில் அமைந்துள்ளது கொடையாஞ்சி கிராமம். பாலாற்றையொட்டி உள்ள இந்த கிராமத்தை சுற்றி காசிவிஸ்வநாதர், வேமாத்தம்மன், விநாயகர், பெருமாள், முருகர், மாரியம்மன், திக்கையம்மன், சாமுண்டியம்மன், அங்காளபரமேஸ்வரி ஆகிய 9 கோயில்கள் அமைந்திருப்பது சிறப்பாகும். இதில் விசாலாட்சி உடனுறை காசி விஸ்வாநாதர் மற்றும் பரிவார கோயில் 400 ஆண்டுகள் பழமை வாய்ந்த பெருமைக்குரியது.

ஒவ்வொரு சிவராத்திரியின் போதும் 9 கோயில்களுக்கும் ஊர் மக்கள் சார்பில் நெய் தீபம் ஏற்றி வழிபட்டு வருகின்றனர். கொடையாஞ்சி மற்றும் சுற்றியுள்ள பகுதிகளிலிருந்து ஆயிரக்கணக்கான பக்தர்கள் பங்கேற்கின்றனர். மேலும் ஆடிப்பெருக்கு அன்று காலை சூரியன் மூலவர் மீது படுவது இக்கோயிலின் ஒரு சிறப்பாகும். அன்றைய தினம் சுமார் 25 ஆயிரத்துக்கும் மேற்பட்ட பக்தர்கள் கலந்துக் கொண்டு பாலாற்றில் புனித நீராடி தரிசித்து செல்கின்றனர். இதில் வாணியம்பாடி மற்றும் சுற்றியுள்ள 25க்கும் மேற்பட்ட கிராம மக்கள் கலந்து கொள்கின்றனர்.

ஊராலும், நீராலும் புகழ்பெற்று விளங்கும் கொடையாஞ்சி கிராமத்தில் முன்னொரு நாள் சிவபக்தன் ஒருவன் மறைந்த தன் தந்தையின் அஸ்தியை காசிக்கு கொண்டு செல்லும் வழியில்

பாலாற்றின் மணலில் புதைத்து மண் மேடையை அடையாளமாக வைத்துவிட்டு தன் காலைக்கடனை முடித்து வந்து பார்க்கையில் அது மலராக இருந்தது. அதனை அவனால் நம்ப முடியவில்லை. பல சோதனைக்கு பின், தன் புண்ணிய நீரால் மலராக்கும் தன்மை பெற்ற காசி, கங்கை, மணிமுத்தாறு, திருவரங்க காவிரி, கருடநதி மற்றும் புதுவை திருக்காஞ்சி சங்கரபாணி போன்ற நதிகளை போலவே இந்த இடம் சிறப்புடன் உள்ளதென மனம் பூரித்து பாலாற்றங்கரை ஈசனை வணங்கி பின் ஆற்றின் பெருமை விளங்க ‘கொடை காசி’ என பெயரிட்டு சென்றானாம். கொடை காசி காலமாற்றத்தால் ‘கொடையாஞ்சி’ என மாறிவிட்டது. 400 ஆண்டுகள் பழமை வாய்ந்த இந்த கோயிலுக்கு வந்து பக்தர்கள் பாலாற்றில் நீராடி, பூஜித்து ஈசனை வணங்கி, செல்கின்றனர்.

2.5.03 சுற்றுலாத்தலங்கள்

வாணியம்பாடி வட்டத்தில் இடம் பெற்றிருக்கும் ஜவ்வாதுராமசமுத்திரம் வெலதிகாமாணிபெண்டா, ஆண்டியப்பனூர் ஓடை நீர்த்தேக்கம் மற்றும் பீமன் நீர்வீழ்ச்சி மற்றும் காவலூர் சுற்றுலாத்தலங்களாக விளங்கி வருகின்றன.

2.5.03.1 காவலூர்

வாணியம்பாடியிலிருந்து 30 கி.மீ தொலைவில் காவலூர் அமைந்துள்ளது. ஆசியக் கண்டத்தில் மிகப்பெரிய வான்வெளி ஆராய்ச்சி மையம் உள்ளது என்பது குறிப்பிடத்தக்கது. இவ்மையத்தை மறைந்த பாரதப் பிரதமர் ராஜீவ்காந்தி அவர்களால் 1986-இல் திறந்து வைக்கப்பட்டது. இவ் ஆராய்ச்சி மையத்தில் வாரத்தின் கடைசி நாளான சனிக்கிழமை சுற்றிப்பாக்கலாம். அன்று மாலையில் வானிலை ஆராய்ச்சி மையத்தில் செயல்பாடுகள் விவரித்து கூறப்படுகிறது. இங்கு 38 செ.மீ 75 செ.மீ 1 மீட்டர் குறுக்களவுள்ள 3 டெலஸ்கோப்புகள் உள்ளன. விஞ்ஞானிகள் இங்கு தங்கி இரவு நேரத்தில் சூரியன் மற்றும் சந்திரன் நட்சத்திரங்களின் சுழற்வு போன்றவை ஆய்வு செய்யப்படுகின்றன. இந்தியாவில் பெங்களூர், கவுரிபிதனூர், கொடைக்கானல் மற்றும் காவலூரில் ஆகிய இடங்களில் ஆராய்ச்சி

நிலையங்கள் உள்ளன. தமிழகத்தில் மட்டும் 2 ஆராய்ச்சி நிலையங்கள் உள்ளன.

2.5.03.2 ஜவ்வாது ராமசமுத்திரம்

ஆந்திரப் பகுதி எல்லையோரமாகவும் வாணியம்பாடி வட்டத்தில் கடைக்கோடியிலும் இயற்கை எழிலார்ந்த சூழலில் அமைந்துள்ளது ஜவ்வாது ராமசமுத்திரம். வற்றாத ஏரியாக வளமையான வேளாண்மை பாசனத்திற்குரிய ஏரியாக விளங்குகிறது. வாணியம்பாடியிலிருந்து 25 கி.மீ தொலைவில் அமைந்துள்ளது. இங்கு வாழும் மக்கள் தமிழ் மொழியினையும் தெலுங்கு மொழியினையும் பேசி வருகின்றனர். அதனருகே இடம்பெற்ற ஆன்மிகத்தலமாக விளங்குவது ஸ்ரீகனகநாச்சியம்மன் கோவில் ஆகும்.

2.5.03.3 வெலதிகாமணிபெண்டா

வெலதிகாமணிபெண்டா, வாணியம்பாடியிலிருந்து 15 கி.மீ. தொலைவில் உள்ளது. 7 ஊசிமுனை வளைவுகளைக் கொண்டு பச்சைக் கம்பளம் போர்த்தியது போன்று காட்சியளிக்கிறது. ஆந்திரா எல்லைப்பகுதி ஓரமாக அமைந்துள்ள இம்மலைத் தொடரில் சிந்தகாமணிபெண்டா இடம்பெற்றுள்ளது தமிழ், தெலுங்கு பேசும் மக்கள் இங்கு வசிக்கின்றனர்.

2.5.03.4 ஆண்டியப்பனூர்

17.02.1997-இல் ஆண்டியப்பனூர் ஓடை நீர்த்தேக்கத் திட்டத்திற்குக் கால்கோள் விழா திரு.ப.வி.ச. டேவிதார் இ.ஆ.ப. தலைமையில் நடைபெற்றது. வாணியம்பாடியிலிருந்து மிட்டூர் வழியாக 25 கி.மீ. தொலைவில் ஆண்டியப்பனூர் அமைந்துள்ளது. இந்த அணையின் மொத்த நீளம் 1185.0 மீட்டராகும். நீர்தேக்கத்தின் கொள்ளளவு 112.20 மி. க அடியாகும். நபார்டு வங்கி நிதியுதவியுடன் ரூ2,440 லட்சத்தில் இந்நீர் தேக்கம் கட்டப்பட்டது. ஆற்று மதகின் புழையின் அளவு 0.90 மீ x 1.50 மீட்டராகும். பொதுப்பணித்துறையின் கீழ் செயல்படுகிறது.

2.5.03.5 பீமன் நீர் வீழ்ச்சி

கடல் மட்டத்திலிருந்து 110 மீட்டர் உயரத்தில் பீமன் நீர் வீழ்ச்சி காணப்படுகிறது. 15 அடி உயரத்திலிருந்து நீர் அருவியாக கொட்டுகிறது. இந்நீர்வீழ்ச்சி அடர்ந்த வனப்பகுதிக்குள் உள்ளது. உடலில் உள்ள சூட்டைத் தணிக்கும் தன்மை வாய்ந்தது. அருவியாகும் வாணியம்பாடியிலிருந்து ஆலங்காயம் காவலூர் வழியாக பீமன் நீர் வீழ்ச்சியை அடையலாம். ஜமுனாமரத்தூரிலிருந்து 3. கி.மீ தொலைவில் நீர் வீழ்ச்சி உள்ளது. அரசு மற்றும் தனியார் பேருந்துகள் போக்குவரத்து வசதி ஏற்படுத்தப்பட்டுள்ளது. இங்கு மலை வாழ் மக்கள் வாழ்ந்து வருகின்றனர். இப்பகுதி சுற்றியுள்ள மக்கள் நெல், சாமை, மக்காச்சோளம், வேர்க்கடலை மற்றும் சோளம் உள்ளிட்ட பயிறு வகைகள் பயிரிடப்படுகின்றன என்பது குறிப்பிடத்தக்கது. பீமன் அருவிக்குச் செல்லும் வழியில் விலை உயர்ந்த செம்மரங்கள், சந்தன மரங்கள் கருங்காலி போன்றவைகளும் பலா, புளி மற்றும் நெல்லி மரங்களும் காணமுடிகிறது. இச்சுற்றுலா தலம் வாணியம்பாடி வட்டத்தில் இடம் பெற்றிருப்பது வரவேற்கப்பட வேண்டும். பொதுப்பணிக்குச் சொந்தமான பயணியர் மாளிகை இங்கு உள்ளது என்பது குறிப்பிடத்தக்கது.

2.5.04 நெக்னாமலை

வாணியம்பாடியிலிருந்து 7கி.மீ. தொலைவில் நடைவழி பாதையாக அமைந்துள்ளது இம்மலையாகும். அடர்ந்த காட்டுப்பகுதியை தன்னகத்தே கொண்டு இயற்கை வனப்புமிக்க பகுதியாக விளங்குகிறது. 700 மக்கள் இங்கு வசித்து வருகின்றனர். வாணியம்பாடி நாநிலங்களை தன்னகத்தே கொண்டது. அதில் குறிஞ்சி நிலத்திற்குரிய பகுதி அம்மலையே.

2.5.05 விளையாட்டுக்கழகம்

வளமான உடலே வலிமையான எண்ணங்களை உருவாக்கும் என்பதற்கேற்பவும் மாலை முழுவதும் விளையாட்டு என்ற வார்த்தைகளுக்கு இணங்கவும் வாணியம்பாடியில் 1910-இல் 'தாஜ்கிளப்' என்பதை ஹாஜி அப்துல் ரகீம் சாயுபு அவர்கள்

நிறுவினார். இக்கழகமே மாவட்டத்திற்கு முன் மாதிரியாகவும் முதன்மையானதாகவும் திகழ்ந்தது. தடகளப்போட்டி, கால்பந்து மற்றும் ஹாக்கியில் இசுலாமியா உயர்நிலை மாணவர்கள் சிறப்பிடத்தைப் பெற்றனர். மாணவர்களின் விளையாட்டு ஆர்வத்தை கருத்தில் கொண்டு அன்றைய மாவட்ட ஆட்சித்தலைவா ரிச்சரிபசன் நியூடவுனில் விளையாட்டு மைதானம் ஒன்றை ஏற்படுத்தினார். பின்னாளில் இறகுப் பந்து போட்டி மின்னொளில் நடத்தப்பட்டது. அதாவது கோட்டை, முஸ்லிம்பூர், பசீராபாத், காதர்பேட்டை போன்ற பல்வேறு இடங்களில் 'தாஜ்கிளப்' விரிவாக்கம் செய்யப்பட்டது என்பதை அறியமுடிகிறது. 2009 ஆம் ஆண்ட முதல் வாணியம்பாடியில் விளையாட்டுக் கழகம் தொடங்கப்பட்டது. இதன் நிறுவனராக உயர்நீதி மன்ற வழக்கறிஞர் ஏ.அஸ்ஸம்பாஷா விளங்குகிறார். மட்டைப்பந்து, இறகுப்பந்து போன்ற விளையாட்டுகளை ஆண்டதோறும் தொடர்ந்து நடத்தி வருவது குறிப்பிடத்தக்கதாகும்.

2.5.06 ஆயுள் காப்பீட்டுக் கழகம்

வாணியம்பாடியில் ஆயுள் காப்பீட்டுக் கழகக்கிளை 1981-இல் தடம் பதித்தது. பேருந்து நிலையம் அருகில் 01எ அண்ணாசாலை என்ற முகவரியில் செயல்பட்டு வருகின்றது. இவ் அலுவலகத்தில் 45 ஊழியர்கள் வேலை செய்கின்றனர். 1.50 இலட்சம் வாடிக்கையாளர்கள் பாலிசிதாரர்களாக உள்ளனர்.

2.5.07 வாரச்சந்தை

ஹாஜி அப்துல் ரஹீம் சாயுபு அவர்கள் சுமார் 10 ஏக்கர் அளவில் வாரச் சந்தையை நன்கொடையாக வழங்கினார். வாரத்தில் சனிக்கிழமை தோறும் அதிகாலை பொழுதிலிருந்து கால்நடைகள் மற்றும் வேளாண்மை பொருட்கள் வணிகம் நடந்து வருகின்றது. இவ்வளாகத்தில் உழவர் சந்தை தினமும் செயல்பட்டு வருகின்றது என்பது குறிப்பிடத்தக்கது. இச்சந்தையை 02.04.1930-இல் மாண்புமிக தமிழக முதல்வர் டாக்டர் பி.சுப்புராயன் திறந்து வைத்தார்.

2.5.08 தலைமை அஞ்சலகம்

வாணியம்பாடி தலைமை அஞ்சலகம் 1912 ஆம் ஆண்டு தொடங்கப்பட்டு அம்பூர் பேட்டையில் மக்களுக்காக சேவையாற்றி வருகின்றது. தலைமை அஞ்சலகத்திற்கு கிளை அஞ்சலகமாக செட்டியப்பனூர், தேவஸ்தானம், கிரிசமுத்திரம், கலந்திரா, பெரியப்பேட்டை, வளையாம்பட்டு போன்ற பகுதியில் செயல்பட்டு வருகின்றன. 9 அஞ்சலகர்கள் தலைமை அஞ்சலகத்தில் பணியாற்றுகின்றனர். மேலும் நகரில் காதர்பேட்டை, கோவிந்தாபுரம், புதூர் ஜாப்ராபாத் போன்ற இடங்களில் அஞ்சலகம் உள்ளன. விடுதலைச் செம்மல் திரு.புண்ணியக்கோட்டி அவர்கள் அஞ்சல்காரராகப் பணியாற்றினார் என்பது குறிப்பிடத்தக்கது.

2.5.09 நீதிமன்றங்கள்

வாணியம்பாடியிலுள்ள நீதிமன்றம் பழமையானது. 100 வருடங்களுக்கு முன்பு கட்டப்பட்ட கட்டிட அமைப்பு கொண்டவை. அரசினர் தோட்டத்தில் நீதித்துறை 2 ஆம் வகுப்பு நடுவர் நீதி மன்றம் அமைந்துள்ளது. முதல் வகுப்பு நீதிமன்றம் 2003 இல் தொடங்கப்பட்டது. முதல் வகுப்பு நடுவர் நீதிமன்றம் மற்றும் மாவட்ட முனிசிப் நீதிமன்றம் அரசினர் தோட்டத்தில் இடம் பெற்றுள்ளது. நடுவர் நீதி மன்றம் இரண்டாகப் பிரிக்கப்பட்டுள்ளது. (1) முதன்மை மாவட்ட முனிசீப் நீதிமன்றம் (2) கூடுதல் மாவட்ட முனிசீப் நீதிமன்றம் (2005) உதவி அமர்வு நீதிமன்றம் சி.எல். சாலையில் 2010-இல் தொடங்கப்பட்டது. 40க்கும் மேற்பட்ட வழக்குரைஞர்களும் 3 நீதிபதிகளும் பணியாற்றுகின்றனர்.

2.5.10 மருத்துவமனைகள்

அரசு பொது மருத்துவமனை, வாணியம்பாடி 04174-225700 தொழிலாளர் நல மருத்துவமனை (இ.எஸ்.ஐ) 04174-25114 இன்றைய அரசு பொது மருத்துவமனை 29.1.1946 அன்று கான்சாகிப் நெய்வாசல் அப்துல் வகாப் சாயுபு மருத்துவமனையாகத் தொடங்கப்பட்டது. தமிழக அரசின் அலோசகர் தாமஸ் ஆஸ்டின் அவர்களால் திறப்பு விழா கண்டது. குறிப்பாக பெண்களுக்காவும் குழந்தைகளுக்காகவும்

இம்மருத்துவமனை தொடங்கப்பட்டது என்பதை அறிய முடிகிறது. 28.12.1958 நெய்வாசல் அப்துல் வகாப் அவர்கள் 1 ஏக்கர் நிலத்தை இலவசமாக வழங்கி ஒரு கட்டிடத்தை கட்டிக் கொடுத்துள்ளார் இக்கட்டடத்தை அன்றைய ஆளுநர் பிஷ்ணுராம் மேதி அவர்கள் திறந்து வைத்தார். தாய்சேய் நலமருத்துவமனை நியூடவுன் மற்றும் வாரச்சந்தை வளாகத்திலும் கடந்த ஐம்பது ஆண்டகளாக சேவையாற்றி வருகின்றது. வாரச்சந்தை தாய்சேய் நல மருத்துவமனை தற்போது நகர் நல மையம் நகராட்சியின் வாயிலாக செயல்படுகிது.

2.6 வாணியம்பாடி மக்களின் கல்விமுறை

வாணியம்பாடியில் தமிழர்களும், இஸ்லாமியர்கள் வசிக்கின்றனர். இஸ்லாமியர்கள் அதிகம் வசிக்கும் பகுதியாக வாணியம்பாடி திகழ்கிறது. இங்கு தமிழ் வழிகல்வி, உருது வழிகல்வி, ஆங்கிலவழிகல்வி என மூன்று கல்விமுறை உள்ளது. மற்றும் அரபிக், இந்தி போதிக்கப்படுகிறது.

2.6.01 வாணியம்பாடியிலுள்ள பள்ளிகள் மற்றும் கல்வி நிறுவனங்கள்

பள்ளிகள்

- இசுலாமியா ஆண்கள் மேல்நிலைப்பள்ளி – பாங்குரேவ்
- இசுலாமியா பெண்கள் மேல்நிலைப்பள்ளி – அரசு மருத்துவமனை எதிரில்
- இந்து மேல்நிலைப்பள்ளி – ஆம்பூர் பேட்டை
- கன்கார்டியா மேல்நிலைப்பள்ளி – புதூர்
- பிரைட் மெட்ரிக்குலேஷன் பள்ளி – மதனாஞ்சேரி
- வாணி மெட்ரிக் மேல் நிலைப்பள்ளி - இந்திராநகர்
- எஸ்.எப்.எஸ். மெட்ரிக் மேல்நிலைப்பள்ளி – ஜனதாபுரம்
- சிகரம் மெட்ரிக் மேல்நிலைப்பள்ளி - இந்திரா நகர்
- ஆதர்ஷ் மெட்ரிக் பள்ளி – ஆற்றுமேடு

- பாத்திமா மெட்ரிக் பள்ளி – மலங்கு சாலை
- ஸ்ரீ ராம கிருஷ்ணா மெட்ரிக் பள்ளி – ஆம்பூர் பேட்டை
- காந்தி நகர் நகராட்சி உயர் நிலைப்பள்ளி – நியுடவுன்
- செயின்டபால் மெட்ரிக் மேல்நிலைப்பள்ளி – ஜனதாபுரம்,
- டி.வி.கே.வி. உயர்நிலைப்பள்ளி, கோட்டை.

2010-2011ஆம் ஆண்டிற்கான சுகாதார கல்விச் சேவைக்காக விருது வாணியம்பாடி ஆதர்ஷ் மெட்ரிக் பள்ளிக்கு வழங்கப்பட்டுள்ளது. இவ்விருதினை இந்தியன் மேம்பாடு சுகாதார அமைப்பு வழங்கி சிறப்பித்துள்ளது.

கல்வியியல் கல்லூரிகள்

- வாணி ஆசிரியர் பயிற்சி மற்றும் கல்வியியல் கல்லூரி, செட்டியப்பனூர்.
- தேவி வெங்கடாசலம் ஆசிரியர் பயிற்சி மற்றும் கல்வியியல் கல்லூரி, சின்னக்கல்லுப்பள்ளி.
- எஸ்.ஆர்.எம்கல்வியியல் கல்லூரி, சின்னக்கல்லுப்பள்ளி.

ஆசிரியர் பயிற்சி நிறுவனங்கள்

- செவன்த்டே அட்வன்டிஸ்டி ஆசிரியர் பயிற்சி நிறுவனம்
- சிகரம் ஆசிரியர் பயிற்சி நிறுவனம்

வாணியம்பாடி கல்லூரிகள்

- இசுலாமியா ஆண்கள் கல்லூரி (தன்னாட்சி)
- இசுலாமியா பெண்கள் கல்லூரி
- இசுலாமியா ஐ.டி.ஐ
- பிரியதர்ஷினி பொறியியல் கல்லூரி
- மருதர்கேசரி ஜெயின் மகளிர் கல்லூரி
- இமயம் கலை அறிவியல் கல்லூரி

- பிரியதர்ஷினி பாலிடெக்னிக் கல்லூரி
- பிரியதர்ஷினி ஐ.டி.ஐ
- தேவி வெங்கடாசலம் கல்வியில் கல்லூரி
- எஸ். ஆர். எம். கல்வியல் கல்லூரி
- வாணி பல்தொழில் நுட்பக் கல்லூரி

2.6.02 தொலைதூரக் கல்வி நிறுவனங்கள்

2001 ஆம் ஆண்டில் வாணியம்பாடி அழகப்பா பல்கலைக்கழக தொலைதூரக் கல்வி மையம் தொடங்கப்பட்டது. இந்நிறுவனத்தை ராஜா எஜுகேஷனல் சென்டர் வாயிலாக நடத்தப்படகிறது. பல்வேறு அரசு மற்றும் தனியார் பணிகளில் ஈடுபட்டு வரும் ஆர்வலர்கள் தங்களுடைய கல்வித் தரத்தை இதன் வாயிலாக வளர்த்துக்கொள்கின்றனர். இக் கல்வி நிறுவனம் 2010-இல் மனோன்மணியம் சுந்தரனார் பல்கலைக்கழக அஞ்சல் வழி மையத்தை நியூடவுன் பகுதியில் நிறுவியுள்ளது. 300-க்கும் மேற்பட்டோர் அஞ்சல் வழி வாயிலாக பயின்று வருவது பாராட்டுக்குரியது. இதன் நிறுவனராகக் பாண்டிச்சேரியைச் சேர்ந்த சக்கரவர்த்தி திகழ்கிறார். மேற்கண்ட இரண்டு பல்கலைக்கழகங்கள் அஞ்சல்வழிக் கல்வி ஒருங்கிணைத்து நியூடவுன் சீசான் வளாகத்தில் நன்முறையில் இயங்கி வருகின்றது. மேலும் வாணியம்பாடி நகரில் காதர்பேட்டையில் பெரியார் பல்கலைக்கழக அஞ்சல் வழி கல்வி மையம் செயல்பட்டு வருகிறது என்பது குறிப்பிடத்தக்கது. மேலும் நகரப் பகுதியில் பாரதிதாசன் அஞ்சல் வழி கல்விமையம் இயங்கி வருகின்றது.

2.6.03 முஸ்லிம் கல்விச் சங்கம்

வாணியம்பாடி முஸ்லிம் கல்விச் சங்கம் 26.8.1903 இல் இசுலாமியாப் பள்ளியைத் தொடங்கியது. நான்கு பிரிவுகளாகப் பிரிக்கப்பட்டன. 1906 ஆம் ஆண்டு ஐந்தாம் வகுப்பு தொடங்கி 284 மாணவர்கள் சேர்க்கப்பட்டனர். பல்வேறு மாணவர்கள் பல மாவட்டங்களிலிருந்து பல மாநிலங்களிலிருந்து இங்கே படிக்க வந்தனர். ஒவ்வொர் ஆண்டும் மாணவர்களின் எண்ணிக்கை

அதிகரித்து. 30.10.1916 - இல் தென்னிந்தியாவின் 'கல்விமாநாடு' வாணிம்பாடியில் நடத்தப்பட்டது. இம்மாநாட்டில் இசுலாமியாக் கல்லூரி தொடங்குவதற்கான தீர்மானம் நிறைவேற்றப்பட்டது. அதன் அடைப்படையில் 1919-இல் கல்லூரி கோட்டையில் தொடங்கப்பட்டது. தொடக்கத்தில் 5 மாணவர்களும் 5 ஆசிரியர்களும் பணியாற்றினர். தற்போது நியூடவுனில் செயல்பட்டு வருகின்றது. பி.ஏ. பொருளியல் மற்றும் பி.காம் பாடங்கள் இரண்டாண்டு அறிமுகப்படுத்தப்பட்டன. 1956-57இல் பி.யு.சி. இரண்டாண்டுகளும், பட்டப்படிப்பு மூன்று ஆண்டுகளாகவும் மாற்றப்பட்டன. இக்கல்விச் சங்கம் இப்படி பல்வேறு கல்விப் பணிகளை தொடர்ந்து செய்து வருகிறது.

1984 - இசுலாமியா தொழிற் பயிற்சிப் பள்ளி

- இசுலாமியா பெண்கள் மேல்நிலைப்பள்ளி

தென்னிந்தியாவின் வரலாற்றுச் சிறப்பு மிக்க இசுலாமியக் கல்லூரி மிகப்பழமையான கல்லூரியாகும். இக்கல்லூரியில் பயின்ற மாணவர்கள் மற்றும் பணியாற்றும் பேராசிரியார்கள் உயர்ந்த நிலையில் உள்ளனர் என்பது குறிப்பிடத்தக்கதாகும். வெ.கி.சம்பத், சாதிக் பாட்சா, துரைமுருகன், மு.அனந்த கிருஷ்ணன், தம்பி துரை, எஸ்.குருமூர்த்தி, எம்.ஏ.லத்தீப், ஜெயமோகன், சந்திரபாபுநாயுடு, ஜெ.பார்த்திபன், காமராஜ், வ.கே.சுந்தரமூர்த்தி, போன்றோர் இக்கல்லூரியில் பயின்றனர். இக்கல்லூரியில் மௌலான அபுல்கலாம் ஆசாத் உருது கல்வி மையம், இந்திராகாந்தி திறந்த வெளிப் பல்கலைக்கழகம் மையம், சென்னை அஞ்சல் வழி கல்வி தேர்வு மையம், தமிழ்நாடு ஆசிரியர் கல்வியியல் கல்லூரி தேர்வு மையம் செயல்பட்டு வருகிறது என்பது குறிப்பிடத்தக்கது. மேலும் 2010 முதல் தன்னாட்சி கல்லூரியாக மலர்ந்துள்ளது. அதே வேளையில் மாலை நேரக் கல்லூரியும் செயல் பட்டு வருகிறது என்பது பாராட்டிற்குரியது. ஆண்டுதோறும் ஆயிரம் பட்டதாரிகளை உருவாக்கும் இக்கல்லூரி பின்னாட்களில் பல்கலைக்கழகமாக மாறும் வாய்ப்பு வெகுவிரைவில் வரும் என்பது எதிர்பார்ப்பு. பொதுமக்கள் மற்றும் மாணவர்களின் நலனைக் கருத்தில் கொண்டு கனரா வங்கி

கல்லூரி வளாகத்தில் செயல்படுகிறது. கல்லூரி வளாகத்தில் புத்தக விற்பனை நிலையமும் உணவகமும் சிறப்பாக செயல்படுவதை நாம் பாராட்டலாம்.

2.7 தமிழ் வளர்க்கும் பணியில் வாணியம்பாடி

பாரதநாட்டுப் பாராளுமன்ற திருப்பத்தூர் தொகுதி முன்னாள் உறுப்பினர் திரு.ஆ.ஜெயமோகன் பி.ஏ.பி.எல்., அவர்கள் தன்னார்வத் தொண்டுள்ளம் கொண்டு சுமார் முன்னூறு பேருடன் கலந்துரையாடி சீரிய சிந்தனைக்குப்பின் "வாணியம்பாடி பாரதி தமிழ்ச்சங்கம்" என்ற தமிழிலக்கிய அமைப்பினை உருவாக்கினார்கள்.

அவ்வமைப்பினை 26.8.2007-ஆம் நாள் ஞாயிற்றுக்கிழமை திருவள்ளுவராண்டு 2038 ஆவணி 9-ஆம் நாள் ஓணம் திருநாளில் மாலை 6 மணிக்கு வாணியம்பாடி காந்திநகர் நகராட்சி அரசு உயர் நிலை பள்ளி விளையாட்டுத்திடலில் தொடங்கப்பட்டது. ஆ.ஜெயமோகன் இச்சங்கத்தின் நிறுவனராக மட்டும் அல்லாமல் இதன் புரவலராகவும் விளங்கினார்கள். அவரால் இச்சங்கத்திற்கென அறக்கட்டளை தொடங்கப்பட்டதாக அறிவிக்கப்பட்டது. இன்றும் "வாணியம்பாடி பாரதி தமிழ்ச்சங்கம்" என்ற தமிழிலக்கிய அமைப்பு பல்வேறு நலபணி திட்டங்களை செய்து வருகிறது. முதல் மதிப்பெண் எடுக்கும் மாணவர்களுக்கு பரிசு வழங்குதல், மாணவர்களுக்கு கட்டுரை, கவிதை, பாட்டு, பேச்சு போன்ற போட்டிகள் வைத்து பரிசுகள் வழங்கிவருகின்றனர். பல்வேறு விழாக்களும், கருத்தரங்கமும் நடைப்பெறுகிறது. வாணியம்பாடி பாரதி தமிழ்ச் சங்கத்தின் தலைவர் பேரா.முனைவர் ப.சிவராசு அவர்களால் இசுலாமியா தன்னாட்சிக் கல்லூரியில் தமிழ்த்துறைத் தலைவராக இருப்பதால் பல சிறந்த தமிழறிஞர்களின் அறிமுகம் உண்டாகிறது. இதன் காரணமாக நாடெங்கும் உள்ள பல சிறந்த பேச்சாளர்கள், கவிஞர்கள் படைப்பாளர்கள், பாடலாசிரியர்கள் என பல்வேறு துறை சார்ந்த தமிழறிஞர்களை அழைத்து சிறப்பாக உரையாற்றி பாரதி சங்கத்தின் பெருமையை பறைசாற்றிக் கொண்டிருக்கிறார்.

2.8 வாணியம்பாடி வட்டாரத் தொழில்கள்

வாணியம்பாடி தொழிலாளர்கள் நிறைந்த நகரமாக உள்ளது. அதனடிப்படையில் அன்னியச் செலாவணி ஈட்டித்தரும் தோல் தொழிற்சாலைகள் எங்கும் பரவிவிரவிக் கிடக்கின்றன. ஆண்களுக்கும் பெண்களுக்கும் வேலைவாய்ப்பு நல்கும் நகராக விளங்கி வருகிறது பல அயல் நாடுகளுக்கு தோல் ஏற்றுமதி செய்யப்படுகிறது. கம்பளம் நெய்யும் தொழிற்சாலை, பல பகுதிகளில் புடவைகளுக்கு ஜரிகை போடும் தொழிலும், தீப்பெட்டி செய்தல், பீடிசுற்றுதல், மற்றும் லுங்கிநெய்தல், போன்றவை முக்கிய தொழிலாக அன்றாடம் மக்கள் உழைத்து வருகின்றனர். தொழில் வளம் மிக்க வாணியம்பாடியில் விவசாயத்தை பொருத்தவரை தென்னை, நெல் சாகுப்படி அதிகமாக இருக்கிறது. இதை தவிர தோல் தொழில் வாணியம்பாடி இந்திய அளவில் இடம்பிடித்துள்ளது சிறப்பம்சமாகும்.

2.9 வாணியம்பாடி வட்டாரத் தெய்வங்கள்

வாணியம்பாடி மக்கள் தெய்வங்களை ஆண் தெய்வங்கள் என்றும், பெண் தெய்வங்கள் என்றும், சிறுதெய்வங்கள் என்றும், பெருந்தெய்வங்கள் என்றும் பிரித்துக் காணலாம். இயற்கை, முன்னோர், தலைவர், வீரர், போன்றவை நாட்டுப்புறத் தெய்வங்களாக உள்ளமையை அறியலாம். மேலும் ஊர்த்தெய்வம், காவல்தெய்வம், சாதித்தெய்வம், குலதெய்வம், பொதுத் தெய்வம் என்ற பாகுப்பாட்டில் வேலூர் மாவட்டம் வாணியாம்பாடி வாட்டார தெய்வங்களை,

1. **ஊர்த் தெய்வம்** - ஆராவமுதப் பெருமாள் -
   கேத்தாண்டபட்டி

   - பிரச்சன்ன வெங்கடேசபெருமாள்

   - திம்மாம்பேட்டை

   - திருப்பால்நதி ஈஸ்வரர்

   - இராமநாயக்கம்பேட்டை

- பெருமாள் (துளசிமாடம்) - தும்பேரி
- பூங்காவனத்து அம்மன் - வடக்குப்பட்டு
- பொன்னியம்மன் கோயில் - அம்பூர் பேட்டை
- ஊமை சாமுண்டிஸ்வரி அம்மன்
- இளையநகரம்
- தேசத்துமாரியம்மன்(குதிரையம்மன்)
- பூங்குளம்
- நாகாலம்மன் - அலசந்தரபுரம்
- ஆனாட்சியம்மன் - நாராயணபுரம்
- வைகுண்ட பெருமாள்
- இராமநாயக்கன்பேட்டை

2. குலத் தெய்வம் - முனீஸ்வரன் - மேட்டுபாளையம்
- அழகு பெருமாள் - பெரியபேட்டை
- சென்றாயசுவாமி - பீமகுளம்
- சீனிவாசபெருமாள் - பெத்தூர்
- பச்சையம்மன் - தெக்குப்பட்டு
- கனக நாச்சியம்மன் - புல்லூர்
- தத்தியம்மன் - அம்பலூர்
- திருப்பதி கெங்கையம்மன் - நரசிங்கபுரம்
- பெத்தபலி கெங்கையம்மன் - நிம்மியம்பட்டு

3. காவல் தெய்வம் - கனக நாச்சியம்மன் - புல்லூர்
- அங்காளபரமேஸ்வரி - எக்லாஸ்புரம்
- முத்தாளம்மன் - கௌகாம்பட்டு
- வேடியப்பன் - பெருமாப்பட்டு

- கூத்தாண்டவர் - குரிசிலாப்பட்டு
- முனீஸ்வரன் - மேட்டுபாளையம்

4. சாதித் தெய்வம் - முத்தாளம்மன் - கௌகாம்பட்டு
- வீராபத்திரசுவாமி – ஆண்டியப்பனூர்
- காளியம்மன் - கல்லரப்பட்டி
- பஜானை கோயில் - மரிமானிகுப்பம்

5.பொதுத் தெய்வம் - அதிதீஸ்வரர் – தேவஸ்தானம்
- ஓம்சக்தி கோயில் - வாணியம்பாடி
- சுந்தரராஜப் பெருமாள் – உதயேந்திரம்
- தீர்த்தகிரி ஈஸ்வரர் மற்றும் பாலமுருகன்
- பெத்தூர்
- பழனி ஆண்டவர் - வளையாம்பட்டு
- காசிவிஸ்வநாதர் ஆலயம் - கொடையாஞ்சி
- சந்திரமௌலிஸ்வரர் - திம்மாம்பேட்டை
- புத்துமாரியம்மன் - பெத்தகல்லுப்பள்ளி
- சாமூண்டீஸ்வரியம்மன்– நாச்சார்குப்பம்
- திரௌபதியம்மன் - கிரிசமுத்திரம்
- திருப்பதி கங்கை அம்மன்(கரக்கரை)
- மதனாஞ்சேரி
- பராசக்தி மாரியம்மன் - ஆலங்காயம்
- வரசித்தி விநாயகர் - அம்பூர்பேட்டை
- பாப்பாத்தியம்மன் - ஆண்டியப்பனூர்

என உள்ளடக்கி வகைப்படுத்தி அறியமுடிகிறது.

2.10 வாணியம்பாடி மக்களின் தெய்வபக்தி

கோவில்கள் இந்தியப்பண்பாட்டின் கால அளவையாகவும், இந்தியக் கலாச்சாரத்தின் மையமாகவும் கடந்த காலத்தின் பெருமைகளைப் போற்றும் கலைக் களஞ்சியகளாகவும் கருதப்படுகின்றன. இந்தியா முழுவதும் குறிப்பாகத் தமிழ் நாட்டில் நூற்றுக்கணக்கான கோவில்கள் அமைந்துள்ளன. கோயில்களில் காணப்படும் கல்வெட்டுக்கள் முந்தைய வரலாற்று நிகழ்ச்சிகளையும் சமூக ஒழுங்கிணைந்து காட்டும் காலக் கண்ணாடியாக விளங்குகின்றன. அவ்வகையில் வாணியம்பாடி வட்டராத்திலுள்ள பழங்காலப் பெருமைகளோடு கூடிய சில கோயில்கள் உள்ளன. இங்கு சைவம், வைணவம் என்ற இரு சமயப் பிரிவுகளின் கோயில்கள் இருக்கின்றன. எங்கெல்லாம் சிவன் கோயில் இருக்கின்றதோ அவற்றிக்கு அருகில் அங்கெல்லாம் விஷ்ணு கோயிலும் கண்டிப்பாக இருக்கும்.

வாணியம்பாடியிலும் பாலாற்றின் இரண்டு கரைகளிலும் சிவனும், விஷ்ணுவும் காட்சியளிக்கின்றனர். இக்கோயில்கள் மட்டுமல்லாது பொன்னியம்மன் கோயில், உதயேந்திரத்தில் உள்ள சௌந்திரராஜ சுவாமி கோயில், வளையாம்பட்டில் உள்ள பழனி ஆண்டவர் கோயில் போன்ற பழம் பெரும் வாய்ந்த கோயில்கள் வரலாற்று முக்கியத்துவம் வாய்ந்தவையாக உள்ளன. வேலூர் மாவட்டத்தில் இந்து சமய அறநிலையத்துறை கட்டுப்பாட்டில் 928 கோவில்கள் உள்ளன. குறிப்பாக வாணியம்பாடி வட்டத்தில் 83 கோவில்கள் இடம் பெற்றுள்ளன. நகர பிரசித்திப் பெற்ற கோவில்கள் கீழே தரப்பட்டுள்ளது.

1. அதிதீஸ்வரர் ஆலயம், பழைய வாணியம்பாடி
2. ஸ்ரீ அழகுபெருமாள் திருக்கோவில், பெரியப்பேட்டை
3. அருள்மிகு பொன்னியம்மன் கோவில், ஆம்பூர் பேட்டை
4. அருள்மிகு சுந்தர ராஜா சுவாமி திருக்கோவில் - உதயேந்திரம்
5. பழனி ஆண்டவர் கோவில், ஆம்பூர் பேட்டை

6. பாண்டுரங்கா கோவில், சென்னாம்பேட்டை
7. ஓம்சக்தி கோவில் வாரச் சந்தை அருகில்
8. மாரியம்மன் கோவில், நியூடவுன்.
9. அருள்மிகுகாளியம்மன், துர்க்கை அம்மன், மாரியம்மன் கோவில், பெரியப்பேட்டை,
10. அழகுபெருமாள் கோவில், பெரியப்பேட்டை
11. பாரதக் கோவில், இராமையன் தோப்பு.
12. செல்வவிநாயகர் ஆலயம், மேட்டுப்பாளையம்

பழமை வாய்ந்த மஸ்தான் அலி பாபாதர்கா மஸ்தான் அலி பாபாவால் கட்டப்பட்டது. இது பெரியபேட்டை என்ற இடத்தில் அமைந்துள்ளது. நியூடவுன், கோனாமேடு, புதூர், உதயேந்திரம் பகுதியில் தேவாலயங்கள் அமைந்துள்ளன.

வாணியாம்பாடி வாட்டார மக்கள் இயற்கையோடியைந்த வாழ்வு நடத்தினர். தங்கள் குடும்பத்தை முன்னோர்கள் காத்து வழிநடத்துவார்கள் என்று நம்புகின்றனர். மேலும் அத்தெய்வங்களின் சிறப்புகளை போற்றி வாழ்கின்றனர். புனிதமான கல்வியை வியாபாரமாக்கி ஆரம்பப்பள்ளி, உயர்நிலைக் கல்வி நிலைகளில் கூடப் பலரும் ஏழை, நடுத்தரக் குடும்பங்களை வருத்தித் தற்காலத்தில் டியூஷன் என்ற பெயரில் பெருமளவில் பணம் சம்பாதிப்பதானது அதர்மமானதாகும். நியாயமான தொகையை விட அதிகத் தொகையைப் பெறுவதற்காகப் பேராசையுடன் டியூஷன் என்ற பெயரில் வரம்பிற்கு மீறி அதிகமாகச் சம்பாதிப்பதானது வித்யா தேவியின் சாபத்திற்கு உள்ளாக்கி, சந்ததியினர் மனக்கோளாறுகளுடன் பிறக்க வழி வகுத்துவிடும் என்பதை உணர்ந்திருந்தனர்.

வாணியம்பாடியில் வேதம்கல்வி, மருத்துவத்துறையில் இருப்போர் தினசரி ஏழைகளுக்கு இலவசச் சேவை புரிந்தால்தான், தாங்கள் அதர்மமான முறையில் சேர்த்த பாவங்களுக்கு ஓரளவேனும் பிராயச்சித்தம் பெற முடியும். வேதம், தண்ணீர்,

கல்வி, புஷ்பம் நான்கையும் ஒரு போதும் விற்றல் கூடாது. கல்வி அறிவை அதர்மமாக விற்றுப் பெரும் பணம் சம்பாதிப்பது முறையான செல்வமாகாது. நிலைத்தும் நிற்காது. இதனால் வரும் சொத்துக்களிலும், பணம் அளித்துத் துன்பப்பட்டோரின் வேதனைகள் சூழுமாதலால் காலம் காலமாக இதன் தீய விளைவுகள் சுற்றி சுற்றி வந்து சந்ததியினரை வெகுவாகப் பாதிக்கும். வேதம், கல்வி, மருத்துவத்துறையில் அதர்மமாகச் சம்பாதித்தது அனைத்தையும் இறைப்பணிகளுக்கு அர்ப்பணித்திடுவதே உத்தமமானது என்பதை அறிந்து செயல்பட்டனர்.

ஊழிக்காலத்தில் ஏற்பட்ட பெருவெள்ளத்தின் போது ஊரெல்லாம் ஆலயத்தை சரணமடைந்தனர். அப்போது ஆலயத்திலிருந்து பாம்பு வெளிப்பட்டு வெள்ளத்தினை ஓங்கி படம் எடுத்து மூன்று முறை சத்தியம் செய்து இறந்து முக்தியெய்தியது. அதற்கு பிறகு இதுவரை அதுபோல் வெள்ளம் வராமல் ஸ்ரீ விருந்தீஸ்வரர் மக்களை காத்து வருகிறார். இதிலிருந்து வாணியம்பாடி மக்களின் பக்தி மனப்பான்மையையும் அறியலாம்.

2.11 வாணியம்பாடி மக்களின் தேசபக்தி

சர்ஜான் கிரேபிரக் என்பவர் சென்னை மாகாண கவர்னர் பெண்டிங் பிரபுவின் உத்திரவு பெற்று ராணுவத்தில் சிப்பாய்களின் நடைமுறை சீர்திருத்தத்தைக் கொண்டு வந்தார். தாடி களைதல், மீசை முறுக்குதல், திருநீறு, நாமம், பொட்டு தவிர்த்தல் போன்றனவற்றை நடைமுறைப்படுத்தினார். வெள்ளையர் அணியும் தொப்பி போன்று தலைப்பாகை அணிய வேண்டும் என்று ஆணை பிறப்பிக்கப்பட்டது. இந்தியர்களைக் கட்டாயமாக மதமாற்றம் செய்யும் சட்டம் இது என்று புரிந்து கொண்டு கிளர்ச்சியில் இறங்கினர். 1806 ஜுலை 10 ஆம் நாள் 100 ஆங்கிலேயர்களை, இந்திய சிப்பாய்கள் கொன்று விட்டனர். அதே நாளில் 300 சிப்பாய்களை ஆற்காடு கர்னல் கில்லஸ்பி கொன்றார். இந்த விடுதலைப்பொறிதான். இந்திய மண்ணுக்கு முதல் சுதந்தரப் பொறி எனலாம். அதன்பின் 1857இல் மீரட்டில் நடைபெற்ற சுதந்திரப் போராட்டத்திற்கு முன்னோடியாக வேலூர்ப்புரட்சி அமைந்துள்ளது

என்று கருதப்படுகிறது. வரலாற்றுச் சிறப்பு மிக்க வேலூர் மாவட்டத்தில் கடைகோடி வட்டமாக இடம்பெற்றது தான் வாணியம்பாடி வட்டமாகும். இவ்வட்டத்தில் 52 கிராமங்கள் அமைந்துள்ளன. இக்கிராமங்களில் வசிக்கும் மக்கள் சுதந்திர போராட்டத்தில் கலந்துக் கொண்டு பல்வேறு தியாகங்களைச் செய்து உள்ளனர். அவ்வகையில் ஒருசில தியாகிகளைப் பற்றி இங்கு காண்போம்.

2.11.01 கேத்தாண்டப்பட்டி

வெ.பொன்னுசாமிகவுண்டர்

'விளையும் பயிர் முளையிலே தெரியும்' என்னும் பழமொழிக்கேற்ப கிராமத்தில் பிறந்து வளர்ந்து விடுதலைக்குப் போராடிய சிறுதுளிதான் தெய்வத்திரு வெ.பொன்னுசாமிகவுண்டர் (1909 -1997) அவரைப் பெற்றெடுத்த மண்தான் கேத்தாண்டப்பட்டி கிராமம் ஆகும். இக்கிராமத்தைச் சுற்றிலும் சிறு ஆறுகளான கல்லாறு மற்றும் காட்டாறுகள் ஓடைகளும், ஏரிகளும் அமைந்துள்ளது.இந்த ஊரகம் கங்குந்தி ஜமீனுக்கு உட்பட்டதாகும். இது பல்லவர் ஆட்சிக் காலத்தில் அய்யங்காரர்கள் காஞ்சியிலிருந்து குடிபெயர்ந்து வந்த இருசகோதரர்களுக்கு திரியாலம் மிட்டாவுக்கு உட்பட்ட பகுதியாக கேத்தாண்டப்பட்டியும் அதனோடு இணைந்த கூத்தாண்டக்குப்பம் கிராமத்தையும் சேர்த்து மானியமாகவும் வரிவிசூலிக்கும் உரிமையும் கங்குத்தி ஜமீன் வழங்கியது. இவர்களின் முழுமுயற்சியால் 300 ஆண்டகளுக்கு முன் ஆராவமுத பெருமாள் கோவில் கட்டப்பட்டுள்ளது. இக்கோவில் வைணவத் தலங்களில் குறிப்பிடத்தக்கத் தலமாகும் இது திருமணத்தடைநீக்கும் தலமாகவும் விளங்கி வருகிறது.

வெங்கடாஜல கவுண்டர் – முனியம்மாள் இவர்களுக்கு எத்தனை பிள்ளைகள் இருந்தாலும் அவர்களுக்குப் பெருமைச் சேர்த்த பிள்ளைதான் வெ.பொன்னுசாமிகவுண்டர். இவர் 8.12.1909ஆம் ஆண்டு வேலூர் மாவட்டம், வாணியம்பாடி வட்டம், கேத்தாண்டப்பட்டி என்ற கிராமத்தில் பிறந்தார். 'புத்தகக்கண்' எனப்படும் புத்துக்கோவில் என்ற இடத்தில் ஆங்கிலேயருக்கு

எதிராகக் கள்ளுக்கடை மறியல் போராட்டத்தில் ஈடுபட்டபோது கைது செய்யப்பட்டார். பின்னர் அலிபுரம் (ஆந்திரா) சிறைச்சாலையில் அடைக்கப்பட்டார். பொன்னுசாமி கவுண்டர் அவர்கள் 1920-இல் கிலாபத் தேசிய மாநாட்டில் கலந்து கொண்டார். அப்போது 6-ஆம் வகுப்பு மாணவா. கப்ஸ்சாரணர் இயக்கத்தில் இருந்தார். கதர் உடை சீருடைகளை அணிந்து தொண்டர்களாகச் சில மாணவர்களுடன் மாநாட்டில் கலந்து கொண்டார். இம்மாநாட்டில் முகம்மதலி ஜின்னா, சவுகத் அலி, காந்தியடிகள் ஆகியோர் கலந்து கொண்டனர். சென்னை பஜார் சவுகத் அலி சௌக்கில் இலட்சக்கணக்கான மக்கள் கூடி அந்நியநாட்டுத் துணிகளை போட்டுக் கொளுத்தினார்கள். இதில் கைது செய்யப்பட்டனர்.

இரண்டு ஆண்டுக்காலம் ஜாயிண்ட ஆபிசில் லெட்ஜர் எழுத்தர் வேலை கிடைத்தது. சிறப்பாக பணியாற்றினார். குறுகிய காலத்தில் பணியை ராஜினாமா செய்தார். 1941-இல் 18 பேருக்கு காந்தியடிகளிடமிருந்து தனிநபர் சத்தியாக் கிரகம் செய்ய அனுமதிக் கடிதம் வந்தது. தனிநபர் சத்தியாக் கிரகத்தில் பெல்லாரி சிறையில் இருந்தார். 1942-ல் சிறையில் ஒரே அறையில் 6 பேர் அடைக்கப்பட்டதை எதிர்த்துப் போராடினர். வேலூர், தஞ்சை, பாளையங்கோட்டை சிறைகளுக்கு மாற்றி சித்ரவதைச் செய்தனர். மகாத்மா காந்தியடிகள் இறந்த பின்னர் ஈம இறுதிச் சடங்கிற்காக காந்தியடிகள் அஸ்தியைக் கொண்டு வந்து கொடையாஞ்சி ஆற்றங்கரையில் கரைத்தனர் மூவர் அம்மூவர்களில் பொன்னுசாமி தலைமை ஏற்றுக் கொண்டார். அவர்கள் மொட்டையடித்துக் கொண்டு பாலாற்றில் குளித்து விட்டு தேசக்கதைகளை பேசிக்கொண்டு ஊர் திரும்பினார்கள் என்று அவ்வூரின் மூத்தவர் கொ.இரா.முருகையன் (74) அவர்கள் நேருரை கூறியது குறிப்பிடத்தக்கது. தியாகி பொன்னுசாமி 25.9.1997 ஆம் ஆண்டு மறைந்தார்.

முனிசாமி ஆச்சாரி

1904இல் கேத்தாண்டப்பட்டி என்னும் சிற்றூரில் பிறந்தார் முனிசாமி ஆச்சாரி (1904 – 1982) இவர் பொன்னுசாமி கவுண்டரின்

கட்டளைக்கிணங்க விடுதலைக்கு வித்திட்டவர் என்று கூறலாம். ஊர்க்காரர் என்ற வகையில் பலமுனைப் போராட்டங்களில் பங்கேற்றப் பெருமை இவருக்கு உண்டு. அரிச்சந்திர மகாராஜனைப் போல தம்முடைய மானிட வாழ்க்கையைச் சத்திய சோதனையாக நடத்தியவரும் பிரகலாதனைப் போல் மனித ஒழுக்கம் கொண்டவரும், புத்தபிரானைப் போன்ற கருணை உள்ளம் கொண்டவரும். அப்போதைய நாற்பது கோடி மக்களால் 'மகாத்மா' என்றும் 'பாபுஜி' என்றும் அழைக்கப்பட்ட அண்ணல் காந்தியடிகளை தெய்வமாய் மதித்து அவருடைய பக்தராய் வாழ்ந்தவர்தான் முனிசாமி ஆச்சாரி. இவர் வாணியம்பாடி வட்டம் கேத்தாண்டப்பட்டியில் வசித்த சின்னசாமி ஆச்சாரி முனியம்மாள் தம்பதியினருக்கு நான்காவது மகனாகப் பிறந்த 'சின்னு' என்று அனைவராலும் அழைக்கப்பட்ட சி.முனுசாமி ஆச்சாரி அவர்கள். அவர் பிறந்த ஆண்டு 1904 ஆகும்.

இந்திய மக்களின் விருப்பத்தை நிறைவு செய்ய வேண்டும் என்ற நிர்பந்தம் ஏற்பட்டால் ஒழிய பிரிட்டிஷ் அரசாங்கம் சுதந்தரம் அளிக்க முன்வராது என்று கூறிப் இந்தியத் திருநாட்டின் சுதந்திரத்திற்காக தன்னையே அர்பணித்துப் பாடுபட்ட அண்ணல் காந்தியடிகளின் சீடராக, சிறுவயயது முதலே இருந்து, சுதந்திரப் போராட்டங்களில் தன்னை ஈடுபடுத்திக் கொண்டவர்தான் முனிசாமி ஆச்சாரி அவர்கள். அன்னிய தேசியத் துணிகளைப் புறக்கணிப்பது, வரிகொடா இயக்கம், ரயில் மறியல், கள்ளுக்கடை போராட்டம் போன்ற பல போராட்டங்களில் தன்னை ஈடுபடுத்திக் கொண்டவர்.

தமிழ்நாட்டில் நடந்த உப்புச் சத்தியாக்கிரக யாத்திரையில் உற்சாகத்தோடும், வேகத்தோடும், உணர்ச்சியோடும் கலந்து கொண்டவர் முனிசாமி ஆச்சாரி அவர்கள். உப்புச் சத்தியாக்கிரகத்தில் கலந்துக் கொள்ள வேண்டுமென மகாத்மா காந்தி அவர்கள் முனிசாமி ஆச்சாரி அவர்களுக்கு அனுப்பி வைத்தக் கடிதம் இன்றும் உள்ளது. திருப்பத்தூர் நாட்றம்பள்ளி, வாணியம்பாடி ஆகிய ஊர்கள் உள்ளடங்கிய சட்டமன்றத் தொகுதியில் காங்கிரஸ் கட்சியில் முதன் முறையாக வெற்றிபெற்றவர் திரு பி.பொன்னுசாமிகவுண்டர், அவருடைய

நெருங்கிய நண்பரான முனுசாமி ஆச்சாரி அவருடைய வெற்றிக்காக அரும்பாடு பட்டவர்.

காங்கிரஸ் பேரியக்கத்தின் கட்டளைக்குக் கட்டுப்பட்டு தன் வாழ்நாளை நடத்திய முனிசாமி ஆச்சாரி 1982ஆம் ஆண்டு ஆகஸ்ட் மாதம் 1ஆம் தேதி காலமானார். சென்னை காந்தி மண்டபத்தில் உள்ள தியாகிகள் மணி மண்டபத்தில் அமரர்சி.முனுசாமிஆச்சாரி புகைப்படத்தை இலக்கியச் செல்வர் திரு.குமரிஅனந்தன் திறந்து வைத்துள்ளார். தமிழ்நாடு காங்கிரஸ் தலைவர் திரு.ராஜாராம்நாயுடு அவாகள் சென்னை மாகாண காங்கிரஸ் சார்பில் அத்தாட்சிப் பத்திரம் அளித்துள்ளார்கள். மகாத்மா காந்தி வாழ்ந்த நாளிலேயே நாமும் வாழ்ந்தோம் என்ற பெருமிதத்தோடு வாழ்ந்து மறைந்தவர்தான் தெய்வத்திரு சி.முனுசாமி ஆச்சாரி.

திரு.கோபால் கவுண்டர்

வாணியம்பாடி அடுத்த கேத்தாண்டப்பட்டி கிராமத்தில் இராமசாமி கவுண்டருக்கு அருமைப்புதல்வராக பிறந்தவர் தெய்வத்திரு.கோபால்கவுண்டர் இளம் வயதில் வேளாண்மை செய்வதில் ஈடுபாடு கொண்டவர். அதே சமயம் நாடு விடுதலை பெறவேண்டும். நம்நாட்டில் சுதந்திரக் காற்று சுகமாக வீச வேண்டும் என்று எண்ணினார். பல்வேறு போராட்டங்களில் கலந்து கொண்டு சிறைவாசம் அனுபவித்தவர். 1973இல் இந்திய விடுதலை 25-ஆம் ஆண்டு வெள்ளி விழாவை முன்னிட்டு விடுதலைப் போரில் ஈடுபட்ட தியாக செம்மகளுக்கு பட்டயத்தை வழங்கியது. அதில்திரு.கோபால்கவுண்டர் அவர்களுக்கு "சிறப்புச் செம்மல்" என்னும் பட்டயத்தை வழங்கி சிறப்புச் செய்தது.

2.11.02 அம்பூர் பேட்டை

எ.எஸ். சூரவேல் செட்டியர் (1916 – 1998)வாணியம்பாடி செஞ்சான் செட்டி வீதியில் 1916 ஆம்ஆண்டு பிறந்தார். மக்கள் யாவருக்கும் சேவை செய்ய வேண்டும் என்று கருதி மகாத்மா காந்தி தலைமையில்காங்கிரஸில் சேர்ந்தார். சின்னஞ்சிறிய வயதில் இருந்தே மகாத்மா காந்தியின் கொள்கையைப் படித்துக் கதர்

உடை அணிந்து வந்தார். அவருடைய கொள்கைகளைப் பரப்புவதற்காக அரும்பாடுபட்டுச் சேவை செய்து வந்தார். மேடைப் பாடகனாய்ச் சொற்பொழிவாளனாய்ச் சேவை செய்து வந்தார். இவர் வாணியம்பாடி அம்பூர் பேட்டையைச் சேர்ந்தவர். கள்ளுக்கடை மறியல், வெளிநாட்டுத்துணி எரிப்பு, உப்புச் சத்தியாக்கிரகம், வெள்ளையனே வெளியேறு என்று பல போராட்டங்களில் பங்கேற்றவர் என்று குற்றம் சுமத்தப்பட்டு. பாஸ்பரஸ் போட்டுத் தபால் நிலைங்களை எரித்ததாகவும் தண்டவாளங்களை அகற்றியதாகவும் குற்றம் சுமத்தப்பட்டு 1932 இல் ஈ.வெ.ராமசாமி தலைமையில் காவேரிப்பாக்கத்தில் நடந்தேறிய கள்ளுக்கடை மறியலின்போது எட்டு மாதம் சிறைத் தண்டனை அனுபவித்துக் கேரளா ஜெயிலில் அடைக்கப்பட்டார்.

பிறகு நீலன் சத்தியாக்கிரகம், அன்னியர் துணி மறியல், உப்புச் சத்தியாக்கிரகம் என்று ஈடுபட்டுச் சிறுகச் சிறுகப் பல சிறைகளில் சிறைவாசம் அனுபவித்தார். 1941இல் தனிநபர் சத்தியாக்கிரகத்தில் மெட்ராஸ் ஆதிகேசவப் பெருமாள் கோவிலில் சத்தியாக்கிரகம் செய்து மெட்ராஸ் சிறையில் ஒரு மாதம் சிறைத் தண்டனை அனுபவித்தார். மீண்டும் 1942இல் மகாத்மா காந்தி ஆரம்பித்த 'வெள்ளையனே வெறியேறு' என்ற பெரிய போராட்டத்தில் கலந்து கொண்டதால் கைது செய்து 'வாணியம்பாடி சப் ஜெயிலில்' ஒரு மாதம் வைத்திருந்தார்கள். பொய் வழக்கு போட முடியாததால் சென்னையில் ஆங்கில அரசால் ஏற்பாடு செய்யப்பட்டிருந்த சஸ்தாத்திபோக் அவர்களால் 'இந்தியப் பாதுகாப்புச் சட்டப்படி' என்னைக் கைது செய்து வேலூர் ஜெயிலுக்குக் கொண்டு போனார்கள். அவ்விடம் அவரை ஏழு எட்டு மாதம் வைத்திருந்தது இடமில்லாத காரணத்தால் பாளையங்கோட்டைச் சிறைக்கு மாற்றி அவ்விடம் சுமார் ஒரு வருடம் வைத்திருந்தார்கள். மீண்டும் பாதுகாப்புடன் தஞ்சாவூர் ஜெயிலுக்குக் கொண்டு போய் அவ்விடம் சுமார் பத்து மாதம் வைத்திருந்து, 1944இல் சுதந்திரம் கொடுப்பதாக வாக்களித்துத் தலைவர் – தொண்டர்களை விடுதலை செய்தார்கள். இவருடைய சேவையைப் பாராட்டி 1972 இல் இந்திய 'வெள்ளி விழா சுதந்திர' ஆண்டில் பாரதப் பிரதமர் இந்திரா காந்தி டெல்லிக்கு அழைத்து

தீன்மூர்த்திப வன் தோட்டத்தில் 'தாமிர பத்திரத்தை' வழங்கினார். என்னுடன் தமிழ் நாட்டைச் சேர்ந்த 5 தியாகிகளுக்கு மேல் விருது பெற்றனர். வேலூர் மாவட்டக் காங்கிரஸ் நூற்றாண்டு விழாநாளான 17.8.1985 இல் 'சுதந்தரப் போராட்ட வீரர்'எனச் சிறப்பிக்கப்பட்டார். தியாகியின் இறுதிமூச்சு 2.7.1998 இன்று வாணியம்பாடியில் நின்றுவிட்டது.

2.11.03 தேவஸ்தானம்

ஏ.கல்யாணசுந்தரம்

விடுதலைப் போராட்ட வீரர் தெய்வத்திரு. ஏ.கல்யாணசுந்தரம் அவர்கள் 25.7.1925 ஆம் ஆண்டு வேலூர் மாவட்டம் வாணியம்பாடி வட்டம் தேவஸ்தானம் (பழைய வாணியம்பாடியில்) அமரர் விடுதலை போராட்ட வீரர் எம்.ஏ.அபுருபம் அவர்களுக்கு முதல் பிள்ளையாகப் பிறந்தார். இவர் தன்னுடைய பள்ளிப்படிப்பை இசுலாமியா உயர்நிலை பள்ளியில் முடித்து பின்னர் இசுலாமியாக் கல்லூரியில் அப்போது இருந்த இன்டர்மீடியட் படிப்பில் சேர்ந்து படித்து வரும்பொழுது, பாரத நாட்டில் மகாத்மா காந்தி அடிகள் தலைமையில் நடைபெற்று வந்த சுதந்திர போராட்டத்தின் ஓர் இயக்கமான 'வெள்ளையனே வெளியேறு' போராட்டம் 1942 ஆகஸ்ட்டில் நடைபெற்ற போது, பங்கு கொண்டு சுதந்திர முழக்கமிட்டார்.

அன்றைய தினம் பதவியில் இருந்த மாவட்ட ஆட்சியர் அவர்கள் இவரை அழைத்து தம்பி இந்த சிறுவயதில் போராட்டத்தில் கலந்து கொள்ள வேண்டாம் என்றும், உன்னுடைய படிப்பு வீணாகும்: தொடர்ந்து படிக்க முடியாமல் போகும்: ஆகவே விலகிச் சென்றுவிடு என்று கேட்டுக் கொண்டார். இருப்பினும் திரு. ஏ.கல்யாணசுந்தரம் அவர்கள் விலகிச் செல்ல முடியாது நான் விடுதலைப் போராட்டத்தில்,'வெள்ளையனே வெளியேறு' இயக்கத்தில் கலந்து கொள்வேன் என்று, வெள்ளையனே வெளியேறு என்று சுதந்திர முழக்கமிட்டுச் போராட்டத்தில் கலந்து கொண்டார்.

மேலும் 1942இல் செப்டம்பர் மாதம் அரசு அதிகாரிகளை சுதந்திரப்போராட்டத்தில் கலந்து கொள்ளும்படி அழைத்து அவர்களைப் பதவியிலிருந்து ராஜினாமா செய்யும்படி கடிதம் ஒன்று எழுதினார். இதனால் அன்றைய பிரிட்டிஷ் அரசு இவரைச் கைது செய்து ஒரு மாதம் ரிமாண்டில் வைத்திருந்து திருப்பத்தூர் சார் ஆட்சியர் மூலம், 6 மாதம் சிறை தண்டனை பெற்று, வேலூர் மத்திய சிறையில் இருந்தார். மேற்படி சிறைவாசத்தின் காரணமாக அவர் மீண்டும் கல்லூரியில் சேர்ந்து படிக்க முடியாமல் போய்விட்டது.

அது சமயம் இவரைப்போன்று இவருடைய தகப்பனார் அமரர் எம்.ஏ.அபுருபம் அவர்களும் விடுதலைப் போராட்டத்தில் பங்கு கொண்டு சிறையில் அடைக்கப்பட்டு இருந்தார். இதனால் இவருடைய குடும்பத்தில் இவருடைய தாயார் மற்றும் உடன் பிறந்தவர்கள் மிகவும் சிரமப்பட்டார்கள். பிறகு இவர் அரசுப் பணியில் சேர்ந்து படிப்படியாக உயர்ந்து வட்டார வளர்ச்சி அலுவலராக பதவி உயர்வு பெற்று மிகவும் உண்மையாகவும் நேர்மையாகவும் பணிபுரிந்து, 31.7.1983இல் ஓய்வு பெற்றார். பின்னர் 11.1.1986 ஆம் ஆண்டு உடல் நிலை சரியில்லாமல் இறைவனடி சேர்ந்தார்.

எம்.ஏ. அபுருபம் செட்டியார்

ஏம்.ஏ.அபுருபம் செட்டியர் தேவஸ்தானம், வாணியம்பாடி 1941 தனிநபர் சத்தியாககிரகத்தில் ஈடுபட்டு ஒரு மாதம் சென்னை சிறையில், 1942ஆம் வருடம் ஆகஸ்டு மாதம் இயக்கத்தில் சேர்ந்து 2 ஆண்டுகள் வேலூர், தஞ்சை சிறைகளில் இருந்தார். இவர் வாழ்ந்த காலம் எல்லாம் நாட்டுத் தொண்டிலேயே ஈடுபட்டு சேவை செய்து வந்தார். 1974இல் மண்ணுலுகை நீங்கி விண்ணுலகை அடைந்தார்.

சி.தனபால் கவுண்டர்

தேச விடுதலைக்கு உழைத்த உத்தமர்கள் பலரில் வாணியம்பாடி மா.பொ.சி என்று அழைக்கப்படும் சி.தனபால் கவுண்டரும் ஒருவர். வாணியம்பாடி அடுத்த பழைய

வாணியம்பாடியில் உள்ள தேவஸ்தானம் உன்னும் கிராமத்தில் ஈஸ்வரன் கோவில் தெருவில் பிறந்தவர். இவரின் மனைவி பவுனம்மாள். இவர் காமராசர், மா.பொ.சி. போன்ற தலைவர்களுடன் நெருங்கிய தொடர்பு கொண்டவர். கள்ளுக்கடை மறியல் போராட்டத்தில் ஈடுப்பட்டு சிறைச் சென்றார். 'வெள்ளையனே வெளியேறு' இயக்கத்தில் ஈடுபட்டுத் தடியடிப்பட்டார். தமிழ் மேல் கொண்ட பற்றின் காரணமாக தன்னுடைய மகள்களுக்கு கண்ணகி, ஔவை என்றும் மகன்களுக்கு இளங்கோ பாரதி என்றும் பெயர் சூட்டினார். இரண்டு மகன்களும், மனைவியும் இப்பொழுது உயிருடன் இல்லை. இறக்கும் வரை கதராடை அணிந்தவர். மா.பொ.சி. போலவே மீசை வைத்துக் கொண்டதால் இவரை வாணியம்பாடி மா.பொ.சி. என அன்புடன் அழைக்கப்பட்டவர்.

புண்ணிய கோட்டி கவுண்டர்

1921இல் பழைய வாணியம்பாடியில் பிறந்தவர் புண்ணியகோட்டி. இவர் எட்டாம் வகுப்பு படிக்கும் போது விடுதலை உணர்வு ஏற்பட்டது. இவருடைய பால்ய நண்பருமான விடுதலை வீரருமான அ.கல்யாணசுந்தரத்துடன் நட்பு ஏற்பட்டது. வெள்ளைக்காரர்களை எதிர்க்க வேண்டும் என்ற நோக்கம் இவருக்கும் ஏற்பட்டது. தியாகி புண்ணிய கோட்டி கவுண்டர் வாணியம்பாடி அஞ்சல் துறையில் பணியாற்றியவர். நடுவண அரசும், மாநில அரசும் இவர் சுதந்திர வேட்கையைப் பாராட்டி 'தாமிர பத்திரம்' மற்றும் ஓய்வூதியம் வழங்கி சிறப்பித்தது.

2.11.04 வாணியம்பாடி

வாணியம்பாடி மட்டைகார் குடும்பத்தில் 2.5.1905 ஆம் ஆண்டு நான்காவது பிள்ளையாக பிறந்தவர் வி.எம்.உபயதுல்லாஆவார். பெயருக்கேற்றவகையில் அனைவருக்கும் உபயமாகப் பின்னாளில் விளங்கினார். இவருடைய தந்தையார் பெயர் மதார்பாட்சா மற்றும் தாயார் பெயர் ஹசினாபீவி ஆகும். பாக்கு வணிகத்தின் காரணமாக இவருடைய, தந்தையார் வாணியம்பாடியிலிருந்து வேலூருக்குச் சென்றார். 'செய் அல்லது செத்துமடி' என்ற இயக்கத்தை வேலூரில் 1942இல் தொடங்கியவர்.

அவ்வியக்கத்திற்குத் தலைமையேற்று ஆங்கிலேயர்களை எதிர்த்துப் பல நிலைகளில் போரிட்டார்.

பதினாறு அகவையில் விடுதலை இயக்கத்தில் நாட்டம் கொண்டாடி, அதனால் மகாத்மாகாந்தியடிகள், கர்மவீரர்காமராசர், ஜம்னாளால்பஜார் போன்றோருடன் தொடர்பு ஏற்பட்டது. பதினேழு அகவையில் உப்புச் சத்தியாகிரகப் போரில் பங்கேற்ற, பெருமை இவருக்குண்டு. இதுவே விடுதலை இயக்கத்தின் முன்னோடியாகத் திகழ்ந்தது. உப்புச் சத்தியாக் கிரகப் போராட்டத்தில் கலந்து கொள்ள சாமி சண்முகானந்த அடிகள் தலைமையில் உபயதுல்லாவும் மற்றும் கோட்டையில் குப்புசாமி முதலியாரும் வேலூரிலிருந்து புறப்பட்டனர். காந்தி சங்கத்தினருடன் நடத்திய இப்போரட்டத்தில் தடையை மீறியதால் கைது செய்யப்பட்டு, கடலூர் சிறையில் அடைக்கப்பட்டனர்.

தன் இளமைக் காலந்தொட்டே இளைஞர்களை ஒன்று திரட்டி,'காந்தி சங்கம்'அமைத்தார். தன் இறுதிக்காலம் வரை காந்தியடிகள் கொள்கைகளைப் பின்பற்றினார் என்றால் மிகையன்று. 31.7.1923 அன்று மகாராஷ்டிர மாநில நாகபுரியில் நடந்த கொடிப்போருக்கு கண்டோன்மெண்ட் பகுதிப் பக்கம் இந்தியர்கள் கொடி ஏந்திச் செல்லக் கூடாது என்று ஆங்கில அரசு தடை விதித்திருந்து. உபயதுல்லா கொடிப் போராட்டத்தைத் தொடங்கி நாகபுரி தேசிய தொண்டர் படையுடன் விரைந்தார். அதனால் ஆங்கில அரசு உபயதுல்லாவைக் கைது செய்து நாகபுரி சிறையில் அடைத்தனர். 8.8.1942 ஆம் ஆண்டு மகாத்மா மும்பையில் காங்கிரசு மாநாட்டில் 'செய் அல்லது செத்துமடி' என அறிவித்தார். 10.8.1942 அன்றே 'ஆகஸ்டு புரட்சி' நாடெங்கும் வெடித்தது. நாடெங்கும் 'வெள்ளையனே வெளியேறு' என்ற முழக்கம் பீறிட்டு எழுந்தது.

இந்த நிலையிலேதான் உபயதுல்லாவிற்குக் காமராசர் அறிமுகம், இராணிப்பேட்டையில் கிட்டியது என்பது குறிப்பிடத் தக்கது. இருவரும் இணைந்து ஆகஸ்டு புரட்சியைத் தீவிரப்படுத்தினர். இத்தருணத்தில் காவல் துறையினரின் அடக்குமுறை கண்மூடித்தனமாக, விடுதலை வீரர்கள் மீது

பாய்ந்தது. நாகபுரி, அலிப்புரம், கோவை, வேலூர், கடலூர் திருச்சி, தஞ்சை, போன்ற சிறைச்சாலைகளில் ஐந்து ஆண்டுகள் அடைக்கப்பட்டு பல இன்னல்களுக்கு ஆளானார். சிறைக் கொடுமைகளை அனுபவித்தார். பல்வேறு துன்பங்களுக்குப் பின், 1946ஆம் ஆண்டு ராஜ்யசபாஉறுப்பினராகத் தேர்வு செய்யப்பட்டார். அன்றிலிருந்து பல்வேறு தலைவர்களுடன் நெருங்கிப் பழகும் வாய்ப்பு கிட்டியது. பெரியாரால் போற்றப்பட்ட உபயதுல்லா காமராசரின் நெருங்கிய நண்பராகவும் விளங்கினார். தேசத் தலைவர்களின் வழிகாட்டுதலின் பேரில், சுதந்திர வேட்கையை மக்களிடையே ஊட்டிய பலருள் உபயதுல்லா குறிப்பிடத் தக்கவர். இவருடைய சமகாலத்தில் தேசத்தோழர்களாக, கோடையிடி குப்புசாமி முதலியார், கோவிந்தம்மாள், ராஜகோபால், சுப்பிரமணிய சாஸ்திரி, வி.டி.கண்ணப்ப முதலியார் போன்றோறரைக் குறிப்பிட முடியும்.

உபயதுல்லாவின் மேடைப் பேச்சு கலப்புத் தமிழில் புள்ளி விவரங்களோடு மேடையில் முழங்குவார். இவர் பேச்சுக்கு மயங்காதவர் ஒருவருமில்லை. அந்நியத் துணி புறக்கணிப்பு, கள்ளுக்கடை மறியல், ரம்ஜான் பண்டிகைகளில் இசுலாமியப் பெண்களிடம் கதராடையை அணிவித்தலின் நோக்கம் பற்றிப் பல்வேறு நிலைகளில் எடுத்துச் சொல்வார். இறுதியாக காந்தியடிகளின் அனைத்துப் போராட்டங்களிலும் பங்கேற்ற பெருமை உபயதுல்லாவிற்கு உண்டு என்றால் மிகையன்று. 22.02.1958 ஆம் ஆண்டு உடல்நிலை சரியில்லாமல் இயற்கை எய்தினார். இவர் பெயரில் வேலூர் பழைய பேருந்து நிலையத்திற்கு வி.எம்.உபயதுல்லா பேருந்து நிலையம் என்று பெயரிடப்பட்டுள்ளது என்பது குறிப்பிடத்தக்கது.

நமாஜி ஹாஜி அப்துல்லா சாயுபு

அப்துல்லா வாணியம்பாடியிலுள்ள நீலிக் கொல்லையில் பிறந்தவர். இவருடைய துணைவியார் மஸ்தான் ஜிலேகாவி. இருவரும் இணைந்து கிலாபத் இயக்கத்தில் பணியாற்றினார்கள் என்பது குறிப்பிடத்தக்கது. காந்தியடிகளின் கட்டளையை மதித்து கிலாபத் இயக்கத்தின் முன்னோடிகளான முகமதலி, சௌகத்அலி,

இவர்களுடைய தயார் திருமதி. பீ.அம்மாவுடன் வாணியம்பாடியில் கிலாபத் இயக்கத்தை பரப்பினார்கள். குறிப்பாக இசுலாமியா பெருமக்களிடம் நேரில் சென்று இயக்கத்தின் நிலவரத்தை பற்றி விவரிப்பார். மக்களை கிலாபத் இயக்கத்தில் சேர்க்க ஆங்காங்கே பொதுக்கூட்டங்களை நடத்தினார். இதனை கண்ட ஆங்கிலேயர்கள் இவருடைய நமாஜி தோல் தொழிற்சாலையை எரித்து விட்டனர். மேலும் இவருடைய வீடு ஏலம் விடப்பட்டது.

துருக்கி நாட்டில் ஏற்பட்ட இடையூறுகளுக்கு வாணியம்பாடி அப்துல்லா பொன்னும் பொருளும் கொடுத்து உதவினார் என்றார் மிகையன்று. வாணியம்பாடி "சமர்நா அங்கோரா"என்ற நிதியகம் தொடங்கி துருக்கி மக்களுக்கு இதன் வாயிலாக உதவினார். அப்துல்லா மருமகள் பட்டேல் அபிபுநிசா அவர்கள் தன்னுடைய 1 கிலோ தங்க நகைகளை இயக்கத்திற்கு வழங்கியுள்ள செய்தி டாக்டர் நாசிர் அகமது முனைவர் பட்ட ஆய்வேட்டில் குறிப்பிட்டுள்ளார்.

சி.எல்.அப்துல் சுபான் சாயுபு

அப்துல் சுபான் சாயுபு அவர்கள் 1900த்தில் வாணியம்பாடியில் பிறந்தார். இவருடைய தந்தையார் பெயர் சோழவரம் லால் பாஷா சாயுபு ஆவார். வாணியம்பாடி பகுதியில் கிலாபத் இயக்கத்தில் மிகுதியாக அக்கறை காட்டியவர். மேலும், இவர் பெயரில் சி.எல்.சாலை அமைந்துள்ளது என்பது குறிப்பிடத்தக்கது. வாணியம்பாடி நகராட்சியில் 6-வது நகரமன்ற தலைவராக 1947-48 வரை இருந்தார். 15.8.1948 ஆண்டில் இயற்கை எய்தினார்.

எம்.ஆர்.சீனிவாசலு

எம்.ஆர்.எஸ் என்று அழைக்கப்படும் எம்.ஆர்.சீனிவாசலு – அப்பாய் நாயுடு லட்சுமி அம்மாளின் ஒரே புதல்வர். அவரின் மனைவி திருமதி. லலிதம்மாள் உப்புச் சத்தியாக கிரகப் போராட்டத்தில் ஈடுப்பட்டு சிறை சென்றவர். இவருக்குக் குழந்தைகள் இல்லை. தன் மனைவியின் அக்காள் காந்தம்மாள் மகளான அமுதாவைத் தத்தெடுத்து 'வளர்ப்பு மகளாக'

வளர்த்தார். மனைவி ஏற்கனவே காலமாகி விட்டார். 28.12.2005-இல் எம்.ஆர். சீனிவாசலு காலமாகி விட்டார்.

ந.முகமது பாஷா

திருவாளர் ந.மு.பாஷா அவர்கள் பொதுமக்களால் 'காங்கிரஸ்பாஷா' அழைக்கப்பட்டவராக விளங்கியவர் 01.07.1918இல் பிறந்தார். காங்கிரஸ் தொண்டராகவும், விடுதலைப் போராளியாகவும் விளங்கினார். விடுதலைப் போராட்டங்களில் ஈடுபட்டதன் காரணமாகக் கைதாகி வேலூர் மற்றும் சென்னைச் சிறைகளில் அடைக்கப்பட்டுள்ளார். மற்றும் அலிப்பூர் சிறையிலும் விடுதலைப் போராட்டக் கைதியாக இருந்துள்ளார். அலிப்பூர் சிறையில் இருந்ததற்கான ஆவணங்கள் தீவிபத்தில் கருகிப் போயிற்று. அதன் காரணமாகவே மத்திய அரசின் விருது பெற முடியாமல் போயிற்று. சத்தியாக்கிரப் போராட்டத்தில் 9.5.1941 முதல் 26.6.1941 வரை ஒரு மாதம் பதினெட்டு நாட்கள் நடைப்பயணத்தில் கலந்து கொண்டு கால்நடையாக 96 கிராமங்கள் 227 மைல்கற்கள் கடந்து விடுதலைத் தீயில் தன்னை வருத்திக் கொண்டு மக்களுக்கு எழுச்சியை உண்டாக்கியுள்ளார்.

வாணியம்பாடி நகராட்சி கவுன்சிலராக இருந்துள்ளார். மண்டித் தெருவில் காந்தி நூலகம் நிறுவி அதன் செயலாளராகவும் சேவைப்புரிந்துள்ளார். வாணியம்பாடி நகர காங்கிரஸ் உறுப்பினராகவும் வடாற்காடு மாவட்ட காங்கிரஸ் பிரதிநிதியாகவும் வாணியம்பாடி நகர அரசு நூலக உறுப்பினராகவும், தேசிய விளையாட்டுக் குழு உறுப்பினராகவும் விளங்கியுள்ளார். தன் வாழ் நாள் முழுவதும் அவர் கதராடையையே அணிந்தவராகவும், அவர் இயற்கை அடையும் வரை தன் வீட்டில் மீது காங்கிரஸ் தேசிய இயக்கக் கொடியையும் பறக்க விட்டவராகவும் விளங்கிய அந்த தேசியப் பேராளி 04.01.1987-இல் ஓராண்டு உடல் நலியாய் அவதியுற்று இயற்கை அன்னையின் மடிகளில் அவர் வீழ்ந்தார்.

கு.ஏ.சின்னராஜ் கவுண்டா

13.4.1920இல் பழைய வாணியம்பாடியில் ஊமைக்கவுண்டர், வெள்ளைக்கண்ணி தம்பதியருக்கு ஒரே மகனாக பிறந்தவர்தான்

கு.எ.சின்னராஜ் கவுண்டர். தந்தை இளமையில் இறந்து விட்டார். குடும்பம் வறுமை நிலைக்குத் தள்ளப்பட்டு 5ஆம் வகுப்பு வரை மட்டுமே படிக்க முடிந்தது. குடும்ப பொறுப்பும் இவர் தலைமீது சுமையானது. இதன் விளைவாகத் தையல் வேலை கற்றக்கொண்டார். காந்தியடிகள் மீது கொண்ட அன்பாலும் விடுதலை வேட்கையிலும் காங்கிரஸ் கட்சியில் சேர்ந்து விடுதலைப் போராட்டத்தில் தன்னை இணைந்துக்கொண்டார்.

காந்தியின் கொள்கையினை ஏற்றுக் கதர் துணியின் சிறப்பையும் பெருமையும் மக்களிடையே பரப்பினார். தன்னுடைய கடைசி காலம் வரை கதராடை மட்டுமே உடுத்தியிருந்தார் என்பது குறிப்பிடத்தக்கது. மேலும் பல மேடைகளில் விடுதலைப் போராட்டங்களைக் குறித்து சிறப்பாகக் பேசுவார். இவருடைய பேச்சைக் கேட்டு கிராம மக்கள் ஒரு ஊமையன் மகன் இவ்வளவு சிறப்பாக பேசுகிறானே! என்று வியப்படைந்தனர்.

தன் தையல் கடைக்கு வரும் வாடிக்கையாளர்களுக்குக் கதராடை மட்டும் இலவசமாகத் தைத்துக் கொடுப்பதை இவர் வழக்கமாகக் கொண்டார். உரிய பருவத்தில் திருமணம் செய்த கொள்ளாமல் காலம் தாழ்த்தினார். நாடுவிடுதலைபெற வேண்டும், மக்கள் சுதந்திரமாக வாழவேண்டும் அப்போதுதான் திருமணம் செய்து கொள்வேன் என்று மக்களிடம் சூளுரைத்தார். அதன் பின் 10.7.1948இல் தான் திருமணம் செய்து கொண்டார். பல போராட்டங்களில் கலந்து கொண்டிருந்தாலும் தனிநபர் சத்தியக்கிரகம் செய்ய மகாத்மாவிடமிருந்து முன் அனுமதி கிடைக்காததை எண்ணி மிகவும் வருந்தினார். ஏனெனில் ஒரே பிள்ளையாக இருப்பவருக்கு தனி நபர் சத்தியாக்கிரகம் செய்ய அனுமதியில்லை என்று அப்போது சின்னராஜ் கவுண்டருக்கும் சொல்லப்பட்டது, என்றாலும் விடுதலை வேட்கையாளருக்குப் பல மறைமுக உதவிகளை நாளொரு மேனியும், பொழுதொரு வண்ணமும் செய்திருந்தார் என்பதை அறிய முடிகிறது.

பல்லவர் கால பாசன கட்டமைப்பான உதயேந்திரம் ஏரிக்குப் பாலாற்றிலிருந்து வரத்துக் கால்வாய் மிகவும் அப்பகுதியில் அவதிப்பட்டனர். அதனால் புதிய கால்வாய் வெட்ட இவருடைய

நிலம் தேவைப்பட்டது. தனக்குச் சொந்தமான நிலத்தைப் பொது நோக்கம் கருதி ஆயிரக்கணக்கான விவசாயிகள் பலனடைய தன்னுடைய நிலத்தை அரசுக்கு வழங்கினார். தன்னுடைய 41 வயதில் 6.8.1961இல் விண்ணுலகை அடைந்தார்.

2.11.05 பட்டியலில் இடம்பெறாத விடுதலைப் போராட்ட வீரர்கள்

1. வாணியம்பாடி எம்.ஏ.அப்துல் 1891-92ஆம் ஆண்டு விடுதலை இயக்கத்தில் சேர்ந்து திருச்சி மற்றும் ராஜமுந்திரி சிறைகளில் அடைக்கப்பட்டார்.

2. வாணியம்பாடி பாச்சா சாயபு 1937இல் விடுதலை இயக்கத்தில் சேர்ந்து 1942 போரில் கலந்து கொண்டு பெல்லாரி சிறையில் 5 மாதங்கள் அடைக்கப்பட்டார்.

3. வாணியம்பாடி டி.ஆர். ஆறுமுகம் 1942ஆம் ஆண்டு ஆகஸ்டு போராட்டத்தில் கலந்து கொண்டார்.

4. வாணியம்பாடி கே.பி. சாமிநாதன் தேவஸ்தானத்தைச் சார்ந்தவர். 1942 ஆகஸ்டு புரட்சியில் ஈடுபட்டு 15 நாட்கள் வாணியம்பாடி சப் ஜெயிலில் அடைக்கப்பட்டார்.

5. இராமநாயக்கன்பேட்டை பெருமாள்நாயுடு, 'தனிநபர் சத்யாக்கிரகத்தில்' கலந்து கொண்டார். சென்னை மத்தியச் சிறைச்சாலையில் காவலில் வைக்கப்பட்டார்.

6. வாணியம்பாடி தேவஸ்தானத்தைவ் சேர்ந்த ராமானுஜம் மக்களிடையே எழுச்சி மிகுந்த சுதந்திர பாடல்களைப் பாடித் தேசப்பற்றை வளர்த்தார். 1941ஆம் ஆண்டு கைது செய்யப்பட்டு, சென்னை சிறையில் அடைக்கப்பட்டார்.

7. வெள்ளைக்குட்டையைச் சேர்ந்த வி.கே. ராமச்சந்திரன் 1939இல் விடுதலை இயக்கத்தல் சேர்ந்தார். 1947-இல் மைசூர் சமஸ்தாரா போரில் கலந்து கொண்டு கோலார் மற்றும் பெங்களூர் கிருஷ்ணராஜபுரம் சிறையில் அடைக்கப்பட்டார்.

8. வாணியம்பாடி மாசிலாமணி பாரத அன்னையின் விலங்கொடிக்கும் பணியில் தம்மை ஈடுபடுத்திக் கொண்டு மேடைகளில் முழக்கமிட்டவர். சென்னை மத்தியச் சிறையில் 1 மாதம் தண்டனையைப் பெற்றார்.

9. வாணியம்பாடி ராஜமாணிக்க நாடார், 1941-இல் இயக்கத்தில் சேர்ந்து, கலிபுரம் சிறையில் 8 மாதங்கள் தண்டனை பெற்றர்.

10. வாணியம்பாடி ஆலங்காயத்தைச் சேர்ந்த கல்யாண சுந்தரம் அவர்கள் 1942-இல் அரசு அதிகாரிகளை ராஜினாமா செய்யும்படி கடிதம் எழுதினார். 1942-இல் வேலூர் மத்தியச் சிறையில் இருந்தார்.

2.12 வாணியம்பாடி மக்களின் மொழிபற்று

1915இல் இசுலாமியா உயர்நிலைப் பள்ளியில் பணியாற்றிய தி.சௌரிப் பெருமாளரங்கனார் குறுந்தொகைக்கு முதன் முறையாக உரையெழுதி வெளியிட்டார். இந்நூலை தனக்குத் தமிழ் கற்பித்த சிவப்பிரகாசசுவாமிகளுக்கு சமர்ப்பணம் செய்துள்ளார். வாணியம்பாடியில் சங்கத் தொகை நூலுக்கு உரையும் பதிப்பும் முதன் முதலாக செய்து தமிழை வளர்த்தவர் தி.சௌ.அரங்கன் ஆவார்.

1956	- பெருமாள் பேட்டையில் பாரதிப் படிப்பகம்
	- நியுடவுன் காந்திநகரில் ககாமராசர் படிப்பகம்
1984	- பெரியப்பேட்டையில் திரு.வி.க. படிப்பகம்
	- அகில பாரத மாணவர் இயக்கம் பாரதி படிப்பகம்
1994	- அம்பூர் பேட்டையில் சாரதா படிப்பகம்
	- அம்பூர் பேட்டையில் திருவள்ளுவர் வாசக சாலை
1983	- ஏதேன் அமைப்பு
	- திருவள்ளுவர் தமிழ் மன்றம்
1974	- பாரதி தமிழ் மன்றம்

1980	– பாவேந்தர் மன்றம் / பதிவெண் 17/1980
1981	– பாலாற்றங்கரை, தமிழ் கவிஞர் மன்றம்
1981	– தமிழ் நாடு கலை இலக்கியப் பெருமன்றம்
1982	– தமிழ்நாடு முற்போக்கு எழுத்தாளர் சங்கம்
1994	– முத்தமிழ் மன்றம்
2008	– பாரதி தமிழ்ச்சங்கம் - பதிவெண் 400 / 2009
2009	– தமிழ் சிந்தனையாளர் மன்றம் பதிவெண் 47 / 2010

2.12.01 எழுத்தாளர்கள்

தி.சௌ.அரங்கனார்

தி.சௌரிப்பெருமாள் அரங்கன் 1924 இல் வாணியம்பாடி இசுலாமியாக் கல்லூரியில் தமிழ்த்துறைத் தலைவராகப் பணியாற்றியவர். இவர் மதுரை தமிழச்சங்கத்தில் அரசஞ் சண்முகனாரிடத்தில் தமிழ்ப்பயின்றவர். எட்டுத்தொகை நூலான குறுந்தொகைக்கு முதல்உரை எழுதிய உரையாசிரியர் என்பது குறிப்பிடத்தக்கது. இவருடைய உரையில் பாடலில் திணையையே பாடலின் தலைப்பாக்கியுள்ளார். திணை வகுத்துக்காட்டிய பெருமை அரங்கனாரை மட்டுமே சாரும். தி.சௌரிப்பெருமாளரங்கன் என்றழைக்கப்படும் தமிழ்ப்பண்டிதன் செய்த குறுந்தொகையின் முதல் பதிப்பும் முதல் உரையும் என்றால் நம் நெஞ்சமெலாம் மகிழ்ச்சி இத்தகைய முயற்சி வாணியம்பாடியில் நூல் அரங்கேற்றம் செய்து தமிழ் வளர்த்த தி.சௌ.அரங்கனாரைச் சாரும்.

கவிக்கோ அப்துல்ரகுமான்

9.11.1937 அன்று மதுரை சந்தைப்பேட்டையில் பிறந்தார். கவிக்கோவும் கவிமாமணியும் வாணியம்பாடி இலக்கிய உலகிற்கு நகமும் சதையும் போன்றவர்களாக விளங்கினர். முப்பதாண்டுகளாக இசுலாமியாக்கல்லூரி தமிழ்த்துறையில் பணியாற்றித் தலைவராகப் பதவி உயர்வு பெற்றவர். எழுத்துப்பணி,

மேடைப்பேச்சு, அயல்நாடுகளில் தமிழ்பரப்பும் பணி மற்றும் சமயப் பணிகளில் ஈடுபாடு கொண்டவராக கவிக்கோ விளங்கினார். 2008 முதல் 2011 வரை தமிழக அரசின் வக்கப் வாரியத் தலைவராக நியமிக்கப்பட்டார். 1999-இல் ஆலாபனை எனும் கவிதை நூலுக்கு சாகத்ய அகாதமி விருது பெற்றார் என்பது குறிப்பிடத்தக்கது. இவருடைய கவிதைப் படைப்புகள் (1) பால்வீதி – 1974, (2) நேயர் விருப்பம் - 1978, (3) சொந்தச் சிறைகள் - 1987, (4) ஆலாபனை – 1995, (5) விதைப்போல் விழுந்தவன் - 1998, (6) முத்தமிழின் முகவரி – 1998, (7) பித்தன் -1998, (8) பூக்காலம் - 2011 போன்றனவற்றைக் குறிப்பிடலாம்.

முனைவர் மு.முகமதலிஜின்னா

இராமநாதபுரம் மாவட்டம் தொண்டியில் 15.6.1943 அன்று பிறந்தார். முனைவர் மு.முகமதலிஜின்னா 35 ஆண்டுகளுக்கு மேலாக இசுலாமியாக் கல்லூரி தமிழ்த்துறைத் தலைவராகப் பணியாற்றியவர். (1966-2001) இவருடைய படைப்புகள். (1) கண்ணீர் வயல்கள் -1982, (2) நாக்குத் தொட்டில் -2002, (3) இசுலாமிய இலக்கிய நூல்பட்டியல் -1991 (4) முதற்றமிழ் போர்க் காப்பியம் -2007 (புதூகுச்சாம்) போன்றனவற்றைக் குறிப்பிடலாம்.

தி.மு.அப்துல்காதர்

தி.மு. அப்துல் காதர் தேனிமாவட்டம் சின்னமனூரில் 18.6.1948 ஆம் ஆண்டு பிறந்தார். கவிமாமணி என்றழைக்கப்படும் அப்துல் காதர் தென்னகத்தின் பழமை வாய்ந்த இசுலாமியாக் கல்லூரியில் முப்பத்து ஆறு ஆண்டுகளாகப் பணியாற்றியவர். எழுத்திலும் பேச்சிலும் கவிதைகளை அள்ளித் தருபவர். பணியில் உள்ள போது பல கருத்தரங்குகளை நடத்திய பெருமை இவருக்குண்டு. 1984இல் மலேசியா பல்கலைக்கழகம் டாக்டர் பட்டம் வழங்கி சிறப்பித்தது. 1990 ஆம் ஆண்டில் கிருட்டிணகிரியில் நடைபெற்ற உலகத் தமிழ்க் கவிஞர் பேரவை முதல் மாநாட்டில் "கவிமாமணி" பட்டம் வழங்கப்பட்டது. இவருடைய படைப்புகள் 1)மின்னல் திரிகள் (2) அயல் மகரந்த சேர்க்கை (3) மீராவின்

கனவுகள் (4) புதுக்கவிதைகள் தொன்மம் (5) உரைகல் போன்றனவற்றைக் குறிப்பிடலாம்.

புலவர் மு.சு.தங்கவேல்

புலவர் மு.சு. தங்கவேல் எம்.ஏ., பி.எட். தூத்துக்குடியில் உள்ள இராமநாடார் விளையில் சுப்பையா-பாக்கியத்திற்கு 09.06.1934 இல் பிறந்தார். தூத்துக்குடி கோவில்பட்டியில் ஆறு ஆண்டுகள் விற்பனை வரி அலுவலகத்தில் பணி. பின்பு ஆசிரியராக ஆம்பூர் கன்கார்டியா நிதியுதவி நிர்வாகத்தின் கீழ் பேரணாம்பட்டு, ஆம்பூர், வாணியம்பாடியில் 30 ஆண்டுகள் பணியாற்றி ஓய்வு பெற்றார். வாணியம்பாடி புதூர் அண்ணாநகர், 79 ஆம் எண்ணுள்ள குடியிருப்பில் வசிக்கிறார். அவர் எழுதிய நூல்கள்

1. நெஞ்சம் - மலர் – நெருப்பு – 1983
2. உலகப் பொதுமறை வள்ளுவம்
3. செம்மொழியும் செந்தமிழும் திருக்குறளும் 2009
4. தமிழருக்கு தமிழே உயிர் – கட்டுரைத் தொகுப்பு -2009
5. உரிமை உயிரினும் உயர்ந்தது –2011.

அரிமா க.மூர்த்தி

அரிமா க.மூர்த்தி வாணியம்பாடியில் 20.06.1950 அன்று பிறந்தார். பல்வேறு இலக்கிய அமைப்புகளில் நெறியாளராகவும் உறுப்பினராகவும் உள்ளார். இவருடைய படைப்புகள் விவரம்.

1. பேச்சாற்றலை வளர்த்துக் கொள்வது எப்படி?
2. மாற்றங்கள் நிறைந்த மனித வாழ்க்கை.
3. மனிதர்களாய் மாறுவோம்
4. காதல் என்பது வார்த்தையல்ல, வாழ்க்கை
5. விரும்புவதை அடைய வேண்டுமா?
6. குறள்நெறி கூறும் குட்டிக் கதைகள் (பாகம் - 1)
7. சிக்கனத்தைக் கடைப்பிடிப்போம்: சிறப்படைவோம்

8. குறள்நெறி கூறும் குட்டிக்கதைகள (பாகம்-2)
9. பெற்றெடுத்தால் போதுமா?
10. இல்லறமே நல்லறம்
11. நன்மை செய்யும் நவரத்தினங்கள்
12. வாழ்வது ஒருமுறை – வாழ்த்தட்டும் தலைமுறை
13. மேடையில் பேச வேண்டுமா?
14. வாழக் கற்றுத் தந்த கல்விக் கூடங்கள்
15. வாக்கினிலே இனிமை வேண்டும்
16. காரியத்தில் உறுதி வேண்டும்
17. முதியோருக்கு உதவுவோம் - 2011

தே.நேசன்

15.2.1966-இல் வாணியம்பாடி அடுத்த குந்தானிமேட்டில் பிறந்தவர். புதுக்கவிதையில் மிகுந்த ஈடுபாடு உடையவர். தற்போது விருந்தாச்சலம் அரசு கல்லூரியில் தமிழ்ப் பேராசிரியராகப் பணியாற்றுகின்றார். இவருடைய படைப்புகள்

2001 – காலத்தின் முன்னொரு செடி

2009 – தமிழில் இருநாவல்கள்

2009 – நவீன புனைக்கதையாளர்கள்

2010 – ஏரிக்கரையில் வசிப்பவன்

2.12.02 முஸ்லிம் எழுத்தாளர்கள்

முகமத் யாகூப் அஸ்லம்

1968 – 2006 வரை வாணியம்பாடி இசுலாமியா மேனிலைப்பள்ளியில் உருது ஆசிரியராகப் பணியாற்றியவர். இவருடைய பல படைப்புகள் பாடநூல்களாக வைக்கப்பட்டுள்ளது. இவர் எழுதிய நூல்கள்

1. செஹர்ன்கே திவார்
2. தோ நதியோ கேபார்
3. மட்டி கி குஷ்பு
4. ஆப்சா கோயி நஹி
5. ரசூலே அரபி – 1982
6. மேயாரி கஹானியா – 1976 (குழந்தைகளுக்கு)
7. சஹ்ரோன் கி தீவார் – 1982
8. அக்ஸ் தர் எக்ஸ் - 1995
9. யக் மு.ஃ.பக்ரிர் முதர்ரிஸ் - 1993
10. அமர் கஹானியான் - 2006
11. அப்தாரே ஜலால் மதனி – 2007

இவருடைய நூல்களில் 28 முறை பதிப்பைக் கண்ட நூல் "உருதுகிராமர்" ஆகும். இது பாடநூலாகப் பள்ளிக்கு வைக்கப்பட்டுள்ளது.

அக்பர் ஹாகித்

அக்பர் ஹாகித் என்பவர் 9.1.1952-இல் வாணியம்பாடியில் பிறந்தவர். தற்போது சஹாரா பத்திரிகையின் செய்தியாளராகப் பணியாற்றுகிறார். இவருடைய ஏக் நெசா ஊஞ்சா ஆஸ்மான் - 1997இல் சிறுகதை பல்வேறு கல்லூரிகளுக்குப் பாடநூல்களாக வைக்கப்பட்டுள்ளது. மேலும் 'சக்மோகித் தமாஜத்' என்னும் கவிதைத் தொகுப்பு இணையத்தில் வெளிவந்துள்ளது என்பது குறிப்பிடத்தக்கது.

2.12.03 அரபிக் எழுத்தாளர்

முனைவர் பி.நிசார் அகமது

முனைவர் பி.நிசார் அகமது அவர்கள் 3.12.1950-இல் பெரியப்பேட்டையில் பிறந்தவர். சென்னைப் பல்கலைக் கழகத்தில்

அரபிக் துறைத் தலைவராகப் பணியாற்றினார். இதுவரை 120 எம்.ஃ.பில் ஆய்வாளர்களையும், 30 முனைவர் பட்ட ஆய்வாளர்களையும் உருவாக்கியுள்ளார். இவருடைய படைப்புகள் இதுவரை 17 நூல்கள் வெளியாகியுள்ளன. இவருடைய 6 நூல்கள் ஆங்கிலத்திலும், 4 நூல்கள் உருதுவிலும், எஞ்சிய நூல்கள் அரபிக்கிலும் எழுதப்பட்டுள்ளது என்பது குறிப்பிடத்தக்கது. மேலும் அல்லாமா இக்பால் விருது, மதர்தெரசா போன்ற விருதுகளைப் பெற்றுள்ளார்.

2.12.04 இதழ்கள்

கண்ணோட்டம்

குடியாத்தத்தைச் சேர்ந்த சிங்கல்பாடி இரா.சண்முகம் என்ற இளைஞர் இந்நகரில் ஆம்பூர் பேட்டையில் வசித்தபோது துணிச்சல் - துல்லியம் - உண்மைகளை அடிப்படையாகக் கொண்டு 2000 – ஆம் ஆண்டில் 'கண்ணோட்டம்' என்ற மாத ஏடு தொடங்கி இன்றளவும் பல தொல்லைகளுக்கும், எதிர்ப்புகளுக்கும், அடக்குமுறைகயுக்கும் அஞ்சாமல் தொடர்ந்து நடத்தி வருகிறார். தற்போது 2/17, கம்பர்தெரு, எழில்நகர், தொரப்பாடி, வேலூரில் வசித்து வந்தவர், தன் அலுவலகத்தை எண்.14/1, முதல்மாடி பட்நூல் சர்தார் ஜங்தெரு, பெரியமேடு, சென்னை-3. முகவரியில் அமைத்துக் கொண்டுள்ளார். கண்ணோட்டம் மாத ஏடு, புதிய எண். 376, பழைய எண்.195, முதல் தளம், திருவல்லிக்கேணி நெடுஞ்சாலை, திருவல்லிக்கேணி, சென்னை – 5 லிருந்து வெளிவருகிறது.

தெய்வீக மருத்துவம்

1990-இல் மூலிகை மருத்துவம் மாத இதழ் தொடங்கப்பட்டது. அதன்பின்பு அதை நிறுத்தி விட்டு சென்னை மாலை முரசு பத்திரிகையுடன் இணைந்து டாக்டர் அக்பர் கவுஸரின் தெய்வீக மருத்துவம் என்ற பெயரில் வண்ணத்தில் கொண்டு வரப்பட்டது. அதையே ஹெல்த் என்ற பெயரில் ஆங்கிலம், இந்தி பெங்காலி என்ற மூன்று மொழிகளில் வந்து கொண்டிருக்கிறது. திராவிடர்களுடைய பழக்கத்தில் வந்தது சித்த

மருத்துவம், ஆரியர் பழக்கத்தில் ஆயுள்வேதம். அரேபியர்கள் பழக்கத்தில் வந்து இந்தியாவில் ஆட்சி புரிந்த இசுலாமிய மன்னர்களின் சொந்த மருத்துவமாக யுனானி மருத்துவம் நம் நாட்டில் தோன்றியது. யுனானி மருத்துவ நூல்கள் பாரசீகம், அராபிக் மற்றும் உருது மொழியில் மட்டுமே இருப்பதால் இந்த மருத்துவம் பார்ப்பவர்கள் அனைவருமே இசுலாமியர்களாக இருக்கிறார்கள். இந்தியாவில் 44 யுனானி மருத்துவக் கல்லூரிகள் உள்ளன. இங்கு 5 ஆண்டு பி.யூ.எம். எஸ் பட்டப்படிப்பு உருது மொழியில் மட்டும் நடத்தப்படுகிறது. தமிழகத்தில் உருது மொழி தெரியா தமிழர்களிடம் யுனானி மருத்துவத்தை வளர்க்கும் வகையில் அரபிக், பாரசீகம், உருது ஆகிய மொழிகளில் பல நூற்றாண்டுகளுக்கு முன்பு எழுதப்பட்ட மருத்துவக் கட்டுரைகளை தமிழாக்கம் செய்யப்பட்டு அவை தெய்வீக மருத்துவ மாத இதழில் பிரசுரிக்கப்படுகிறது. இந்த பத்திரிகையில் டாக்டர் அக்பர் கவுஸர் தவிர யாருடைய மருத்துவக் கட்டுரையும் பிரகரிக்கப்படுப்படுவதில்லை.

2.12.05 பத்திரிக்கை எழுத்தாளர்கள்

பி. ஜேசுரத்தினம்

மனித நேயச் செம்மல் பி.ஜேசுரத்தினம் 1964-1999 வரை வாணியம்பாடி பாரத ஸ்டேட் வங்கியில் பணியாற்றியவர். இவர் 12.11.1929 – ஆம் ஆண்டு தந்தை பால் தாயார் சாந்தம்மாள் ஆகியோருக்கு மகனாகப் பிறந்தார். இவர் தொடங்கிய இதழ் 'பேரானந்தம்' (TNTAM/2002/6366) மாதப் பத்திரிகையாக வெளிவந்தது. மாணவர்களுக்கான வழிகாட்டி, போட்டித் தேர்வுகள் போன்றனவற்றை அடிப்படையாக வைத்து இத்திங்களிதழ் வெளியாகியுள்ளது. தற்போது இவ்விதழ் 2004லிருந்து வெளிவர வில்லை என்பது குறிப்பிடத்தக்கது. இவர் நூல்கள் 1999 – ஆனந்த வாழ்க்கை, 2005 – ஜீவ ஒளி மேலும் எழுத்துப்பணி தொடருகிறது.

எம்.இராதாகிருஷ்ணன்

வாணியம்பாடி தலைமை அஞ்சலகத்தில் பணியாற்றி வருகின்றார். தினமணி, தினமலர், தினத்தந்தி, ராணி, குங்குமம்

போன்ற பல இதழ்களில் 'தெரிந்து கொள்வோம்'என்னும் தலைப்பில் பல செய்திகளை எழுதியவர் இந்திய அஞ்சல் துறை இவருடைய சேவையைப் பாராட்டி 'தமிழகத்திலேயே சிறந்த அஞ்சலகர்' என்ற விருதினை வழங்கி சிறப்பித்தது. சிறந்த சமூகத் தொண்டராக உள்ளார். 10.11.2011 இல் வாணியம்பாடியில் 'பூங்குருவி' மாதமிருமுறை இதழுக்கு தொடக்க விழா நடைபெற்றது. இவ்விதழின் ஆசிரியராக கலா அவர்கள் பணியாற்றி வருகின்றார்.

2.12.06 செய்தியாளர்கள்

தினத்தந்தி – திரு.அருள் - 94438 82386

தினமலர் – திரு. சிவராமன் - 94432 03761

தினகரன் - திரு.கணேசன் - 96295 71688.

சன் செய்தி – திரு. அமீன் - 94434 37059.

பூங்குருவி - திருமதி. கலா - 9962665101.

நம்தினமதி, தினச்சுடர், தினமணி – 99626 36194.

2.13 முடிவுரை

இந்திய பண்பாட்டில் கால அளவையும் கடந்த காலத்தின் பெருமைகளைப் பறைச் சாற்றும் வகையிலும் மிகப்பெரிய கலைக் களஞ்சியமாக கோவில்கள் போற்றப்படுகிறது. வரலாற்று முக்கியத்துவம் வாய்ந்த பழைமையான கோவில்கள் வாணியம்பாடியில் உள்ளது என்பது நமக்கெல்லாம் பெருமையல்லவா? மனிதர்கள் இயல்பாக மண்ணிலே பிறந்து வளர்ந்து பின்னர் இறப்புதுண்டு, ஆனால், மண் வாசனை மாறாமல் சிப்பாய்ப் புரட்சிக்கு வித்திட்டு, மாவட்ட மண்ணில் பலர் வாணியம்பாடி வட்டத்தில் விடுதலைக்காக பல சோதனைகளுக்கு ஆட்பட்டு இறுதியில் சாதனைகள் செய்துள்ளார்கள் என்றால் அது போற்றுவதற்குரியது. அவர்கள் பூதவுடல் இம்மண்ணில் மறைந்தாலும் அவர்களின் செயல்பாடுகளை இம்மண்ணில் வாழும் மக்கள் போற்றிதான் ஆகவேண்டும். அதே சமயம் விடுதலைச்

செம்மல்களை போற்றும் வகையில், வாணியம்பாடிக்கும் புத்துக்கோவிலுக்கு இடையில் ஒரு மணிமண்டபம் எழுப்பி, அவர்களின் செயல்பாடுகளை நினைவு கூறவேண்டும். இளைய தலைமுறையினர் அறிந்து கொள்ளும் வகையில், வீரர்களின் வரலாறுகளை பாடத்திட்டத்தில் சேர்த்து, பெருமை சேர்க்க வேண்டும் நடுவண அரசு வீரர்களுக்கு மரியாதை செய்யும் வகையில் அஞ்சல்தலை வெளியிட வேண்டும். இதற்கும் மேலாக இவ்வியலின் ஆய்வில் கண்டறிந்த உண்மை வரலாறு என்னவெனில் வாணியம்பாடி மக்கள் செய்யும் தொழிலில் கண்ணும் கருத்துமாக இருப்பதுமட்டுமின்றி, மக்களிடையே தெய்வபக்தியும், தேசபக்தியும் நிறைந்துள்ளது. மேலும் வாணியம்பாடி மக்களிடையே மொழிபற்று மிக்க எழுத்தாளர்கள் இருப்பதை அறிய முடிகிறது. நாட்டுபற்றும், தெய்வபற்றும், மொழிபற்றும் நிறைந்த வாணியம்பாடி வட்டத்தில் தெய்வங்கள் எல்லாம் வளங்களையும் மக்களுக்கு தந்தருளுகிறது என்பதை அறியமுடிகிறது.

இயல் - மூன்று

தெய்வங்கள் மற்றும் தோற்றக் கதைகள்

3.0 முன்னுரை

கோவில்கள் இந்தியப்பண்பாட்டின் காலஅளவையாகவும், இந்தியக் கலாச்சாரத்தின் மையமாகவும் கடந்த காலத்தின் பெருமைகளைப் போற்றும் கலைக் களஞ்சியகளாகவும் கருதப்படுகின்றன. இந்தியா முழுவதும் குறிப்பாகத் தமிழ்நாட்டில் நூற்றுக்கணக்கான கோவில்கள் அமைந்துள்ளன. அதில் பெருந்தெய்வகோயில்களில் காணப்படும் கல்வெட்டுக்கள் முந்தைய வரலாற்று நிகழ்ச்சிகளையும் சமூக ஒழுங்கினைப்புக் காட்டும் காலக் கண்ணாடியாக விளங்குகின்றன. அவ்வகையில் வாணியம்பாடி வட்டராத்திலுள்ள பழங்காலப் பெருமைகளோடு கூடிய சில கோயில்கள் உள்ளன. இங்கு சைவம், வைணவம் என்ற இரு சமயப்பிரிவுகளின் கோயில்கள் இருக்கின்றன. எங்கெல்லாம் சிவன் கோயில் இருக்கின்றதோ அவற்றிக்கு அருகில் விஷ்ணு கோயிலும் கண்டிப்பாக இருக்கும். வாணியம்பாடியிலும் பாலாற்றின் இரண்டு கரைகளிலும் சிவனும், விஷ்ணுவும் காட்சியளிக்கின்றனர். இக்கோயில்கள் மட்டுமல்லாது பொன்னியம்மன் கோயில், உதயேந்திரத்தில் உள்ள சுந்தரராஜப்பெருமாள் கோயில், வளையாம்பட்டில் உள்ள பழனி ஆண்டவர் கோயில் போன்ற பழம் பெரும் வாய்ந்த கோயில்கள் வரலாற்று முக்கியத்துவம் வாய்ந்தவையாக உள்ளன. மேலும் பல்வேறு சிறுதெய்வங்களின் தோற்றகதைகள் வாய்மொழி வழியாக அறியப்பட்டது. இச்செய்திகள் மிகவும் வியக்கத்தக்க வகையிலும், சிறப்பு நிகழ்வுகள் உண்மைதன்மை கொண்டதாகவும் இருக்கிறது. இவ்வியலில் பழமை வாய்ந்த பெருந்தெய்வங்கள் அவற்றின் தலவரலாற்றையும், சிறுந்தெய்வங்கள் அவற்றின் அற்புதநிகழ்வுகளையும், கோவில் அமைந்துள்ள இடம், கோவிலில் உள்ள தெய்வ உருவ அமைப்பும், கோவில் அமைந்துள்ள சூழல், கோவிலின் அமைப்பும் ஆகியவற்றைப்பற்றி அறியலாம்.

3.1 வாணியம்பாடி வட்டார பெருந்தெய்வங்களின் தலவரலாறு

கோவில்களின் பழம்பெருமையினையும் வரலாற்றுச் சிறப்பினையும் எடுத்து விளக்கும் நூல்களே தலபுராணங்களாகும். புராணம் என்பது பழைமையானது, புராதனமானது எனப்படும். பழைமையான திருத்தலங்களின் பெருமையைப் பற்றிப் பிற்காலத்தவரும், நெடுந்தூரம் பயணம் செய்து வந்து தரிசிக்க முடியாதவரும் அறிந்து கொள்ளவும், அந்த ஆலயத்தின் புகழைப் பாடவும் முயன்ற புலவர்கள். தேவாரங்கள் மூலம் பாடல் பெற்ற தலங்களில் பெருமையைப் பாட்டினால் தாமும் பாடியதால் தோன்றியவையே தலபுராணங்களாகும். இவை அத்தலங்களிலே எழுந்தருளியிருக்கும் இறைவன். அருட்செயல்கள் துன்பங்களையும் நோய்களையும் நீக்கவல்ல தீர்த்தங்கள் என்பவற்றின் சிறப்புக்களை எடுத்துரைக்கின்றன. பெரும்பாலான தலபுராணங்கள் இறைவனும் இறைவியும் எழுந்தருளி தேவர்கள் - முனிவர்களுக்கு அருள்செய்த வகையை கூறுகின்றன. இதனால் இவை தெய்வ நம்பிக்கை, சமயநம்பிக்கை என்பவற்றை அடிப்படையாகக் கொண்டு கோயில் வழிபாடு, பூசை, விழாக்கள், விரதங்கள், என்பவற்றின் பயனையும், பழங்காலத்தில் இருந்த வழிபாட்டு முறைகளையும் தெளிவாக விளக்குகின்றன. வாணியம்பாடி வட்டாரத்திலுள்ள மிகவும் பழமை வாய்ந்த சிறப்புகளை தன்னகத்தை கொண்ட பெருந்தெய்வங்களின் தலவரலாற்றை கோயிலின் கல்வெட்டுகள் மூலமாகவும், தமிழ்இலக்கியங்களின் மூலமாகவும், ஒவ்வொரு கோயிலின் தலவரலாற்றை அறியமுடிகிறது.

3.1.01 வரசித்திவினாயகர்

வாணியம்பாடியில் வணிகர் தொழில் செய்பவர்கள் அதிகமாக வாழும் பகுதி என்பதால் செய்யும் தொழிலில் அதிக முன்னேற்றம் அடையவும் தொழிலில் இலாபம் ஏற்படவும் தெய்வத்தை வணங்கிட வேண்டி 125வருடங்களுக்கு முன்பு வினாயகர் சிலையை எடுத்து வந்து அம்பூர்பேட்டையில் வைத்து வணிகவைசியசமூகத்தினர்களால் கட்டப்பட்டது. இவ்வினாயகரை காலையில் வணங்கினால் தொழிலுக்கு செல்வதால் செய்யும்

தொழிலில் வரவு ஏற்பட்டது. எனவே 98 வருடங்கள் முன்பு ஸ்ரீவரசித்திவினாயகர் திருக்கோவில் 1921 ஆண்டு ஆனிமாதம் 10 ஆம் தேதி வியாழகிழமை கும்பாபிஷேகம் நடைபெற்றது. இக்கோயிலில் நவகிரகம் 1923 ஆம் ஆண்டு பிரதிஷ்டை செய்யப்பட்டது.

இத்திருக்கோவிலில் ராஜகோபுரம்கட்டி அதில் அருள்மிகு தட்சணாமூர்த்தி, அருள்மிகு துர்கையம்மனும். ஸ்ரீவள்ளிதேவசேனா சமேதசுப்பிரமணியன், ஸ்ரீவிசாலட்சி சமேத விஸ்வநாதர் அமைக்கப்பட்டு 2003 ஆம் ஆண்டு திருக்குடமுழுக்கு நடைபெற்றது. மீண்டும் 2017 ஆம் ஆண்டு ஆலய மூலவர் விமானம் மற்றும் இராஜகோபுரம் வர்ணங்கள் தீட்டப்பட்டு புதிதாக ஸ்ரீதேவிபூதேவி சமேத ஸ்ரீனிவாசபெருமாள், ஸ்ரீகாலபைரவர், ஸ்ரீஜயப்பர்சுவாமி, ஸ்ரீ நாகதேவதைகள், ஆகிய சிலைகள் பிரதிஷ்டை செய்து மஹாகும்பாபிஷேகம் நடைபெற்றது.

3.1.02 அதிதீஸ்வரார்

சத்திய லோகத்தில் பிரம்மதேவன் தன் மனைவியான சரஸ்வதிதேவியிடம் "மும்மூர்த்திகளுள் எனது பெயரே முதன்மையாகவும், எனது தொழிலாகிய படைத்தலே முதலானதாகவும் உள்ளதாலேயே காத்தலும், அழித்தலும் நடைபெறுகிறது. எனவே, யானே முதல்வன்" என்று ஆணவத்துடன் கூறினார்.

அறுபத்துநான்கு கலைகளின் நாயகியான கலைவாணி தன்நாயகனின் தவறான எண்ணத்தை எண்ணி நகைத்தனள். தன்கூற்று நகைப்பிற்குண்டானதைக் கண்ட பிரம்மதேவன் தனக்கு ஏற்பட்ட அவமானத்தைப் பொறுக்க முடியாமல் அன்னை வாணியை ஊமையாகும்படி சாபமிட்டார். அன்னை வாணி கோபத்துடன் தன் சாப நிவர்த்திக்கென பூலோகத்திலுள்ள சிருங்கேரியில் சென்று தவக்கோலம் ஏற்று தவம் இயற்றத் தொடங்கினாள்.

அன்னை வாணியின் பிரிவால் படைப்பின் மூலமான பிரம்ம தத்துவ வேதம், நாதம் மறந்த நிலையில் பிரம்மன் காஞ்சியில்

வேள்வி நடத்த முனைகிறார். வேள்வி பூர்த்தியாக வேண்டுமெனில் மனைவியுடன் இயற்றும் வேள்வி மட்டுமே பூர்த்தியாகும் என்றனர் தவமுனிவர்கள். அது கேட்ட பிரம்மன் தன் தவறை உணர்ந்து திருமாலையும், சிவபெருமானையும் வேண்ட அவர்கள் கூறியபடி சிருங்கேரி சென்று வாணிதேவியைக் கண்டு தம் தவறுக்கு வருந்தி, தான் செய்யும் யாகத்தைப் பூர்த்தி செய்ய தம்மோடு வரும்படி வேண்டினார்.

உலகுய்ய வேண்டி நான்முகன் அழைப்பிற்கிணங்கி உடன் வர சம்மதித்தாள். பாலாற்றின் வடகரைக்கு வந்தவுடன் யாகம் செய்த இறைவனை வணங்கத்தக்க இடம் இதுவென அறிந்துணர்ந்து அவ்விடத்தில் அறச்சாலை நிறுவி 32 அறங்களையும் இயற்றினார். 32 வகையான தானங்கள் செய்து. இறைவனை நறுமலர் கொண்டு பூஜித்துத் தன் கணவனின் யாகம் நிறைவேறவும் தனது விருந்தினை ஏற்கவும் வேண்டினார்.

இறைவன் சிவவேதியராகவும், இறைவி வேதநாயகியாகவும், விருந்தினராக வந்து வாணி அளித்த விருந்தினை ஏற்று உண்டு மகிழ்ந்தனர். விருந்தின் பின் "வாணி ஊமைத்தன்மை விடுத்துப் பாடுக"என அம்மையும் அப்பனும் ஒரு சேர திருவாய் மலர்ந்தருளினர். வாணியும் தனது ஊமைத் தன்மை விடுத்து உரக்கப் பாடிய இடம் வாணிபாடி ஆகும். பின்னாளில் வாணியம்பாடி என அழைக்கப்பெற்றது.

பின்னர், வேதியத் தம்பதியர் வடிவில் வந்த இறைவனும் இறைவியும் ரிஷபாரூபத்தில் காட்சி தந்து, கையிலை மலை மீது அமர்ந்து கைலாயக் காட்சியும் தந்து உலகுய்ய அறங்களை இயற்றி தவம் செய்து வாணியின் பெயரால் இவ்வூர் விளங்கும் என்றும், கையிலை மலை மீது அமர்ந்த அதே திருக்கோலத்தில் இத்திருத்தலத்தில் வீற்றிருந்து அருள் புரிவோம் என்றும் கூறி வாழ்த்தி, படைப்பின் தன்மையையும், கலை ஞானத்தையும் உலக உயிர்களுக்கு நல்குவீர் என்றும் மொழிந்தார்.

3.1.03 சுந்தரராஜப்பெருமாள்

அருள்மிகு சுந்தரராஜப்பெருமாள்திருக்கோயில் கி.பி.7 ஆம் நூற்றாண்டில் பல்லவர்களால் கட்டப்பட்டதற்கான கல்வெட்டு

ஒன்று உள்ளது. புகழ்பெற்ற உதயேந்திரம் செப்பேடுகளில் உதயச் சந்திர மங்கலம் என்னும் சிற்றூர் இப்பொழுது உதயேந்திரம் என்னும் பெயரில் அழைக்கப்படுகிறது. வாணியம்பாடியின் ஒரு பகுதியே பல்லவர்காலத்தில் உதயசந்திரன் என்னும் தளபதியின் நினைவாக இவ்வூர் ஏற்பட்டது. இன்று உதயேந்திரம் என்று வழங்குகிறது.

இக்கோயிலின் கருவறையில்சுந்தரராஜப் பெருமாள், சுந்தரவள்ளி தாயருடன் திருக்கல்யாண கோலத்தில் உட்கார்ந்த நிலையில் காட்சியளிக்கிறார். இக்கோயிலின் தூண் ஒன்றில் விஷ்ணுவின் பத்துஅவதாரங்களில் ஒன்றான மச்சஅவதாரம் அழகாக செதுக்கப்பட்டுள்ளது. இக்கோயில் தென்கலைப்பிரிவில் அமைந்துள்ளது. தற்போது புதுப்பிக்கப்பட்டு வருகிறது.

3.1.04 அழகு பெருமாள்

சத்திய லோகத்தில் பிரம்மாவிற்கும் கலைவாணிக்கும் இடையே ஏற்பட்ட வாக்கு வாதத்தில் பிரம்மன் தன்னைவிட விஷ்ணு மற்றும் சிவன் மேலானவர்கள் அல்லர் என்று கூறினார். இதைக்கேட்ட வாணி சிரித்துவிட அவமானம் அடைந்த பிரம்மன் வாணியை "ஊமையாகப் போகக் கடவாய்" என்று சாபமிட்டார். வாணி பூலோகம் வந்து சிருங்கேரியில் தவம் செய்து கொண்டிருந்தாள். அப்போது உலகம் உய்யும் பொருட்டு பிரம்மன் சிவனை வேண்டி யாகம் செய்தார்.

அந்த யாகத்திற்கு விஷ்ணுவை அழைத்தார். பின் விஷ்ணுவின் சொற்படி வாணியிடம் மன்னிப்புக்கோரி இருவரும் சேர்ந்து அறச்சாலை அமைத்து பாலாற்றங்கரையில் யாகம் செய்தனர். அந்த யாகதத்திற்குத் தன்னுடைய அவிர் பாகம் பெற விஷ்ணு வந்தார். விஷ்ணு அவிர் பாகத்தை கிழக்கே நின்று மேற்கே பார்த்தப்படி பெற்றுக் கொண்டார். எனவே பாலாற்றின் மேற்கு நோக்கியவாறு பார்த்தப்படிகிழக்கே நின்றுள்ளார். அந்தக் கோயிலே இந்த அழகுப் பெருமாள் கோயில் ஆகும்.

இக்கோயில் மிகவும் பழமை வாய்ந்த ஒன்றாகும். இக்கோயிலின் சுற்றிச் சுவரில் சுமார் 20க்கு மேற்பட்ட

கல்வெட்டுகள் காணப்படுகின்றன. இக்கோயிலில் மதுராந்தக சோழ மன்னரின் (கி.பி.979-985) கல்வெட்டு உள்ளது. அந்த கல்வெட்டுக்களில் இவ்வூரின் பெயர் மதுராந்தக சதுர்வேதி மங்கலம் என்று உள்ளது.

இக்கோயில் விசயநகரஅரசர் வழித்தோன்றலின் சதாசிவராயர் கி.பி.1545இல் புதுப்பித்ததற்கான சான்றுகள் உள்ளன. இவர் காலத்தில் இக்கோயிலுக்குத் திருமாலிருஞ்சோலை நாராயணபுரம், வடக்குப்பட்டு போன்ற கிராமங்கள் தானமாக அளிக்கப்பட்டதற்கான சான்றுகளும் உள்ளன.

3.1.05 சென்றாயசுவாமி

பரந்த இந்த உலகில் தர்மங்கள் தாழ்ந்து அதர்மங்கள் ஓங்கும் சமயங்களில் எல்லாம் அதர்மத்தை அழிப்பதற்கும் தர்மத்தை நிலை நாட்டவும் யுகங்கள் தோறும் இறைவன் அவதாரங்கள் பலயெடுத்து மக்களைக் காத்துள்ளான். சுமார் ஆறாயிரம் ஆண்டுகளுக்கு முன் துவாபரயுகத்தில் இறைவன் கோகுலத்தில் ஸ்ரீகிருஷ்ணராக அவதாரமெடுத்து, கௌரவர்கள் மற்றும் பாண்டவர்கள் மூலம் தர்மத்தைக் காத்திட பாரததேசத்தில் நிகழ்த்திய தர்மயுத்தில் பாண்டவர்கள், கௌரவர்களால் 14 ஆண்டுகள் வனவாசமும் ஓராண்டுக் காலம் அஞ்ஞானவாசமும் வாழும் படி நேர்ந்துவிட்டது.

தருமன், பீமன், அர்ச்சுனன், நகுலன் மற்றும் சகாதேவன் ஆகிய பாண்டவர்கள் ஐவரும் தேசமெங்கும் உள்ள வனங்களில் நடந்து வந்து கொண்டிருக்கும் வேலையில், சந்தனம் மணக்கும் ஜவ்வாதுமலைப் பகுதியில் வருகின்ற போது பீமகுளம் என்ற இடத்தினிலே எம் பெருமாள் ஸ்ரீகிருஷ்ண பகவான் புற்று வடிவினிலே உருவமும் அருவமும் அற்றநிலையினிலே சர்ப்ப வடிவமாக மக்களுக்குக் காட்சியளித்து மக்களைக் காத்து வந்த அருள்மிகு சென்றாயசுவாமியின் ஆலயத்தினையும் காண, அவர்கள் ஐவரும் இறைவனைச் சேவித்து ஜவ்வாதுமலை வனத்தில் தங்கிச் சென்றிருக்கிறார்கள்.

பாண்டவர்கள் ஜவ்வாது மலைதனிலே வனவாசம் மேற்கொண்டபோது பீமன் குளித்த அருவி இவ்வாலயத்திற்கு வடகிழக்கே சுமார் 10 கீ.மீ. தொலைவில் உள்ளது. பின்னாளில் இது பீமன்அருவி என்று பெயர் பெற்றது. இன்றும் மக்கள் நீராட அந்த அருவி ஓடிக் கொண்டிருக்கின்றது. பஞ்சபாண்டவர்கள் திருப்பாதங்கள் பட்டு இறைவனை வழிபட்ட இந்த ஆலயம், பல காலம் பல அரசர்களால் நிர்வகிக்கப்பட்டு வந்திருக்கன்றன. தற்போது திருவளார். ராஜகோபால்ஆச்சாரியார் அவர்கள் இறைவனுக்குத் தன்னால் இயன்ற சேவை செய்வோம் என்றெண்ணி தினசரி செய்ய முடியா விட்டாலும் வாரத்தில் ஒரு நாள் சனிக் கிழமையாவது இறைவனை சேவிப்போம் என்று பூஜை செய்து வருகின்றார். இவ்வாலயத்திற்கு வரும் பக்தர்களின் வேண்டுதல்கள் யாவும் இறைவனால் ஏற்கப்பட்டு நிவர்த்தி அடைகிறது. இக்கோயிலில் முன்னோர் வழிப்பாடன மோட்சதீபம் ஏற்றப்படுகிறது. இந்த தீபத்தை இக்கோயிலில் ஏற்றி வழிப்பட்டால் முன்னோர்களின் ஆசியை பெறலாம் என்பது அக்கோயிலின் ஐதிகம். அனைவருக்கும் எல்லா வகையான குறைகளும் தீருவதே இவ்வாலயத்தின் சிறப்பாகும்.

3.1.06ஆராவமுதப் பெருமாள்

ஓம் மஹான் எழுந்தருளல்

பல வருஷங்களுக்கு முன்னால் ஸ்ரீ முஷ்ணம் என்னும் ஷேத்திரத்தில் இருந்து ஸ்ரீ வத்ஸகோத்திரம் சக்ரவர்த்தி குலத்தில் அவதரித்த ஒரு மஹான பாதயாத்திரையாக பல திவ்ய தேசங்கள் சேவித்து வரும் பொழுது கேத்தாண்டபட்டி என்கிற ஊர் வந்து சேர்ந்தார். அங்கு வந்த சுவாமிக்கு நோக்கும் பக்கமெல்லாம் “கரும்பொடு செந்நலோங்கு செந்தாமரை” என்று ஆழ்வார் ஸாதித்தபடி எங்கும் பார்ப்பதற்கு அழகாக இருக்கும் கரும்பு, வாழை, தென்னை முதலிய இயற்கை அழகைக்கண்டு, அங்கேயே கொஞ்ச நாட்கள் தங்க ஆசை தோன்றியது. இலங்கை நோக்கி எடுத்துச் செல்லப்பட்ட அரங்கன் காவிரியின் அழகைக் கண்டு, அங்கேயே தங்க ஆசைப்பட்டது போல், நம் சுவாமியும் வடதேச

யாத்திரையாகச் சென்றவர் மேலே செல்ல மனமில்லாமல் இங்கேயே தங்கி விடுகிறார்.

நதியும் பாதுகையும்

ஊரில் கோயில் இல்லாததினால், கோயிலில்லா ஊரில் குடியிருக்க வேண்டாம் என்கிற வசனப்படி, நம் சுவாமியும் அங்கு தங்க மனமில்லாமல் பக்கத்திலேயே இரண்டு பர்லாங் தூரத்திலிருக்கும் கல்லாறு என்று சொல்லக்கூடிய ஒரு சிறு ஆற்றங்கரையில் வசிக்க திருவுள்ளம் கொண்டு அங்கேயே ஒரு சிறு குடில் அமைத்து தான் ஏற்கனவே வைத்திருந்த ஸ்ரீஸாளக்ராம மூர்த்திகளுக்குத் திருவாராதனம் பண்ணிக்கொண்டு ஞான வைராக்ய அனுஷ்டமான சிலராய் மிகவும் தூய்மையுடன் வாழ்ந்து வந்தார். நாளடைவில் சுவாமிக்கு பல சிஷ்யர்களும், ஆப்தர்களும் சேர்ந்தார்கள்.

சுமார் இரண்டு வருட காலங்கள் அந்த ஆற்றங்கரையில் சுவாமிகள் வசித்து வந்ததாக தெரிய வருகின்றது. இதன் மத்தியில் சுவாமிக்கு ஓர் எண்ணம் உண்டாகியது. எப்படியும் இந்த ஊரில் ஒரு கோயில் கட்ட வேண்டும் என்று திருவுள்ளத்தில் ஆழமான எண்ணம் தோன்றியது. இருப்பினும் எம்பெருமானை அடைய அவன் திருவடிதான் தஞ்சம் என்று அபிப்ராயப்பட்டு, முதலில் திருவடி ஆராதனம் செய்ய திருவுள்ளம் கொண்டார். அதன்படி ஒருநாள் அந்த ஆற்றின் நடுவில் பெரியதொரு பாறையில் ஐந்து ஜோடி திருவடி நிலைகளை செதுக்கி வைத்தார். அதற்கு முறையே ஸ்ரீரங்கம், யதகிரி, ஸ்ரீசைலம், அஸ்தீசம்,அமுதன் என்ற பெயர்களையும், க்ரந்தாக்ஷரத்தில் எழுதி, ஸம்ப்ரோக்ஷணாதிகள் முதலியன செய்து வைத்து, திருவாதாரணமும் செய்து வந்தார். அது முதற்கொண்டு அந்த கல்லாறுக்கு பாதுகாநதி (திருவடியாறு) என்ற பெயரும் வழங்கலாயிற்று இன்றளவும் நதியில் பாதுகைகள் இருப்பதை நாம் காணலாம்.

கோயில் திருப்பணி

இப்படியாக பாதுகா நதியில் அனுஷ்டானமும், பாதுகை ஆராதனமும் செய்து கொண்டு பல சிஷ்யர்களுடன் விளங்கு

வந்த நம் சுவாமி, ஊரில் கோயில் கட்ட அதற்கு வேண்டிய இடத்தையும் சம்பாதித்தார். ஊருக்கு எழுந்தருளி கோயில் வேலைகளை கவனிக்கலானார். கட்டடம் வெகு அழகாக கிளம்பிவிட்டது. சிறியதாகவும், அழகாகவும் கோயிலை கட்டி முடித்துவிட்டார். சுவாமியின் வெகுநாள் எண்ணம் பூர்த்தியாகிவிட்டது. கோயிலில் எம்பெருமான் வரதராஜனை ப்ரதிஷ்டைபண்ணி, க்ரமமாக திருவாராதனம் நடத்திவந்தார். பெரியதொரு அக்ரஹாரமும், ஸ்ரீவரதன் சந்நிதியும் பார்ப்பதற்கு வெகு அழகாக இருந்தது. கோயில் திருவாராதனத்திற்கு வேண்டிய நிலபுலன்களையும் ஏராளமாக சேர்த்து ஏற்பாடுகள் பண்ணிவிட்டார். நித்யப்படி ஆராதனமும், சில விசேஷ உற்சவாதிகளும் விமரிசையாக நடந்து வந்தன. பெரியதொரு மஹான்கள் கோஷ்டியோடு சேவை, சாத்துமுறை முதலியன நடந்து எம்பெருமான் வரதன் வெகு அற்புதமாக சேவை தந்து வந்தார்.

ஸ்வாமியின் கனவு

இப்படி இருக்கும் போது, ஒருநாள் நம் சுவாமி ஒரு கனவு கண்டார். அக்கனவில் திருக்குடந்தை ஸ்ரீஆராவமுதன் சேவை சாதித்து “என் ஊர் வந்து என்னை கேட்டு வாங்கி, உன் கோயிலில் வைத்து ஆராதிப்பாய்”என்றுகூறினார். சுவாமி உடனிருந்த சிஷ்யர்களிடம் இவ்விஷயத்தைச் சொல்லி, எல்லோருமாக குடந்தைநோக்கி பயணமானார்கள். (குடந்தையில் இதற்கு முன் பூமியில் இருந்து, பல உலோகங்களால் ஆன விக்ரஹங்கள் கண்டு பிடிக்கப்பட்டு இருக்கின்றன). குடந்தையில் ஸ்ரீஆராவமுதன் அங்கிருக்கும் கோயில் அதிகாரிகளின் கனவில் வந்து “என்னைக் காண இங்கு வரும் கேத்தாண்டபட்டி சுவாமிகளுக்கு எழுந்தருளப் பண்ணி கொடுங்கள்” என்று உத்தரவிட்டார். அது கண்டு அவர்களும் இவருடைய வரவை எதிர்பார்த்துக் கொண்டிருந்தார்கள். இருவரும் ஒருவருக்கொருவர் நடந்த கனவுகளைச் சொல்லி, எம்பெருமானுடைய லீலைகளை கண்டு ஆனந்தித்தனர்.

அமுதன் எழுந்தருளல்

உடனே கோயில் அதிகாரிகள் ஒன்று சேர்ந்து பூமியில் கிடைத்த எம்பெருமானை கனவில் தோன்றிய விக்ரஹத்தை கொடுக்க, இவர்களும் கைகூப்பி மேளதாளத்துடனும் எழுந்தருளப் பண்ணி கொண்டு வந்து, நல்லதொரு முகூர்த்தத்தில் பெரியதொரு கும்பேஷேகம் செய்து, வரதனுக்கு சமீபத்தில் எழுந்தருளப் பண்ணினார்கள். ஆராவமுதன் என்றதிருநாமத்தையும் சாத்தினார்கள். அது முதற்கொண்டு கோயிலும் “ஸ்ரீஆராவமுதஸ்வாமி தேவஸ்தானம்” என்றே அழைத்தனர். இப்படியாக ஸ்ரீவரதனுடன் சேர்ந்த “அபர்யாப்தாமிருதன்” (ஆராவமுதன்) இன்றளவும் வெகு அற்புதமாக சேவை தருகிறான்.

ஆழ்வாரின் வாக்கு

வரதராஜன் எழுந்தருளியிருக்கும் சந்நிதியில் அமுதன் வலியதானாக வந்து ஸேவை தருவது ஏன்? அதாவது “திருமங்கை மன்னனின்” குடந்தை அமுதனைப் பற்றி பாசுரங்களில் ஓர் அடி ஞாபகம் வருகிறது. அங்கு மங்களா சாசனம் பண்ணிய மங்கை மன்னன் “செல்வம் மல்கு தென் திருக்குடந்தை” என்று சொல்லியிருப்பது உலகமறிந்ததே. தென் என்பதற்கு பல அர்த்தங்கள் இருந்தபோதிலும், ப்ரதானமான திக்கையும் குறிக்கின்றது. செல்வம் நிறைந்ததான தமிழ் தேசத்தில் தெற்கு திக்கில் இருக்கக்கூடிய திருக்குடந்தை என்பது ஆழ்வார் மங்களாஸாசனம் அப்படியானர், வேறு ஒரு திக்கில் ஒரு அமுதன் சந்நிதி தோன்றப்போகிறது என்ற (முக்காலமும் அறிந்த நம் கலியனுக்கு) எண்ணமுன்டாயிற்று. ஆகையால் அங்கு மங்காஸாசனத்தில் தென் திருக்குடந்தை என்று சாதித்தார் போலும் இந்த அமுதன் அந்த திவ்ய தேசத்திலிருந்தே எழுந்தருளப்பட்டார். இங்கு நம்மால் பண்ணினதோ அல்லது வேறு எங்கிருந்தாவது எடுத்து வந்ததோ அல்ல. ஆழ்வாரின் வாக்கை மெய்ப்பிக்கத் திருவுள்ளங்கொண்ட குடந்தை அமுதன் தன் போன்ற ஒருவனை கொடுத்து,தமிழ்நாட்டில் மேற்கு திக்கில் இருக்கும் இந்த கேத்தாண்டபட்டிக்கு எழுந்தருளினார் போலும். அது முதல் இவ்வூருக்கு “மேல் திருக்குடந்தை” என்ற பெயரும்

உண்டானதாகத் தெரிகிறது. என்னே எம்பெருமான் லீலை ஆழ்வாரின் வாக்கும் நன்கு பலித்து விட்டது. மேல் திருக்குடந்தையும் ஏற்பட்டுவிட்டது.

மங்களா சாஸனம்

பல பெரியோர்களும், மஹான்களும் வாழ்ந்த ஊர்தான் ஸ்ரீ கேத்தாண்டப்பட்டி, ஒரு கோயில் என்று இருந்தால் அதை ஆழ்வார்களோ, ஆசாரியார்களோ அல்லது மஹான்களோ மங்களாசாஸனம் செய்திருக்க வேண்டுமென பெரியோர் கூறுவர். அதன்படி பார்ப்போமானால், லோக ப்ரசித்தராக ஸமீபத்தில் எழுந்தருளியிருந்த ஸ்ரீமத் கோழியாளம் ஸ்வாமிக்கும், ஸ்ரீமத் கருடபுரம் ஸ்வாமிக்கும், இவ்வூரில் எழுந்தருளியிருந்த பெரிய மஹானான கேத்தாண்டபட்டி ஸ்வாமி (ஸந்நியாச ஆசிரமம்) ஆசார்யனாகிறார். “கேத்தாண்டப்பட்டி சுவாமி”என்றே சிஷ்யர்களால் அழைக்கப்பட்டர். சுவாமியின் திருவடி சம்மந்தப்பட்டவர்கள் திருப்பதி சுவாமி,கோழியாளம்சுவாமி, திருவேந்திரபுரம்சுவாமி, கருடபுரம்சுவாமி மற்றும் அவர்களுடைய திருவடி சம்மந்தப்பட்டவர்களாவார்கள். இப்படி ஓர்மஹான் வாழ்ந்த ஊர் கேத்தாண்டபட்டி ஆகும். பல மஹான்கள்களாள் இங்கு எழுந்தருளியிருந்து எம்பெருமானை மங்களாசாஸனம் செய்திருக்கின்றார்கள்.

தற்சமயம் இக்கோயிலில் சக்ரவர்த்திக் குலத்தில் தோன்றய பரம்பரை தர்மகர்த்தாக்களினால் நன்கு பராமரிக்கப்பட்டு நித்யப்படி இரண்டு வேளை திருவாராதனமும், சில உத்ஸவாதிகளும் நடந்து வருகின்றன. இக்கோயில் 15-10-1995, 16-10-1995 ஆகிய இரு தினங்கள் ஸ்ரீமத் அகோபில மடம் 45ம் பட்டம் ஸ்ரீமத் அழகிய சிங்கர் ஸ்வாமிகள் எழுந்தருளி எம்பெருமானை மங்களா சாஸனம் செய்து அருளி அருள் ஆசியும் வழங்கியிருக்கிறார்கள். அவர்தம் திருக்கரத்தால் அனுமார் ஸன்னிதிக்கும் (ஆஞ்சனேயன்) அடிக்கல் நாட்டினார். மேலும் ஸ்ரீ மைசூர் பரகாலமட ஸ்வாமியும் சமீபத்தில் மங்களாசாசனம் செய்திருக்கிறார்.

3.1.07 பிரச்சன்ன வெங்கடேசபெருமாள்

ஸ்ரீ பிரச்சன்ன வெங்கடேசபெருமாள் ஆலயம் 850 வருடங்கள் பழமை வாய்ந்த திருக்கோவில். கி.பி 1287 ஆம் ஆண்டு மைசூர் மகாராஜா காலத்தில் கட்டப்பட்டது தான் அருள்மிகுபிரசன்னாவெங்கடேசபெருமாள் ஆலயம். ஸ்ரீதேவிபூதேவியொடு வெங்கடேசபெருமாள் முழுவுருவத்துடன் இங்கு அருள் பாலிக்கிறார். மைசூர் மகாராஜா காலத்தில் திம்மாம்பேட்டை பகுதி முழுவதும் வேதங்களை முறைப்படி படித்த பிரம்மாணர்கள் வாழும் பகுதியாக அமைந்திருந்தது. இங்கு சைவ,வைணவ திருக்கோயில் இரண்டும் மைசூர் மாகராஜா காலத்தில் கட்டப்பட்டது. பிரமணர்களின் வாழ்க்கை தேவைகளை பூர்த்தி செய்துக் கொண்டு, கோயிலை புதிப்பித்து பூஜைகள் நிர்வாகிக்கு தேவையான அனைத்து சொத்துகளையும் இக்கோயிலின் பெயரிலேயே உள்ளது. இக்கோயிலுக்கு ஆகமவிதிபடி வழிபாடுகள் நடத்தவும், அன்னதானம் வழங்கவும் மாகாராஜவால் நிலங்கள் ஓதுக்கப்பட்டுள்ளது.இந்த கோயிலில் ஒரு காலபூசை நடைபெறும். கோவிலின் தலவிருட்சமாக மரமல்லிமரம் உள்ளது. இக்கோவில் கி.பி2008 ஆம்ஆண்டு தமிழக அரசால் புதுபிக்கப்பட்டது.

3.1.08 திருப்பால்நதி ஈஸ்வரர்

வேலூர் மாவட்டம் வாணியம்பாடி அடுத்த இராமநாயக்கன்பேட்டை என்னும் சிற்றூரில் நாயக்கர்காலத்தில் சுயம்பாக எழும்பிய திருப்பால்நதி ஈஸ்வரர் கோவில் பாலாற்றங்கரைஓரமாக உயரமாக பீடத்தில் அமைந்துள்ளது. காண்பவர்களை மெய்சிலிர்க்க வைக்கும் தன்மை கொண்ட இந்தக் கோவிலில் அமையப் பெற்றுள்ள சிவலிங்கம் மிகவும் சக்திவாய்ந்தது. இக்கோவில் 16ஆம் நூற்றாண்டில் கட்டப்பட்டிருக்கலாம் என்று தொல்லியியல் துறையினர் கல்வெட்டு ஆய்வில் தெரிவித்துள்ளார்கள். 2009இல் இக்கோவிலுக்கு குடமுழுக்கு செய்யப்பட்டது என்பது நினைவிருக்கும். வேம்பும், அரசமரமும் இணைந்து தல விருட்சமாகக் காட்சியளிக்கின்றன.

31.12.2009 இல் பிரதோஷ வழிபாடுகள் நடைபெற்று முடிந்த பின்பு திடீரென சர்ப்பம் லிங்கத்தைச் சுற்றி வந்து லிங்கத்தின் மீது மேலேறிச் சென்று படம் எடுத்து ஆடியது. இப்பகுதி ஆன்மிக மற்றும் பொது மக்களை அதிசயிக்க வைத்தது. மேலும் இக்கோவிலில் படிக்கட்டாகப் பயன்படுத்தப்படும் கல்வெட்டை ஆராய்ந்தால் உண்மையான தகவல்கள் பல கிடைக்கும் என்ற நம்பிக்கையும் மக்களிடையே பரவி உள்ளது.

3.1.09 பழனி ஆண்டவர்

பழனிஆண்டவர் திருகோயில் 200 வருடங்கள் பழமை வாய்ந்தது. வளையாம்பட்டு கிராம மக்கள் முருகனை வணங்குவதற்காக 6 அடி உயராமனவேல்பிரஷ்டை செய்து வணங்கிணார்கள். முருகனின் அருளால் 80 வருடங்களுக்கு முன்பு கோயில் கட்டப்பபட்டது. வேல் வடிவில் காட்சி தந்த முருகப் பெருமான் இரண்டேகால் உயர சிலை பிரஷ்டை செய்யப்பட்டது. பழனியில் முருகனுக்கு செய்யப்படும் அனைத்து வழிபாடுகளும் இங்கும் செய்யப்படுகிறது. பாம்புபுற்று அம்மனாக வளர்ந்து வருகிறது. இக்கோயிலில் முருகப்பெருமான் குடும்பத்துடன் வீற்றிருக்கிறார்.

தலவிருட்சம்

ஒவ்வொரு தெய்வத்திற்குரிய தலவிருட்சம் ஒன்று உள்ளது தான் இக்கோயிலின் சிறப்பு.

வன்னிமரம் - பிரம்மன்

நாகலிங்கமரம் - சிவன் (அருள்திரு சுந்தரேஸ்வரர் லிங்கரூபமாக காட்சி தருகிறார். பிரதோஷ வழிபாடு நடைபெறுகிறது.)

வேப்பமரம் - அம்மன் (மதுரை மீனாட்சியம்மன் சிலையுடன் வீற்றிருக்கிறார். செவ்வாய், வெள்ளி கிழமைகளில் இராகுகால பூஜை நடைபெறுகிறது.)

அரசமரம், அலிமரம் - விநாயகர் (வலம்புரிவிநாயகர் சிலையுடன் அருள் செய்கிறார். சங்கடசதுர்த்தி அன்று மாலை 6 மணிக்கு வழிபாடு நடைபெறுகிறது.)

எட்டிமரம் - செய்வினைகளை அகற்றும் மரம். இக்கோயிலுக்கு வந்தால் செய்வினை உள்ளோருக்கு செய்வினை அகலும்.

செங்கருங்காலிமரம் - சிவனின் அம்சாமாக திகழ்கிறது.

அரசமரம், வேப்பமரம் இணைந்து காணப்படுகிறது. பலவருடங்கள் பழமை வாய்ந்த மரம் என்பதால் தெய்வசக்தி நிறைந்தது.

3.1.10 சீனிவாசபெருமாள்

பெத்தூர் கிராமத்தில் முன்னோர்களின் ஆசியை பெறவும், இங்கு வாழும் மக்கள் பெரியவர்களின் ஆசியை பெறவும், குலதெய்வமான பெருமாளை வழிப்படவும் கட்டப்பட்டது தான் சீனிவாசபெருமாள் கோயில். இக்கோயிலில் முதலில் அகண்ட மண் விளக்கு ஏற்றி பஜனை செய்து வழிபட்டு வந்தனர். பின்பு இராமர் படத்தை வைத்து வழிப்பட்டனார். பிறகு பெருமாள் சிலை பிரஷ்டை செய்து கோவில் கட்டப்பட்டது. இக்கோவிலின் சிறப்பு முன்னோர்களை வழிபாடு செய்யும் விதமாக மோட்சதீபம் ஏற்றப்படுகிறது. இக்கோயிலின் தலவிருட்சமான அரசமரம் மிகவும் பழமை வாய்ந்தது.

பிரதி சனிகிழமைகளில் பெருமாளை வணங்கி நாம் செய்த பாவங்களை நீக்கி ஆசிபெற மாலை 6 மணிக்கு முன்னோர்களை வணங்க மோட்சதீபம் ஏற்றப்படுகிறது. பெருமாளை குலதெய்வமாக கொண்டவர்கள் இங்கு மேல்விளக்கு வைத்து வழிப்பட்டால் நாம் செய்ய நினைக்கும் நல்ல காரியங்கள் எல்லாம் இனிதே நடைபெறும் என ஊர் மக்கள் கூறுகின்றனர்.

3.1.11 சந்திரமௌலீஸ்வரர்

திம்மாம்பேட்டையில் சுமார் 1000 வருடங்கள் மிகவும் பழமை வாய்ந்த சிவலாயம் சந்திரமௌலீஸ்வரர் ஆலயம். மைசூர்

மகாராஜா காலத்திற்கு முன்பே கட்டப்பட்டது என்றும் கூறுகின்றனர். வானத்திலுள்ள சந்திரன் மிகவும் குளிர்ச்சியானவர், வெண்மைநிறம் கொண்டவர், வளர்ந்தும் தேய்ந்தும் காட்சி தருகிறார். சுந்திரனைப் போலதான் மனிதனின் வாழ்கையும் இன்பம், துன்பம் நிறைந்து காணப்படும். மனஅமைதியின்றி தவிக்கும் மனிதர்களுக்கு மனஅமைதிபடுத்தவே தோன்றியவர்தான் சந்திரமௌளீஸ்வரர். வானத்தில் உள்ள சந்திரனை பார்த்தால் எவ்வளவு மகிழ்ச்சி அடைகிறோமோ அதுப்போல இக்கோவிலில் உள்ள சிவலிங்கத்தை பார்த்தல் மனஅமைதி கிட்டும் என்பதால்தான் இக்கோவிலின் இறைவனுக்கு சந்திரமௌளீஸ்வரர் என்ற பெயர் வந்தது. வாழ்க்கையில் மகிழ்ச்சியும், மனஅமைதியும் கிடைக்க வேண்டுமெனில் சந்திரமௌளீஸ்வரரை தரிசிக்க வேண்டும்.

இக்கோயில் தமிழகஅரசாங்கத்தால் புனர்ரமைக்கபடாமல் உள்ளது. தலமுறை தலமுறையான ஒரு குடுப்பத்தினர் வழித்தோன்றல்கள் மட்டுமே இக்கோயிலில் பூசை செய்து வருகிறார்கள். அவர்களில் மூன்று தலைமுறை இப்பொழுது இருகின்றனர். அவர்கள் கூறிய தகவல்தான் இங்கு கூறப்பட்டுள்ளது.பல வருடங்களாக இப்பகுதியில் அர்ச்சகர்கள் (ஐயர்) வசிக்கும் பகுதியாக இருந்தது. இவர்கள் வழிபாடு செய்வதற்கே சைவ, வைணவ கோயில் கட்டப்பட்டது என்றும், இவர்களின் மனகுறையை போக்கி மனம் அமைதி பெறவே சிவனும், விஷ்ணுவும் இங்கே வீற்றிருக்கிறார் என்று வாய்வழி செய்தி கூறப்படுகிறது.

3.1.12 பஜனைகோயில்

இப்பகுதியில் வாழும் மக்கள் கிருஷ்ணரை குலதெய்வமாக வணங்குகிறார்கள். இக்கோவிலில் கிருஷ்ணர் மூலவராக வீற்றிருக்கிறார். பகவத்கீதையை புனிதநூலாக கருதும் மக்கள் அவற்றில் உள்ள கருத்துகளைக் மக்களுக்கு எடுத்துக்கூறி கிருஷ்ணபக்தியை உருவாக்கவே இத்திருதலம் 40 வருடங்களுக்கு முன்பே தோன்றியது என்று கூறுகிறார்கள். 'ஹரேராம ஹரேகிருஷ்ணா' என்பது வைணவர்களால் உச்சரிக்கப்படும்

மந்திரம் ஆகும். இந்த மந்திரத்தை தினமும் மாலை வேளையில் ஊர் முழுவதும் பஜனை செய்துகொண்டே செல்வார்கள். கோயிலிலும் வந்து பல கிருஷ்ணன் வழிபாடு பாடல்களை பாடி வழிபாடு செய்வார்கள்.

3.1.13 வைகுண்ட பெருமாள்

இராமநாயக்கன்பேட்டையிலுள்ள மிகப் பழமையான கோவில்களுள் ஒன்று வைகுண்ட பெருமாள் ஆலயம். வைகுண்டத்தில் வாழும் பெருமாள் வயல்வெளி நிறைந்த இந்த ஊரின் இயற்கையழகை கண்டு பாலாற்றின் மேட்டில் மக்களை காக்கும்தெய்வமாக வீற்றிருக்கிறார்.

மோட்சம் என்பதை சைவர்கள் கயிலாயம் என்பார்கள். வைணவர்கள் வைகுண்டம் என்பார்கள். இராமநாயக் கன்பேட்டையில் உள்ள சிவன் ஆலயமும், விஷ்ணு ஆலயமும் மிகவும் பழமைவாய்ந்தது. இந்த இரண்டு கோவிலும் மனிதர்களுக்கு மோட்சத்தை தரக்கூடியது,எனவே வைகுண்ட பெருமாளை தொழுதால் வைகுண்டம் கிடைக்கும் என நம்பிக்கை இவ்வூர் தக்களிடையே இருப்பதை களஆய்வின் போது தெரிந்த உண்மை.

ஒருவருக்கு சனிபகவானின் ஆதிக்கத்தைப் பொறுத்தே ஆயுள்காலம் அமையும். சனிபாகவானை கட்டுப்படுத்துபவர் பெருமாளே. சனிக்கு அதிபதி பெருமாள் எனவே சனிக்கிழமைகளில் பெருமாளுக்கு விரதம் இருந்து நெய் தீபம் ஏற்றுகிறார்கள். மேல்விளக்கு வைத்தும் வழிபாடுகிறார்கள்.

3.1.14 தீர்த்தகிரி ஈஸ்வரர் மற்றும் பாலமுருகன்

பெத்தூர் காட்டுப்பகுதியில் அமைந்துள்ள ஆலயம் தீர்த்தகிரி ஈஸ்வரர் மற்றும் பாலமுருகன் ஆலயம். அடர்ந்த வனப்பகுதியில் 300 வருடங்கள் பழமைவாய்ந்த திருத்தலம். இங்கு அமைந்துள்ள சிவாலயம் மிகசக்தி வாய்ந்தது. அதிக வனவிலங்குகள் நடமாட்டம் இருந்த காலத்திலும் இவ்வாலத்திற்ககு முனிவர்களும், ஞானிகளும் மட்டுமே வந்து சிவனின் அருளை பெற்று செல்வார்கள் என அறியப்படுகிறது. சித்தர்களால் உருவாக்கப்பட்ட ஆலயம்

என கூறுகின்றானர். காட்டில் வாழும் சித்தர்கள் இந்த கோயிலின் தலவிருட்சத்தின் அடியில் பலவருடங்களாக தியானம் செய்து கடவுளை வழிபட்டதாக கூறுகின்றனர். அதனால் சிவப்பெருமானை வணங்கியபின் இத்தலவிருட்சத்தின் கீழே ஒருமணிநேரம் அமர்ந்து தியானம் செய்தால் அல்லது அமர்ந்துவிட்டு செல்லும்போது பக்தர்கள் மனதில் அமைதி நிலவுகிறது என்கிறார்கள்.

அவ்வாலயத்தில் உள்ள குளத்தின் நீர் மூலிகைகுணம் கொண்டது. இதில் குளித்தால் நோய் பிணி நீங்கும். இங்கு எப்பொழுதும் வற்றாத நீர் ஊற்று (தீர்த்தம்) வந்து கொண்டே இருக்கும். அதை இரண்டு கைகளினால் அள்ளி பருகினால் தீராத நோய் தீரும். தலையில் தெளித்தால் பிறவி மோட்சம் உண்டாகும். இங்கு குன்றின்மேல் பாலமுருகன் ஆலயம் ஒன்று உள்ளது. பக்தர்களுக்கு குழந்தை வரம் தருவதற்காகவே இங்கு வீற்றிருப்பதாகவும் அறியப்படுகிறது. இந்த காட்டுபகுதியில் எப்பொழுதாவது ஒரு முறை யானை ஒன்று வந்து குளத்தில் நீரை துதிக்கையால் ஊறிஞ்சி விநாயகர் சிலைக்கு ஊற்றிவிட்டு, பிறகு சிவாலாயத்திற்க்கு வந்து சிவனை தரிசித்துவிட்டு செல்கிறது என அங்குள்ளவர்கள் கூறுகின்றனர்.சிவப்பெருமான் தன்பிள்ளைகளுடன் இக்கோயிலில் வீற்றிருக்கிறார். இப்பொழுதும் பல சித்தர்கள் கண்ணுக்கு தெரியாமால் நடமாடுகிறார்கள் என கூறுகின்றனர்.

3.1.15 பெருமாள்கோயில்

தும்பேரிகிராமத்திலுள்ள பெருமாள் கோயில்இருநூறுவருடம் பழமை வாய்ந்தவை. முன்னோர்கள் தங்கள் குலதெய்வத்தை கோயில் கட்டி வணங்கவேண்டும் என்பதற்காக, அவர்களின் வறுமையின் காரணமாக துளசி செடியை தெய்வமாக வழிப்பட்டனர். பின்பு கல்லினால் துளசி மாடம் அமைத்து அக்கல்லில் விநாயகர், முருகர், லட்சுமி, போன்ற தெய்வ உருவங்களை செதுக்கி அந்த துளசிமாடத்தையே பெருமாளாக வழிபாடுகின்றனர்.

தற்சமயம் துளசிமாடத்தின் கற்கள் சிதைவு ஏற்பட்டதால் சந்தனம், தேக்கு கட்டைகளை கொண்டு துளசிமாடம் சுற்றிலும் அடித்து வண்ணகற்களால் அலங்காரம் செய்யப்பட்டுள்ளது. அதில் விநாயகர், முருகர்,பெருமாள்,லட்சுமி, போன்ற தெய்வ உருவங்களை பதித்து வழிபடுகின்றனர். நினைத்தகாரியங்களை நிறைவேற்றிக் கொடுக்கும் பெருமாளை இக்கிராம மக்கள் அன்றாடம் காலையில் வழிபாடு செய்துக்கொண்டு வருகிறார்கள்.

3.1.16 பஞ்சமுகநந்தீஸ்வரர்

இத்திருக்கோவில் விஜயநகரபேரரசு காலத்தவை. மிகவும் பழமைவாய்ந்த திருதலம். மோகலாயமன்னர்களின் படையெடுப்பின் போது கோயில் சிதைக்கப்பட்டது. இக்கோயிலின் மூலவராக லிங்கரூபத்தில் அம்மனின் மூன்று தலை உருவம் பதிந்து வீற்றிருக்கிறார். சுமார் 2800அடி உயரத்தில் உள்ள பாறையின்மீது கற்காளால் கட்டப்பட்ட கற்கோயில்.இக்கோயில் நந்திவடிவமுள்ள மலையின்மீது அமைந்துள்ளது தான் சிறப்பு. அடர்ந்தகாட்டுப்பகுதியில் மலையின் உச்சியில் அமைந்துள்ளது இத்தலம். இந்த மலையின் கீழே நோய் நொடி நீக்கும் குளம் ஒன்று உள்ளது. இங்கு விநாயகர், முருகர், வள்ளி, தெய்வணை, சிவன், பார்வதி என குடும்பத்துடன் இந்த கோயிலில் வீற்றிருக்கிறார்.

சுமார் 30 ஆண்டுகளுக்கு முன்பு விஜயன் என்பவர் மாதகடப்பா கிராமத்திற்கு சென்றிருந்தார். அப்போது ஒருவர் மலை பக்கமாக சென்றுகொண்டு இருந்தார். அவரிடம் கேட்டபோது தான் தெரிந்தது மலையின் மீது ஆலயம் ஒன்று உள்ளது என்று, அவருடனே விஜயன் என்பவரும் சென்று பார்த்தப் போது புதர்கள் நிறைந்த பகுதியாக இருந்தது. புதர்களின் நடுவே ஒரு சிவலிங்கம், பிரம்மா. விஷ்ணு, சிவப்பெருமான் இணைந்து காட்சி தந்த மூம்முகசிவலிங்கம், அம்பாள்,விநாயகர். வள்ளிதெய்வாணையோடு முருகன் சிலைகள் கிடைத்தது.

விஜயன் என்பவர் கோயிலை ஓரளவு சுத்தம் செய்து சிலைகளை எடுத்துகொண்டு போய் வைத்து வழிபாடுகளை

செய்தார். பிறகு ஒருநாள் மும்முக சிலை காணமால் போனது. தேடி பார்த்தபோது ஆவுடையார் மட்டுமே கிடைத்தார். பல வருடங்கள் கழித்து அதேவூரில் வசிக்கும் சுகுமார் என்பவரின் உதவியுடன் இப்பொழுது திருப்பணி தொடர அறக்கட்டளை ஆரம்பிக்கப்பட்டுள்ளது என்று அந்த கிராம மக்கள் கூறினார்கள். இக்கோயிலில் உள்ள கல்வெட்டுகளை ஆராய்ச்சி செய்தால் பல உண்மை கதைகள் தெரியவரும் என ஊர்மக்கள் கூறுகின்றனர்.

3.1.17 காசிவிஸ்வநாதர்

விசாலாட்சி உடனுறை காசி விஸ்வாநாதர் மற்றும் பரிவார கோயில் 400 ஆண்டுகள் பழமை வாய்ந்த பெருமைக்குரியது. ஒவ்வொரு சிவராத்திரியின் போதும் இவ்வூரில் உள்ள 9 கோயில்களுக்கும் ஊர்மக்கள் சார்பில் நெய்தீபம் ஏற்றி வழிபட்டு வருகின்றனர்.கொடையாஞ்சி மற்றும் சுற்றியுள்ள பகுதிகளிலிருந்து ஆயிரக்கணக்கான பக்தர்கள் பங்கேற்கின்றனர். மேலும் ஆடிப்பெருக்கு அன்று காலை சூரியன் மூலவர் மீதுபடுவது இக்கோயிலின் ஒரு சிறப்பாகும். அன்றைய தினம் சுமார் 25 ஆயிரத்துக்கும் மேற்பட்ட பக்தர்கள் கலந்துக் கொண்டு பாலாற்றில் புனித நீராடி தரிசித்து செல்கின்றனர். இதில் வாணியம்பாடி மற்றும் சுற்றியுள்ள 25க்கும் மேற்பட்ட கிராம மக்கள் கலந்து கொள்கின்றனர்.

400 வருடங்களாக ஊராலும், நீராலும் புகழ்பெற்று விளங்கும் கொடையாஞ்சி கிராமத்தில் முன்னொரு நாள் சிவபக்தன் ஒருவன் மறைந்த தன் தந்தையின் அஸ்தியை காசிக்கு கொண்டு சென்றான். அப்பொழுது அவன் இந்த பாலாற்றின் வழியில் செல்லும் போது காலைகடன் முடிக்கும் பொருட்டு அஸ்தியை மணலில் புதைத்து மண் மேடையை அடையாளமாக வைத்துவிட்டு தன் காலைக்கடனை முடித்து வந்து பார்க்கையில் அது மலராக இருந்தது. அதனை அவனால் நம்ப முடியவில்லை. அந்த அஸ்தியை இந்த ஊரின் எல்லையை விட்டு சென்றவுடன் சாம்பல் ஆனாது. மீண்டும் இந்த ஊரின் எல்லைக்கு வரும்பொழுது மலராக மாறியது. பல சோதனைக்கு பின், தன் புண்ணிய நீரால் மலராக்கும் தன்மை பெற்ற காசி, கங்கை, மணிமுத்தாறு, திருவரங்க காவிரி,

கருடநதி மற்றும் புதுவை திருக்காஞ்சி சங்கரபாணி போன்ற நதிகளை போலவே இந்த இடம் சிறப்புடன் உள்ளதென மனம் பூரித்து பாலாற்றங்கரை ஈசனை வணங்கி பின் ஆற்றின் பெருமை விளங்க ‘கொடை காசி’ என பெயரிட்டு சென்றானாம். கொடை காசி காலமாற்றத்தால் ‘கொடையாஞ்சி’ என மாறிவிட்டது. 400 வருடங்கள் பழமைவாய்ந்த இந்த கோயிலுக்கு வந்து பக்தர்கள் பாலாற்றில் நீராடி, பூஜித்து ஈசனை வணங்கி, செல்கின்றனர்.

3.1.18 அண்ணாமலை ஈஸ்வரர்

அம்பலூர் கிராமத்தில் மிகவும் பழமைவாய்ந்த திருக்கோவில் ஸ்ரீதிருஅருணை பெருமான் எனும் ஸ்ரீஅருணாசலேஸ்வரர் ஆகிய பிற்காலத்தில் ஸ்ரீஅண்ணாமலை ஈஸ்வரர் எனும் அழைக்கப்படும் திருக்கோவில். இத்திருக்கோவில் 10 ஆம் நூற்றாண்டை சார்ந்த பிற்கால சோழர்களால் கட்டப்பட்ட கற்கோவில். 1000 வருடங்கள் கடந்தும் கர்பகிரகம் பொலிவுடன் இருப்பது இக்கோவிலின் சிறப்பு. அதோடு பிரதி தமிழ்வருடம் பங்குனி மாதம் 2 ஆம் நாள் முதல் 7ஆம்நாள் வரை கிழக்கே சூரிய உதயம் ஆன 10 நிமிடங்கள் கழித்து ஆதவனின் கிரணங்கள் அதாவது சூரியபகவான் தனது கிரணங்களால் அடிமுடிகாணாத பரம்பொருளை ஸ்ரீதிருஅருணைபெருநாயகனை சுமார் 12நிமிடங்கள் அதாவது அரைநாழிகை நேரம் முடியிலிருந்து அடிவரை வணங்குவது மெய்சிலிர்க்க வைக்கும் ஓர் அற்புத காட்சி ஆகும்.

3.2 வாணியம்பாடி வட்டார சிறுதெய்வங்களின் தோற்றக்கதைகள்

சிறுதெய்வங்கள் பிறப்பு இறப்பு உள்ளவை, குறிப்பிட்ட ஆற்றல் உடையவை, சில சக்திகளை கொண்டவை, இவற்றில் உயிர்பலி உண்டு. நாட்டுப்புறதெய்வங்களில் பெரும்பான்மை பெண்தெய்வங்கள், இந்த பெண்தெய்வங்கள் திருமணம் ஆகாதவை. சிறு தெய்வங்களை வீட்டுதெய்வம், குலதெய்வம், சாதிதெய்வம், ஊர்தெய்வம் எனப் பிரிப்பர். பெரும்பாலும் இத்தெய்வங்களுக்கு கோயில்அமைப்பும் இல்லை. பிராமணர் அல்லாதோர் பூசாரியகா இருப்பர். சிறுதெய்வங்கள் மக்களால்

உண்டாக்கப்பட்டு, மக்களால் பேணப்படுபவை. இத்தெய்வங்கள் கொடூறஉருவம் உடையவை. இங்கு அருள்வாக்கு உண்டு. சமதாயத்தில் உயர்வு, தாழ்வு, அதிகம், குறைவு போன்ற பாகுபாடுகள் காணப்படுவது போல தெய்வங்களிலும் சிறுதெய்வங்கள், பெருந்தெய்வங்கள் என்ற பாகுபாட்டினைக் காணமுடிகின்றது. நாட்டுப்புறத் தெய்வங்களுள் பெரும்பாலானவை பெண்தெய்வங்களாகவே அமைந்துள்ளன. அதற்குக் காரணமாகத் தமிழருடைய பண்பாட்டைக் கூறலாம். மாரி, காளி, வீரன்,பிடாரி, அய்யனார், முனீஸ்வரன், முதலிய தெய்வங்களைச் சிறுதெய்வங்களாக வழிபாட்டனர். வாணியம்பாடிவட்டார மக்களும் தங்களின் நலன் கருதியும் தெய்வத்தின் மீது நம்பிக்கை வைத்தும், இங்குள்ள சிறுதெய்வங்களை வழிப்பட்டனர். அச்சிறுதெய்வங்களின் தோற்றக் கதைகளை கிராமமக்களின் வாய்வழிமூலமாக சேகரிக்கப்பட்டவையை அறியலாம்.

3.2.01 புத்துமாரியம்மன்

வேலூர் மாவட்டம் வாணியம்பாடியிலிருந்து நாட்றம்பள்ளி சாலையின் மத்தியில் 200 வருடங்களுக்கு மேல் இயற்கையில் சுயம்புவாய் உருவெடுத்துள்ள அருள்மிகு புத்துமாரியம்மன்.200 வருடங்களுக்கு முன்பு இந்தகோயில் இருக்கும் பகுதி தென்னை மரங்கள் நிறைந்த வயல்வெளியாக இருந்தது. அம்பலூர், நாட்டம்பள்ளி, மற்றும் பல சிறிய கிராமங்களுக்கு நடந்துச்செல்லும் பாதையாக இருந்தது. மூன்று வழிகள் கூடும் இடத்தில் தான் இப்பொழுது உள்ள பாம்புபுற்று வளர்ந்திருந்தது. ஒருநாள் இப்புற்றின் மீது ஐந்து தலையுடன் பாம்பு இருப்பதை பார்த்த மக்கள் பயந்தனர். அப்பொழுது அங்கு ஒருவருக்கு அருள் வந்து புற்றில்அம்மனாக வீற்றிருப்பதாக கூறியது. அன்றில் இருந்து இப்புற்றை மக்கள் வழிபாடு செய்தனர்.

திருக்கோயிலினை அப்புறப்படுத்த தேசிய நெடுஞ்சாலை முயற்சி செய்தது. சென்னை, பெங்களூர் தேசியநெடுஞ்சாலையை விரிவுபடுத்தும் பணியில் தொழிலாளர்கள் அச்சாலையில் உள்ள எல்லாம் கோயில்களையும், புற்றுகளை அகற்றும் பணியில் ஈடுப்பட்டனர். இந்த அம்மனை சிலையாக வடித்து கோயிலும்

கட்டப்பட்டது. தேசியநெடுஞ்சாலையில் உள்ள அனைத்து கோயில்களும் மாற்றியமைக்கப்பட்டது. புற்றுக்கள் அப்புறப்படுத்தப்பட்டது. ஆனால் புத்துக்கண்ணு என்னும் பகுதியில் உள்ள புற்றை அகற்றமுயன்றபோது, அப்பணியில் ஈடுப்படும் அனைவருக்கும் ஏதேனும் தொல்லைகள், நோய் வந்தது. அம்மன் சக்தி அருள் அதிகரித்து மேற்படி சுயம்பு புற்றினை அப்புறப்படுத்த முடியாமல் போய்விட்டது. இதனால் அரசங்கம் ஆராய்சில் ஈடுப்பட்டு, பல வகையான புகைபடக்கருவிகளை பூமியின் அடியில் விட்டு பார்த்தப்பொழுது பல அரியவகையானபாம்புகள்அதிகமாக அங்கே இருப்பதால் அபூர்வமான சக்தி உள்ளது என கண்டறிந்தார்கள். எனவே புற்றை அகற்றும் பணியை நிறுத்தி மேம்பாலம் அமைத்தார்கள்.

இப்புற்று சிறிதுசிறிதாக வளரத்தொடங்கியது, அப்பகுதி மக்கள் மட்டும் வணங்கிய வந்த புத்துமாரியம்மனின் ஆபூர்வசக்தியை அறிந்து அனைத்துப் பகுதி மக்களும் வணங்கும் பொதுதெய்வமாக இப்பொழுது விளங்குகிறது. இப்பகுதி மக்கள் இதற்கு வருடம்தோறும் திருவிழா செய்து வணங்குகிறார்கள். அனைத்து நாட்களும் பகல், இரவு எல்லா நேரத்திலும் பூசை நடைப்பெறுகின்றது. தேசியநெடுஞ்சாலை மூலம் மேம்பாலம் அமைத்து அதன் கீழ் கம்பீரமாக அமைந்துள்ள அருள்மிகு புத்துமாரியம்மன் பக்தர்களுக்கு காக்கும் தெய்வமாகவும், இஷ்ட தெய்வமாகவும் விளங்கி வருகிறது. கார்நாடகவில் உள்ள குக்கிசுப்பிரமணியார் கோவிலுக்கும், தமிழ்நாட்டில் உள்ள இந்த புற்றுமாரியம்மனுக்கும் தொடர்பு உண்டு என தகவலாளார்கள் தெரிவித்தனர்.

3.2.02 பச்சையம்மன்

இராமநாயக்கன்பேட்டை, மல்லங்குப்பம், சின்னமோட்டூர், சின்னகல்லுப்பள்ளி, மேல்குப்பம், கலந்தரா, இந்த ஊர்களில் உள்ள பச்சையம்மன் குடும்பத்தினர் பச்சையம்மனை குலதெய்வமாக வணங்குபவர்கள். 125 வருடங்களுக்கு முன்பு ஒருநாள் சின்னமோட்டூ கிராமத்தில் ஒருவருக்கு பச்சையம்மன் சாமி அருள் வந்து வாணியம்பாடி அடுத்த அமைந்துள்ள

தெக்குப்பட்டு கிராமத்தில் இயற்கை எழில் மிக்க தென்னைமரங்கள் நிறைந்த தென்தோப்பில் உள்ள பனைமரத்தின் தான் கூடிகொண்டுள்ளதாக கூறிக்கொண்டே கின்னமோட்டூர் கிராமத்தில் இருந்து தெக்குப்பட்டு தென்னைதோப்பிற்கு ஓடி வந்தார். இப்பொழுது இருக்கும் கோயிலில் வெளியே உள்ள பனைமரத்தடியில் வந்து நின்றார். இங்கேதான் பச்சையம்மனாக வீற்றிருக்கிறேன் என்றும், முதலில் இங்கே பூசை செய்து அருள் வாக்கு கூறிய பிறகுதான் தனக்கு பூசை தொடங்கவேண்டும் என்றும், திருவிழா செய்யும்பொழுது சின்னமோட்டூ பகுதியில் இருந்து ஏழு ஊர் கரகங்களும் புறப்பட்டு இங்கே வந்து பூசை முடிக்கவேண்டும் என்று கூறினார். அன்றில் இருந்து சின்னமோட்டூர் பச்சையம்மன்வனம் என அழைக்கப்படுகிறது.

இப்பொழுது வாணியம்பாடி அடுத்த அமைந்துள்ள தெக்குப்பட்டு கிராமத்தில் இயற்கை எழில்மிக்க தென்னைமரங்கள் நிறைந்த தென்தோப்பில் பச்சையம்மனுக்கு கோயில் கட்டி சிலை வைத்து வழிபாடு நடைபெறும் பொழுது, முதலில் பனைமரத்தின் அடியில் பூசை செய்து அருள் வாக்கு கேட்டபிறகு கோயிலின் உள்ளே வீற்றுயிருக்கும் அம்மனுக்கு பூசை செய்கிறார்கள். இப்பொழுது பனைமரத்தின் பக்கத்தில் வேப்பமரமும் வளர்ந்து வருகிறது. ஏழு வருடங்களுக்கு ஒருமுறை இவ்வூரில் திருவிழா நடப்பதால், பச்சையம்மனுக்கு தேவையான பூசை பொருட்களை மக்கள் தம்பிரான்குட்டை என்ற இடத்தில் 6 ஆடி பள்ளத்தில் புதுபானை ஒன்றில் வைத்து மண்ணில் புதைத்து விடுவார்கள்.

திருவிழாவிற்கு 13- நாட்கள் முன்பாக தெக்குப்பட்டு தம்பிரான்குட்டை என்ற இடத்தில் 6 ஆடி பள்ளத்தில் உள்ள பொருட்களை அம்மன் அருள் வந்தவர்கள் அங்கு சென்று இப்பொருட்களை கைகளாளே தோண்டி எடுப்பர். இப்பானை 7 வருடத்திற்கு ஒரு முறை எடுப்பாதல், அப்பானையில் உள்ள பொருட்களை பாதுகாக்க பாம்பு, தேள். போன்ற ஜீவராசிகளும் அதனுடன் இருக்கும். அம்மனின் அருளோடு அப்பொருட்களை மக்கள் கொண்டு வந்து திருவிழாவை ஆரம்பிப்பர் இதுதான் இக்கோயிலின் சிறப்பு.பச்சையம்மனை குலதெய்வமாக

கொண்டவர்கள் வாணியம்பாடி வட்டார கிராமங்களில் மட்டுமால்லாது வெளிவூர்களிலும் வாழ்கின்றனர். 7வருடங்களுக்கு ஒரு முறை திருவிழா நடப்பதால் திருவிழாவின் அன்று ஊரில் உள்ள அனைவரும் வந்து வழிப்படுவர். இத்திருவிழாவை மிகச் சிறப்பாக கொண்டாடுகின்றனர்.

3.2.03 கனக நாச்சியம்மன்

வாணியம்பாடி அடுத்த புல்லூர் பாலாற்று பகுதியில் தமிழக - ஆந்திர எல்லையில் கனக நாச்சியம்மன் கோயில் உள்ளது. ஆந்திரவிலிருந்து பாலாறு நுழையும் பகுதியில் புல்லூர் கிராமத்தில் 200 வருடங்கள் மேலாக பழமைவாய்ந்த கோவில். பல கிராம மக்களின் முக்கிய வழிபாட்டுத் தலமாகவும், பலருக்கு குலதெய்வமாகவும் விளங்குகிறது.

பலவருடங்களுக்கு முன்பு பெரும்வெள்ளம் ஏற்பட்டது. ஆற்றின்கரையோர பகுதியில் வாழும்மக்கள் பாதிக்கப்பட்டர்கள். அவர்களை காக்கஅம்மன் இங்கு உருவெடுத்தாள். தனது காலாடியால் வெள்ளத்தை தடுத்துநிறுத்தி மக்களை காப்பாற்றினாள். இப்பொழுது உள்ள கோயிலின் அருகில் ஒரு காலையும், அம்பலூர் ஆற்றின்கரையோரமாக ஒருகால் அடியும் வைத்து மக்களை வெள்ளத்திலிருந்து காத்தாள். இவ்வாறு ஆற்றின் வெள்ளம் ஊரின் உள்ளே நுழையாமல் காத்தாள் என்பதற்கான காலாடி பதிவு இன்னும் உள்ளது என்றும், மேலும் பாலாற்றின் வெள்ளம் வரும்பொழுது அந்த வெள்ளம் ஊரினுள் போகாதப் படி மலையையே தன் இரு கால்களை வைத்து இரண்டாக பிளக்க செய்து ஆற்றுநீரை வேறொரு பாதையில் போகும்படி செய்தவள் கனகநாச்சியம்மன் என்றும் இரண்டு விதமான கதைகள் கூறப்படுகிறது.

ஏழு அக்கா தங்கைகள் இக்கோயிலில் சுயம்பாக வீற்றிருக்கிறாள். இதில் பெரிய அக்கா கனகநாச்சியம்மன் நடுவில் இருப்பாதால் அதற்கு வெண்கலத்திலனா அம்மன் முகம் கொண்ட காப்பு பொருத்தப்பட்டுள்ளது. இங்கு உள்ள தங்கைகள் வாணியம்பாடி பாலாற்றின் கரையோர கிராம மக்களை காக்க

அங்காங்கே கோயில் கொண்டுள்ளார்கள். ஆற்றின் நடுவே கனக நாச்சியம்மனாக சுயம்பாக வீற்றுயிருக்கிறாள்.

3.2.04 தத்தியம்மன்

வாணியம்பாடி வட்டாரத்தில் அம்பலூர் கிராமத்தில் 150 வருடங்களுக்கு முன்பு, இப்பொழுது கோயில் இருக்கும் இடத்தில் பாலாற்றின்கரையில் பாசனத்திற்காக கால்வாய் வெட்டும்பொழுது பூமிக்கடியில் ஒரு அம்மன் சிலை தென்பட்டது. ஊர்மக்கள் அனைவரும் அச்சிலையினை வெளியே எடுத்தனர். கால்வாய் வெட்டும்பொழுது சிலையில் சில வெட்டு ஏற்பட்டிருந்தது அந்த வெட்டு இப்பொழுதும் சிலையில் உள்ளது. அப்பொழுது ஒருவருக்கு அருள்வந்து தான் கனகநாச்சியம்மனின் தங்கை என்றும், தன் பெயர் தத்தியம்மன் என்றும், கனகநாச்சியம்மனின் கால்பாதம் இங்கே இருப்பதால் இவ்வூரை காக்க காவல் தெய்வமாக நான் இங்கே வீற்றிருப்பேன் என்று கூறியது. ஊர்மக்கள் அதேஇடத்தில் தத்தியம்மனுக்கு கோயில் கட்டினார்கள்.

தத்தியம்மனுக்கு உரல், உலக்கை சப்தம் கேட்கக்கூடாது என்பதற்காக பாலாற்றின் கரையோரம் ஊரின் வெளியே கோயில் கட்டப்பட்டது. அம்பலூர் கிரமத்தை காக்கும் காவல் தெய்வமான தத்தியம்மன் கோயிலை கட்டும் பொழுது கிழக்கு முகமாக வாசலும் கருவறையில் சிலையும் வைக்கப்பட்டது. சிலை வைத்துவிட்டு மறுநாள் காலை வந்து பார்க்கும் போது கருவறையில் மேற்கு பக்கமாக உள்ள சுவர் கீழே சரிந்து வீழ்ந்தது. மீண்டும் மீண்டும் சுவர் கட்டும்பொழுது இதேபோன்று நடந்தது. இதனை பார்த்த மக்கள் ஆச்சரியம் பட்டனர். ஒருவர் மீது தெய்வம் இறங்கி தன்னுடைய அக்காவை பார்த்துக் கொண்டே இருக்க வேண்டும் என்பதற்காக நான் மேற்கு நோக்கி தான் வீற்றிருப்பேன் என கூறியது. பின்பு கோவிலின் கருவறையை மேற்கு திசையை நோக்கி அமைத்தனர். தத்தியம்மனின் எதிர்புறமாக கனகநச்சியம்மன்சிலை வைக்கப்பட்டது. இவ்வாறு தத்தியம்மன் வரலாறு அறியப்பட்டது.

3.2.05 அங்காளபரமேஸ்வரி அம்மன்

வாணியம்பாடி அடுத்த புல்லூர் பாலாற்று பகுதியில் தமிழக - ஆந்திர எல்லையில் கனக நாச்சியம்மன் கோயில் உள்ளது. ஏழு அக்கா தங்கைகள் இக்கோயிலில் சுயம்பாக வீற்றிருக்கிறாள். ஆறு தங்கைளும் பாலாற்றின் கரையோர கிராமங்களில் மக்களை காக்க அங்காங்கே கோயில் கொண்டுள்ளார்கள்.அவற்றில் ஒருஅம்மனாக எக்லாஸ்புரம் கிராமத்தின் காவல்தெய்வமாக பாலாற்றின் கரையோரத்தில் மாயானம்சூறையாட மாயானத்தின் எதிரே கோயில் கொண்டு வீற்றிருக்கிறாள் அங்காளபரமேஸ்வரி அம்மன். 158 வருடங்களுக்கு முன்பே எக்லாஸ்புரத்தில் உள்ள பெரியநகரம் எனும் இடத்தில் ஒருவருக்கு அம்மன்அருள் வந்து இந்தஇடத்தில் அங்காளபரமேஸ்வரியாக வந்தள்ளதாகவும் இங்கிருந்து பூசைசெய்து பாலாற்றிலுள்ள மாயானத்தின் அருகே வைத்து வணங்கும்படி கூறியது. அப்பொழுதிலிருந்து பெரியநகரம் என்னும் இடத்தில் கரகமேடை அமைத்து கரகம் ஜோடித்து அங்கிருந்து எடுத்து வந்து மாயானபகுதியில் பூசை செய்து பாலாற்றங்கரையில் கோயில் கட்டி வணங்குகிறார்கள்.

3.2.06 பூங்காவனத்து அம்மன்

வடக்குபட்டு கிராமத்தில் 157 வருடங்களுக்கு முன்பு பாலாற்றோரம் அமைந்துள்ள தென்னைமரங்கள் நிறைந்த தோப்பின் நடுவில் புற்று ஒன்று வளர்ந்தது. இந்த தென்னைதோப்பின் சொந்தகாரரின் கனவில் வந்து இப்புற்றில் அம்மனாக வீற்றிருக்கிறேன் எனக்கு பூசை செய்யுபடி சொன்னது. அன்றில் இருந்து தோப்புக்கு சொந்தகாரர் புற்றுக்கு பூசை செய்து வழிபட்டு வந்தார். அப்பகுதியில் வாழும் மக்களில் ஒருவருக்கு சாமி அருள் வந்து பாலாற்றின் வெள்ளத்தை தடுத்து நிறுத்திய கனக நாச்சியம்மன் ஏழு அக்கா தங்கைகள் அதில் ஆறு தங்கைளும் பாலாற்றின் கரையோர கிராமங்களில் மக்களை காக்க அங்காங்கே கோயில் கொண்டுள்ளார்கள்.இப்பகுதியில் பூங்காவனத்து அம்மனாக இப்புற்றில் வீற்றிருப்பதாக இவ்வூர் மக்களை காக்கவே வந்துள்ளதாகவும் கூறியது. அன்றிலிருந்து சுயம்பாக புற்றின்

வடிவில் உள்ள பூங்காவனத்து அம்மனை மேல்கூரை ஏதுவுமின்றி கோயில் அமைத்து வழிபாடுகின்றனர்.

3.2.07 பொன்னியம்மன்

பாலாற்றில் பல நூறு வருடங்களுக்கு முன்பு வெள்ளம் பெருக்கெடுத்து பல ஊர்கள் ஆற்றில் அடித்து செல்லப்பட்டது. அப்பொழுது நகர மக்கள் அனைவரும் ஒன்று கூடி மேற்கொண்டு வெள்ளம் வராமல் ஊர் மக்கள் பிழைப்பது எப்படி என்று பேசிகொண்டிருந்த பொழுது ஆற்றில் வெள்ளம் ஏற்பட்டு பெரும் அளவில் உயிர் சேதமும், பொருட்சேதமும் ஏற்பட்டது. அந்த சமயத்தில் மிகவும் ஏழ்மையான வண்ணார் (டோபி) சமுதாயத்தை சேர்ந்த ஒரு வயதான பெண்மணி ஒரு நாள் ஆற்றங்கரையில் துணி துவைத்து கொண்டிருந்த பொழுது ஆற்றில் தற்போது ஆலயம் அமைந்துள்ள இடத்திலேயே தண்ணீர் சுழன்று கொண்டிருந்தது அங்கே பார்த்த பொழுது ஆழமான ஒரு கிணறு இருந்ததை அந்த பெண் கண்டறிந்தாள். உடனடியாக அருகில் உள்ள அனைவரையும் ஒன்று சேர்த்தாள். இவ்வளவு நாட்களாக நம் யாருக்குமே தெரியாமல் இருந்த இந்த கிணறு இப்பொழுது நமக்கு தெரிந்துள்ளது என்று பேசிக்கொண்டு நகரின் அனைத்து மக்களும் ஒன்று சேர்ந்து கிணற்றுக்கு அருகாமையில் பூஜைகள் செய்து வழிபட்டுக்கொண்டிருந்தனர்.

அந்த சமயத்தில் வாணியம்பாடி நகரின் எல்லையில் உள்ள பெருமாள்பேட்டையில் இருந்து பூஜையில் கலந்துக்கொள்ள வந்த ஒரு "போயர்" சமுதாயத்தைச் சேர்ந்த வயதான ஆண் ஒருவருக்கு அம்மனின் அருள் வந்து இந்த கிணற்றில் ஸ்ரீபொன்னியம்மன் என்ற அவதாரத்தில் நான் பல நூறுஆண்டுகளுக்கு முன்பாகவே பூமிக்கு அடியில் உருவாகி இருந்ததாகவும் தற்பொழுதுதான் வெளியில் வருவதற்கு சரியான தருணம் என்று கூறியும், தன்னை வெளியில் எடுத்து கிணற்றுக்கு மேலேயே வைத்து தனக்கு ஆலயம் கட்டி வழிபட வேண்டும் என்று அம்மன் அருள் வாக்கு கூறினாள். அதன்படியே ஊர் மக்கள் அனைவரும் ஒன்று கூடி கிணற்றில் இறங்கி அம்மன் சிலையை வெளியே எடுத்து அனைவரும் வணங்கி பூஜைகள் செய்து கிணற்றிற்கு மேலேயே

வைத்து முதன்முதலாக ஒரு ஓலை குடிசையை அமைத்து வழிபட்டு வந்தனர்.

அந்த சமயத்தில் நமது நகரத்தில் மிகவும் குறைந்த மக்களே வாழ்ந்து வந்தனர். அனைத்து இடத்திலும் முள்புதர்களாகவும், மரம் செடிகளும் இருந்தன. நமது ஆலயம் அருகாமையில் வீடுகள் எதுவும் இல்லாமல் அடர்ந்த முட்புதர்கள் இருந்தன. ஆலயம் அமைந்த சில வருடங்களாக ஒரு குறிப்பிட்ட நாளில் அதாவது ஆவணி மாதம் முதல் புதன்கிழமை ஒரு வெள்ளைக் குதிரை ஒன்று ஆலயத்தில் வந்து இருந்து சென்றதனை ஒரு சிலர் ஓரிரு வருடங்களாக பார்த்து வந்தனர். பிறகு அனைவருக்கும் தெரியவநதது. உடனே இந்த வெள்ளைக் குதிரை எங்கிருந்து வருகிறது என்று முறையாக கவனிக்கும் பொழுது, நமது வாணியம்பாடியில் மேற்கு திசையில் உள்ள "நக்கனாமலை" என்றழைக்கப்படும் மலை உச்சியில் இருந்து இந்த வெள்ளைக்குதிரை வருவது தெரியவந்தது.

நமது ஆலயத்தில் எதிர் திசையில் தற்பொழுது தெரிகின்ற மலைதான் அது. பின்பு நகரில் உள்ள ஒரு சிலர் அந்த மலைக்குச் சென்று அங்கே என்ன இருக்கின்றது என்று பார்க்க வேண்டும் என்று நம் நகரில் உள்ள ஒரு சில சமுதாய மக்கள் அங்கே சென்ற பார்த்தனர். அனைவருக்கும் மிகவும் அதிசயமான ஒரு அற்புதம் அங்கே அனைவரையும் அதிர்ச்சியில் ஆழ்த்தியது. ஆம் அது என்னவென்றால் இங்கே நமக்கு கிணற்றில் கிடைத்த அம்மனின் உருவ முகத்தின் அமைப்பு கொண்ட மற்றொரு முகம் அந்த "நக்கனாமலை" என்றழைக்கப்படும் மலையின் உச்சியில் இருக்கும் ஒரு குகையின் உள் இருப்பதைக் கண்டு அனைவரும் வியப்பில் திகைத்தனர். மலை உச்சியிலேயே இங்கே வந்திருந்த வெள்ளைக் குதிரையையும் அங்கே கண்டு அதிர்ச்சியில் ஆழ்ந்தனர். அங்கே பூஜைகள் செய்து வழிபாடு செய்த சமயத்தில் இங்கிருந்து சென்ற அதே நபருக்கு மீண்டும் அம்மன் அருள்வந்து நான் பல வருடங்களாக இங்கே குடிகொண்டுள்ளதாகவும் மக்களுக்கு துன்பங்கள் வரும்பொழுது அவர்களை காத்து நிற்கவும், நகர மக்களுக்கு நன்மைகளை செய்து அனைவருக்கும்

பக்க துணையாக இருக்கவும், நகரில் உள்ள மக்களுக்கு அருள் புரியவும், அவர்களுக்கு காட்சிகொடுக்கவும் வேண்டி தான் நகரின் மையப்பகுதியில் எழுந்தருளியிருப்பதாகவும். நான் என்னை எப்பொழுதும் பார்த்துக்கொண்டே இருக்க வேண்டும் என்பதற்காக எனக்கு நேர்திசையில் என்னை நான் நிலை நிறுத்திக்கொண்டேன் என்றும், வருடத்திற்கு ஒருமுறை நானே என்னுடைய உருவத்திலேயே வெள்ளைக்குதிரையில் வந்து செல்வதாகவும் அந்த நாள்தான் ஆவணி மாதம் முதல் புதன்கிழமை என்றும் அன்று நான் வரும் பொழுதுதான் எனக்கு திருவிழா செய்ய வேண்டும் என்றும் என்னை இங்கே வந்து அழைத்துச்செல்ல வேண்டும் என்று அருள்வாக்கு கூறினார்.

இதனையே அம்பாளுடைய தெய்வ வாக்காக எடுத்துக் கொண்டு ஒவ்வொரு மாதமும் ஆவணி மாதம் முதல் புதன்கிழமை அன்று அம்மனை மலையில் இருந்து அம்மன்தான் வெள்ளைக்குதிரை மீது அமர்ந்து வருகிறாள் என்று அந்த வெள்ளைக் குதிரையை மேளதாள வாத்தியங்களுடன் வழிநெடுங்கிழும் பூஜைகள் செய்து அம்மனை வழிபாடு செய்த மக்கள் ஆலயத்திற்கு கொண்டு வந்திருந்தனர். பல ஆண்டுகளாக பூஜை செய்து வந்தனர். வெள்ளைக்குதிரை மீது மூங்கில் கூடையை வைத்து கட்டி அதில் ஸ்ரீ பொன்னியம்மனே அமர்ந்து வருவதாக எண்ணி குதிரையை மேளதாள வாத்தியங்களுடன் அழைத்து வருவார்கள். அப்பொழுது அந்தக் குதிரை வாயில் நுரையை கக்கிக்கொண்டு நடக்க முடியாமல் அழைத்து வந்தனர். சில காலம் கடந்த பிறகு அந்தக் குதிரை இறந்துவிட்டது. அதற்குப் பிறகு ஊரில் உள்ள பெரியவர்கள் ஒன்று கூடி குதிரை சுமந்து வந்த பூக்கூடையை வாணியம்பாடி நகரில் உள்ள புதூரில் இருந்த முதலியார் குடும்பத்தை சேர்ந்தவர்களும், மேலும் ஒருசிலர் சேர்ந்து திருவிழா சமயத்தில் எடுத்து வருவது வழக்கமாக இன்றளவும் இருந்துவருகிறது.

3.2.08 ஊமை சாமுண்டீஸ்வரி அம்மன்

பல வருடங்களுக்கு முன்பு இப்பொழுது கோயிலில் இருக்கும் ஆலமரத்தின் கீழே சுயம்பாக அம்மன் தோன்றினாள்

என்று ஊர்மக்கள் தெரிவித்தனர். இந்த அம்மனை வழிபாடும் பொழுது அங்கு உள்ள இரண்டு பேருக்கு அருள் வந்தது, அதில் ஒருவர் பேசவேயில்லை, மற்றொருவர் தான் கன்னிமார்களின் ஒருத்தி என்றும் வந்திருப்பது சாமூண்டிஸ்வரி என்றும் அவர்கள் பேசமட்டார்கள் என்று தெரிவித்தது. இந்தம்மனுக்கு துணையாக சப்த கன்னிமார்கள் இங்கேயே இருப்பதாகவும் தெரிவித்தது. அன்றையிலிருந்து இந்த அம்மனை ஊமை சாமூண்டிஸ்வரி என அழைக்கப்பட்டதாக இவ்வூர் மக்கள் கூறினார்கள். இப்பொழுது கோயில் கட்டியுள்ளனர். இங்குள்ள ஆலமரத்தின் வேரின் அடியில் இரண்டாக பிளந்து சப்த கன்னிகள் 9 பேர் சுயம்பாக வீற்றிருக்கிறார்கள்.

3.2.09 திரௌபதி அம்மன்

நாட்டுப்புறத் தெய்வங்களுள் ஒருவள் திரௌபதியம்மன். வாணியம்பாடி வட்டராத்தில் வன்னியகுலமக்களால் வணங்கப்படும் பெண்கடவுள் திரௌபதி அம்மன். ஊரில் மழை பொழிவதற்கும், பெண்களுக்கு குழந்தைவரம் தருவதற்கும்வழிபடவேண்டிய தெய்வம் திரௌபதியம்மன். வன்னியர்கள் தங்களின் முன்னோர்களாக பாண்டவர்களைக் கருதுகின்றனர். "பாரதப்போர் முடிக்க பாஞ்சாலியாய், தீமையை ஒழிக்கத் திரௌபதியாய், தீயினில் பிறந்து திருமுகம் காட்டிய அன்னையே" என்று கிரிசமுத்திர மக்கள் வழிபட்டு வருகின்றனர். பாரதக்கதை சொல்லி விழா நடத்தினால் மழைவரும் என்று நம்பிக்கைனால் பாரதகதையை சொல்லி பாஞ்சலிக்கு திருமணம் செய்தும், படுகளம் நிகழ்ச்சி நடத்தியும், தீமீதி திருவிழா நடத்தியும் வழிபட்டனர். தீமைகளை ஒழிக்க திரௌபதியம்மன் இருக்கிறாள் என்று இப்பகுதி மக்கள் வழிபாடுகின்றனர்.

3.2.10 திருப்பதி கங்கை அம்மன்(கரக்கரை)

திருப்பதி அம்மன் மிகவும் பழமைவாய்ந்த கோயிலாகும். சுயம்பாக உருவெடுத்த சக்தி வாய்ந்த அம்மன். சத்திய லோகத்தில் பிரம்மாவிற்கும் கலைவாணிக்கும் இடையே ஏற்பட்ட வாக்கு வாதத்தில் பிரம்மன் தன்னைவிட விஷ்ணு மற்றும் சிவன்

மேலானவர்கள் அல்லர் என்று கூறினார். இதைக்கேட்ட வாணி சிரித்துவிட அவமானம் அடைந்த பிரம்மன் வாணியை "ஊமையாகப் போகக் கடவாய்" என்று சாபமிட்டார். வாணி பூலோகம் வந்து சிருங்கேரியில் தவம் செய்து கொண்டிருந்தாள். அப்போது உலகம் உய்யும் பொருட்டு பிரம்மன் சிவனை வேண்டி யாகம் செய்தார்.

அந்த யாகத்திற்கு விஷ்ணுயை அழைத்தார். பின் விஷ்ணுவின் சொற்படி வாணியிடம் மன்னிப்புக்கோரி இருவரும் சேர்ந்து அறச்சாலை அமைத்து பாலாற்றங்கரையில் யாகம் செய்தனர். அந்த யாகதத்திற்குத் தன்னுடைய அவிர் பாகம் பெற விஷ்ணு வந்தார். அந்தக் கோயிலே வாணியம்பாடியில் உள்ள அழகுப் பெருமாள் கோயில் ஆகும். இந்த அழகு பெருமாள் என்று தோன்றினரோ அன்று தான் திருப்பதி அம்மன் அவதரித்தார் என்றும்,பெருமாளின் தங்கை தான் திருப்பதி கெங்கையம்மன் என்றும், விஷ்ணுவின் ரூபமான மாடுகளின் நோய்களை போக்கும் தெய்வமாக இங்கு அவதரித்தார் என களஆய்வின் போது அந்த பகுதி மக்களிடம் சேகரித்த கருத்தாகும்.

கம்மாங்கரை என்று சொல்லப்படும் கால்வாயின் ஓரமாக வீற்றிருக்கும் திருப்பதி அம்மன் கோயில் முன்பு கரக்கரைகோயில் என்று அழைக்கப்படுகிறது. இந்தம்மன் சுயம்பாக விற்றிருக்கிறாள். மேலும் மதனாஞ்சேரி மக்கள் வாழும் ஊரின் நடுவே தலவிருட்சமாக 200 வருடம் பழமையான வேப்பமரம் ஒன்று உள்ளது. இந்த வேப்பமரத்தின் கிளைகள் ஊர் முழுவதும் பரவி அழகாக காட்சி தருகிறது. வேப்பமரத்தின் கீழே தான் ஊரே இருக்கிறது. இதற்கு திருப்பதி கெங்கையம்மனே காரணம் என மக்கள் நம்பிக்கை வைத்துள்ளனர். இந்தம்மன் இவ்வூரின் கரை ஓரமாக சுயம்பாக அமர்ந்து மாடுகளையும், கிராம மக்களை வேப்பமரமாக இருந்து அருள்பாளிக்கிறாள்.

3.2.11 திருப்பதி கெங்கையம்மன்

மிகவும் பழமைவாய்ந்த நரசிங்கபுரம் கிராமத்தில் தேவர்குலத்தை சேர்ந்தவர்களுக்கு குலதெய்வமாக திருப்பதி

கங்கை அம்மனை விளங்குகிறாள். இவ்வூரில் மூன்று தெய்வங்கள் கோயில் கொண்டுள்ளது. ஊரைகாக்கும் மாரியம்மன் ஊரின் நடுவில் கோயில் கொண்ட வீற்றிருக்கிறாள். அடுத்து ஊரின் வெளியில் ஊரை காக்கும் காவல்தெய்வமாக ரெணமாரியம்மன் கோயில் உள்ளது. மற்றொருதெய்வம் திருப்பதி கங்கை அம்மன் ஊருக்கு முன்பே எல்லா மக்களும் வணங்கும் தெய்வமாக வீற்றிருக்கிறாள். ஊர்மாரியம்மன், ரெணமாரியம்மன் இவர்கள் இருவருக்கும் இந்த அம்மன் தங்கை என கூறப்படுகிறது. காலங்கள் செல்லசெல்ல ஊர் மக்களுக்கு பொதுதெய்வமாகவும் இந்த அம்மன் வீற்றிருக்கிறது. இந்த கோயிலின் மீது தேன்கூடு ஒன்று உள்ளது. கோயிலில் வழிபாடு செய்யவரும் பக்தர்கள் தவறான எண்ணத்துடன் வந்தாலும், சுத்தமாக வரவிட்டாலும் இந்த தேன்கூட்டிலிருந்து வரும் தேன்ஈக்கள் தவறு செய்பவரை தண்டிக்க இவர்களை கோயிலின் எல்லையிலிருந்து போகும் வரை தேன்ஈக்கள் கடித்து விரட்டும் என்பது இப்பொழுதும் நடக்கிறது என்பது உண்மை.

3.2.12 பெத்தபலி கெங்கையம்மன்

பாண்டவர்கள் வாழ்ந்த காலத்தில் நிம்மியம்பட்டு என்னும் இந்த இடத்தில் ஜவ்வாதுமலையிலிருந்து வந்த பாண்டவர்கள் படை வீரர்களுடன் இங்கே தங்கியிருந்தார்கள்.அப்பொழுது பாண்டவர்கள்போர் புரிந்து விட்டு இரவு நேரத்தில் உறங்கச் செல்லும் படைவீரர்கள் காலையில் பார்த்தால் படைவீரர்களின் எண்ணிக்கை குறைந்து காணப்படும். இதனை கவனித்த பீமன் என்ன நடக்கிறது என அறிய இரவு நேரத்தில் விழித்திருந்து பார்த்திருந்தான். அப்பொழுது பிரமண்டமான உருவத்தில் ஒருவள் வீரர்களை கொன்று தின்பதை பார்த்தார். பீமன் அவள் முன்பு சென்று ஏன் இப்படி செய்கின்றாய் என கேட்டான். அடங்காத பசியின் காரணமாக மனிதர்களை தின்பதாக கூறினாள். பீமன் அவள் பசியை தீர்க்க எருமை மாட்டை அவள் உண்பதற்கு கொடுத்தான். எருமையை தின்றவுடன் அவளுக்கு பசி அடங்கியது.பிறகு மனிதர்களை கொன்று தின்னாமல் இந்த பகுதியை காக்கும் காவல்தெய்வமாக இருப்பதாகவும் எனக்கு

எருமையை பலி கொடுத்து வழிப்பட வேண்டும் என்று கூறினாள். இவ்வாறு பீமனுக்கு வாக்கு கொடுத்து தெய்வமாக இந்த இடத்தில் நிலைப்பெற்றது. பெரியபலி கொடுத்து வழிபாடுவதால் பெத்தபலி கெங்கையம்மன் என்று பெயர் வந்தது.

மாகபாரதத்தில் மாகபாரத போரில் இவ்வாறு நடந்ததாகவும் இறுதியில் அந்த பெண்தெய்வம் பாஞ்சலி என்றும், பாஞ்சலிதான் இரவுநேரங்களில் அக்கோர உருவத்துடன் வீரர்களை தின்றாள் பீமன் தான் கண்டுபிடித்தான் என்று புராணக்கதை கூறுகின்றது. அந்த கதை நடந்தயிடம் இப்பொழுது கோயில் கொண்டுள்ள பெத்தபலிகெங்கையம்மன் வீற்றிருக்கும் நிம்மியம்பட்டு பகுதிதான் என ஊர்மக்கள் தெரிவித்தனர்.இந்த பகுதி 200 வருடங்களுக்கு முன்பு மரங்களும், செடிகொடிகளும் நிறைந்த பகுதியாகவும் பாம்புகள் அதிகம் இருக்கும் பகுதியாக இருந்தது. மக்கள் செல்வதற்கே பயந்தார்கள், அப்பொழுது ஓருவருக்கு தெய்வத்தின் அருள் வந்தது மேற்சொன்ன கதையை கூறியது. பிறகு இந்த இடத்தை சீர் செய்து வெட்டவெளியில் கோயில் வைத்து வணங்கினார்கள் என்று மக்களின் வாய்வழி செய்தி மூலம் அறியப்பட்டது.

3.2.13 பராசக்தி மாரியம்மன்

இத்திருக்கோவில் இருக்கும் இடத்தில் அரசமரமும், வேப்பமரமும் 25 அடி இடைவெளியில் வளர்ந்து வந்தது. இரண்டு மரங்களும் வளர்ந்து கிளைகள் ஒன்றின் மேல் ஒன்று பட்டுபிணைந்து. அரசமரத்தை ஆணாகவும், வேப்பமரக்தை பெண்ணாகவும் கருதுவதால் இதுபோன்று கிளைகள் பிணைந்தால், இரண்டு மரத்திற்கும் திருமணம் செய்வது ஐதிகம். எனவே இந்த இரண்டு மரத்திற்கும் திருமணம் செய்தார்கள் அப்பொழுது தெய்வ அருள் வந்து பராசக்தி மாரியம்மனாக இங்கே வீற்றிருப்பதாக கூறியது. அன்று முதல் இந்த அம்மனுக்கு சிலை வைத்து வழிபடுகிறார்கள். ஊரில் உள்ளவர்களுக்கு நோய் வரமால் காக்கவும், மழை பொழிவதற்க்கும் மாரியம்மனை வணங்க பராசக்திமாரியம்மன் சிலையை வைத்து வருடம் ஒருமுறை திருவிழா செய்து வழிபாடுகின்றனர் என ஊர் மக்கள் தெரிவித்தனர்.

3.2.14 தேசத்துமாரியம்மன் (குதிரையம்மன்)

இவ்வூரில் வயல்வெளிகள் நிறைந்த பகுதியில் விவசாயத்திற்கு வயல்களை உழுதுகொண்டிருக்கும் பொழுது குதிரை கனைக்கும் சப்தம் கேட்டது. மக்கள் புரியாமல் வியந்தார்கள். ஒருநாள் இரவு உண்மை குதிரை ஆலமரத்தின் கீழே நின்று கனைத்தது. அப்பொழுது ஒருவரின் மீது அருள் வந்து குதிரை வடிவில் அம்மன் வந்திருப்பதாக கூறியது. குதிரை நின்ற இடத்தில் கோயில்கட்டி வணங்கும்படி சொன்னது. இரவு நேரங்களில் இவ்வூரை காக்கும் தெய்வமாகஇருப்பதாக கூறியது.

இந்த குதிரை அவ்வப்பொது காட்டில் இருந்து வந்தது. சில வருடங்கள் கழித்து குதிரை வருவதில்லை மக்கள் குதிரையை தேடி காட்டிற்கு சென்றனர். குதிரை எங்கேயும் காணவில்லை அப்பொழுது ஒருவருக்கு அருள் வந்து குதிரை இறந்துவிட்டதாகவும் அதேகுதிரை போல சிலை செய்து அம்மனின் எதிரில் வைத்து வழிபாடு செய்யும் படி கூறினான். அதேபோல அம்மனின் எதிரில் பெரிய குதிரை சிலை ஒன்று செய்வித்து வணங்குகின்றனர்.200 வருடம் மிகபழமையான ஆலமரம் இக்கோயிலின் தலவிருட்சமாக விளங்குகிறது. இந்த மரத்திற்கு வழிபாடு செய்த பிறகு அம்மனுக்கு வழிபாடு நடைபெறும். இப்பொழுதும் இரவு நேரத்தில் குதிரை கனைக்கும் சப்தம் கேட்கிறது என மக்கள் சொல்கிறார்கள். இக்கோயிலில் குதிரை தான் அம்மனின் வாகனமாக இருக்கிறது.

3.2.15 சாமுண்டீஸ்வரியம்மன்

மிகவும் பழமைவாய்ந்த ஆலயமாக திகழும் சாமூண்டிஸ்வரியம்மன் வேப்பமரங்கள் நிறைந்த இப்பகுதியில் சுயம்பாக வீற்றிருக்கிறாள். ஏழு கிராமத்தினர் வணங்கும் தெய்வமாக இருந்து, இப்பொது சுற்று வட்டார பகுதி மக்கள் அனைவரும் வழிபாடும் தெய்வமாக விளங்குகிறது. ஏரிகரையின் மீது செல்லும் மக்களுக்கு பாம்பு உருவில் காட்சி தந்து அம்மனாக இவ்விடத்தில் புற்றாக வீற்றிருப்பதாக அருள்வாக்கு கூறிச் சென்றாள். இந்த இடம் வேப்பமரங்கள் நிறைந்த பகுதியாக

இப்பொழுது காட்சி தருகிறது. மக்களின் ஒவ்வொரு வேண்டுதலும் நிறைவேற்றி வைப்பதாலேயே இந்த அம்மனின் சிறப்பு ஊர் முழுவதும் பரவி கோயில் வளர்ச்சியடைந்தது. கோயில் வளர்ந்தாலும் இந்த அம்மனுக்கு மேல் பகுதி மூடக்கூடாது என வாக்கு கூறியது. இப்பொழுது அனைவரையும் காக்கும் பொதுதெய்வமாக மிகசக்தி வாய்ந்த அம்மனாக வீற்றிருக்கிறாள்.

3.2.16 பாப்பாத்தியம்மன்

சேலத்தில் வசிக்கும் மரம்சீப்பு, பொம்மைகள் செய்யும் தொம்மர் இனத்தை சேர்ந்த ஒரு குடும்பத்தினர் ஆண்டியப்பனூரில் நடக்கும் திருவிழாவில் விளக்கு ஏற்றவந்தார்கள். அப்பொழுது ஒருவர் அந்த குடும்பத்தில் உள்ள பாப்பாத்தி என்ற பெண்ணின் மீது கல்லை வீசினான், அப்பொழுது பாப்பாத்தி கருவுற்றால். அந்த பெண்ணின் குடும்பத்தை சேர்ந்தவர்கள் தப்பான வழியில் கருவுற்றவள் என எண்ணி கார்பவதியான இவளை ஊரின் மலையடியோரத்தில் விட்டுவிட்டு சென்றார்கள். பிறகு பிரசவவலி வந்து பனிகுடம் உடைந்து குழந்தை பிறந்தது. குழந்தை பிறந்தவுடன் தொப்புள் கொடியை அறுக்க இங்குள்ள பனை மரத்தின் பட்டையை எடுத்து அறுத்தாள், பிறகு தெய்வமானாள். பிரசவத்தின் போது உடைந்தபனிகுடத்தின் நீர்ஊற்று குளமாக மாறியது. தொப்புள்கொடி வெண்ணங்கொடியாக படர்ந்து விரிந்தது. தொப்புளை அறுக்கப் பயன்பட்ட பனைமட்டையின் பனைமரத்தின் கீழே தான் பாப்பாத்தியம்மன் சுயம்பாக வீற்றிருக்கிறாள். இந்த செய்தி அறிந்து சேலத்துமக்கள் சேலத்தில் பாப்பாத்தியம்மனுக்கு கோயில் எழுப்பி வணங்குகின்றனர் என இவ்வூர் மக்கள் தெரிவித்தார்.

3.2.17 வனபொன்னியம்மன்

வாணியம்பாடியின் மேற்குதிசையில் அமைந்துள்ள வெள்ளைமலை என்று அழைக்கப்படும் இந்த மலையின் மீது பலசிற்றூர்கள் உள்ளது. இது தமிழகத்தையும், ஆந்திரவையும் இணைக்கும் நெடுஞ்சாலையாக இருப்பதால் அதிக மக்கள் போக்குவரத்து இருக்கு பகுதியாக உள்ளது. இதில்

வெலத்திகமனிபெண்ட என்னும் ஊரின் அருகில் மலைபாதையில் விபத்துக்கள் அதிகமாக நடைபெறும் வளைவு ஒன்று உள்ளது. இந்த வளைவில் விபத்து ஏற்பாடமல் இருக்க தும்பேரி பகுதியில் உள்ள பொன்னியம்மனை வேண்டும் பொழுது அந்தம்மன் உங்களையும் நான் காப்பேன் என்று அருள் வாக்கு கூறியதால் வனபகுதியில் வாழும் மக்கள் இந்த வளைவில் உள்ள குன்று போன்ற இடத்திலுள்ள வேப்பமரத்தின் கீழே பொன்னியம்மனை சுயம்புவாக வைத்து வணங்கினார்கள். பிறகு விபத்துகள் குறைந்தது. வனத்தில் வாழும் உயிரினங்களினாள் எந்தவிதமான ஆபத்தும் இப்பாதையில் போகும் மக்களுக்கு ஏற்படமால் காக்கும் அம்மன் என்பதால் வனபொன்னியம்மன் என அழைக்கப்படுகிறது.

3.2.18 காளியம்மன்

பண்டவர்கள் 14 ஆண்டுகள் வனவாசம் சென்றப் போது ஜவ்வாது மலையின் வழியாகத்தான் சென்றார்கள். அவர்கள் இப்பகுதியில் தங்கும்போது தங்களின் இஷ்டதெய்வமான காளியை இங்கு பிரதிஷ்டைசெய்து வணங்கினார்கள். இந்த காளியம்மன் பாண்டவர்களால் உருவாக்கப்பட்டதால்வழிவழியாக மக்கள் வணங்க ஆரம்பித்தனர். பிறகு கல்லரப்பட்டி மக்கள் காளிதேவிக்கு சிலை வைத்து கோயில் கட்டி வழிப்பட்டனர் என்று ஊர் பெரியவர் மூலம் அறிந்தோம்.

3.2.19 முத்தாலம்மன்

பலவருடங்களுக்குமுன்பு கௌவுக்காபட்டு கிராம மக்கள் அம்மை நோய்யில் அவதிபட்டர்கள். அப்பொழுது அவ்வூரில் வாழும் வயதான அம்மா தெருக்கள் கூடும் மூச்சந்தியில் உள்ள பாறை குன்றின் மீது ஒரு வடிவமற்ற கல்லை எடுத்து அம்மானாக நினைத்து மஞ்சள் நீர் தெளித்து குங்குமம் இட்டு தெய்வம் எங்கும் நிறைந்திருப்பது உண்மையெனில் உன்னையே அம்மனாக நினைத்து வணங்குகிறேன் என்று கூறி அம்மன் மீது நீரை ஊற்றி அந்த நீரை ஊர் முழுவதும் தெளித்தாள். இந்த ஊரில் வந்துள்ள அம்மைமுத்துகள் நீங்கி ஆரோக்கியமான வாழ்வை தரவேண்டும் என வேண்டினாள். அன்றிலிருந்து அம்மைநோய் சிறிதுசிறிதாக

நீங்கியது.ஊர்மக்கள் ஆரோகிய வாழ்வை பெற்றனர். எனவே அன்றைய நாளிலிருந்து முத்துமுத்தாக போட்ட அம்மை நோயை நீக்கிய இந்தம்மனுக்கு முத்தாலம்மன் என பெயரிட்டு வணங்குகின்றனர்.

3.2.20 நாகாலம்மன்

அலசந்தரபுரத்திற்கும்,நாராயணபுரத்திற்கும்செல்லும்சாலையில் மலையடிவாரத்தில் பாம்புகளின் நாடமாட்டம் மிகுதியாக இருந்தது. மக்கள் செல்வதற்கே பயந்தார்கள் அப்பொழுது ஒரு பெண்ணுக்கு தெய்வ அருள் வந்து நாகலாம்மனாக நான் வீற்றிருக்கிறேன், என்னை வழிபட்டால் அனைவரையும் காத்து அருள்வேன் என கூறியது. பாம்புபுற்றை மக்களுக்கு காட்டியது. அன்றிலிருந்து அலசந்தரபுரம், நாராயணபுரம் மக்கள் புற்றுக்கு பால் ஊற்றி பலியிட்டு வழிப்பட்டனர். இப்பொழுத நாகலம்மனுக்கு கோயில் கட்டி வணங்குவதாக அக்கோயிலின் பூசாரி தெரிவித்தார்.

3.2.21 ஆனாட்சியம்மன்

100 வருடங்களுக்கு மேலாகநாராயணபுரத்தில் இயற்கை எழில் நிறைந்த பகுதியான மலையின் அடிவாரத்தில் சுயம்பு அம்மனாக உருவெடுத்தவள் ஆனாட்சியம்மன். வயல் வெளி நிறைந்த இந்த பகுதியில் விவசாயம் செய்யும் ஒருவரின் மேல் இந்த அம்மன் அருள் வந்து ஒன்பது அக்கா தங்கைளின் ஒருவரான ஆனாட்சியம்மன் இந்த ஊரை காக்கும் காவல் தெய்வமாக இங்கு வந்திருப்பதாக கூறியது. இப்பகுதியில் 25 வருடத்திற்கு முன்பு தான் ஆனாட்சியம்மனுக்கு கோயில் கட்டி மக்கள் வழிபடுவதாக ஊர் பெரியவரின் மூலம் தெரிந்த தகவலாகும்.

3.2.22 வேடியப்பன்

பெருமாப்பட்டு ஏரியின் கரையில் இணைந்து இருக்கும் பனைமரம், தென்னை மரத்தில் வேடியப்பன்சுவாமி இறங்கி வீற்றிருப்பதாக இவ்வூர்மக்கள் வழிப்பட்டனர். பின்னர் ஒவ்வொரு வருடமும் திருவிழாவின் போது வேடியப்பன் சிலையை கல்லாவி என்னும் ஊரில் இருந்து 150 வருடங்களாக எடுத்து வந்து

திருவிழா செய்து வழிபாடு நடத்தப்படுகிறது. வேடியப்பன் வன்னியர்களின் குலதெய்வமாக 500 வருடங்கள் பழமை வாய்ந்த தெய்வமாக கருதப்படுகிறது.

3.2.23 கூத்தாண்டவர்

அரவானையே கூத்தாண்டவராக வழிபடுகின்றனர். இதற்கு திரௌபதையம்மன் வழிபாடும் பாரதக் கதை வாசிப்பும், தெருக் கூத்தும் காரணம் என்பார் துளசி இராமசாமி. கூவாகம்தான் கூத்தாண்டவரின் மூல இடம். குரிசிலாபட்டு கிராமத்தில் யாரோ ஒரு சிலர் கூவாகம் கூத்தாண்டவரை பார்த்திருக்கக் கூடும். இப்படி ஒரு கோயிலை கட்டி, சாமி வைக்கவேண்டும் என்று முடிவெடுத்தனர்.

இவ்வூரில் உள்ள ஒரு சிலர் கூட்டமாக பெருமாபட்டு காடு நோக்கிச் சென்றார்கள். அரவான் சிலை செய்ய அங்கு தான் மரம் இருக்கிறது. கூட்டத்தில் சிலை செய்யும் ஆச்சாரியும் இருக்கிறார். ஏலகிரி மலையின் பாதிதூரத்தில் மரம் இருக்கிறது. அது கும்ளாம் மரம். மரத்தை வெட்டிவிட்டார்கள். கற்பூரம் காட்டி,குங்குமப்பொட்டு வைத்து துண்டு போடுகிறார்கள் மரத்தை எடுக்க முடியவில்லை. மரத்தை உருட்டமுடியவில்லை. அதனால் மீண்டும் கற்பூரம் காட்டி விட்டு கூட்டம் குருசிலாப்பட்டுக்குச் சென்றவிட்டது.

மறுநாள் காலையில், பல இளைஞர்கள் ஒன்றுக் கூடி கூட்டமாக காட்டை நோக்கி சென்று மரத்தை தூக்கத் தேடுகிறார்கள் அங்கு மரம் இல்லை, எல்லா இடங்களில் தேடியும் கிடைக்கவில்லை. காட்டின் மேட்டிற்கு வருவதற்குள் அவர்களுக்கு அதிசய செய்தி வந்தது. நேற்று வெட்டிய மரங்கள் தச்சர் சொன்ன இடத்தில் கிடந்தது. காற்றைப் போல் இச்செய்தி பரவி அக்கம்பக்கம் ஊரிலிருந்து திருவிழா கூட்டம் போல் வந்து மரத்தை பார்த்தும், குங்குமம், மஞ்சள் இட்டு கற்பூரம் ஏற்றி வணங்கினர். பின்பு சிலை செய்யஆச்சாரி தொடங்கினர். சிலை செய்த பிறகு, சிலை ஊருக்குள் வரும்போது ஆரவாரத்துடன் வந்தது. ஆராவரத்துடன் வந்த சிலை விசில் அடித்தது. இதனைபார்த்த

மக்கள் வியந்து நின்றனர். சிலையிலிருந்து வந்த விசில் சப்தம் இறைவன் இருப்பதை உணர்த்தியது என கூறுகின்றன.

3.2.24 முனீஸ்வரன்

வாணியம்பாடிவட்டாரத்தில் மேட்டுபாளையம் கிராமத்தில் மூனிஸ்வர் வீற்றிருக்கிறார். சிவனின் பூதகணங்களில் ஒருவர். நொண்டி முனி, ஜடாமுனி, மொட்டைக் கோபுர முனி, பாண்டி முனி எனப் பல்வேறு பெயர்கள் உண்டு. சிவனை உக்கிர முனிவராக இருக்கவேண்டும் என எண்ணிய கிராமத்து மக்கள் முனீஸ்வரனை உருவாக்கினர். இவர் காவல்தெய்வமாகவும், குலதெய்வமாகவும் இருந்து அருள்பளிக்கிறார்.

வாணியம்பாடிவட்டாரத்தில் உள்ள கிரமாங்களில் முனிஸ்வரன் எல்லைச்சாமி, ஊர்க்கோடி மரத்தடியில் வேல்கம்பு அல்லது சூலாயுதம் அல்லது வெறும் கல்தூணே என வீற்றிருக்கிறார். இவர் மனிதர்களையே காவு கொள்வதாக மக்கள் நம்புகின்றனர். உச்சி வெயிலிலும், இரவு நடுச்சாமத்திலும் இவர் வீதிவுலா வரும்போது தனியாக வரும் பெண்மீது இறங்கிவிடுவார். பிறகு அவள் முழுவதும் முனீஸ்வரனின் கட்டுப்பாட்டுக்குள்ளேயே இருப்பாள். ஆணாக இருந்தால் அடித்து வாயிலும் மூக்கிலும் ரத்தம் சொட்டச் செய்து மூச்சையடக்கிவிடுவார். எனவே குலதெய்வமாக கொண்டவார்கள் மட்டுமே இந்த தெய்வத்தை வணங்கவேண்டும்.

3.4.25 வீரபத்திரசுவாமி

சிவனை மதிக்காத தட்சன் ஒரு யாகம் செய்தான். சிவனின் அம்சமாக சடையிலிருந்து வீரபத்ரசுவாமி பிறந்தார். அவர் தட்சனின் யாகத்தை அழித்ததுடன் அங்குவந்த தேவர்களையும் அடித்து விரட்டினான், என்பது புராண கதை. வீரபத்திரசுவாமி ஆண்டியப்பனூரில் குறும்பர்கள் வணங்கும் தெய்வமாக வீற்றிருக்கிறார். குறும்ப இனமக்கள் நினைத்தகாரியம்வெற்றி பெறவும், பகையைவெல்லவும் வீரபத்திரசுவாமியை வணங்குகின்றனர். கிராமத்தை காக்கும் காவல் தெய்வமாகவும், காளையை தன் வாகனமாகவும், விழாக்காலங்களில் பெரிய

கட்டையின் மீது ஐம்பொன் சிலையை வைத்து அதனை தலையின் மீதுவைத்து வழிபடுவர்.

3.3. கோயில் அமைவிடமும், தெய்வ உருவ அமைப்பும்

பெரும்பாலான நாட்டுப்புறத் தெய்வக் கோயில்கள் பீடங்களாகும். பீடங்களே கோயில்களாகக் கருதப்படுகின்றன .பீடங்களும் மண்ணாலும் சிமெண்டாலும் கல்லாலும் அமைந்திருக்கும். விழாக் காலங்களில் மட்டும் பந்தல போட்டுத் தோரணங்கள் கட்டுவர். சில தேவதைகளுக்கு மண்ணாலான மண்டபம் கட்டுவர். சில இடங்களில் கல்லாலான மண்டபம் கட்டியுள்ளனர். கோயில்கள் அதில் உறையும் தெய்வத்தின் பெயரால் அழைக்கப் படுகின்றன. சில நாட்டுப்புறத் தெய்வங்களுக்கு ஆகமவிதிப்படி கோயில்கள் அமைக்கப்பட்டுள்ளன. கருவறை,முன்மண்டபம், கொடிக்கம்பம், சுற்றுச்சுவர்கள் எழுப்பப் பட்டுள்ளன. மாரியம்மன் போன்ற தெய்வங்களுக்கு இத்தகைய கோயில்களைக் காணலாம். கர்ப்பக் கிரகத்தைச் சுற்றிப் பலதுணைத் தெய்வங்கள் இருக்கும். கிராமக் கோயில்கள் மரங்களுடன் தொடர்புடையனவாக உள்ளன. மரங்கள் வளமைக் குறியீடாகக் கருதப்படுகின்றன. பெரும்பாலான நாட்டுப்புறத் தெய்வங்கள் நீர்நிலைக்கருகில் இருக்கும். மக்களின் வாழ்வில் நீர் முக்கிய பங்கு வகிப்பதால் நீர் நிலை அருகிலேயே தெய்வத்தை வைத்து வணங்கினார்.

3.3.01 கோயில் அமைவிடம்

நமது முன்னோர்கள் இயற்கையை தெய்வமெனக் கருதி வழிபட்டார்கள் என்பது அனைவரும் அறிந்தது. தெய்வமானது எங்கும் நிறைந்துள்ளது என்பது சான்றோர் கருத்து. தெய்வம் ஒரு குறிப்பிட்ட இடத்தில் தான் இருக்கின்றது என்று குறிப்பிட்டுச் சொல்ல முடியாது. அதேபோல் தமிழ் மக்களாகிய நாம் வணங்கும் தெய்வங்களை ஒரு குறிப்பிட்ட நிலையில் இல்லாமல் வணங்கவும் முடியாது. ஆகவேதான் நமது முன்னோர்கள் அடையாளச் சின்னங்களாக சில மரங்கள், கற்கள் ஆகியவற்றைக் கொண்டனர். இதன் அடிப்படையிலேயே தாம் செய்யும் தொழில் அல்லது

வயல்களின் அருகில் அடையாளச் சின்னங்களை அமைத்தார்கள். அவைகளே வழிபடும் கோவிலாகும். நிகழ்வுகள் நடத்துவதற்கும் சேர்ந்து செயல்படுவதற்கும் ஒரு இடமானது வேண்டும். ஆனவே கோவிலாக கட்டிடம் கட்டியமைத்து மக்கள் எல்லோரும் ஒன்றாகச் சேர்ந்து எல்லோரும் வழிபட்டனர். ஆதியில் இருந்த இயற்கை வழிபாடு உருவ வழிபாடானது பின்பு வழிபாடு இயற்கைச் சூழலில் நடைபெறுகிறது.

ஒரு தெய்வம் ஒரு குறிப்பிட்ட சூழலில் ஒரு குறிப்பிட்ட வழிபாட்டைப் பெறும், அதே தெய்வம் பிறிதொரு இடத்தில் பிறிதொரு குழுவால் குலதெய்வமாகவும் வழிபடப்படலாம். இது போன்றே குலதெய்வம் ஒரு சூழலில் உள்ள ஒன்று, பிறிதொரு சூழலில் ஊர்த்தெய்வமாகவும் வழிபடப்படலாம்.

3.3.01.1 வயல்வெளிகள்

நமது தமிழ்மக்கள் விவசாயம் செய்யும் முன்பும், அறுவடை செய்தல், நாற்று நடுதல் போன்ற வேலைகளைச் செய்யும் பொழுதும் பெரிய விழாக்களாகவோ அல்லது மனதளவில் வழிபடவோ வசதியாக இந்த வழிபாட்டுத்தலங்களை வயல்வெளிக்கு அருகில் அமைத்து வழிபாடு செய்து வருகிறார்கள். அதேப்போல வாணியம்பாடி வட்டாரத்தில் உள்ள

பூங்காவனத்து அம்மன்	-	வடக்குப்பட்டு
ஊமை சாமுண்டிஸ்வரி அம்மன்	-	இளையநகரம்
திருப்பதி கங்கை அம்மன்(கரக்கரை)-		மதனாஞ்சேரி
தேசத்துமாரியம்மன்	-	பூங்குளம்
சாமூண்டீஸ்வரி	-	நாச்சார்குப்பம்
காளியம்மன்	-	கல்லரப்பட்டி
வேடியப்பன்	-	பெருமாப்பட்டு
பச்சையம்மன்	-	தெக்குபட்டு

போன்ற தெய்வங்கள் அனைத்தும் வயல்வெளியில் உள்ளன.

3.3.01.2 ஊரில் உள்ள தெய்வங்கள்

ஊரில் உள்ள தெய்வங்கள் மக்களுக்கு குலதெய்வமாகவும், ஊர் தெய்வமாகவும், சாதிதெய்வமாகவும், ஊரின்பொதுதெய்வமாகவும் ஊரின் மத்தியில் வீற்றிருக்கிறது. வாணியம்பாடி வட்டாரத்தில் உள்ள

வரசித்திவினாயகர்	-	அம்பூர்பேட்டை
சுந்தராஜாபெருமாள்	-	உதயேந்திரம்
அதிதீஸ்வரர்	-	தேவஸ்தானம்
சௌந்தரராராஜ சுவாமி	-	உதயேந்திரம்
அழகு பெருமாள்	-	பெரியபேட்டை
ஆராவமுதப் பெருமாள்	-	கேத்தாண்டபட்டி
பிரச்சன்ன வெங்கடேசபெருமாள்	-	திம்மாம்பேட்டை
திருப்பால்நதி ஈஸ்வரர்	-	இராமநாயக்கம்பேட்டை
சீனிவாசபெருமாள்	-	பெத்தூர்
பஜானகோயில்	-	மரிமானிகுப்பம்
பெருமாள்	-	தும்பேரி
காசிவிஸ்வநாதர்	-	கொடையாஞ்சி
புத்துமாரியம்மன்	-	பெத்தகல்லுப்பள்ளி
வீரபத்திரசுவாமி	-	ஆண்டியப்பனூர்
பொன்னியம்மன்	-	அம்பூர் பேட்டை
பராசக்தி மாரியம்மன்	-	ஆலங்காயம்
முத்தாளம்மன்	-	கௌகாப்பட்டு
கூத்தாண்டவர்	-	குரிசிலாப்பட்டு
சந்திரமௌலிஸ்வரர்	-	திம்மாம்பேட்டை
வரசித்திவினாயகர்	-	அம்பூர்பேட்டை

இந்ததெய்வங்கள் குடியிருப்புகளின் பகுதியாகிய ஊரின் மத்தியில் அமைந்துள்ளது இவைகளை ஊரில் வாழும் மக்கள் ஆண்டுக்கு ஒருமுறை திருவிழாக்கள் மூலமும், தினமும் வழிபட்டுக் கொண்டிருக்கின்றனர்.

3.3.01.3 ஊருக்கு வெளியில் உள்ள தெய்வங்கள்

ஊரில் வரும் தீயசக்திகளைத் தடுத்து அவைகளுடன் சண்டையிட்டு, அவர்களை அழித்தும், ஊருக்கும் மக்களுக்கும் எந்தவிதமான தீங்கும் ஏற்படாமல் பாதுகாத்தும் ஊரின் வெளியில் காவல்தெய்வங்களாகக் காணப்படுகின்றன. வாணியம்பாடியிலுள்ள பெரியண்டவர் கோயிலிலுள்ள முனீஸ்வரர், காட்டேரியம்மன் ஊரின் வெளியே இருந்து மக்களை காக்கும். ஊரின் வெளியே மக்கள் செல்லும் பொழுது அவர்களைக் காப்பதாகவும், செய்யும் தொழில் தடையில்லமால் நடைபெறவும் இத்தெய்வங்களை வழிபடுகின்றனர்.

பாண்டுரங்கர்	-	சென்னாம்பேட்டை
ஓம் சக்தி கோயில்	-	வாணியம்பாடி
சென்றாயசுவாமி	-	பீமகுளம்
பழனி ஆண்டவர்	-	வளையாம்பட்டு
தீர்த்தகிரி ஈஸ்வரர் மற்றும் பாலமுருகன்	-	பெத்தூர்
பஞ்சமுகநந்தீஸ்வரர்	-	மாதகடப்பா
புத்துமாரியம்மன்	-	பெத்தகல்லுப்பள்ளி
கனக நாச்சியம்மன்	-	புல்லூர்
தத்தியம்மன்	-	அம்பலூர்
அங்காளபரமேஸ்வரி அம்மன்	-	எக்லாஸ்புரம்
பூங்காவனத்து அம்மன்	-	வடக்குப்பட்டு

ஊமை சாமுண்டிஸ்வரி அம்மன்	-	இளையநகரம்
திரௌபதி அம்மன்	-	கிரிசமுத்திரம்
திருப்பதி கங்கை அம்மன் (கரக்கரை)	-	மதனாஞ்சேரி
திருப்பதி கெங்கையம்மன்	-	நரசிங்கபுரம்
பெத்த பலி கெங்கையம்மன்	-	நிம்மியம்பட்டு
தேசத்துமாரியம்மன் (குதிரையம்மன்)	-	பூங்குளம்
சாமூண்டீஸ்வரி	-	நாச்சார்குப்பம்
பாப்பாத்தியம்மன்	-	ஆண்டியப்பனூர்
காளியம்மன்	-	கல்லராப்பட்டு
வேடியப்பன்	-	பெருமாப்பட்டு
கூத்தாண்டவர்	-	குரிசிலாப்பட்டு
முனீஸ்வரன்	-	மேட்டுபாளையம்
ஆனாட்சியம்மன்	-	நாராயணபுரம்
நாகாலம்மன்	-	அலசந்தரபுரம்

போன்ற தெய்வங்கள் வாணியம்பாடி வட்டரத்தில் ஊர்மக்களை காக்க ஊரின் வெளியே காவல்தெய்வமாக வீற்றிருக்கிறார்.

3.3.01.4 வீட்டிற்குள் இருக்கும் தெய்வங்கள்

நமது தமிழ் மக்களின் வீடுகளில் தெய்வப் படங்கள் வைத்து வழிபடாத வீடுகளைக் காண்பது அரிது. இவைகளில் சிலகுறிப்பிட்ட குடும்ப சம்மந்தப்பட்ட உறவினர்கள், முன்னோர்கள், இறந்தவர்கள் நம்பத்தகாத சிலநிகழ்ச்சிகள் நடக்கும்பொழுது இந்நிகழ்வுகள் அவர்கள் மூலமாகவே நடந்ததாக மக்கள் கருதும்பொழுதும், நம்பும்பொழுதும் அவர்களையும் தெய்வமாக வழிபடுகிறார்கள். இதேபோல வாணியம்பாடி வட்டார மக்களும்

தெய்வங்களை வழிபாடுகின்றனர். வீரப்பத்தரசுவாமி, வேடியப்பன், குதிரையம்மன் போன்ற தெய்வங்களை அக்குடும்பத்திற்கும் வாரிசுக்கும் அவை உடன் இருந்து உதவுவதாகவும், நன்மை செய்வதாகவும் கருதி வீட்டினுள் சிறியஅறைகளை கோவிலாக அமைத்துக் கொண்டு வழிபடுகிறார்கள்.

3.3.01.5 கட்டிடத்தில் உள்ள தெய்வங்கள்

வாணியம்பாடி வட்டாரத்தில் அனைத்து பெருந்தெய்வங்களும் கட்டிடத்தின் உள்ளே வைத்து வழிபடப்படுகின்றனர். சிறுதெய்வங்களில்

புத்துமாரியம்மன்	-	பெத்தகல்லுப்பள்ளி
பச்சையம்மன்	-	தெக்குப்பட்டு
கனக நாச்சியம்மன்	-	புல்லூர்
தத்தியம்மன்	-	அம்பலூர்
அங்காளபரமேஸ்வரி அம்மன்	-	எக்லாஸ்புரம்
பூங்காவனத்து அம்மன்	-	வடக்குப்பட்டு
பொன்னியம்மன்	-	அம்பூர் பேட்டை
ஊமை சாமுண்டிஸ்வரி அம்மன்	-	இளையநகரம்
திரௌப்பதி அம்மன்	-	கிரிசமுத்திரம்
திருப்பதி கங்கை அம்மன் (கரக்கரை)	-	மதனாஞ்சேரி
திருப்பதி கெங்கையம்மன்	-	நரசிங்கபுரம்
பெத்தபலி கெங்கையம்மன்	-	நிம்மியம்பட்டு
பராசக்தி மாரியம்மன்	-	ஆலங்காயம்
தேசத்துமாரியம்மன் (குதிரையம்மன்)	-	பூங்குளம்
சாமூண்டீஸ்வரி	-	நாச்சார்குப்பம்

காளியம்மன் - கல்லரப்பட்டி
கூத்தாண்டவர் ஹ - குரிசிலாப்பட்டு
முனீஸ்வரன் - மேட்டுபாளையம்

போன்ற சிறுதெய்வங்களை கட்டிடத்தில் வைத்து வழிப்படுகின்றனர்.

3.3.01.6 கட்டிடமில்லாத மரத்தடியில் உள்ள தெய்வங்கள்

வாணியம்பாடி வட்டாரத்தில் சிறுதெய்வங்களில்

பாப்பாத்தியம்மன் - ஆண்டியப்பனூர்
முத்தாளம்மன் - கௌகாப்பட்டு
வேடியப்பன் - பெருமாப்பட்டு
வனபொன்னியம்மன் - வெலதிகமணிபெண்டா

இவைகள் அனைத்தும் எந்தவிதமான கட்டிடம் இன்றி அமைந்துள்ளன. இவைகளுக்கு கட்டிடம் எதுவும் கட்டக் கூடாது என்று நம்பிக்கை வைத்து வழிபடுகின்றனர்.

3.3.01.7 நீர் நிலை அருகிலுள்ள தெய்வங்கள்

பாண்டுரங்கர் - சென்னாம்பேட்டை
ஓம் சக்தி கோயில் - வாணியம்பாடி
சென்றாயசுவாமி - பீமகுளம்
தீர்த்தகிரி ஈஸ்வரர் மற்றும்
பாலமுருகன் - பெத்தூர்
காசிவிஸ்வநாதர் - கொடையாஞ்சி
கனக நாச்சியம்மன் - புல்லூர்
தத்தியம்மன் - அம்பலூர்
அங்காளபரமேஸ்வரி அம்மன் - எக்லாஸ்புரம்
பூங்காவனத்து அம்மன் - வடக்குப்பட்டு

பொன்னியம்மன்	-	அம்பூர் பேட்டை
திருப்பதி கங்கை அம்மன்(கரக்கரை)	-	மதனாஞ்சேரி
சாமூண்டீஸ்வரி	-	நாச்சார்குப்பம்
பாப்பாத்தியம்மன்	-	ஆண்டியப்பனூர்
வேடியப்பன்	-	பெருமாப்பட்டு

போன்ற தெய்வங்கள் வாணியம்பாடி வட்டாரத்தில் உள்ள நீர் நிலைகளின் அருகில் உள்ளன. இதில் பாலாற்றாங்கரையில் உள்ள ஐந்து அக்கா, தங்கைகள் கனகநச்சியம்மன்,தத்தியம்மன், பூங்கவனத்துஅம்மன், அங்காளபரமேஸ்வரியம்மன், பொன்னியம்மன் போன்ற கோயில்கள் வாணியம்பாடியில் உள்ளது.

3.3.02 தெய்வ உருவ அமைப்பு

பெருந்தெய்வங்கள் அனைத்தும் குறிப்பிட்ட தெய்வஉருவம் பெற்றிருக்கும். சிறுதெய்வங்கள் ஏதேனும் ஒருபருப்பொருள் வடிவில் அடையாளமாக வைத்தே வழிபடப்படுகின்றன. மனித உருவம், குத்துகல், போன்ற அருஉருவம், ஆயுதங்கள் இவற்றில் ஏதேனும் ஒன்றோ ஒன்றுக்கு மேற்பட்டவையோ சிறுதெய்வக் கோவிலில் வழிபடப்படும் உருவங்களாக உள்ளன. நாட்டுப்புறத் தெய்வ உருவ அமைப்பை ஏழு வகையாகப் பகுத்துக் காணலாம்

3.3.02.1 மரத்தையே தெய்வமாக வழிபடல்

மரத்தையெ தெய்வமாக வழிபாடுவதில் இதனின் எச்சமாகத் தான் பெருந்தெய்வ கோவில்களில் ஸ்தலவிருட்சம் உள்ளன. சிறுதெய்வகோயில்களில் வேப்பமரமும், ஆலமரமும், அரசமரமும் உள்ளது.

3.3.02.2. வடிவமற்ற கல் தரையில்

1. மரத்தின் கீழ்

- முத்தாளம்மன்
- பாப்பாத்தியம்மன்

- ஊமை சாமூண்டீஸ்வரி
- பாப்பாத்தியம்மன்
- வனபொன்னியம்மன்

2. மாடத்தின் மேல்

- தத்தியம்மன்
- பிரஹன் நாயகி சமேத சுயம்பு அதிதீஸ்வரர்
- சென்றாயசுவாமி
- திருப்பதி கங்கை அம்மன்(கரக்கரை)
- நாகாலம்மன்
- கனகநாச்சியம்மன்

3.3.02.3.வேல் - முருகன் கோயில் இருக்கும் இடங்களில் வேலை முதலில் வணங்கிவிட்டுதான் முருகப் பெருமானை வணங்குவார்கள் - வாணியம்பாடி வட்டாரத்தில் உள்ள பழனி ஆண்டவர் கோயிலில் வேலை வணங்குகிறார்கள்.

சூலம் - அம்மனின் வடிவமாக வழிப்படுவது முதலில் சூலத்தைதான் முதலில் வழிபடுவர்,பின்பு தான் அம்மனை வழிப்படுவர் - வாணியம்பாடி வட்டாரத்தில் அனைத்து அம்மன் கோயில்களும் சூலத்தை வணங்குவர்கள்.

கத்தி-காவல்தெய்வமாக விளங்கும் தெய்வங்களுக்கு கத்தியைதான் முதலில் வழிபடுவர் - வாணியம்பாடி வட்டாரத்தில் வேடியப்பன், மூனிஸ்வரன்,பெத்தபலி கெங்கையம்மன், வீரபத்திரசுவாமி, அங்காளபரமேஸ்வரி அம்மன்

வேல்,சூலம்,கத்தி - அங்காளபரமேஸ்வரி, சாமூண்டீஸ்வரி போன்ற ஓங்கரமாக உருவம் கொண்ட தெய்வங்களுக்கு முன்பு இந்த ஆயுதங்கள் இருக்கும், முதல் வழிபாடு இந்த ஆயுதங்களுக்கு தான் நடைபெறும்.

3.3.02.4. பீடங்கள்

1. **சதுரமான மண் பீடம்** - திருப்பதி கங்கை அம்மன்

- வனபொன்னியம்மன்

- ஓம் ஸ்ரீ பராசக்தி மாரியம்மன்

2 **உயரமான வடிவமுடைய பீடம்** - திருப்பால்நதி ஈஸ்வரர்

3 **உயரமான வடிவமுடைய பீடத்தில் முக உருவம்** - கனக நாச்சியம்மன்

4 **உயரமான வடிவமுடைய பீடத்தில் முழு உருவம் கற்சிலை**

- அழகு பெருமாள்
- ஆராவமுதப் பெருமாள்
- பிரச்சன்ன வெங்கடேசபெருமாள்
- பழனி ஆண்டவர்
- சீனிவாசபெருமாள்
- வைகுண்ட பெருமாள்
- புத்துமாரியம்மன்
- பச்சையம்மன்
- அங்காளபரமேஸ்வரி
- பொன்னியம்மன்
- ஊமை சாமுண்டீஸ்வரி
- காளியம்மன்
- தேசத்துமாரியம்மன்(குதிரையம்மன்)
- பெத்த பலி கெங்கையம்மன்
- சௌந்தரராஜ சுவாமி

5. **தரையை பீடமாக கொண்ட கல்லில் தெய்வ உருவம்**

- பிரஹன் நாயகி சமேத சுயம்பு அதிதீஸ்வரர்
- சென்றாயசுவாமி
- தத்தியம்மன்

6 வட்ட வடிவமான பீடத்தில் சிலைகள்

- திருப்பதி கங்கை அம்மன்(கரக்கரை)
- கமலா குட்டை காளியம்மன்
- நாகாலம்மன் ஆலயம்
- பாப்பாத்தியம்மன்
- ஆனாட்சியம்மன்
- சாமூண்டீஸ்வரி

3.3.02.5. மாடத்தில் விளக்கு வைத்து வழிபடல் - பெருமாள் கோயில் - துளசிமாடம்

3.3.02.6. பந்தல் அல்லது ஓடு போன்ற அமைப்பு கொண்ட தெய்வ உருவங்கள்

1. **மண் உருவம்** - முனீஸ்வரன் கோயில்
   - வனபொன்னிஅம்மன்
2. **மர உருவம்** - கூத்தாண்டவர்
3. **கல் உருவம்** - வேடியப்பன்
   - நாகாலம்மன்
   - ஆனாட்சியம்மன்
   - முத்தாளம்மன்
   - பாப்பாத்தியம்மன்
   - சாமூண்டீஸ்வரி
   - பெத்தபலி கெங்கையம்மன்

3.3.02.7. கோயில் போன்ற அமைப்புடைய இடத்திலுள்ள தெய்வ உருவங்கள்

1. **மண்ணாலான உருவம்** - புத்துமாரியம்மன்
   - பூங்காவனத்து அம்மன்
2. **கல்லாலான உருவம்**

- பிரஹஹன் நாயகி சமேத சுயம்பு அதிதீஸ்வரர்
- அழகு பெருமாள்
- ஆராவமுதப் பெருமாள்

- திருப்பதி கெங்கையம்மன்
- திருப்பதி கங்கை அம்மன்(கரக்கரை)
- பிரச்சன்ன வெங்கடேசபெருமாள்
- திருப்பால்நதி ஈஸ்வரர்
- பழனி ஆண்டவர்
- சீனிவாசபெருமாள்
- சந்திரமௌலீஸ்வரர்
- வைகுண்ட பெருமாள்
- தீர்த்தகிரி ஈஸ்வரர் மற்றும் பாலமுருகன்
- பஞ்சமுக ஈஸ்வரர்
- காசிவிஸ்வநாதர்
- பச்சையம்மன்
- அங்காளபரமேஸ்வரி
- பொன்னியம்மன்
- ஊமை சாமுண்டீஸ்வரி
- திரௌபதி அம்மன்
- காளியம்மன்
- தேசத்துமாரியம்மன் (குதிரையம்மன்)
- ஓம் ஸ்ரீ பராசக்தி மாரியம்மன்
- சௌந்தராராஜ சுவாமி

3. செம்புப்படிவ உருவம் அல்லது வெண்கலச் சிலை உருவம்

வாணியம்பாடிவட்டாரத்தில் உள்ள அனைத்துக கோவிலலிலும் உச்சவமூர்த்தி தெய்வ உருவசிலைகள் செம்பு அல்லது வெண்கலத்தினால் ஆனவை. கனக நாச்சியம்மன்

3.4. கோவில் சூழலும் அமைப்பும்

3.4.01 ஸ்ரீ வரசித்தி வினாயகர் ஆலயம் - அம்பூர்பேட்டை

கோவில் சூழல்

வாணியம்பாடி பேருந்து நிலையத்திலிருந்து வடக்குதிசையில் 1கி.மீ தொலைவில் உள்ள அம்பூர்பேட்டையில் பூக்கடை பஜார் தெருவில் உயரமான இராஜா கோபுரத்துடன், 98 வருடம் பழமை

வாய்ந்தது ஸ்ரீவரசித்தி விநாயகர் ஆலயம்.பல்வேறு தொழில் செய்யும் வணிகர்கள் வசிக்கும் பகுதி என்பதால், தொழிலில் முன்னேற்றம் அடைய முழுமுதல் கடவுளான விநாயகர் வழிபடவே இந்த ஆலயம் அமைந்துள்ளது.

கோவில் அமைப்பு

இக்கோவிலில் வரசித்தி விநாயகர் மூலவராக வீற்றிருக்கிறார். மூலவரின் எதிரே விநாயகரின் வாகனம் மூசிகன் அமர்ந்துள்ளது.மூலவரை பார்த்தவாறு மூசிகன் உள்ளது. இத்திருக்கோவிலில் ராஜகோபுர கட்டிடத்தில் மூலவரின் வலதுபுறமாக ஸ்ரீ விசாலட்சி சமேத விஸ்வநாதர் சிவலிங்கம் பக்கத்திலேயே விசாலட்சியம்மன் சிலை வடிவிலும் உள்ளனர். இடதுபுறமாக ஸ்ரீவள்ளிதேவசேனா சமேத சுப்பிரமணியன் சிலை வடிவில் வீற்றிருக்கிறார். வடக்கு பார்த்து அருள்மிகு துர்கையம்மனும் சிலை உள்ளது.

ஸ்ரீ வரசித்தி விநாயகர் ஆலயம் - அம்பூர்பேட்டை

கோயிலின் தென்மேற்கு மூலையில் ஸ்ரீதேவிபூதேவி சமேத ஸ்ரீனிவாசபெருமாள் வீற்றிருக்கிறார். அதன் பக்கத்தில் கோயிலின் பின்புறம் ஸ்ரீபக்தஆஞ்சநேயரும், ஸ்ரீநாகதேவதைகளும், தென்மேற்கு மூலையில் ஸ்ரீஐயப்பாசுவாமியின் சிலைகளும் உள்ளது. தெற்கு நோக்கி அருள்மிகு தட்சணாமூர்த்தியும், ஸ்ரீகாலபைரவர் சிலையும் உள்ளது. கோயிலின் வடகிழக்கு மூலையில் நவகிரகங்கள் வீற்றுறிருக்கிறது.

3.4.02 அருள்மிகு அதிதீஸ்வரார் திருக்கோயில் - தேவஸ்தானம்

கோவில் சூழல்

வேலூரிலிருந்து கிருஷ்ணகிரி செல்லும் வழியில் 67 கி.மீ தூரத்தில் வாணியம்பாடி உள்ளது. வாணியம்பாடி பேருந்து நிறுத்தத்திலிருந்து 3 கி.மீ தூரத்தில் உள்ள பழைய வாணியம்பாடியில் இத்திருக்கோவில் அமைந்துள்ளது. ஊரின் நடுவில் மேற்கு நோக்கி மூலவரும், கிழக்கு பக்கம் நுழைவாயிலுடன் இத்திருகோயில் அமைந்துள்ளது.

கோவில் அமைப்பு

வேலூர் மாவட்டத்தில் அமைந்துள்ள வாணியம்பாடி என்னும் நகர் வணிகத்தால் சிறந்து விளங்கி வரும் நகரமாகும். இவ்வூரின்கண் அமைந்துள்ள பிர□ன் நாயகி சமேத அதிதீஸ்வரர் ஆலயம் சுமார் 1200ஆண்டுகளுக்கு முற்பட்டு,பல்லவ மன்னர்களால் கட்டப்பட்டதாகும்.

உழவன் உழவு செய்திட்ட போது

கழனியில் வந்து திரமாய் ஒளிந்து கைலையே!

பழவினை தீர்க்க தேவாதி தேவர்கள் இமயம் நாட

மழுவையாய் வாணியை பாடவைத்த விருந்தீசனே!

என்று இத்திருத்தலப் புராணப் பாடல் தெரிவிக்கிறது. தேவாரமூவர் அப்பருக்குத் திருவையாறில் கயிலைக் காட்சியைக் காட்டியருளிய

ஈசன் இத்திருத்தலத்தில்,கலைமகளுக்குக் கயிலைக் காட்சியைக் காட்டி அருள் செய்த திருத்தலம்.

வாணியின் ஊமைத்தன்மையை நீக்கிய பிரஹன்நாயகி உடனுறை அதிதீஸ்வரர் ஆலயத்தின் கிழக்குத் திருக்கோபுரம் ஐந்து நிலைகளுடன் கூடிய ராஜகோபுரம் ஆகும். முன் மண்டபத்துடன் கூடி எழிலார்ந்த சிற்ப அமைப்புடன் திகழும் ராஜகோபுரமாகும். இந்த ராஜகோபுரத்தின் வாயில் வழியே உள் நுழைந்தால், இடது புறத்தில் தல விருட்சம் மிகப் பெரிதாய் பரந்து விரிந்துள்ள வில்வமரம். அதன் கீழ் பெரியதோர் சிவலிங்கமும், அம்பாளும், யோகப் பட்டையுடன், கரத்தில் சின்முத்திரையுடன் கூடிய தட்சிணாமூர்த்தியும், நாகர் சிலைகளும் அமைந்துள்ளது.

அருள்மிகு அதிதீஸ்வரார் திருக்கோயில் - தேவஸ்தானம்

தலவிருட்சத்தினை வலம் வந்து பிரிகார வலம் வந்து, கருவறை அமைந்துள்ள மகா மண்டபத்தைக் கடந்தால், மூன்று நிலைகளை உடைய மேற்கு ராஜகோபுரம் வெகு அழகாய் காட்சி தருகிறது. ராஜகோபுரத்திற்கு நேராய் தகதகக்கும் கொடி

மரம், நந்தியை வணங்கிக் கடந்து மகா மண்டபம், அர்த்தமண்டபம் அடுத்து கருவறையில் ஈசன் லிங்க ரூபத்தில் அல்லாது திருக்கயிலை மலைத் தோற்றத்தில் அதிதீஸ்வரர் அம்மையுடன் அமர்ந்திருக்கிறார்.

தென்னகத்தில் ஓர் கயிலையாம் என மெய்மறந்து தரிசித்து உட்பிரகார வலம் வரும்போது இறைவன் வாணிக்கு அளித்த பஞ்சலோகப் பதுமையை வணங்கி வலம் வர, தென் முகக்கடவுளுடன், கருவறையின் நேர் பின்புறம் சங்கு, சக்கரம் ஏந்தி காக்கும் கடவுளான மகாவிஷ்ணுவும், அவருக்கு எதிரே ஐராவதத்தின் மீது தேவேந்திரன் காட்சி தர அவரை வணங்கி வலம் வருகிறோம். அடுத்து தாயார் பெரியநாயகி தனி சன்னதி கொண்டு அருட்காட்சி தர தாயாரை வணங்கி வழிபடுகிறோம். மூலவரும் தாயாரும் அமைந்துள்ள மகாமண்டபத்தின் கல்தூண்களில் கலைநயமிக்க சிற்பங்கள் மிக நேர்த்தியாய் அமைந்துள்ளன.

சரஸ்வதி சந்நதி

தாயாரை தரிசித்துத் திருச்சுற்றைத் தொடர்ந்தால், கிழக்கு நோக்கி நான்கைந்து படிகள் ஏறி தரிசிக்கும் வண்ணம் தனி சன்னதியில் அன்னை சரஸ்வதி தேவி பெரிய திருவுருவுடன் தாமரை மலர் மீது வீற்றிருக்கிறாள். நான்கு திருக்கரங்களுடன் அக்க மாலையும், புத்தகமும் ஏந்தி, கீழிரு கரங்கள் வீணை ஏந்தி அதனை இசைக்கும் பாவனையிலும் அருள் பொங்கும் விழிகளுடன் புன்னகை தவழத் திருக்காட்சி தரும் அழகை தரிசித்துக் கொண்டே இருக்கலாம். அத்தனை பேரழகு!

பஞ்சலோகப் பதுமை:

இறைவன், இறைவி தவக்கோலப் பஞ்சலோகப் பதுமையை தந்து "இவ்வுருவில் யாம் அடக்கம்" என்று கூறி வாழ்த்தியருளினார். அத்திருவுருவை நாமகள் தெற்கு நோக்கி வைத்து பூஜித்து வணங்கி வருகிறாள். அதனால், இத்தலம் பெருமை குன்றாது, வந்து வேண்டி வணங்கிப் பணிவோர்க்கு மிகுந்த நலம் பயக்கும் தலம் என்பது கண்கூடு.

தென்னாட்டில் கயிலை

திருக்கைலாயம் போன்றே இறைவனும் இறைவியும் சுயம்புவாய் அருவுருமாய் ஒன்றினுள் இரண்டாய்க் காணலாம். ஏனைய திருத்தலங்களில் அமைந்துள்ள லிங்க உருவில் மூலவர் இல்லாது கயிலை மலையின் தோற்றத்தில் அம்மையும், அப்பனும் காட்சி தரும் திருக்கோலம் எங்கும் காண்பதற்கரிய காட்சியாகும். இது தென்னாட்டுக் கயிலை என்றே போற்றி வணங்கத் தக்கதாகும்.

குருஸ்தலம்

தென்னாட்டு சிவஸ்தலங்களில் ஞானத்தைப் போதிக்கும் குரு தட்சிணாமூர்த்தியின் உறைவிடமாகவும் அமைந்துள்ளது. இச்சாசக்தி, கிரியா சக்தி, ஞான சக்தி என மூன்று சக்திகளை இறைவன் ஒரே வடிவினில் வாணிக்கு அளித்ததும் இத்திருத்தலத்தின் தனிப் பெரும் சிறப்பாகும்.

இத்திருத்தலத்தில் தட்சிணாமூர்த்தி தன் திருக்கரங்களில் மான், மழு ஏந்தி, யோகப் பட்டையோடு, யோக போக தட்சிணாமூர்த்தியாக நந்தியின் மீது அமர்ந்து அருள் பாலிக்கிறார். இது அரிய வடிவாகும்.

மேலும்,இத்திருத்தல் விருட்சமான அகண்ட வில்வமரத்தின் கீழே யோகதட்சணாமூர்த்தி கரத்தில் சின்முத்திரையுடனும் அருள்பாலிக்கின்றார். திருச்சுற்றின் உட்பிரகார வலத்திலும், மூலவர் விமானத்திலும், மூலவராகவும், உற்சவமூர்த்தியாகவும் என ஐந்து தட்சிணாமூர்த்திகள் இத்திருத்தலத்தில் அருள்பாலிக்கிறார்கள். எனவே, இத்திருத்தலம் குரு ஸ்தலமாகவும் விளங்குகிறது.

மேற்கு நோக்கிய மூலவர்

மேற்கு பார்த்து அமைந்த சிவனின் சந்நதி “சத்யோ ஜாத சிவம்” என்னும் சிறப்புப் பெற்றதாகும். இங்கு கயிலை மலையின் தோற்றத்தில் அம்மையப்பராகக் காட்சி தரும் மூலவர் சுயம்பு வடிவில் மேற்கு நோக்கி காட்சி தருகின்றார். ஒரு மேற்கு நோக்கிய திருத்தலத்தை வழிபட்டால் 1000 கிழக்கு நோக்கிய சிவலாயத்தை வழிபட்ட பலன் கிட்டும். மேலும், இத்திருத்தல சிவபெருமானை

வழிபட்டால் ஆயிரம் சிவபெருமானை அம்மையப்பராக வழிபட்ட பலன் கிட்டும். மேலும், திருக்கையிலாயம் சென்று வழிபட்ட பலன் கிட்டும் அது மட்டுமின்றி சிவன் மேற்கு நோக்கியும், சரஸ்வதி கிழக்கு நோக்கியும் இருப்பது மேலும் சிறப்பானதாகும். சரஸ்வதி தேவி இத்திருக்கோவிலில் தனி சன்னதி கொண்டு பெரிய திருவுருவில் அருள் கண்களோடு காட்சி தரும் அழகே அழகு!

பைரவர்

இத்திருத்தல பைரவரை ராகு காலத்தில் வழிபட சர்ப்பதோஷம் அகலும். சனிக்கிழமைகளில் பைரவரை வணங்கிட சனியின் தாக்கம் குறையும். தேய்பிறை, வளர்பிறை அஷ்டமி பூஜைகள் சிறப்பானதாகும்.

3.4.03 அருள்மிகு சுந்தரராஜப்பெருமாள் திருக்கோயில் - உதயேந்திரம்

கோவில் சூழல்

அருள்மிகு சுந்தரராஜப்பெருமாள் திருக்கோயில் வேலூர் மாவட்டம் வாணியம்பாடியில் இருந்து 2 கி.மீ தூரத்தில் உதயேந்திரம் என்ற இடத்தில் அமைந்துள்ளது. வாணியம்பாடியின் பாலாற்றங்கரையில் வடக்கு பகுதியில் ஏரிகரை ஓரத்தில் அமைந்துள்ளது.

கோவில் அமைப்பு

மிகவும் பழமை வாய்ந்த இத்திருக்கோயிலின் மூலவர் கருவறையில்சுந்தரராஜப் பெருமாள் சுந்தரவள்ளி தாயாருடன் திருக்கல்யாண கோலத்தில் வலது காலை மடக்கி இடது காலை கீழே விட்டு அமர்ந்த நிலையில் காட்சியளிக்கிறார். பெருமாள் அமர்ந்த நிலையில் வாணியம்பாடி வட்டாரத்தில் இக்கோவிலில் மட்டுமே உள்ளார். இவர் அமர்ந்து இருக்கும் பீடம் 4அடி உயமும், மூலவர் சிலை 8 அடி உயரமும் கொண்டது. கற்பகிரகத்தின் தென்மேற்குமூலையில் இராகு வந்து சூரியனை பிடிப்பதுபோலவும், ஆர்த்தமமண்டபம் கற்பகிரகத்திற்கும் இடையே

உள்ள வாயில்படியில் கேது சந்திரனை பிடிப்பது போலவும் கல்வெட்டு உள்ளது. மூலவரின் எதிரே கருடாழ்வாரும், பெருமாளை வணங்கிய வண்ணம் ஆஞ்சுநேயர் வீற்றிருக்கிறார். இங்கு பெரியதிருவடி சிறியதாகவும், சிறியதிருவடி பெரியதாகவும் இருப்பதும், சிறியதிருவடியின் வால் தலைக்கு மேலேயும், வாலில் மணியும் கட்டப்பட்டிருக்கும்.கோயிலின் ஆர்த்தமண்டபத்தில் கருவறையின் வலதுபுறம் மகாலட்சுமி தனி சன்னதியில் வீற்றிருக்கிறார். இடதுபுறம் இராகு கேது சிலை பாம்பு வடிவில் கல்லில் செதுக்கப்பட்டு அமைந்துள்ளது.

அருள்மிகு சுந்தரராஜப்பெருமாள் திருக்கோயில் - உதயேந்திரம்

3.4.04 ஸ்ரீ அழகு பெருமாள் திருக்கோயில் - பெரியபேட்டை

கோவில் சூழல்

ஸ்ரீ அழகு பெருமாள் திருக்கோயில் வேலூர் மாவட்டம் வாணியம்பாடி இரயில்வே நிலையத்தில் இருந்து 3. கி.மீ. தூரத்தில்

பெரியபேட்டை என்ற இடத்தில் அமைந்துள்ளது. இவ்வூர் பாலாற்றங்கரையின் கிழக்குப் பகுதியில் இக்கோயில் அமைந்துள்ளது.

கோவில் அமைப்பு

இக்கோவிலின் நுழைவு வாயில் மிக விசாலமாகவும் நீண்டும் காணப்படுகிறது. இக்கோயிலில் முதலில் ஆஞ்சநேயர்சுவாமி மேற்குப் புறமாக (அழகு பெருமாளை நோக்கி) உள்ளார். அவருக்கு இடது புறம் ஸ்ரீ லட்சுமி நாராயணர் சந்நிதி தனியாகவும் பெரியதாகவும் உள்ளது. இது மிகவும் பழமை வாய்ந்த ஒன்றாகும். அழகு பெருமாளுக்கு இடது புறமாக சுந்தரவள்ளி தாயார் கிழக்கு நோக்கியவாறு அமர்ந்துள்ளார். இக்கோயிலின் மத்தியில் கல்யாண மண்டபம் அமைந்துள்ளது. அதில் விஜய நகர காலத்தைச் சார்ந்த தூண்கள் உள்ளன.

ஸ்ரீ அழகு பெருமாள் திருக்கோயில் -பெரியபேட்டை

அழகு பெருமாள் சந்நிதி

கருவறையில் அழகு பெருமாள் 7 ½ அடி உயர உருவில் உள்ளார். பெரிய உருவம், சங்கு சக்கரம் தரித்த கரங்கள் இரண்டும் ஊன்றிய கரம், நீட்டிய கரம் இரண்டுமாக சேவை செய்கிறார். பிரம்மன் செய்த யாகத்தைப் பார்த்தவாறு மேற்கு நோக்கியவாறு காட்சி தருகிறார். கருவறையின் வாயிலின் இரண்டு புறமும் துவாரபாலகர்கள் சிலை அமைந்துள்ளது.

சுந்தரவள்ளி தாயார் சந்நிதி

சுந்தரவள்ளி தாயார் பெருமாளை நோக்கியபடி கிழக்கு முகமாகக் காட்சி தருகிறார். மேலிருகரங்களில் மலர்கள் ஏந்தி, கீழிரு கரங்கள் அபய, வரத முத்திரைகளுடன் காட்சி தருகிறார்.

ஸ்ரீலட்சுமி நாராயணன் சந்நிதி

இது அழகு பெருமாள் கோயிலை விடப்பழமை வாய்ந்தது. இவருக்குப் பரமபதநாதன் என்னும் திருநாமம் உள்ளது. வைணவத் திருத்தலங்களில் 108வது திருத்தலம் வானுலகில் ஸ்ரீ வைகுண்டம் ஆகும். அங்கு எவ்வாறு பகவான் எழுந்தருளி இருப்பதாக வேதம் கூறுகிறதோ, ஆழ்வார்களால் பாடப் பெற்று உள்ளதோ அவ்வாறே பகவான் இங்கு எழுந்தருளி இருக்கிறார். எனவே வாணியம்பாடி 108வது வைணவ திருத்தலமாகக் கருதலாம்.

இந்தக் கருவறையில் ஆதிசேஷன் குடைவிரிக்க, லட்சுமியை மடி மீது வைத்துக் கொண்டு பாம்பின் மேல் அமர்ந்து சங்கு சக்கரம் ஏந்திய நான்கு கரங்களுடன் சுவாமி காட்சியளிப்பது வேறு எங்கும் காண முடியாத ஒன்றாகும். சுவாமியை பார்த்தபடி இக்கோயிலுக்கு எதிரே அழ்வார் நின்றுள்ளார். இக்கோயிலின் இராசகோபுரம் முதல் நிலையிலேயே நின்று விட்டது. இக்கோயிலுக்கு உட்பிரகாரமும் வெளிப் பிரகாரமும் உள்ளது. கல்வெட்டுக்கள், தூண்கள் போன்றவை விசயநகர கலைப்பாணியை நினைவூட்டுகிறது. எல்லாத் தூண்களிலும் விஷ்ணுவின் தச அவதாரச் சிற்பங்கள் செதுக்கப்பட்டுள்ளன.

இக்கோயிலின் உள்ளே பல்வேறு வெண்கலச் சிலைகள் உற்சவமேனிகள் உள்ளன.

3.4.05 அருள்மிகு சென்றாயசுவாமி திருக்கோயில் - பீமகுளம்

கோவில் சூழல்

இவ்வாலயம் வந்தடைய வேலூர்மாவட்டம் வாணியம்பாடி, ஒடுக்கத்தூர் மற்றும் திருப்பத்தூலிருந்து ஆலங்காயம் வழியாக ஜவ்வாதுமலை மேல் ஏறிவந்து போளூர் செல்லும் சாலையில் வைகுந்தவாசல் என்னும் நுழைவாயில் அமைக்கப்பட்டுள்ளது. இவ்வழியாக ஆலயத்தை அடையலாம். தமிழகஅரசின் பேருந்துவசதி உண்டு.இந்திய திருநாட்டின் சிறப்புகளில் ஒன்று கிழக்குத் தொடர்ச்சிமலை இந்தியாவின் கிழக்குக் கடற்கரையை ஒட்டி அமைந்துள்ள இம்மலைத் தொடரில் பல்வேறு மலைக் குன்றுகள் உள்ளன. தமிழகத்தின் கொல்லிமலை, ஜவ்வாதுமலை ஆகியன இம்மலைத் தொடரைச் சார்தவை. ஜவ்வாதுமலை வேலூர் மற்றும் திருவண்ணாமலை மாவட்டங்களில் 262 ச.கி.மீட்டர் பரப்பில் அமைந்துள்ளது.

திருவண்ணாமலை மாவட்டத்திலுள்ள செங்கம் வட்டத்தில் ஆரம்பித்து வேலூர் மாவட்டம் திருப்பத்தூர் வட்டம் வரைபரவியுள்ளது. இம்மலையின் சராசரி உயரம் சுமார் 11000 மீட்டர் வரை இருக்கும். கிழக்கே போளுர், மேற்கே அமிர்தி, வடக்கே ஆலங்காயம் ஒன்றியங்களை எல்லையாக கொண்டுள்ளது. வேலூர் மாவட்டத்தில் ஆலங்காயம் வட்டாரத்தில் அமைந்துள்ளது பீமகுளம் ஊராட்சி. இந்த ஊராட்சி வாணியம்பாடி சட்டமன்ற தொகுதிக்கு உட்பட்டது.

கோவில் அமைப்பு

2010 ஆம் ஆண்டில் வேலூரில் எழுந்தருளிவுள்ள நாராயிணி அம்மா அவர்களின் உதவியுடன் நாராயிணி எனும் தீர்த்தக் குளமும், 23′12′அளவில், கர்பகிரகமும், 4′ 8′அளவில், அர்த்தமண்டபம் 26′ 26′அளவில், மகாமண்டபம் 42 அடி உயரமும், 26 அடி அகலமும், கொண்ட ராஜகோபுரம், ஆலயத்தை சுற்றி 2.50அடி அகலமும், 6அடி உயரமும், சுற்றுச்சுவர் எழுப்பப்பட்டு,

ஆலயத்தின் சுவரில் இறைவனின் திருநாமங்களும், பாசுரங்களும் பதிக்கப்பட்டன. மேலும் ஸ்ரீஹயக்ரீவர், ஸ்ரீதேவி, ஸ்ரீபூதேவி, ஸ்ரீஆஞ்சநேயர், விக்ரசேனர், கருடாழ்வார், துளசிமாடம், ஸ்ரீஆண்டாள் திருமணக்கூடம் கொடிமரம் ஆகியவையும் உருவாக்கப்பட்டுக் குடமுழக்கும் சிறப்பாக நடந்தேறியது.

அருள்மிகு சென்றாயசுவாமி திருக்கோயில் - பீமகுளம்

3.4.06 ஸ்ரீ ஆராவமுதப் பெருமாள் கோயில் - கேத்தாண்டபட்டி

கோவில் சூழல்

இக்கோயில் வாணியம்பாடிக்கு அடுத்த கேத்தாண்டப்பட்டி யிலுள்ள ரயில்வே நிலையம் அருகிலுள்ளது. வாணியம்பாடியிலிருந்து கிருஷ்ணகிரி(வழி) நாற்றம்பள்ளி போகும் பேருந்து மார்க்கத்தில் கேத்தாண்டபட்டி கிராமம் இருக்கின்றது.கோயில் பேருந்து நிலையத்திலிருந்து ஊருக்கும்

2கி.மீ தூரத்திலுள்ளது. பஸ் நிற்கும் இடத்திலிருந்து கோயில் விமானம் பகுதியை நன்கு சேவிக்கலாம்.

கோவில் அமைப்பு

ஸ்ரீ ஆராவமுதப் பெருமாள் கோயில் - கேத்தாண்டபட்டி

ஊரின் கிழக்கு மேற்கில் அக்ர□ார வீதியும் உள்ளது. அங்கு கிழக்கே திருமுக மண்டலத்துடன் ஆராவமுதசுவாமி நின்ற திருக்கோலத்தில் சேவை தருகிறார். மூலவர் ஸ்ரீ வரதராஜனும், உற்சவர்வரதன், ஸ்ரீஆராவமுதன், கண்ணன், சக்கரத்தாழ்வார் மற்றும் சூடிக்கொடுத்தநாச்சியார், காரிமாறன், பெரும்புதூர்வள்ளல், வேதாந்தவாரியன் இவர்கள் அனைவருக்கும் தனிதனியாக வீற்றிருக்கிறார்கள். மூலவரும், பெருந்தேவித் தாயார் உற்சவர் கோமளவல்லி தாயார் இவர்கள் விசேஷமாக இன்றளவும் சேவை தந்து வருகிறார்கள். ப்ரஸித்தி பெற்ற கேத்தாண்டபட்டிக்குச் சென்று அமுதனைத் தொழுது பேரின்ப பெருவாழ்வு அடைவோம்.

3.4.07 ஸ்ரீ பிரச்சன்ன வெங்கடேசபெருமாள் கோயில் - திம்மாம்பேட்டை

கோவில் சூழல்

வாணியாம்பாடி பேருந்து நிலையத்திலிருந்து 15 கி.மீ தொலைவில் தென்னைமரங்கள்சூழ்ந்தப் பகுதியில் அமைந்துள்ள அழகியசிற்றூர் திம்மாம்பேட்டை. இயற்கை வளங்களுடன் பாலாற்றின் வடகரையில் இக்கோவில் அமைந்துள்ளது. ஸ்ரீதேவி பூதேவியொடு பிரச்சன்னவெங்கடேசபெருமாள் ஆலயம் ஊரின் நடுவில் கிழக்கு நோக்கி அமைந்துள்ளது.

கோவில் அமைப்பு

ஸ்ரீ பிரச்சன்ன வெங்கடேசபெருமாள் கோயில் - திம்மாம்பேட்டை

இவ்வூரில் 1287 ஆம் ஆண்டு மைசூர் மகாராஜா காலத்தில் கட்டப்பட்டது தான் அருள்மிகுபிரசன்னாவெங்கடேசபெருமாள் கோயில். ஸ்ரீதேவிபூதேவியொடு வெங்கடேசபெருமாள் முழுவுருவத்துடன் இங்கு அருள் பலிக்கிறார். இக்கோவில் 20 செண்டு நிலப்பரப்பில் அமைந்துள்ளது. இக்கோயிலின் தலவிருட்சமாக மரமல்லிமரமும், துறிஞ்சிமரமும் உள்ளது. உற்சவமூர்த்தியாக ஸ்ரீதேவிபூதேவியொடு பிரசன்னவெங்கடேச பெருமாள் முழுவுருவத்துடன் வெண்கலசிலையாக மூலவரின் கீழே வைத்து அபிஷேக, ஆராதணை செய்யப்படுகிறது. உச்சவமூர்த்தி வீதிவுலா வருவதற்கான வாகனங்களும், தேரும் மரத்தால் ஆனாவை. சிறப்பு வழிபாட்டின் போதும், விழா காலங்களிலும் தேரில் உற்சவமூர்த்தி வலம் வந்து மக்களுக்கு அருள் வழங்குகிறார். மூலவரின் முன்புறம் கருடாழ்வார் வீற்றிருக்கிறார். வெளிபிரகாரத்தில் கருடாழ்வரின் பின்புறம் கொடிமரமும், கொடிமரத்தின் முன்பு கருடகம்பம் உள்ளது. கோவிலின் முதல் பிரகரத்தின் மேலேபெருமாள் தசவாதராச்சிலைகள் வீற்றிருக்கிறது. உற்சவமூர்த்தி ஊர்கோலம் வரும்பொழுது உட்பிரகாரம் சுற்றி வருவதற்கு ஏற்ப 5அடி அகலம் இடம் உள்ளது.

3.4.08 திருப்பால்நதி ஈஸ்வரர் . ஆலயம் - இராமநாயக்கன்பேட்டை

கோவில் சூழல்

'நாலாறு கூடின் பாலாறு' என்ற பழமொழிக்கேற்ப பாலாற்றங்கரையின் ஓரமாகவும் வாணியம்பாடியிலிருந்து 12கி.மீ. தொலைவிலும் அமைந்துள்ள இயற்கை எழில் அழகின் இருப்பிடமாகிய பேரூர் சூழ்ந்த கிராமம் இராமநாயக்கன் பேட்டை என்னும் சிற்றூர். நீர் வளமும் நிலவளமும் மிகுந்த இவ்வூரில் குடிநீர் பற்றாக்குறை இவ்வூரார் அறியாதது. பச்சைக் கம்பளம் விரித்தாற் போன்ற வயல் வெளிகள், உழவர்கள் கலப்பையை ஏந்திச் செல்லும் காலைப்பொழுது, உழத்தியர்கள் நெல் வயலுக்குச் செல்லும் காட்சிகள் மனத்தில் படம்பிடித்தது போன்ற அருமையானகாட்சி என்று குறிப்பிடலாம். காலைப்பொழுதில்

மென்காற்று நாற்றுக்களின் தலைதடவிப் பேசிச் சிலிர்க்கும் அழகினை எப்போதும் இவ்வூரில் காணக் கிடைக்கும் நற்காட்சியாகும். இயற்கையோடு இணைந்து பாலாற்றங்கரையில் கோபுரம் இன்றி 3 சென்ட்நிலப்பரப்பில் சதுரவடிவில் சுயம்பாக வீற்றிருக்கிறார் திருப்பால்நதி ஈஸ்வரர்.

திருப்பால்நதி ஈஸ்வரர் ஆலயம் - இராமநாயக்கன்பேட்டை

கோவில் அமைப்பு

பாலாற்றங்கரையோரமாக காண்பவர் மெய்சிலிக்கவைக்கும் வகையில் பெரிய அரசமரத்தின் அடியில் தரையில் இருந்து ஆவுடையாருடன் உயரமான லிங்கத்துடன் சிவலிங்கமாக மூலவர் வீற்றிருக்கிறார். கோவிலின் ஈசான்ய மூலையில் நவகிரக சன்னதி அமைந்துள்ளது. மூலவரின் எதிரே நந்தி உள்ளது. மூலவரின் வலது, இடதுபுறமாக விநாயகர் முருகர் சிலை வைக்கப்பட்டுள்ளது. இக்கோவில் தியான பீடமாகவும் மக்கள் கருதுகின்றனர். ஆறு

தூண்களால் மேல் சிமெண்ட் கலவை சமமாக போடப்பட்டுள்ளது. அதற்கு மேலே மூன்று கோபுர கலசத்துடன் கோவில் அமைந்துள்ளது. திறந்தவெளியில் சுற்று சுவர் இன்றி கோவில் அமைந்துள்ளது.

3.4.09 ஸ்ரீ பழனி ஆண்டவர் திருக்கோயில் - வளையாம்பட்டு

கோவில் சூழல்

இக்கோயில் வாணியம்பாடி பேருந்து நிலையத்திலிருந்து ஆம்பூர் செல்லும் சாலையில் 3கி.மீ. தூரத்தில் அமைந்துள்ளது. இது சுமார் 6சென்ட் நிலப்பரப்பில் அமைந்துள்ளது. சென்னை பெங்களூர் சாலையோரத்தில் கிழக்கு நோக்கி அமைந்துள்ளது.

ஸ்ரீ பழனி ஆண்டவர் திருக்கோயில் - வளையாம்பட்டு

கோவில் அமைப்பு

கோயிலில் பழனி ஆண்டவர் நின்ற கோலத்தில் 3 அடி உயரத்தில் சிலை வடிவில் காட்சி தருகிறார். கோயிலில் சிறிய அறைகள் கொண்ட பத்மநாபசாமி, ஐய்பன்சந்நிதி,

சிவன்,விஷ்ணு, மாரியம்மன் மற்றும் நவக்கிரஹங்களுக்காக தனியாக சந்நிதிகள் உள்ளன. இவை மட்டுமல்லாமல் கோயிலின் முன்புறம் பெரிய அரசமரமும் அவற்றின் கீழ் நாக தேவதைகளும் உள்ளன. கோவிலின் வலதுபுறம் முருகனின் வடிவமாக புற்று காட்சி தருகிறது. கோயிலின் வெளிபுறத்தில் மூலவருக்கு ஏதிரே 2அடி உயரம் பீடத்தின் மேல் 5அடி உயராமான வேல் வீற்றிருக்கிறது. இக்கோவிலில் நிறைய திருமணங்கள் நடைப்பெறுகிறது. இப்பகுதி மக்கள் பழனியில் இருக்கும் முருகனை வணங்குவதற்கு சமமாக இங்குள்ள முருகனை வணங்கி எல்லா வளமும் பெற்று வாழ்கின்றார்கள்.

3.4.10 அருள்மிகு சீனிவாசபெருமாள் திருக்கோயில்-பெத்தூர்

அருள்மிகு சீனிவாசபெருமாள் - பெத்தூர்

கோவில் சூழல்

வாணியம்பாடியிலிருந்து கிழக்கு நோக்கி 18 கி.மீ தொலைவில் ஆலங்காயம் செல்லும் வழியில் ஆலங்காயத்தில் பக்கத்திலுள்ள பெத்தூர் கிராமத்தில் சீனிவாசபெருமாள் கோயில் அமைந்துள்ளது.

கோவில் அமைப்பு

அருள்மிகு சீனிவாசபெருமாள் மூலவராக வீற்றிருக்கிறார். தலவிருட்சமாக அரசமரம் உள்ளது. அரசமரத்தின் அடியில் வினாயகர் பெருமான் வீற்றிருக்கிறார். இக்கோயில் இரண்டு நுழைவாயில்கள் உள்ளது. 10 செண்ட் பரப்பளவில் அமைந்துள்ள இக்கோயிலின் வெளிபிரகாரம் வெட்டவெளியாக உள்ளது. அங்கே மூலவரை பார்த்தப்படி கருடாழ்வர் உள்ளார். தலவிருட்சத்தின் அருகில் மூலவரை பார்த்தப்படி அனுமன் வீற்றிருக்கிறார். மோட்சதீபம் ஏற்ற ஆர்த்தமம் மண்டபத்தில் பெரிய அகண்ட உள்ளது. கொடிமரத்துடன் மேல்விளக்கு ஏற்றும் கருடகம்பம் உள்ளது.

3.4.11 ஸ்ரீ சந்திரமௌலீஸ்வரர் ஆலயம் - திம்மாம்பேட்டை

கோவில் சூழல்

வாணியாம்பாடி பேருந்து நிலையத்திலிருந்து 15 கி.மீ தொலைவில் தென்னைமரங்கள் சூழ்ந்தப்பகுதியில் அமைந்துள்ள அழகிய சிற்றூர் திம்மாம்பேட்டை. இயற்கை வளங்களுடன் பாலாற்றின் வடகரையில் ஊரின்நடுவில் கிழக்குநோக்கி 6செண்ட் நிலப்பரப்பில் இக்கோவில் அமைந்துள்ளது.

கோவில் அமைப்பு

திம்மாம்பேட்டையில் மிகவும் பழமை வாய்ந்த சிவாலயம் இது. கோயில் வெளிபிரகரத்தின் நுழைவுவாயில் கதவுகள் மரத்தினால் செய்யப்பட்டு இருக்கும். வெளிபிரகரத்திக்கும் உட்பிரகரத்திக்கு 20 அடி தூரத்தில் கற்களினால் கட்டப்பட்ட மண்டபத்தில் ஒரு விமானத்துடன் கற்கோயிலாக அமைந்துள்ளது.

ஸ்ரீ சந்திரமெளலீஸ்வரர் ஆலயம் - திம்மாம்பேட்டை

இக்கோவிலின் கருவறையில் மூலவர் லிங்கரூபத்தில் வீற்றிருக்கிறார். கருவறையின் வெளியே உள்ள மண்டபத்தில் மூலவரின் எதிரில் நந்திபாகவான் லிங்கத்தை நோக்கியவாறு அமர்ந்துள்ளார். நந்திபாகவானின் வலது புறத்தில் நவகிரகம் உள்ளது. இரண்டடி உயரத்தில் பைரவ சிலையும் நவகிரகத்தின் பக்கத்தில் வீற்றிருக்கிறார். நந்திக்கும், பைரவருக்கும் இடையில் முருகபெருமான் வள்ளிதெய்வாயணையுடன் வீற்றிருக்கிறார். கோயிலின் இடதுபக்க மூலையில் கிணறு ஒன்று உள்ளது அதிலிருந்து மட்டுமே நீர் எடுத்து இறைவனுக்கு வழிபாடு நடைபெறுகிறது. கோயிலை சுற்றியம் புல்வெளியம் மேல் பகுதியில் தலவிருட்சமாக வில்வமரமும், வன்னீமரமும் உள்ளது. கருவறையின் மேல் ராஜாகோபுரம் வீற்றிருக்கிறது. கோவிலின் சுற்றுபுறம் வெட்டவெளியில் உள்ளது. கோயிலின் சுற்றுசுவரின் வாயிற்பாடி மரகதவினால் மூடப்பட்டிருக்கும்.

3.4.12 பஜனைகோயில் - மரிமானிகுப்பம்

கோவில் சூழல்

வாணியாம்பாடி இருந்து மிட்டூர் செல்லும் சாலையின் வழியே 15 கி.மீ தொலைவில் கிழக்கு திசையில் பஜனைகோவில் உள்ளது. ராவ் பரம்பரையினர் வணங்கும் கோவில் 5 சென்ட் நிலப்பரப்பில் அமைந்துள்ளது.

கோவில் அமைப்பு

ஸ்ரீஇராமர்லட்சுமணன் சீதையுடன் மூலவராக வீற்றிருக்கிறார். அச்சிலை வெண்மையான பளிங்குகற்களினால் ஆனாது. மார்கழி மாதத்தில் காலை நேரத்தில் கைளில் ஏந்தி வரும் இரும்பினால் ஆன கருடவிளக்கு எப்பொழுதும் எரிந்து கொண்டே இருக்கும். இக்கோவில் தினமும் வழிபாடு நடைபெறுவதால் பல்வேறு அலங்கரத்துடன் எப்பொழுதும் வண்ணமாயமாக இக்கோயில் காட்சி அளிக்கிறது.

3.4.13 அருள்மிகு வைகுண்டபெருமாள் திருக்கோயில் - இராமநாயக்கன்பேட்டை

கோவில் சூழல்

பாலாற்றங்கரையோரமாகவும் வாணியம்பாடியில் இருந்து 12கி.மீ. தொலைவிலும் அமைந்துள்ள இயற்கை எழில் நிறைந்த அழகின் இருப்பிடமாகிய பேரூர் சூழ்ந்த கிராமம் இராமநாயக்கன்பேட்டை என்னும் சிற்றூர். இவ்வூரின் மேற்கு திசையில் நத்தமேட்டில் மிகவும் பழமை வாய்ந்த வைகுண்டபெருமாள் கோவில் உள்ளது. இக்கோவில் 20.10.2010தில் புனரமைக்கப்பட்ட குடமுழக்கு விழா நடத்தப்பட்டது.

கோவில் அமைப்பு

இக்கோவிலின் வளாகத்தின் உட்புறத்தில் விளக்குத்தூண் அமைந்துள்ளது. இத்தூணின் கீழ்புறத்தில் ஆஞ்சநேயர் மற்றும் கருடாழ்சார் உருவங்கள் பொறிக்கப்பட்டுள்ளது. கோவிலின் எதிரில் மிகப்பழமையான அலரிமரம் உள்ளது. விளக்குத்தூணுக்கு அடுத்த சிலையில் பாதரட்சைபீடம் அமைக்கப்பட்டுள்ளது.

அருள்மிகு வைகுண்டபெருமாள் திருக்கோயில் - இராமநாயக்கன்பேட்டை

விமானப்பகுதி கீழ்ப்புற மாடத்தில் தெற்குபகுதியில் அமர்ந்த நிலையில் ஸ்ரீநரசிம்மரும் மேற்கு திசையில் நின்ற கோலத்தில் ஸ்ரீகிருஷ்ணரும் வடக்கில் அமர்ந்த நிலையில் ஸ்ரீஹயக்ரீவர் போன்ற தெய்வங்களின் சிலைகள் வீற்றிருக்கிறது. கோவிலின் விமானப் பகுதியில் வடதெற்கு நோக்கி ஸ்ரீகிருஷ்ணர் நான்கு கரங்கள் கொண்டு சங்கு சக்கரத்துடன் காட்சியளிக்கிறார். விமானப்பகுதி மேல் கோபுரகலசமும் கீழே உற்சவமூர்த்தியும் வீற்றிருக்கிறார்.

3.4.14 அருள்மிகு தீர்த்தகிரி ஈஸ்வரர் மற்றும் பாலமுருகன் ஆலயம் - பெத்தூர்

கோவில் சூழல்

வாணியம்பாடியிலிருந்து கிழக்கு நோக்கி 18 கி.மீ தொலைவில் ஆலங்காயம் செல்லும் வழியில் பெத்தூர் உள்ளது. பெத்தூரிலிருந்து 2 கி.மீ தொலைவில் காட்டுப் பகுதியில் சாலையின் ஓரத்தில் தீர்த்தம் என்னும் இடத்தில் இயற்கை எழிலுடன் மரங்கள் நிறைந்த அமைதியான பகுதியில் இக்கோவில் அமைந்துள்ளது.

கோவில் அமைப்பு

இக்கோயில் சாலையோரத்தில் உள்ள இந்த காட்டு பகுதியில் அங்கங்கே கோயில் உள்ளது. முதலில் தலவிருட்சமான பெரிய வில்வமரம்,அரசமரம், வேப்பமரம் கோயிலின் பழுமையை உணர்த்தும் வகையில் வீற்றிருக்கிறது. அதன் அருகில் சிவலிங்க வடிவில்தீர்த்தகிரி ஈஸ்வரர் சிறிய கருவறையில் ஒரு விமானத்தின் கீழே காட்சியளிக்கின்றார். அங்கிருந்து வடக்குநோக்கி சிறிது தூரம் சென்றால் என்றும் வற்றாத ஊற்றும், நோய்களை போக்கும் குளம் உள்ளது.

குளத்தின் சிறிய நடைப்பாதை வழியாக செல்லும்போது குளத்தின் அருகில் வினாயகர் சிலை உள்ளது.இப்பாதையில் வற்றாத நீரோடை இருக்கிறது. அப்பாதை வழியாகவே குன்றின் மீது ஏறினால் பாலமுருகன் ஆலயம் உள்ளது.இக்கோவிலில் முருகப் பெருமான் வள்ளிதெய்வாணையோடு காட்சி தருகிறார்.

இங்கே தலவிருட்சமாக வில்வமரம் உள்ளது. அதன் பின்புறம் நாகசிலைகள் உள்ளது. இப்பகுதியில் சிவப்பெருமான் தன்பிள்ளைகளுடன் அருள்பலிக்கிறார். சித்தர்கள் வழிபட்ட திருதலமாகவும், இப்பொழுதும் சித்தர்கள் இங்கு வந்து செல்கிறார்கள் என்பது உண்மை.

அருள்மிகு தீர்த்தகிரி ஈஸ்வரர் மற்றும் பாலமுருகன் ஆலயம் - பெத்தூர்

3.4.15 பெருமாள்கோயில் (துளசி மாடம்) - தும்பேரி கோவில் சூழல்

பெருமாள் கோயில் வாணியம்பாடி பேருந்து நிலையத்தில் இருந்து மேற்கு புறமாக ஆந்திர செல்லும் சாலையில் 7கி.மீ. தூரத்தில் தும்பேரி கிராமத்தில் அமைந்துள்ளது. இது சுமார் 5 சென்ட் நிலப்பரப்பில் அமைந்துள்ளது. இது 200 ஆண்டுகள் பழமை வாய்ந்தது. தும்பேரி என்னும் கிராமத்தின் நடுவில் தனியாக இப்பெருமாள் கோயில் அமைந்துள்ளது.

கோவில் அமைப்பு

வாணியம்பாடி வட்டாரத்தில் துளசிமாடத்தை இறைவனாக வணங்கும் கோயில் இப்பெருமாள் கோயில். கருவறை வீற்றிருக்கும் பகுதி மட்டுமே கற்காலால் மூடப்பட்ட கற்கோயிலாக உள்ளது. வெளிபுறம் 10 அடி அகலமும் 30 அடி நீளமும் சுற்று சுவர் எழுப்பபட்டுள்ளது. இக்கோயிலின் மூலவர் 4அடி உயரம் துளசிமாடமாக வீற்றிருக்கிறார். கல்லினால் துளசி மாடம் அமைத்து அக்கல்லில் விநாயகர், முருகர், லட்சுமி, போன்ற தெய்வ உருவங்களை செதுக்கி அந்த துளசிமாடத்தையே பெருமாளாக வழிப்பாட்டனர். தற்சமயம் துளசிமாடத்தின் கற்கல் சிதைவு ஏற்பட்டதால் கட்டை கொண்டு துளசிமாடம் சுற்றிலும் அடித்து வண்ணகற்களால் அலங்காரம் செய்யப்பட்டுள்ளது.

பெருமாள்கோயில் (துளசி மாடம்) - தும்பேரி

கோயிலின் வெளிபுறத்தில் பெருமாள் கோயிலில் உள்ளதைப் போலவே கருடகம்பம் உள்ளது. மேல்விளக்கு ஏற்றும் வகையில் ஏணிபடிகளுடன் அமைந்துள்ளது. இக்கோயிலின் சுற்றுசுவர்

பெருமாளின் நாமத்தை குறிக்கும் வகையில் சிவப்பு, வெள்ளை வண்ணத்தில் பட்டை தீட்டபட்டிருக்கும்.

3.4.16 ஸ்ரீபஞ்சமுகநந்தீஸ்வரர் திருக்கோயில் - மாதகடப்பா

கோவில் சூழல்

வாணியம்பாடியில் இருந்து சுமார் 7கி.மீ தொலைவில் ஒரு மலை உள்ளது. அதற்கு வெள்ளைமலை என்கிறார்கள். அதன் மீது வளைந்துநெளிந்து செல்லும் பாதையின் வழியே, சுமார் 8கி.மீ தொலைவு சென்றால், மாதகடப்பா எனும் மலைக் கிராமத்தை அடையலாம். இந்த கிராமம் வரைதான் வாகனத்தில் செல்லமுடியும் அங்கிருந்து 2கி.மீ தொலைவு நடந்து சென்றால், வேறொரு மலையின் அடிவாரத்தை அடையலாம். மல்லநாயக்கர்துர்கம் என்ற இந்த மலையின் மீதுதான், பஞ்சமுகநந்தீஸ்வரர் ஆலயம் அமைந்துள்ளது.

ஸ்ரீபஞ்சமுகநந்தீஸ்வரர் திருக்கோயில் - மாதகடப்பா

கோவில் அமைப்பு

வேலூர் மாவட்டம் வாணியம்பாடி வட்டம், வடமேற்கே கடல் மட்டத்தில் இருந்து சுமார் சுமார் 2800 அடி உயரத்தில் பலஆயிரம் வருடங்கள் பழமை வாய்ந்த கோட்டையும் அதன் அகன்றபாறையின் மீதுகட்டப்பட்ட கற்கோயில் திருமுகாம்பிகையேஸ்வரர் திருக்கோவிலாகும். இக்கோயில் வீற்றிருக்கும் மலை நந்திவடிவத்தில் உள்ளது. அதனால் தான் இக்கோயிலை பஞ்சமுகநந்தீஸ்வரர் திருக்கோயில் என அழைக்கப்படுகிறது. கோயிலின் கருவறையில் சதுர வடிவ ஆவுடையாரில் சிறிய மூர்த்தியாக காட்சி தருகிறார். கருவறை பிரகாரத்தில் விநாயகர், வள்ளி, தெய்வானை, சமேதராக முருகப்பெருமான் ஆகியோர் காட்சி தருகின்றனர். ஆலயத்துக்கு வெளியில் ஐயனின் சந்நதியை பார்த்தப்படி நந்திதேவர் காட்சி தருகிறார். ஐயனின் ஆலயத்திலுள்ள அம்பிகையின் சிலை திருடுபோனது. இம்மலையில் உள்ள கோயிலின் கீழ்புறம் அமைந்துள்ள எக்காலத்திலும் வற்றாத (சுனை) குளம் அமைந்துள்ளது. இந்த குளத்தில் உள்ள தண்ணீரை குடித்தால் மக்கள் நோய் நொடிபிணி தீரும் என்பது ஐதீகம்.

3.4.17 அருள்மிக காசிவிஸ்வநாதர் ஆலயம் - கொடையாஞ்சி

கோவில் சூழல்

வேலூர்மாவட்டம் வாணியம்பாடி இருந்து மேற்கே 3கி.மீ. தொலைவில் அமைந்து உள்ளது கொடையாஞ்சி கிராமம். பாலாற்றையொட்டி உள்ள இந்த கிராமத்தில் விசாலாட்சி உடனுறை காசிவிஸ்வாநாதர் கோயில் மிகவும் புண்ணிய தலமாக அமைந்து உள்ளது. பாலாற்றை ஓட்டி தென்னை மரங்கள் சூழ்ந்த பகுதியை ஓட்டி 10 செண்டு நிலப்பரப்பில் கிழக்கு நோக்கி இக்கோவில் அமைந்துள்ளது. 400 ஆண்டு பழமை வாய்ந்த பெருமைக்குரியது. காசிவிஸ்வநாதர் கோயில் புதுப்பிக்கப்பட்டு 2016 ம் ஆண்டு செப்டம்பர் 8ம் தேதி மகாகும்பாபிஷேகம் சிறப்பாக நடந்தது.

கோவில் அமைப்பு

பாலாற்றையொட்டி உள்ள இந்தகிராமத்தை சுற்றி காசிவிஸ்வநாதர், வேமாத்தம்மன், விநாயகர்,பெருமாள், முருகர், மாரியம்மன், திக்கையம்மன், சாமுண்டியம்மன், அங்காளபரமேஸ்வரி ஆகிய 9 கோயில்கள் அமைந்திருப்பது சிறப்பாகும். இதில் விசாலாட்சி உடனுறை காசிவிஸ்வாநாதர் கோயில் மிகவும் புண்ணிய தலமாக அமைந்துள்ளது.

அருள்மிகு காசிவிஸ்வநாதர் ஆலயம் - கொடையாஞ்சி

இறைவன் கருவறையில் லிங்கரூபத்தில் இராஜாகோபுரத்தின் கீழே விற்றீருக்கிறார். பொதுவாக சில கோயில்களில் சிவபெருமான் வட்டவடிவ ஆவுடையார் அமைக்கப்பட்டு அதில் லிங்கத்திருமேனியாய் காட்சி தருவார். ஆனால் அக்கோயில் இறைவனுக்கு சூட்சுமஆசனங்களாக அனந்தாசனம், பத்மாசனம், சிம்மாசனம், யோகாசனம், விமலாசனம், ஊர்த்துவம் ஆகிய ஆறு ஆசனங்களும் உள்ளடக்கி சதுர ஆவுடையார் அமைத்து

அதில் சிவலிங்க திருமேனியாய் எழுந்தருளியுள்ளது. தனிச்சிறப்பு ஆகும். மூலவரின் முன்பு மண்டபம் தகரகூரை போடப்பட்டுள்ளது. இந்த மண்டபத்தில் விசாலாச்சிஅம்மையார் சிலை மேற்குநோக்கி அமைந்துள்ளது. அம்மனின் பக்கத்தில் காலபைரவர், சூரியபாகவான் கோயில் மேற்குநோக்கி வீற்றுள்ளார். நந்திபாகவன் மூலவரை நோக்கி இருக்கிறார். புண்ணிய பூமி தளமான காசிக்கு அடுத்த புண்ணிய பூமியாக விளங்கியுள்ளது.

3.4.18 ஸ்ரீ அண்ணாமலை ஈஸ்வரர் திருக்கோயில் - அம்பலூர்

கோவில் சூழல்

வாணியம்பாடி பேருந்துநிலையத்தில் இருந்து மேற்கே 8 கி.மீ தொலைவில் உள்ள அம்பலூர் கிராமத்தில் பாலாற்றின் தென்கரையில் இயற்கை சூழலுடன் அமைந்துள்ளது மிகவும் பழமைவாய்ந்த திருத்தலம் ஆகும். அண்ணமலைஈஸ்வரர் திருக்கோயில் தென்னை தோப்பின் நடுவில் ஒரு விமான கோபுரத்துடன் காட்சி தருகிறார்.

கோவில் அமைப்பு

இத்திருக்கோயிலில் கிழக்குநோக்கிய வாயில் அமைந்துள்ளது. அண்ணாமலை ஈஸ்வரர் கருவறையில் மூலவர் லிங்ரூபத்தில் வீற்றிருக்கிறார். இத்திருக்கோவிலின் நுழைவுவாயிலின் இருபுறமும் துவாரகபாலகர்கள் உள்ளனர். வலதுபுறத்தில் ஸ்ரீவினாயகப் பெருமானும், மூலவருக்கு இடப்பக்கம் ஸ்ரீசுப்பிரமணியசுவாமி வீற்றிருக்கிறார். இவருக்கு இடப்புறம் தென்திசைநோக்கி அருள்பாலிக்கும் அம்மைஸ்ரீபார்வதிதேவி வீற்றிருக்கிறாள்.இவர்களுடன் சுமார் 45 வருடங்களுக்கு முன் பிரதிஷ்டை செய்யப்பட்ட நவகிரகங்களும், கருவறையின் வலதுபக்க சுவற்றில் ஸ்ரீநடராஜர், ஸ்ரீசாஸ்தா, ஸ்ரீமகாகணபதி, மற்றும் ஸ்ரீமயூரமுருகப்பெருமன் ஆகிய தெய்வங்கள் புடைப்பு சிற்பங்களாககாட்சி தருகிறார். கருவறையின் இடதுபக்கம் புதியதாக பிரதிஷ்டை செய்யப்பட்ட ஸ்ரீசண்டிகேஸ்வரர் வீற்றிருக்கிறார்.

எல்லாம் தெய்வங்களும் அமைந்துள்ள இக்கோயிலின் எதிரே சுற்று சுவர்யின்றி தகரகூரையால் மூடப்பட்ட செவ்வகவடிவிலான

மண்டபம் கருவறையின் ஏதிரே கட்டப்பட்டுள்ளது. இதன் மேல்பகுதியை சற்றியும் சுவர் போலதெய்வங்களின் சிறப்புகள், நவகிரங்களின்பரிகாரதலங்கள், அஷ்டலட்சுமிகள் என பல வண்ணப்படங்கள் அச்சடிக்கப்பட்டு போட்டோ போல அமைக்கப்பட்டுள்ளது. அண்ணாமலை தீபம்யேற்றி வழிபாட மிகஉயரமான கற்களினாலான கருடகம்பம் இங்கு உள்ளது. பரம்பொருளான சிவப்பெருமான் தன் குடும்பத்துடன் இவ்வூரில் அண்ணாமலையாராக வீற்றிருந்து அருள்பலிக்கின்றார்.

ஸ்ரீ அண்ணாமலை ஈஸ்வரர் திருக்கோயில் - அம்பலூர்

3.4.19 அருள்மிகு புத்துமாரியம்மன் திருக்கோயில் - பெத்தகல்லுப்பள்ளி

கோவில் சூழல்

வேலூர்மாவட்டம் வாணியாம்பாடிவட்டாரத்தில் சென்னை,பெங்களுர் தேசியநெடுஞ் சாலையில்வாணியம்பாடியின் தென்மேற்குதிசையில் 6 கி.மீ தூரமும், நாட்டறம்பள்ளியில் இருந்து 6கீ.மீ தொலைவில் பெத்தகல்லுப்பள்ளி கிராமத்தில் புத்துமாரியம்மன்கோயில் அமைந்துள்ளது. வாணியம்பாடி பேருந்து

நிலையத்திலிருந்து 5 கி.மீ தொலைவிலும், ஜோலார்பேட்டை இரயில் நிலையத்திலிருந்து 10 கி.மீ தொலைவிலும் இத்திருக்கோயில் அழகுடன் அமைந்துள்ளது. சுமார் 100 ஆண்டுகளுக்கு மேலாக இக்கோயில் இயற்கை எழில் நிறைந்த தென்னைமரங்கள் சூழ்ந்த பகுதியின் நடுவில் வெட்டவெளியில் புற்று அமைந்திருந்தது. 60 வருடங்களுக்கு முன்பு இக்கோயில் கட்டப்பட்டது.

கோவில் அமைப்பு

இக்கோயிலின் கருவறையில் மண்ணாலான புற்று அம்மனாக ஊர் மக்களுக்கு அருள்பளிக்கிறாள். இப்புற்று 6 அடி உயரம் கொண்டது இன்னும் வளர்ந்து கொண்டே செல்கிறது. இக்கோயிலின் மேல்கூரை திறந்த வெளியில் உள்ளது. இக்கோவில் அரசமரம், வேப்பமரத்தின் கீழே அமைந்துள்ளது. இம்மரத்தின் அருகில் கருவறையின் இடதுபுறம் மக்கள் நேர்த்திகடன் நிறைவேற்ற நாகசிலைகள் வைத்துள்ளனர். புற்றின் எதிரே சூலமும், பலிபீடமும் உள்ளது. கருவறையின் வலதுபுறம் நேர்த்திகடனை நிறைவேற்றும் துலாபாரம் உள்ளது.

அருள்மிகு புத்துமாரியம்மன் திருக்கோயில் - பெத்தகல்லுப்பள்ளி

தேசியநெடுசாலை விரிவுபடுத்தும் பொழுது புற்றை அகற்ற புத்துகோயிலின் இடதுபுறமாக மேல் பகுதியில் புதிதாக கோயில் கட்டி 4 அடி பாம்பு பீடத்தில் 6 அடி உயரமுள்ள மாரியம்மன்சிலை நிறுவப்பட்டுள்ளது. உற்சவஅம்மன் சிலை வெண்கலத்தினால் ஆனவை கோயிலை சுற்றியும் அம்மனின் பல்வேறு அவதாரச் சிலைகள் வீற்றுள்ளது. கோவிலின் முன்பே இடதுபுறம்மூன்றும், வலதுபுறம்மூன்றும் என இருபுறமும் நாகர்சிலைகள் உள்ளது. கோவிலின் தேன்மேற்கு மூலையில் வினாயகர் சிலை வைக்கப்பட்டுள்ளது. புற்றை அகற்ற முடியவில்லை என்பதால் கட்டிய இக்கோவிலுக்கு கும்பபிஷேகம் நடத்தி பாம்பை பீடமாக கொண்டு புத்துகண்ணு மாரியம்மன் சிலை வடிவில் வீற்றிருக்கிறாள்.

3.4.20 ஸ்ரீ பச்சையம்மன் ஆலயம் - தெக்குபட்டு

கோவில் சூழல்

வாணியம்பாடியிலிருந்து தென்மேற்கு திசையில் 7 கி.மீ தொலைவில் புத்துகண்ணு வழியாக தெக்குப்பட்டு கிராமத்தில் இயற்கை எழில் நிறைந்த தென்னைமரம் நிறைந்த தோப்பினுள் 9 சதுர பரப்பளவில் பச்சையம்மன் திருக்கோயில் அமைந்துள்ளது.

கோவில் அமைப்பு

ஸ்ரீ பச்சையம்மன் ஆலயம் - தெக்குபட்டு

கலசம் கோபுரத்தில் மீது வைக்கப்பட்டுள்ளது. கோபுரத்தின் உள்ள சிலைகளுக்கு பச்சை வர்ணம் பூசப்பட்டுள்ளது. பச்சையம்மன் கோவில் கிழக்கு வாசல் கொண்டு அமைந்துள்ளது. கருவறையில் அம்மன் சுயம்பாகவும், பின்புறம் 3அடி சதுரபீடத்தில் 5அடி உயரசிலையில் கிழக்குநோக்கி காட்சியளிக்கிறாள். பச்சையம்மன்வனம் கூத்தாண்டகுப்பம் எல்லைக்குட்பட்ட சின்னமோட்டூரில் உள்ளது.கோயிலைச்சுற்றி நான்கு மூலையிலும் மாரியம்மன், கனகநாச்சியம்மன், பெரியக்காசாமி, சென்றாயபெருமான், வீற்றிருக்கிறார்கள். கோவிலின் வெளிபிரகரத்தில் பனைமரத்தின் கீழேதான் பச்சையம்மன் முதன் முதலில் தோன்றியது. இப்பொழுது வேப்பமரமும் உள்ளது இங்கிருந்துதான் முதலில் வழிபாடு தொடங்கி பச்சையம்மனை கருவறைக்கு அழைத்துச் செல்வார்கள். கோயிலின் அனைத்து பகுதியும் பச்சை வண்ணங்களால் நிறைந்துள்ளது.

3.4.21 ஸ்ரீ கனக நாச்சியம்மன் ஆலயம் - புல்லூர் கோவில் சூழல்

வாணியம்பாடியிலிருந்து 16 கி.மீ தொலைவில் அமைந்துள்ள கிராமம் புல்லூர். இக்கிராமத்தில் மலையடிவாரத்தில் 1 கி.மீ பெரும்பள்ளம் என்ற பகுதியில், தமிழ்நாட்டில் பாலாறுநுழையும் இடத்தில் பாலாற்றின்நடுவில் கனகநாச்சியம்மன் கோவில் அமைந்துள்ளது.

கோவில் அமைப்பு

வாணியம்பாடி அடுத்த புல்லூர் பாலாற்று பகுதியில் தமிழக - ஆந்திர எல்லையில் கனகநாச்சியம்மன் கோயில் அமைந்துள்ளது. ஆந்திரவிலிருந்து பாலாறு நுழையும் பகுதியில் புல்லூர் கிராமத்தில் 200 வருடங்களுக்கு மேலாக பழமைவாய்ந்த கோவில்.இந்தம்மன் இப்பகுதிக்கு முக்கிய வழிபாட்டுத்தலமாகவும், பலருக்கு குலதெய்வமாகவும் விளங்குகிறது. இக்கோயிலின் கருவறை கிழக்குநோக்கி அமைந்துள்ளது. கருவறையில் ஏழு சுயம்பு அம்மன் உள்ளது. அதில் நடுவில் இருப்பவள் தான் கனகநாச்சியம்மன் மற்ற ஆறு பேரும் கனகநாச்சியம்மனின்

தங்கைகள். இந்த அம்மனுக்கு மட்டும் வெண்கலத்தினால் ஆன காப்புடன் கழுத்தளவு சிலை உள்ளது. கோயில் கருவறையின் வலதுபுறம் வேப்பமரத்தின் கீழே நாகர்சிலை வேண்டுதாலுக்காக வைக்கப்பட்டு வழிபாடு செய்கிறார்கள். கோயிலின் வெளியே ஏதிர் திசையில் பலிப்பீடம் உள்ளது. இந்த இடத்தில் நேர்த்திகடன் செலுத்திய சூலங்கள் 3 அடி முதல் 9 அடிவரை வைக்கப்பட்டுள்ளது.

கோயிலுக்கு செல்லும் போது முதலில் இருக்கும் சிறிய கோயில் கனகநாச்சியம்மவின் கால்பாதம் பதிந்துள்ளது. இங்குதான் முதலில் வழிபாடு செய்யப்படுகிறது, பின்பு ஆற்றை பாலாத்தின் வழியாக கடந்து சென்று கனகநாச்சியம்மனின் கோயிலில் வழிபாடு செய்யப்படுகிறது. கோயிலின் பின்புறம் பொங்கல் வைத்துக்கொள்ள இடமும், மொட்டை அடித்து காதுகுத்துதல் போன்ற நிகழ்ச்சிகள் நடைபெறுவதற்கு ஏற்ற இடம் உள்ளது.

ஸ்ரீ கனக நாச்சியம்மன் ஆலயம் - புல்லூர்

3.4.22 அருள்மிகு ஸ்ரீ தத்தியம்மன் திருக்கோயில் - அம்பலூர்

அருள்மிகு ஸ்ரீ தத்தியம்மன் திருகோயில் - அம்பலூர் கோவில் சூழல்

வாணியம்பாடி பேருந்துநிலையத்திலிருந்து 5கி.மீ தொலைவில் அம்பலூர்கிராமம் உள்ளது. அம்பலூரில் பேருந்துநிலையத்தின் மேல்பகுதியில் பாலாற்றின் கரையோரத்தில் இயற்கை சூழலில் தென்னை மரங்கள் நிறைந்த பகுதியில் இத்திருக்கோயில் அமைந்துள்ளது. ஸ்ரீ தத்தியம்மன் கோயில் மேற்கு நோக்கி அமைந்துள்ளது. உரல், உலக்கை ஒலி இந்த அம்மனுக்கு கேட்கக்கூடாது என ஊரின் வெளியே அமைந்துள்ளது.

கோவில் அமைப்பு

ஸ்ரீதத்தியம்மன் கோயில் சுற்றுசுவரின் வாயில் தெற்குநோக்கியும், கோயில் கருவறையின் வாயிலும், கருவறையில் உள்ள அம்மனும் மேற்குநோக்கி அமைந்துள்ளது. கருவறையின் எதிரே கிழக்கு பார்த்தப்படி காவல்தெய்வ சிலைகளும்,

கனகநாச்சியம்மனின் சிலைகளும் உள்ளது. இவையனைத்திற்கும் ஒரே மண்டபம் கட்டப்பட்டுள்ளது. கருவறையில் பெரிய கற்பாறையில் தத்தியம்மனின் முழுஉருவம் செதுக்கப்பட்டுள்ளது. கால்வாய்வெட்டும் போது வெட்டுபட்ட இடங்களுக்கு மஞ்சள் வைத்து அலங்காரம் செய்கின்றன. கருவறையின் வலதுபுறம் நவகிராக சிலை வைக்கப்பட்டுள்ளது.

3.4.23 அருள்மிகு ஸ்ரீஅங்காளபரமேஸ்வரிஅம்மன் ஆலயம் - எகஹ்லாஸ்புரம்

கோவில் சூழல்

அங்காளபரமேஸ்வரியம்மன் வாணியம்பாடியிலிருந்து 5கி.மீ தொலைவில் உள்ள அம்பலூர் கிராமத்தின் பாலாற்றின் அடுத்த கரையில் 1கி.மீ எக்லாஸ்புரம் கிராமம் அமைந்துள்ளது. எக்லாஸ்புரத்தின் தென்பகுதியில் பாலாற்றங்கரையில் ஊரின் மேல்பகுதியில் மயாணம் உள்ளது. மயாணத்தின் ஏதிரே அங்காளபரமேஸ்வரி திருக்கோயில் அமைந்துள்ளது.

கோவில் அமைப்பு

158 வருடம் பழமையானஇத்திருக்கோயில் கிழக்குநோக்கி அமைந்துள்ளது. மேற்கு பகுதியில் 2 கி.மீ தொலைவில் பூங்காவனத்து அம்மன் வீற்றிருக்கிறாள். மேலும் மேற்கு பகுதியில் தென்னைதொப்பு சூழ்ந்துள்ளது. கோயிலின் கிழக்குபகுதியில் மாயாணம் உள்ளது. மயாணக்கொள்ளை திருவிழா நடைபெறும். 5சென்டு நிலப்பரப்பில் ஓரே விமானம் கொண்டு திருக்கோயில் கட்டப்பட்டுள்ளது. தற்பொழுது கோயிலை சுற்றியும் சுற்றுசுவர் எழுப்பபட்டது. கோயிலின் முன்பு தார்சாலை போடப்பட்டுள்ளது. கோயிலின் ஏதிரே சாலையின் அடுத்த புறமாக 5 அடி உயரம் சூலம் உள்ளது. சூலத்தின் முன்புதான் பலிபீடம் அமைந்துள்ளது. அம்மன் மயாணசூரையாடுதல் நிகழ்ச்சி இந்த இடத்தில் தான் நடைபெறும். இக்கோயிலின் கருவறையில் அங்காளபரமேஸ்வரி அம்மன் சுயம்பாக வீற்றிருக்கிறாள். சுயம்பின்பின்புறம் 3அடி உயரமான அம்மன் சிலை கம்பீரமாக இருகாவல் தெய்வங்களுக்கு நடுவே அழகுடன் அமர்ந்துள்ளாள்.

அருள்மிகு ஸ்ரீஅங்காளபரமேஸ்வரிஅம்மன் ஆலயம்- எக்லாஸ்புரம்

3.4.24 ஸ்ரீபூங்காவனத்தம்மன் திருக்கோயில் - வடக்குப்பட்டு

கோவில் சூழல்

வடக்குப்பட்டு கிராமம் அம்பலூரில் இருந்து 1கி.மீ தொலைவில் உள்ளது. பாலாற்றின் கரையோரம் அமைந்துள்ள வடக்குப்பட்டு கிராமத்தின் தெற்குபகுதியில் தென்னை தோப்பின் நடுவில் பூங்காவனத்து அம்மன் கோயில் கொண்டுள்ளாள்.

கோவில் அமைப்பு

பூங்காவனத்து அம்மன் 158 வருடம் பழமையான திருக்கோயில். முன்பு 25செண்ட் நிலப்பரப்பில் இயற்கை எழில் கொண்ட தென்னைதோப்பின் நடுவில் பூங்காவனத்துஅம்மன் புற்றாக வளந்து வெட்டவெளியில் அமைந்திருந்தது. தற்பொழுது கோயில் கட்டப்பட்டு கருவறையின் மேல்பகுதி அதாவது புற்றின்

மேல்பகுதி மட்டும் சதுரவடிவில் மூடப்படாமல் உள்ளது. புற்றின் ஏதிரே 5 ஆண்டுகளுக்கு முன்பு தலைபகுதி மட்டும் கொண்ட அம்மனின் உருவசிலை அதாவது சிரசு புற்றின் கீழே வைக்கப்பட்டுள்ளது. இக்கோயிலில் பஞ்சலோக உற்சவர் சிலை உள்ளது. மாசிமாதம் திருவிழாவின் போது உற்சவரை அலங்கரித்து ஊர்கோலமாக எடுத்து செல்லப்படுகிறது.

ஸ்ரீ பூங்காவனத்து அம்மன் திருக்கோயில் - வடக்குப்பட்டு

3.4.25 ஸ்ரீபொன்னியம்மன் திருக்கோயில் - அம்பூர்பேட்டை

கோவில் சூழல்

பொன்னியம்மன் கோயில் வாணியம்பாடி இரும்புப்பாதையில் இருந்து வடமேற்கு நோக்கியவாறு சுமார் 2 கி.மீ. தூரத்தில் நகரின் மையப் பகுதியில் 5 சென்ட் நிலப்பரப்பில் அமைந்துள்ளது. இவ்வூரின் பாலாற்றங்கரையின் கீழ்த்திசையில் பொன்னித்தாய் எழுந்தருளி உள்ளாள். வாணியம்பாடியின் கிராம தேவதையாகும்.

பொன்னியம்மன் கிழக்குத்திசையை நோக்கியவாறு அருள் புரிகிறார். இந்த ஆலயத்தின் பழைய நிலையை மாற்றி 1990-ம் வருடம் புதியதாக 3-நிலை கோபுரம் கட்டி கும்பாபிஷேகம் நடைபெற்றது. அதற்குப்பிறகு 2013-ம் ஆண்டு ஆலயத்திற்கு மஹாமண்டம் கட்டி இரண்டு கோபுரங்கள், மண்டபங்கள் உள்பட அனைத்திற்கும் பஞ்சவர்ணம் கலர்பெயிண்டிங் செய்யப்பட்டு 23 ஆண்டுக்குப் பிறகு சிறப்பான கும்பாபிஷேகம் நடைபெற்றது.

கோவில் அமைப்பு

எல்லாம் வல்ல எங்கள் வாணியம்பாடி நகரில் இந்துப்பேட்டையில் எழுந்தருளியுள்ள அருள்மிகு ஸ்ரீ பொன்னியம்மன் ஆலயம் பல நூறு ஆண்டுகளுக்கு முன்பாக முழுக்க முழுக்க அம்மனின் “அருட்குறியால்” (வாக்கு கூறுதல்) இங்கே ஆலயம் அமைக்கப்பட்டது. ஸ்ரீபொன்னியம்மன் ஆழமான கிணற்றிலிருந்து எடுத்து பூஜை செய்யப்பட்டு வருகின்றது. தற்பொழுது ஆலயத்திற்குள் அம்மன் இருக்கும் இடத்திற்கு கீழ் கிணறு உள்ளது. ஆகவே அம்மனுக்கு பாதாளபொன்னியம்மன் என்றப் பெயரும் உண்டு.

வெளிமண்டபத்தின் முன்புறம் மாரியம்மன் சந்நிதியும், விநாயகருக்குத் தனிச்சந்நிதியும் உள்ளன. கருவறையில் உள் மண்டபமும் ராசகோபுரத்தின் முன் வெளிமண்டபமும் உள்ளன. கருவறையில் பொன்னியம்மன் அமர்ந்துள்ளது போல் சிற்பம் அழகாக உள்ளது. இவற்றிற்குக் கவசங்கள் அணிவிக்கப்பட்டு அலங்காரம் செய்யப்படுகிறது. கோயிலை சுற்றி துர்க்கை, முருகன், நவக்கிரகம், நாக தேவதை, ஆகியவற்றிற்கு தனி அறைகள் உள்ளன. ஆலயத்தில் நூறுவருடங்களுக்கு மேல் பழமைவாய்ந்த ஸ்ரீவீரபத்திரர்,காளியம்மன் உற்சவ சிலைகள் இக்கோயிலிலுள்ளது.

3.4.26 ஸ்ரீ ஊமை சாமுண்டீஸ்வரி அம்மன் ஆலயம் - இளையநகரம்

கோவில் சூழல்

வாணியம்பாடியில் இருந்து வடமேற்கு திசையில் 6 கி.மீ தொலைவிலும்,தும்பேரியில் இருந்து 1கி.மீ தொலைவில்

இளையநகரம் கிராமத்தில் கிழக்குநோக்கி ஆலமரத்தின் கீழே ஊமைசாமூண்டிஸ்வரி அம்மன் கோயில் அமைந்துள்ளது. கோயிலின் நான்கு புறமும் வயல்வெளிகள் நிறைந்த இயற்கை சூழலில் இக்கோயில் அமைந்துள்ளது.

ஸ்ரீ பொன்னியம்மன் திருக்கோயில் - அம்பூர்பேட்டை

கோவில் அமைப்பு

இத்திருக்கோயில் 20 சென்டு நிலப்பரப்பில் ஊரின் வடக்கு புறத்தில் வயல்வெளியில் இக்கோயில் அமைந்துள்ளது. கிழக்கு திசையை நோக்கி இத்திருக்கோயில் அமைந்துள்ளது. கோயிலில் 200 வருடம்பழமையான ஆலமரத்தின் கீழே இக்கோயில் அமைந்துள்ளது. இந்த ஆலமரத்தின் வேர்பகுதியில் கன்னிமார்கள் சுயம்பாக வீற்றிருக்கிறது. 5 சுயம்புகள் மரத்தின் வெளிலும் 4 சுயம்புகள் மரத்தின் உள்ளேயும் வீற்றிருக்கிறது.

ஸ்ரீ ஊமை சாமுண்டிஸ்வரி அம்மன் - இளையநகரம்

வேரின் ஒருபகுதியில் இருந்து மறுப்பகுதி வரை கன்னிமார்கள் சுயம்புகள் அமைந்துள்ளது. ஆலமரத்தின் வலதுபுறமாக ஊமைசாமுண்டீஸ்வரி அம்மன் கருவறையில் சுயம்பாகவும், சிலை வடிவிலும் தனிமண்டபத்தில் வீற்றிருக்கிறாள். ஆலமரம், கருவறை, சப்தகன்னிமார்கள் கோயில் எல்லவற்றையும் சுற்றி சுற்றுசுவர் எழுப்பபட்டுள்ளது. சப்தகன்னிமார்களுக்கு 5 வருடங்களுக்கு முன்பு முழு உருவசிலை உயர்ந்த பீடத்தில் வைக்கப்பட்டுள்ளது.

3.4.27 திரௌபதி அம்மன் ஆலயம் - கிரிசமுத்திரம்

கோவில் சூழல்

திரௌப்பதிஅம்மன் கோயில் வாணியம்பாடி பேருந்து நிலையத்தில் இருந்து ஆம்பூர் செல்லும் சாலையில் 5கி.மீ. தூரத்தில் அமைந்துள்ளது. இது சுமார் 20சென்ட் நிலப்பரப்பில் கிழக்குநோக்கி அமைந்துள்ளது.

கோவில் அமைப்பு

இது 200 ஆண்டுகள் பழமை வாய்ந்தது. திரௌப்பதியம்மன் கோவிலானது வேலூர் மாவட்டம் வாணியம்பாடி வட்டாரத்தில் கிரிசமுத்திரம் கிராமத்தில் அமைந்துள்ளது. தேசியநெடுஞ்சாலையின் ஓரத்தில் அமைந்துள்ள இக்கோவில் கிராமத்துமக்கள் அனைவரும் ஒன்றுக்கூடி ஓரே இடத்தில் திருவிழா செய்ய பரந்த நிலப்பரப்பின் நடுவில் அமைந்துள்ளது.

திரௌபதி அம்மன் - கிரிசமுத்திரம்

மூலவர் திரௌபதியம்மன் அழகான வேலைபாடுகளுடன் 2அடி உயரமான கற்சிலையில் காட்சியளிக்கிறாள். தருமன், அர்ச்சுனன், பீமன், நகுலன், சகாதேவன் போன்ற ஐவருக்கும் பஞ்சலோக சிலைகள் உள்ளது. நாகர் சிலைகள் இக்கோவிலின் பின்புறம் அமைந்துள்ளது. பக்காசுரன் என்ற அசுரனின் தலைப்பகுதி மட்டும் கொண்டதாக ஒரு சிற்பம் அமைந்துள்ளது. கருவறை ஒருவிமானம் கொண்டு அமைந்துள்ளது. கருவறையின் எதிரே தகரபந்தல் போடப்பட்ட மண்டபம் செவ்வகவடிவில் அமைந்துள்ளது. இந்த மண்டபத்தில் பாரதக்கதை சொல்ல திண்ணை பெரியதாக கோவிலின் முன்பகுதியில் ஓரமாக

அமைக்கப்பட்டுள்ளது. அனைவரும் அமர்ந்து பாரதம் கேட்கும் அளவில் பெரிதாக இடம் உள்ளது. கருவறையின் ஏதிரே தகரப்பந்தல் போடப்பட்ட இடத்தில் வீரபத்திரசுவாமி அம்மனை நோக்கி மிக உயரமான கொடிமரம் இக்கோயில் முன்பு அமைந்துள்ளது. கோயிலின் முன்பு வலதுபுறமாக அரசமரம் உள்ளது. அரசமரத்தின் கீழே வினாயகர், நாகசிலைகள் வைக்கப்பட்டுள்ளது. இதற்கு ஒரு பெரிய பீடம் கட்டப்பட்டுள்ளது.

3.4.28 திருப்பதி கங்கை அம்மன் (கரக்கரை) கோயில் - மதனாஞ்சேரி

கோவில் சூழல்

இக்கோயில் வாணியம்பாடி பேருந்து நிலையத்திலிருந்து மேற்கு புறமாக 10 கி.மீ தொலைவில் மதனஞ்சேரி என்னும் கிராமத்தில் அமைந்துள்ளது. இது 6 சென்ட் நிலப்பரப்பில் கிழக்கு நோக்கி அமைந்துள்ளது. இக்கோயில் 200 வருடம் மிகவும் பழமை வாய்ந்தது. மதனஞ்சேரி என்ற இவ்வூரின் கீழ் பகுதியில் உள்ள பெரியகால்வாய் கரையின் ஓரத்தில் அமைந்துள்ளது.

கோவில் அமைப்பு

திருப்பதி கங்கை அம்மன்(கரக்கரை) கோயில்-
மதனாஞ்சேரி

திருப்பதி கங்கை அம்மன் கோயில் மதனாஞ்சேரி என்ற ஊரின் மேற்கு புறமாக உள்ளது. மதனாஞ்சேரி பெரியபாசன கால்வாய் கரையோரத்தில் இக்கோயில் இருப்பதால் இதற்கு கரைக்கோயில் என்று அழைக்கப்படுகிறது. 4 செண்டு நிலப்பரப்பில் செவ்வக வடிவில் இத்திருகோயில் அமைந்துள்ளது.கோயிலின் பின்புறம், வலதுபுறத்தில் இரண்டு வேப்பமரமும், இடதுபுறத்தில் அரசமரமும் அமைந்துள்ளது. கருவறையில் அம்மன் சுயம்பாக வீற்றிருக்கிறாள். சுயம்பின் பின்புறமாக 5அடி உயரத்தில் கல்லிலான முழுஉருவ சிலை அமைந்துள்ளது. கருவறையின் வெளிமண்டபத்தில் ஓம்சக்தி அம்மன் புகைப்படம் வைத்து வழிபாடுகள் நடைபெறுகிறது. கருவறையின் முன்பு அம்மனின் சிம்மவாகனம் உள்ளது. கோயிலின் வெளிபுறத்தில் சூலம் 5அடியில் உள்ளது. ஏழு ஊரைச் சேர்ந்த மக்கள் வணங்கும் கோயில் என்பதால் பெரியநிலப்பரப்பு கோயிலுக்காக ஓதுக்கப்பட்டுள்ளது.

3.4.29 திருப்பதி கெங்கையம்மன் திருக்கோயில் - நரசிங்கபுரம்

கோவில் சூழல்

வாணியம்பாடி வட்டராத்திலுள்ள ஆலங்காயம் பகுதியிலிருந்து திருப்பத்தூர் செல்லும் சாலையில் 4 கி.மீ தொலைவில் திருப்பதிகெங்கையம்மன் திருக்கோவில் அமைந்துள்ளது. இத்திருக்கோயில் ஒரு ஏக்கர் பரப்பளவில் ஆலங்காயம் திருப்பத்தூர் செல்லும் சாலையின் மேல் பகுதியில் அமைந்துள்ளது.

கோவில் அமைப்பு

150 வருடம் பழமையானது திருப்பதி கங்கை அம்மன் கோயில். இது நரசிங்கபுரம் கிராமத்தில் சாலையின் அருகிலேயே கிழக்குநோக்கி அமைந்துள்ளது. இக்கோயில் கோபுரத்தின் முன்புள்ள மண்டபத்தின் மேல் 48 அடி உயரமான அம்மன் சிலை பிரமண்டமாக வீற்றிருக்கிறது. இச்சிலை சிமெண்டு கொண்டு வடிவமைக்கப்பட்டுள்ளது. பார்பவர்கள் வியக்கும் வகையில்

அமைந்துள்ளது. அம்மன் தலைக்கு மேலேயுள்ள குடையின் கீழ் தேன்கூடு ஒன்று உள்ளது. இந்த தேன்கூட்டில் உள்ள தேனீக்கள் வடிவில் அம்மன் உள்ளதாக இவ்வூர் மக்களின் நம்பிக்கை வைத்துள்ளார்கள்.

திருப்பதிகெங்கையம்மன் திருக்கோயில் - நரசிங்கபுரம்

கருவறையில் அம்மன் சுயம்பாக வீற்றுயிருக்கிறாள். சுயம்புக்கு மேலே அம்மன் சிலை 3அடி உயரத்தில் உள்ளது. இக்கோயிலின் வெளியே வடகிழக்கு மூலையில் ஐந்து தலையுடன் நாகலம்மன்சிலை உள்ளது. இந்த நாகலம்மன் கோயிலின் கோபுரம் பாம்பு புற்றை போன்றே அமைப்பைகொண்டுள்ளது. கோயிலின் தென்கிழக்கு மூலையில் வேப்பமரத்தின் அடியில் வெட்டவெளியில் நவகிரகம் அமைந்துள்ளது.

3.4.30 ஸ்ரீபெத்தபலி கெங்கையம்மன் ஆலயம் - நிம்மியம்பட்டு

கோவில் சூழல்

பெத்தபலிகெங்கையம்மன் ஆலயம் 200 வருடங்களுக்கு மேல் பழையான திருக்கோயில். இக்கோயில் வாணியம்பாடி

பேருந்துநிலையத்திலிருந்து 9கி.மீ தொலைவில் ஆலங்காயம் செல்லும் சாலையயோரத்திலேயே அமைந்துள்ளது.

ஸ்ரீபெத்தபலி கெங்கையம்மன் ஆலயம் - நிம்மியம்பட்டு

கோவில் அமைப்பு

பெத்தபலிகெங்கையம்மன் 200 வருடங்களுக்கு முன்பு மரங்களும், செடிகொடிகளும் நிறைந்தபகுதியாக இருந்தது. இப்பொழுது வெட்டவெளியாக உள்ளது. அம்மன் இங்கு இருப்பதை அறிந்து இந்த இடம் சீர் செய்யப்பட்டது. கோயிலின் நுழைவாயில் வடக்கு நோக்கி அமைந்துள்ளது. பெத்தபலிகெங்கையம்மன் வெட்டவெளியில் சுயம்பாக வீற்றிருக்கிறாள். இப்பொழுது செவ்வகவடிவில் கோயிலை சுற்றிலும் சுவர் எழுப்பி தகரகூரை போடப்பட்டுள்ளது. சுயம்பு வீற்றிருக்கும் மேல்பகுதியில் கோபுரத்துடன் கூடிய கோயிலில் அம்மன் சிலை வைக்கப்பட்டுள்ளது. இக்கோயில் கிழக்குநோக்கி அமைந்துள்ளது. கோயிலின் முன்பு இரும்பினால் செய்யப்பட்ட சூலங்கள் 2 அடி

முதல் 9 அடி உயரம் வரை வைக்கப்பட்டுள்ளது. சூலத்தின் முன்பே பலிபீடம் தரையிலிருந்து ஒரு அடி உயரத்தில் அமைந்துள்ளது. இக்கோயிலின் தென்பகுதியில் பொங்கல் வைத்து சாப்பிடுவதற்கு ஏற்ப அடுப்பு, உரல், அம்மி, தண்ணீர் ஆகியவை இக்கோயிலின் சுற்று பகுதியில் வைக்கப்பட்டுள்ளது.

3.4.31 ஓம் ஸ்ரீ பராசக்தி மாரியம்மன் திருக்கோயில் - ஆலங்காயம்

கோவில் சூழல்

வாணியம்பாடியிலிருந்து கிழக்கு புறமாக 19 கி.மீ தொலைவில் உள்ள ஆலங்காயம் கிராமத்தில் ஸ்ரீபராசக்தி மாரியம்மன் ஆலயம் அமைந்துள்ளது. ஆலங்காயம் பேருந்து நிலையத்தில் இருந்து இடதுபுறமாக திருப்பத்தூர் செல்லும் சாலையில் இத்திருக்கோயில் அமைந்துள்ளது. பராசக்தி மாரியம்மன் திருக்கோயிலின் எதிரே சாலையை கடந்தால் அரசு மேல்நிலை பள்ளி உள்ளது.

கோவில் அமைப்பு

ஓம் ஸ்ரீ பராசக்தி மாரியம்மன் திருக்கோயில்

இத்திருக்கோவில் 30 சென்டு நிலப்பரப்பில் கிழக்குநோக்கி அமைந்துள்ளது. இந்த திருக்கோயிலின் கருவறையின் மேலே ஓரேவிமான அமைத்து அதனை சுற்றியும் செவ்வகவடிவில் மண்டபம் கட்டப்பட்டுள்ளது. இந்த மண்டபத்தின் வடகிழக்கு பகுதியில் கருவறையில் பராசக்தி மாரியம்மன் உயரமான பீடத்தில் வீற்றிருக்கிறாள். கருவறையின் வெளியே அரசமரம் உள்ளது. அரசமரத்தின் கீழே நாகசிலைகள் வைக்கப்பட்டுள்ளது. இந்த மரத்திற்க்கு சிவப்பு நிறபுடவை எப்பொழுதும் கட்டிவைத்திருப்பார்கள். மரத்தின் வலதுபுறம் கருவறையின் ஏதிரே 3அடிஉயரத்தில் சூலம் உள்ளது. மண்டபத்தின் தெற்கு பகுதியில் அம்மனுக்கு ஊஞ்சல் சேவை செய்யவும், திருவிழாவின் போது தேரைஅலங்காரம் செய்யவும் ஏதுவாக மண்டபம் ஓதுக்கப்பட்டுள்ளது. கோயிலின் தென்கிழக்கு மூலையில் வேப்பமரம் ஒன்று உள்ளது.

3.4.32 ஸ்ரீ தேசத்துமாரியம்மன் ஆலயம்(குதிரையம்மன்) – பூங்குளம்

கோவில் சூழல்

வாணியம்பாடியிலிருந்து கிழக்குநோக்கி 19 கி.மீ தொலைவில் ஆலங்காயம் உள்ளது. ஆலங்காயத்திலிருந்து தென்கிழக்கு திசையில் 7 கி.மீ தொலைவில் ஜவ்வாது மலைஅடிவாரத்தில் பூங்குளம் என்ற கிராமத்தில் தேசத்துமாரியம்மன் திருக்கோயில் விவசாயம் செய்யும் வயல்வெளிகள் நிறைந்த நிலப் பகுதியில் அமைந்துள்ளது.

கோவில் அமைப்பு

குதிரைகோயில் என்று அழைக்கப்படும் இத்திருக்கோயில் 200 வருடங்கள் பழமையானது. இத்திருக்கோவிலின் கருவறை கிழக்குநோக்கி மண்டபம் போல் அமைந்துள்ளது. கருவறையில் உயரமான பீடத்தில் இரண்டரை அடி உயரத்தில் அம்மன் சிலை உள்ளது. கருவறை சுவற்றில் வெளியே தேசத்து மாரியம்மனை காக்கும் காவல்தெய்வமாக தேவலோக கன்னிகள் இருபுறமும் வீற்றிருக்கிறார்கள். கோயிலின் பின்புறம் பழமைவாய்ந்த அரசமரம்

உள்ளது. கருவறையின் நேரே 10 அடி உயரம் உள்ள குதிரை சிமெண்டால் செய்யப்பட்ட வெள்ளை கருப்பு கலந்த வண்ணம் பூசப்பட்டு உண்மையான குதிரை போல் மிகஉயரமாக காட்சி தருகிறது. கோயிலின் எதிரே வயல்வெளி நிறைந்த பகுதியாக அமைந்துள்ளது.

ஸ்ரீ தேசத்துமாரியம்மன் ஆலயம்(குதிரையம்மன்)– பூங்குளம்

3.4.33 ஸ்ரீ சாமுண்டீஸ்வரி அம்மன் ஆலயம் - நாச்சார்குப்பம்

கோவில் சூழல்

வாணியம்பாடியிலிருந்து வடக்கு திசையை நோக்கி 24 கி.மீ தொலைவில் நாச்சியார் குப்பம் கிராமம் உள்ளது. நாச்சியார்குப்பம், பெரியங்குப்பம் இரண்டு கிராமங்களுக்கு நடுவில் எரி உள்ளது. இந்த ஏரிகரையில் ஒரு ஏக்கர் பரப்பளவில் இக்கோயில் அமைந்துள்ளது. ஏழு ஊருக்கு பொதுவாக அமைந்த திருக்கோயில்.

கோவில் அமைப்பு

ஸ்ரீ சாமுண்டீஸ்வரி அம்மன் ஆலயம் - நாச்சார்குப்பம்

சாமுண்டீஸ்வரியம்மன் ஆலயத்தின் வாசல் கிழக்குநோக்கி அமைந்துள்ளது. கோயிலின் கருவறையில் சாமுண்டீஸ்வரியம்மன் தெற்குநோக்கி சுயம்பாக வீற்றிருக்கிறாள். சுயம்பின் பின்புறம் இரண்டு அடி உயரத்தில் அம்மன் கற்சிலை உள்ளது. கருவறையின் வலதுபுறம் ஒரு அடி உயரத்தில் 'ப'வடிவத்தில் பதினொன்று கன்னிமார்களின் சிலைகள் வைக்கப்பட்டுள்ளது. கோயிலின் முன்னே உள்ள பகுதியில் ஆங்காங்கே வேப்பமரங்கள் நிறைந்துள்ளது. கருவறையின் கிழக்கு பகுதியில் 40 அடி தொலைவில் 50 அடி உயரம் கற்கலினால் ஆன ஊஞ்சல் உள்ளது. கிழக்கு பகுதியில் அமைந்த நுழைவாயிலின் முன்பே பெரிய பித்தளையாலான சூலம் ஒன்று உள்ளது.

3.4.34 அருள்மிகு பாப்பாத்தியம்மன் ஆலயம் - ஆண்டியப்பனூர்

கோவில் சூழல்

வாணியம்பாடியிலிருந்து கிழக்கு நோக்கி 19 கி.மீ தொலைவில் ஆலங்காயம் உள்ளது. ஆலங்காயத்திலிருந்து தெற்கு திசையில் 11 கி.மீ தொலைவில் ஆண்டியப்பனூர் என்ற கிராமத்தில் ஜவ்வாதுமலை அடிவாரத்தில் குன்று போன்ற மேடான பகுதியில் அருள்மிகு பாப்பாத்தியம்மன் ஆலயம் அமைந்துள்ளது.

கோவில் அமைப்பு

ஆண்டியப்பனூரில் இருந்து சிறிது தூரம் சென்றால் ஓடை உள்ளது. இந்த ஓடையில் நீர் ஆண்டியப்பனூர் ஆணைக்கு செல்கிறது. ஓடையை கடந்தால் மேடான பகுதியில் வெட்டவெளியில் கிழக்கு நோக்கி மூன்று சுயம்பாக பாப்பாத்தியம்மன் வீற்றிருக்கிறாள்.

அருள்மிகு பாப்பாத்தியம்மன் ஆலயம் - ஆண்டியப்பனூர்

சுயம்பின் பின்புறம் ஆவுடையார் பீடத்தின் மீது 2 அடி உயரத்தில் பாப்பாத்தியம்மன் சிலை வடிவில் விற்றிருக்கிறாள். இங்குமேற்கூரை இல்லாமல் மூன்று பக்கம் மூன்றடி உயரமான சுவர் எழுப்பபட்டுள்ளது. இந்த அம்மன் பிரசவத்தின் போது தொப்புள் கொடி அறுக்கப் பயன்படுத்தப்பட்ட பட்டை உள்ள பனைமரத்தின் கீழே அம்மன் வீற்றிருக்கிறாள். தொப்புள் கொடி போன்ற வலைபோல படர்ந்திருக்கும் மரத்தினை மேல்கூறையாக கொண்டு அதன் கீழே இக்கோயில் அமைந்துள்ளது.அம்மனுக்கு வலதுபுறமாக வற்றாத சுனை நீர் குளம் ஓன்று உள்ளது. இது அம்மனின் பிரசவத்தின் போது உடைந்த பனிகுடத்தின் தண்ணீராகும்.இங்குள்ள மரத்தில் வேண்டுதாலுக்காக தாலிகயிறு, தொட்டில், வளையல், பித்தளை மணிகள் சிறியது பெரியது என மணிகள் கட்டப்பட்டுள்ளது.

3.4.35 வனபொன்னியம்மன் அம்மன் - வெலதிகமானிபெண்டா

கோவில் சூழல்

வாணியம்பாடி பேருந்துநிலைத்திலிருந்து மேற்கு திசையில் 14 கி.மீ தொலைவில் உள்ள வெள்ளை மலையின் மீது மலைபாதையின் நடுவில் வனபொன்னியம்மன் ஆலயம் அமைந்துள்ளது. மலை பாதையில் குன்றின் மீது வெட்டவெளியில் அமைந்துள்ளது.

கோவில் அமைப்பு

தும்பேரியிலிருந்து மாதகடப்பா செல்லும் மலை சாலையின் வழியே 4 கி.மீ தொலைவில் காட்டுபகுதியில் குன்றின்மீது மரத்தின்கீழே கல்லினால் அமைக்கப்பட்டுள்ளது. வனபொன்னியம்மன் 25 கருங்கல் பாறை படிகட்டுகள் கொண்ட உயரத்தில் குன்றின்மேல் அமைந்துள்ளது. மக்களின் வேண்டுதல் காரணமாக படிக்கட்டின் தொடக்கத்தில் 2 அடி முதல் 9 அடி வரை உள்ள சூலங்கள் வைக்கப்பட்டிருக்கும். மக்கள் தங்கள் வேண்டுதலை நிறைவேற்றிக் கொள்ளும் வகையில் பொங்கல் வைப்பதற்கும், சமையல் செய்வதற்கும் ஏதுவாககோயிலின் கீழே

5அடி தூரத்தில் தகரகூரையிட்டு செவ்வக வடிவில் ஒரு மண்டபம் அமைக்கப்பட்டுள்ளது. இங்கு குழந்தைகளுக்கு காதுகுத்துதல், மொட்டையடித்தல் போன்ற நிகழ்ச்சிகள் நடத்தப்படுகிறது.

3.4.36 ஸ்ரீ காளியம்மன் திருக்கோயில் - கல்லரப்பட்டி கோவில் சூழல்

வாணியம்பாடி வட்டத்திலுள்ள ஆலங்காயத்திலிருந்து 5கி.மீ தொலைவில் கல்லரப்பட்டி கிராமம் உள்ளது. இருளர் இனமக்கள் வாழும் பகுதியான இருளர் வட்டத்தில் கிழக்குநோக்கி ஊரின் முன்பே காளியம்மன் திருக்கோயில் அமைந்துள்ளது. ஊரின் எல்லையில் வயல்வெளிகள் நிறைந்த பகுதியில் எல்லை காளியாக வீற்றிருக்கிறாள்.

கோவில் அமைப்பு

காளியம்மன் கோயில் 40 சென்டு நிலப்பரப்பில் சதுரவடிவத்தில் அமைந்துள்ளது. ஜவ்வாது மலையின் அடிவாரத்தில் அக்கோயில் உள்ளது. கருவறை மட்டுமே கொண்டு

ஓரே விமானம் அமைப்பை கொண்ட கோயில். காளியம்மன் 6அடி உயரத்தில் சிலைவடிவில் அமர்ந்த கோலத்தில் வீற்றிருப்பாள். அம்மனை நோக்கி சிங்கவாகன சிலையும், பலிபீடமும் அமைக்கப்பட்டுள்ளது. கருவறையை சுற்றி வருவதற்கும், ஊஞ்சல் சேவை செய்வதற்கும் 5 அடி அகலம் இடம் விசாலாமாக அமைந்துள்ளது.

3.4.37 அருள்மிகு முத்தாலம்மன் - கௌவுக்காபட்டு

கோவில் சூழல்

வாணியம்பாடிவட்டடத்தில் ஒருசிறிய கிராமம் கௌவுகாபட்டு. தும்பேரி கிராமத்தில் இருந்து 4 கி.மீ தொலைவில் முத்தாலம்மன் ஆலயம் அமைந்துள்ளது. வாணியம்பாடி நகரத்திலிருந்து மேற்கு திசையில் அக்கோயில் உள்ளது. மலைபோல கரடுமுரடான பகுதியில் கோயில் அமைந்துள்ளது.

கோவில் அமைப்பு

அருள்மிகு முத்தாலம்மன் - கௌவுக்காபட்டு

கௌவுகாபட்டு ஊரின் எல்லாதெருவுகளும் இணையும் இடத்தில் குன்று போல் உள்ள பகுதியில் உயரமாக அமைந்துள்ளது. சிறிய பாறையில் 25 படிகட்டுகள் அமைக்கப்பட்டு உயரத்தில் அம்மன் வீற்றிருக்கிறாள். 9 படிகட்டின் மேலே மூன்று சூலங்கள் வைக்கப்பட்டு உள்ளது. கோயிலின் ஏதிரே வலதுபுறத்தில் வேப்பமரத்தின் அடியில் முதல் முறையாக வணங்கிய சுயம்பு அம்மனும், நாகாலம்மன் சிலையும் உள்ளது.

3.4.38 ஸ்ரீ நாகாலம்மன் ஆலயம் - அலசந்தரபுரம்

கோவில் சூழல்

வாணியம்பாடி பேருந்துநிலையத்திலிருந்து மேற்கு திசையில் 15 கி.மீ தொலைவில் திம்மாம்பேட்டை அருகில் உள்ள ஊர் அலசந்தரபுரம். இவ்வூரில் இருந்து வடக்கு திசையில் நாராயணபுரம் செல்லும் சாலையின் வழியில் மலையடியோரத்தில் நாகாலம்மன் ஆலயம் கிழக்குநோக்கி அமைந்துள்ளது.

கோவில் அமைப்பு

ஸ்ரீ நாகாலம்மன் ஆலயம் - அலசந்தரபுரம்

நாகாலம்மன் ஆலயம் 40 அடி அகலமும், 80 அடி நீளமும் கொண்டு செவ்வகவடிவில் அமைந்துள்ளது. கோயிலின் ஏதிரில் வெளிபுறத்தில் 5அடி உயரம் கொண்ட பித்தலையால் ஆனா திரிசூலம் உள்ளது. கருவறையில் ஒன்பது அம்மன் சுயம்பாக உயரமான பீடத்தில் வைக்கப்பட்டுள்ளது. சுயம்பின் பின்புறம் 5அடி உயரம் நாகலம்மன் சிலை வடிவில் வீற்றிருக்கிறாள். முதலில் இங்கே பாம்பு புற்றுதான் இருந்தது. பின்பு கோயில் கட்டப்பட்டது. கோயில் கருவறையின் வலதுபுறமாக அனுமன் சிலையும், விநாயகர் சிலையும் உள்ளது. நாகலம்மன் ஆலயத்திலிருந்து தெற்கு பகுதியில் 10 அடி தொலைவில் பலிபீடம் தகரகூரையிட்ட பலிபீடகோயில் உள்ளது.

3.4.39 ஆனாட்சியம்மன் திருக்கோயில் - நாராயணபுரம் கோவில் சூழல்

ஆனாட்சியம்மன் திருக்கோயில் - நாராயணபுரம்

வாணியம்பாடி வட்டம் திம்மாம்பேட்டை அருகில் தமிழ்நாடு ஆந்திர எல்லையோரத்தில் அமைந்துள்ள கிராமம் நாராயணபுரம்.

வாணியம்பாடி நகரத்தில் இருந்து 17 கி.மீ தொலைவில் இக்கோயில் அமைந்துள்ளது. ஆனாட்சியம்மன் கோயிலின் வடக்கே மலை உள்ளது. தெற்கு பக்கம் ஓடையுள்ளது. ஜவ்வாதுராமசமூத்திரத்திலிருந்து ஓடையில் வரும் தண்ணீர் வயல் வெளிகளுக்கும் செல்கிறது.

கோவில் அமைப்பு

ஆனாச்சியம்மன் மலையின் அடிவாரத்தில் ஓரே விமானம் கொண்ட திருக்கோயில். இக்கிராமத்தில் மலையடிவாரத்தில் ஓடை கரையில் வயல்வெளிகளும், தென்னைமரங்களும் சூழ்ந்த பகுதியில் 3 சென்ட் பரப்பளவில் ஆனாச்சியம்மன் திருக்கோயில் அமைந்துள்ளது. கோயிலின் எதிரே செவ்வகவடிவத்தில் மண்டபம் கட்டப்பட்டுள்ளது. கருவறையில் ஆனாச்சியம்மன் சுயம்பாகவும், சுயம்பின் பின்புறம் சிலை வடிவிலும் வீற்றிருக்கிறாள். மண்பத்திற்கு வெளியே கருவறையின் எதிரே வெளிபுறத்தில் 5 அடி உயரமான சூலம் அதன் பின்னே பலிபீடம் அமைந்துள்ளது.

3.4.40 வேடியப்பன் கோயில் - பெருமாப்பட்டு

வேடியப்பன் கோயில்- பெருமாப்பட்டு

கோவில் சூழல்

வாணியம்பாடிவட்டாரத்தில் பெருமபட்டு கிராமத்தில் இருந்து வடக்கு திசையில் ஒருகிலோமீட்டர் தொலையில் ஊருக்கு வெளியே உள்ள ஏரியின் பின்புறமாக வேடியப்பன் திருக்கோயில் அமைந்துள்ளது.

கோவில் அமைப்பு

150 வருடம் பழமையான தெய்வம் வேடியப்பன். இவ்வூரின் காவல் தெய்வமாக ஏரிகரையோரத்தில் வீற்றுயிருக்கிறார். பனைமரம், தென்னைமரத்தின் கீழே இக்கோயில் உள்ளது. வெட்டவெளியில் வீற்றிருந்த வேடியப்பன்சாமி சிறியதாக கோயில் கட்டப்பட்டுள்ளது. இக்கோயிலின் கருவறையில் வேடியப்பன்சாமி சிலை வடிவில் வீற்றிருக்கிறார்.

3.4.41 அருள்மிகு கூத்தாண்டவர் ஆலயம் - குரிசிலாப்பட்டு

கோவில் சூழல்

வாணியம்பாடி வட்டாரம் திருப்பத்தூர் ஆலங்காயம் நெடுஞ்சாலையில் ஆலங்காயத்ல் இலிருந்து 12 கி.மீ தூரத்தில் அமைந்துள்ளது குருசிலாப்பட்டு கிராமம். சாலையின் ஒரத்திலேயே கிழக்கு நோக்கி அருள்மிகு கூத்தாண்டவர் ஆலயம் அமைந்துள்ளது. 100 வருடங்கள் பழமை வாய்ந்த ஆலயம்.

கோவில் அமைப்பு

கூத்தாண்டவர் ஆலயம் நவகிரகத்தை மனதில் வைத்து ஒன்பதுக்கு ஒன்பது அடி பரப்பளவும்: பன்னிரு ராசிகளை மனதில் வைத்து 12 அடி உயரம்: இருப்பத்தேழு நட்சத்திரங்கள் கூம்பு வடிவில் செவ்வகம் சேர்ந்த சதுரமாகக் கோவில் அமைந்துள்ளது. செங்கல், மண், மணல், சுண்ணாம்பு தூள், கொஞ்சம் வெல்லம் கலந்து கலக்கிக் கட்டிய கட்டிடம் கூட்டமாய் உள்ளே நிற்க முடியாது: சிலையை சுற்றி வந்து தொழ முடியாது: முன் நின்று முகம் பார்த்து தீபம் மட்டுமே காட்டும் அளவில் கருவறை உள்ளது.

கருவறையில் கூத்தாண்டவர் சிலை பெருமாபட்டு காட்டில் கும்பளாம் மரத்தை எடுத்து வந்து திருப்பத்தூரில் ஆச்சாரியால் செய்யப்பட்டது. தலை உருவம் மட்டுமே 9 அடி உயரம் இருக்கும். அரவான் உருவம் முகம் சிவப்பு நிறத்தில் வண்ணம்பூசப்பட்டிருக்கும் முகத்தில் பெரிய முட்டை போன்ற கண்கள் இருக்கும். நெற்றியில் நாமம், பெரிய மீசை, வாயில் கோரபற்கள் இருபுறமும் வெளியே தெரியும். பார்ப்பவர்களை அச்சுறுத்தும் வகையில் மூலவர் வீற்றிருக்கிறார்.

அருள்மிகு கூத்தாண்டவர் ஆலயம் - குரிசிலாப்பட்டு

3.4.42 முனீஸ்வரன் கோவில் - மேட்டுபாளையம்

கோவில் சூழல்

வாணியம்பாடி பேருந்துநிலையத்திலிருந்து 2கி.மீ தொலைவில் மூனிஸ்வரன் கோயில் உள்ளது. முனீஸ்வரன் வாணியம்பாடி நகரத்தில் மேற்கே பாலாற்றுக் கரையில் காவல் தெய்வமாக வீற்றிருக்கிறார். இக்கோயில் சுமார் 5 சென்ட் நிலப்பரப்பில் அமைந்துள்ளது.

கோவில் அமைப்பு

இக்கோயில் பலவருடங்களுக்கு முன்பு மண்ணால் கட்டப்பட்டிருந்தது. 30 வருடங்களுக்கு முன்பு பெரிய சிலைகளுடன் தகரக்கூரை போட்டக் கோயில் கட்டப்பட்டு உள்ளது. இந்த கோவிலில் எல்லைச்சாமி, ஊர்க்கோடி மரத்தடியில் வேல்கம்பு அல்லது சூலாயுதம் அல்லது வெறும் கல்தூணே முனீஸ்வரனாக வீற்றிருந்து, இப்பொழுது பெரிய உருவத்தில் மரத்தாலான சிலையுள்ளது.

முனீஸ்வரன் கோவில் - மேட்டுபாளையம்

சிவனை உக்கிர முனிவராக இருக்கவேண்டும் என எண்ணிய கிராமத்து மக்கள் முனீஸ்வரனை உருவாக்கினர். இவர் மூன்று கண்கள், கையில் புத்தகம், ஜப மாலை, உக்கிரமான தேசக் கதிர்கள், வீணை, தண்டம் ஏந்தியவர். மகுடமாகத் தலைமுடி, பட்டாடை அணிந்து, அச்சம் போக்கும் வீரர், அடியார்களின் கோரிக்கைகளை நிறைவேற்றும் அருட்தன்மை கொண்டவர். இக்கோயிலில் இரவு நேரத்தில் வணங்கப்படும் முனீஸ்வரனின் மனைவி காட்டேரியை வழிப்படுகின்றனர். இக்கோவிலின் எதிரே

இரண்டு குதிரைகளும்,குதிரையின் மீது வாளை கையில் ஏந்தி காவலர்கள் அமர்ந்துள்ளார்கள். இக்கோயில் குலதெய்வமாகவும் ஊர்தெய்வமாகவும் விளங்குகிறது.

3.4.43ஸ்ரீ வீரபத்திரசுவாமி ஆலயம் - ஆண்டியப்பனூர்

கோவில் சூழல்

வாணியம்பாடியிலிருந்து கிழக்குநோக்கி 19 கி.மீ தொலைவில் ஆலங்காயம் உள்ளது. ஆலங்காயத்திலிருந்து தெற்குதிசையில் 11கி.மீ தொலைவில் ஆண்டியப்பனூர் என்ற கிராமத்தில் ஊரினுள்ளே கிழக்கு திசையை நோக்கி இத்திருக்கோயில் அமைந்துள்ளது.

ஸ்ரீ வீரபத்திரசுவாமி ஆலயம் - ஆண்டியப்பனூர்

கோவில் அமைப்பு

200வருடங்கள் மிகபழமையான ஆலயமாகயிருந்தாலும் 25வருடங்களுக்கு முன்புதான் 5செண்ட் நிலப்பரப்பில் இக்கோயில் கோபுரத்துடன் கட்டப்பட்டுள்ளது.கருவறையில் உயரமான பீடத்தில் கம்பீரமான மீசையுடன் நின்ற கோலத்தில், கையில் கத்தி ஏந்தி

காட்சி தருகிறார். சிலையின் பாதத்தில் 5 சுயம்பு வடிவமாக வீரபத்திர சுவாமி வீற்றுயிருக்கிறார். கருவறையை காவல் காக்க கருவீரப்பன் என்ற தெய்வம் இருபுறமும் வீற்றிருக்கிறார்கள். கருவறையின் எதிரே சிவனின் அம்சமாக தோன்றிய வீரபத்திரசுவாமி என்பதால் சிவனின் வாகனம் நந்திபாகவான் 3அடி நீளமும், 5அடி அகலமும், 2அடி உயரமும் கொண்ட சிறிய விமானத்தின் கீழே வீற்றிருக்கிறது, அதன் பின்னே உயரமான கற்தூண் கொடிமரமாக அமைந்துள்ளது. கோயில் கோபுரத்தின் வலதுபுறம் தலவீருட்சமாக வில்வமரம் அமைந்துள்ளது.

3.5 முடிவுரை

அவனின்றி ஓர் அணுவும் அசையாது என்னும் இறையுணர்வினால், மக்கள் தொன்று தொட்டுப் பல கடவுள்களை அவரவர் விருப்பத்திற்கேற்ப வழிபடுகின்றனர். அவ்வாறு வழிபாடும் தெய்வங்களின் தோற்றங்கள் குறித்து மக்களிடையே வழங்கப்பட்டுவரும் கதைகளைத் தெய்வதோற்றக் கதைகள் என்று கூறலாம்.

வாணியம்பாடி மக்கள் பெருந்தெய்வ கோயில்களில் உள்ள தெய்வங்களின் வரலாற்றை புராணகதைகளின் மூலமாகவும், கல்வெட்டுகள் மூலமாகவும், இலக்கிய நூல்களின் வாயிலாகவும் அறியப்பட்டவை.

சிறுதெய்வங்களின் தோற்றவரலாறுகள் வாய்மொழி வழக்கங்களாவே பின்வரும் சந்ததியினருக்கு காலம்காலமாக எடுத்துரைக்கப்பட்டு வந்திருக்கின்றன. பல சிறு தெய்வங்களின் தோற்ற வரலாறு மறைந்துவிட்டன எனலாம். பல தெய்வங்களின் தோற்ற வரலாறு மிகதெளிவாக கிடைக்கவிடினும் அந்த தெய்வங்களுக்கான வழிப்பாடு மரபுகள் இன்றும் தொடர்ந்து கொண்டிருக்கின்றன.

இயல் - நான்கு
வழிபாட்டு மரபுகள்

4.0 முன்னுரை

இந்தியாவை ஆன்மிகபூமியென்றும், இந்திய மொழிகளில் செம்மொழித் தகுதிபெற்ற தமிழ் மொழியைப் பக்தியின்மொழி என்றும் வழங்கப்படுகின்றனர். பக்தியின் ஒரு பகுதியாக விளங்குவது வழிபாடு. வழிபடு என்ற சொல்லே காலப்போக்கில் வழிபாடு என்று மாற்றம் பெற்றுள்ளது.

இடி மின்னல் இயற்கைச் சீற்றங்களைக் கண்ட மனிதன் இயற்கையைக் கண்டு பயந்து தனக்குமேல் ஒரு சக்தி உள்ளது என்று எண்ணி, இயற்கையை வழிபடத் தொடங்கினான். பழந்தமிழரின் கடவுள் வழிபாடு சூரியன், சந்திரன், நெருப்பு, முதலிய ஒளியிடும்பொருட்கள் மூலம் தொடங்கப்பட்டுள்ளது. இதுவே வழிபாட்டின் தொடக்கநிலையாகும்.

இன்றைய உலகம் இறைவன் முன் வேண்டுகோள் வைத்து வணங்குதலையே வழிபாடு என்றும் பக்தி என்றும் கொண்டுள்ளது. அழுதால் அவனைப் பெறலாம் என்பது ஆன்மீகச் சான்றோர்களின் நம்பிக்கையாகும். அந்த நம்பிக்கையைச் செயலாக்கும் முயற்சியே வழிபாடு. இறைவழிபாடு மனித வாழ்வின் இன்பம் துய்ப்பதற்கும் துன்பம் துடைப்பதற்கும் பற்றுக்கோடாகின்றது.

இறைவனால் படைக்கப்பட்ட வியக்கத்தக்க ஆனால் இயல்பான படைப்பாகிய மனிதனுக்கும் அவனைப் படைத்த உன்னத சக்தியான இறைவனுக்குமிடையில் ஒரு பாலமெனத் திகழும் அமைப்புதான் வழிபாடு. அத்தகைய வழிபாடுகளுடன் காணிக்கைகளை வழங்குதல், உயிர்ப்பலி கொடுத்தல், பலபொருட்களைப் படைத்தல், பல வணக்கமுறைகளை மேற்கொள்ளல் போன்றவை காலப்போக்கில் புறச்சடங்குகள் எனப் படிப்படியாக இணைக்கப் பட்டன. இத்தகைய செயல்களால் உருவவழிபாடு மற்றும் உருவகப்படுத்துதல் ஆகியவை வழிபாட்டுடன் தொடர்புபடுத்தப்பட்டன.

‘கோயிலில்லாஊரில் குடியிருக்க வேண்டாம்’ என்ற பழமொழியை முன்மொழியும் நாடு நமதுநாடு. தொன்றுதொட்டு நம்மக்களிடையே தெய்வபக்தி காணப்படுகின்றது. நாட்டுப்புறமக்களில் பெரும்பாலோர் தங்களுக்கு நன்மை ஏற்பட்டால் அது தெய்வத்தால் வந்தது என்று கூறிப்போற்றுவார்கள். அதேபோல் தீமை ஏற்பட்டாலும். அது தெய்வத்தின் கோபத்தால் வந்தது என்று நினைத்து தெய்வங்களை வேண்டிக் கொள்வர். மனிதமனம் ஒரு பலமற்ற கொடி, அதனால் நிமிர்ந்து நிற்க முடியாதது. எனவே கடவுள், தலைவர் போன்ற ஏதாவது ஒருவழிப்பாட்டின் முதுகில் ஏறிக்கொள்வது அன்றுதொட்டு இன்றுவரை இயல்பாகிவிட்டது.

‘கடலோடு கலக்கும் ஆறுகள் போல எல்லாத் தெய்வ வணக்கமும் என்னையே அடைகிறது’ என்று கண்ணபிரான் சொன்னது உண்டு. ஆறுகளைக் கூட எண்ணிவிடலாம். ஆனால், தெய்வங்களையும் வழிபாடுகளையும் எண்ணுவதும் எழுதுவதும் அரிதினும் அரிது. இந்நிலையில் வழிபாடு என்பதின் பொருள், வழிபாட்டின் தோற்றம், அதன் வளர்ச்சி, வழிபாட்டின் அடிப்படை காரணங்கள், வழிபாட்டின் வகைகள், மேலும் வேலூர் மாவட்டம் வாணியாம்பாடி வட்டார நாட்டுப்புற மக்கள் தெய்வங்களை வழிப்படும் போது வழிபாட்டக்குரிய காலம், வழிபாட்டில் படைக்கப்படும் பொருட்கள், வழிபாட்டின் போது நடத்தப்படும் சடங்குகள், நேர்த்திக்கடன்கள், வழிபாட்டில் உள்ள கட்டுப்பாடுகள், போன்ற வழிபாட்டு மரபுகளின் கருத்துக்கள் இங்கு ஆராயப்படுகிறது.

4.1 வழிபாடு - சொற்பொருள் விளக்கம்

“வழிபாடு என்பதற்கு பல பொருள்கள் வழக்கில் உள்ளன. வழிபடு என்ற வேர்ச் சொல்லிருந்து பிறந்த வழிபாடு என்னும் பெயர்ச்சொல்லுக்குப் பூசனை”[1] என அகராதிநிகண்டு பொருள் கூறுகிறது. “வழிபடுதல் என்பதற்கு நல்ல மார்க்கத்திற்குச் செல்லுதல், வணக்கம் செய்வித்தல்”[2] எனத் தமிழப்பேரகராதி பொருள் கொள்கிறது. இவ்வாறு வழிபாடு என்பதற்கு, கீழ்படிதல், வணங்குதல், பின்பற்றுதல் என்னும் பொருட்கள் உள்ளன.

சமயத்தில் வழிபாடு என்ற சொல் கௌரவம், கண்ணியம், வணக்கம், மதிப்பு என்ற பொருட்களைப் பெற்று விளங்குகின்றது. கடவுள்களையோ, உயிர் உள்ளவற்றையோ உயிர் இல்லாதவற்றையோ வழிபாட்டுச் சொற்களைக் கொண்டு வழிபடுவதை வழிபாடு எனலாம். "நமக்கு வழிபாடு பொன் நகைகளை அவற்றின் மாசினை நீக்கி அதனை தேசுரச் செய்யும் கருவி போல உயிரோடு ஒட்டத்தக்க இயல்புடைய கோபம், பேராசை, உலகப்பற்று, கீழ்மை முதலிய அழுக்குகளை அகற்றி தம்மை நல்வழியில் நடக்கத் துணைபுரிகின்றது".[3]

இயற்கையின் பேராற்றலை வியந்து அஞ்சி வணங்கிய நிலையிலிருந்து மனிதன் தன் சக்திக்கு மீறிய ஓர் ஆற்றல் தன்னை ஆள்வதை உணர்ந்தான். அந்த ஆற்றலுக்கு அடிமைப்பட்ட மனிதன் அதனிடம் அடைக்கலம் புகுந்தான். அதனைத் தெய்வமாக்கி வழிபாடு நடத்தவும் தீர்மானித்தான். இதனையே பிராய்டு "அச்சம், குற்றம் உணர்வு போன்ற மனவியல் பண்புகளின் பரிணாம வளர்ச்சியே வழிபாடு"[4]என்கிறார்.

வாழ்க்கையின் முதலும் முடிவும் நிர்ணயிப்பது கடவுளே என்று தெளிந்து அதன் வழி சிந்தையைச் செலுத்துவதே வழிபாடு ஆகும். உயிர் உள்ளவற்றையோ, உயிர் இல்லாதவற்றையோ மனிதன் நம்பிக்கைக்கு ஏற்றவாறு வழிபட்டு வருவதையே வழிபாடு என்கிறோம். வழிபாட்டை மனிதன் தன்னையும் தன் சுற்றத்தாரையும் காத்துக் கொள்வதற்கு செய்வதாகும். வழிபாடு என்பது மனிதனுக்கு அப்பாற்பட்ட ஒரு சக்தியைக் குறிக்கும். மனம் என்னும் அகக்கருவியும் மெய், வாய், கண், மூக்கு, செவிகளாகிய புறக்கருவிகளையும் கை, கால் முதலிய தொழிற்கருவிகளையும் இறைப்பணி செய்யச் செலுத்துவதே சிறந்த வழிபாடாகும்.

"வழி - இறைப் பேற்றுக்குரிய வழி

பாடு – அடைவதற்குரிய செயல்முறைகள்![5]

வழிபாடு என்பது இறைப்பேற்றுக்குரிய வழியை அடைவதற்குரிய செயல்முறைகள் ஆகும்.

வழிபடுதல் என்பது தெய்வத்தை வழிபடுதலையும், பெரியவர்களை வழிபடுதலையும் குறிக்கும். தெய்வங்களை வழிபடுவதன் மூலம் மனிதர்கள் குறிப்பிட்ட சில தன்மைகளை உறுதியாக பெறமுடியும். சிலபதிகாரத்தில் வழிபாடு என்ற சொல் காணப்படுகிறது. இது சிறு, பெறு தெய்வவழிபாடு என இரண்டு வகையினைக் கொண்டதாக அமைகின்றது. நாம் எதற்காக வழிபாடு செய்ய வேண்டும் என்பதை உணரவேண்டும்.

"வழிபடு தெய்வம் நிற்புறங்காப்ப
பழிநீர் செல்வ மொடு வழிவழி சிறந்து
பொலிமின் என்னும் புறநிலைவாழ்த்தே"[6]

என்ற தொல்காப்பிய நூற்பா வழிபாடு வாழ்க்கையில் இன்றியமையாதது. அது தெய்வத்தைக் குறித்துச் செய்யப்பட வேண்டும். இதனால் வழிபடுகிறவர்கள் மட்டுமன்றி அவரைச் சேர்ந்தவர்களும் பயனடைகிறார்கள் என்பதை வெளிப்படுத்துகிறது.

4.2 வழிப்பாட்டின் தோற்றமும், வளர்ச்சியும்

"வழிபாடு மனிதனுடைய அச்சஉணர்விலிருந்தும், குற்றஉணர்விலிருந்தும் தோன்றியது".[7] உலகில் தொன்மையான உயிரினங்களில் மனித இனமும் ஒன்றாகும். மனிதன் தொன்மை காலத்தில் காய், கனி, கிழங்கு, மிருகம், ஆகியவற்றை உண்டு வாழ்ந்து வந்தான். மேலும், அவன் தன்னுடைய உயிரை பிற உயிரினங்களிடமிருந்து காப்பாற்றிக் கொள்ள ஒளி இன்றியமையாததாக இருந்தது. "காடுகளில் தீப்பிடித்து எரிவதைக் கண்டு மற்ற விலங்குகள் ஓடுவதையும் கண்டான். இதனால் தீயை 'சக்தி' என்று எண்ணி வழிபடத் தொடங்கினான்".[8] தன்னுடைய குழுக்களில் ஒருவன் இறந்துவிட்டால் அவனை அவன் வாழ்ந்த மரப்பொந்திலேயே விட்டு விட்டு வெளியேறிவிடுகின்ற பழக்கத்தையும், மலைகளில் ஓடுகின்ற தண்ணீரில் போட்டு விடும் பழக்கத்தையும் அவன் பெற்றிருந்தான். காலப் போக்கில் அவர்களைக் கனவில் கண்டு பிரமித்து நின்றான். இதனால் உயிருக்கு ஏதோ சக்தி உண்டு என்று நினைத்து ஒருவர் இறந்த இடத்தை வழிபடும் பழக்கம் மலர்ந்தது".[9] இவ்வாறு

"இயற்கையின் அளப்பறியா ஆற்றலுக்கு முன் மனித சக்தி ஈடுகொடுக்க முடியாதபோது அந்தச் சக்தியினை மனிதன் வணங்கத் தலைப்பட்டான். எனவே இயற்கையின் அச்சம் தரும் செயல்களே மனிதனைக் கடவுள் நெறிக்கு இட்டுச் சென்றது என்னும் மானிடவியலார் கருத்து பொருத்தமானதாகும்".[10] மேலும் அன்பு, அச்சம், நன்றியுணர்வு, நம்பிக்கை ஆகியவற்றின் மூலம் தெய்வச் சிந்தனை வளர்ந்து நாளடைவில் வழிபாடாக மாறியது.

உலகில் மக்கள் பல்வேறு வழிபாடுகளை நிகழ்த்தி வருகின்றனர், சூரியன், சந்திரன், விண்மீன்கள், ஐம்பெரும் பூதவிகள், ஆறு, கடல், மலை, விலங்கு, மரம், செடி, கொடி, கருவிகள், கற்கள், பாம்பு முதலியன ஆரம்ப காலக்கட்டத்தில் மக்கள் வழிப்பட்டன. தெய்வ வழிபாடு தோன்றுவதற்கு எதிரிகளைப்பற்றிய அச்ச உணர்வே காரணம் என்றே கூறுகின்றன. தெய்வ வழிபாடானது அச்சம், போராட்டம் நன்றியுணர்வு அகியவற்றின் அடிப்படையில் தோன்றியது.

4.3 வழிப்பாட்டின் அடிப்படை காரணங்கள்

"இறைவழிபாடு மலைமுகட்டிலும், கடற்கரையிலும், நதிஓரங்களிலும் ஆரம்பித்து இருக்கிறது. பின்னரே கல்லையும், மண்ணையும், மரத்தையும், விலங்குகளையும், வணங்கத் தலைப்பட்டிருக்கின்றனர்"[11]. ஏதேனும், ஒரு பொருள் அல்லது உயிருக்கு சில அதீத சக்தி இருப்பதாக அறியப்படும் போது அது வழிபாட்டிற்குரியதாக மாறுகிறது. "மனிதன் தன்னுடைய தேவைகளை அதீத சக்தியின் ஆற்றலால் பெற்றிட இயலும் என்று நம்புகிறான். மேலும், தனது துயரங்களை அச்சக்தியானது நீக்கும் என்றும் நம்பினால் இந்த நம்பிக்கையே வழிபாட்டின் தோற்றத்திற்குக் காரணமாக அமைந்தது".[12] எனவே, வழிபாட்டுக்கு முதல் காரணமாகவும், மூலகாரணமாகவும் அச்சம், நம்பிக்கை, நன்றியுணர்வு அன்பு ஆகியவை விளங்குகின்றன.

அச்சஉணர்வுகள் கடவுள் நம்பிக்கைக்கும் வழிபாட்டிற்கும் அடிப்படையாக அமைந்துள்ளது. சூரியன், சந்திரன், இடி, மின்னல், மழை, நெருப்பு, காற்று ஆகிய இயற்கையின் சக்திகளைக்

கண்டு மனிதன் அஞ்சி வணங்கினான். இவ்வாறு மிகப் பழங்காலத்தில் அச்சத்தின் காரணமாகவும், பாதுகாப்புக்காரணமாகவும், தேவைகாரணமாகவும் கடவுள் வழிபாடு தோன்றியது.

4.3.01 பரிணாம வளர்ச்சி

சார்லஸ் டார்வின் உயிரினங்களின் தோற்றம் பற்றி விரிவான ஆய்வுகளை மேற்கொண்டார். உலகில் உள்ள உயிரினங்கள் யாவும் இன்று இருப்பது போல் ஒரே நாளில் தோன்றி விடவில்லை. ஒரு செல் உயிரி தொடங்கி, மெல்ல மெல்ல வளர்ச்சி ஏற்பட்டது. அவ்வளர்ச்சி நிலையில் ஓரறிவு உயிர்,ஈரறிவு உயிர், என்று வளர்ந்து நிறைவாக ஆறறிவு படைத்த மனித இனம் தோன்றியது. அறிவிற் குறைந்த ஏனைய உயரினங்களுக்குத் தேவை, பயம், பகை ஆகிய கூறுகள் இருந்த போதும் அவை இவற்றின் பொருட்டு வழிபாடு நிகழ்த்துவதற்குத் தேவையான ஆறாம் அறிவாகிய 'மனம்' என்று தொல்காப்பியர் குறிப்பிடும் பகுத்தறிவு இல்லாத காரணத்தால் அவை எவையும் வழிபாட்டை மேற்கொள்ளவில்லை. ஆறாம் அறிவாகிய பகுத்தறிவைப் பெற்ற மனிதன் மட்டுமே தனது தேவை, ஆசை, பயம், பகை ஆகிய காரணங்களுக்காக வழிபாட்டை மேற்கொள்ளத் தொடங்கினான். எனவே வழிபாட்டிற்கான முதற்காரணம் மனிதன் பெற்ற பகுத்தறிவே என்று ஆய்வாளர் கருதுகிறார்.

4.3.02 தேவை

மனிதன் வாழ்வதற்கு ஆயிரம், ஆயிரம் தேவைகள் உள்ளன. உயிர்க் காற்று தொடங்கி உணவு, உடை, இருப்பிடம் எனப் பட்டியல் நீண்டு கொண்டே போகிறது. இத்தேவைகள் அனைத்தும் மனிதனுக்குத் தேவைப்படும் பொழுது தேவையான அளவு உடனே கிடைத்து விடுவதில்லை. இவற்றைப் பெறுவதற்காக மனிதன் தன்னால் முடியும் வரை தனது அறிவ, உடல்பலம் ஆகியவற்றைக் கொண்டு போராடுகிறான். இப்போராட்டத்தின் வழியே முயன்ற பிறகும் அவனது தேவைகள் கிடைக்காத போது அவற்றுக்காக ஏங்கும் போது மனம் வருந்துகிறான் துன்பப்படுகிறான். அவை

தனக்கு வேண்டுமென்று துடிக்கிறான். அறிவு, உடல்பலம் ஆகியவற்றால் தேவைகள் கிடைக்காத போது துன்பப்படும் மனிதன், தன்னினும் மேம்பட்ட ஓராற்றல் நிலவுவதாகவும், அவ்வாற்றலை நயந்து வழிப்பட்டால் தனது தேவைகள் கிடைத்து விடும் என்று நம்பினான். இந்நிலையில் வழிபாடு தொடங்கியது. இவ்வழிபாட்டிற்குப் பிறகு சில சமயங்களில் அவனது தேவை உடனே நிறைவேறிய போது அவ்வாற்றலின் மீதான அவனது நம்பிக்கை கெட்டிப்பட்டது. எனவே மனிதன் தொடர்ந்து வழிபாட்டினை மேற்கொள்ளலானான்.

4.3.03 பயம்

மனிதன் அறிவும். ஆற்றலும் பெற்றுச் செயல்பட போதிலும் பல வேளைகளில் அவனுக்கு வெளியில் இருந்த வேறு சில சக்திகளால் இடையூறு ஏற்படுவது உண்டு. இவ்விடையூறு பல வகைப்படும். இவை சக மனிதர்களால் ஏற்படலாம். ஆட்சியாளர்களால் ஏற்படலாம் விலங்குகளால் ஏற்படலாம் பெருமழை, புயல், நிலநடுக்கம் போன்ற இயற்கை சீற்றங்களாலும் ஏற்படலாம் கொடு நோய்களாலும் ஏற்படலாம் இவ்வாறு ஏற்படும் இடையூறுகளை மனிதன் இயன்ற வரை தன்னறிவாலும், ஆற்றலாலும் எதிர்த்துப் போராடி வெற்றி கொள்கிறான். அங்ஙனம் தனது அறிவு, ஆற்றலால் வெற்றி கொள்ள முடியாத போது தன்னினும் மேம்பட்ட ஓராற்றில் நிலவுவதாக நம்புகிறான். அவ்வாற்றலை வழிபடுகிறான். சில சமயங்களில் அதன் வழியே அவனுக்குப் பயன் கிடைக்கிறது. எனவே பயத்தை வெல்வதற்கு அவன் நிகழ்த்திய வழிபாடு வலுப்பட்டு நம்பிக்கையாக மாறுகிறது. பெரும்பாலும் எப்பொருள்களால் பயம் நேர்ந்ததோ அப்பொருள்களையே வழிபடத் தொடங்கினான். இதன் விளைவாகத்தான் மழை, மின்னல், இடி, பெருங்காற்று, இருசுடர், பாம்பு, தீ ஆகியவை மனிதன் வழிபடும் தெய்வங்களாயிற்று.

4.3.04 ஆசை

மனிதன் அறிவு வளர்ச்சி பெறப்பெற அவனுள் பற்பல ஆசைகள் மகிழத் தொடங்கின, முதலில் தேவைக்காக வழிபடத்

தொடங்கியவன் இப்போது ஆசைக்காக வழிபடத் தொடங்கினான். பசிக்காக உணவை வேண்டியவன், ருசிக்கான உணவை வேண்டலானான், இடையை மறைக்க ஆடை வேண்டியவன், அழகுக்கான ஆடையை வேண்டலானான், மழை, வெயில் மேலே விழாமல் காப்பதற்கு இருப்பிடம் வேண்டியவன் மாட மாளிகையைத் தேடலானான் இயற்கை விளைவைத் தீர்த்துக் கொள்ள துணை தேடியவன் அழகுப் பாவைகளை அடைய விரும்பினான் தேவைக்கு மட்டும் தேடியவன் பல தலைமுறைகள் துய்ப்பதற்கு தேடி வைக்க விரும்பினான் இங்ஙனம் தேவையின் வேறுபட்டு மேலாதிகமாய் விளைந்த போது ஆசை உருவாயிற்று. தேவைக்காக வேண்டியவன் ஆசைக்காக வேண்டத் தொடங்கினான். இங்ஙனம் ஆசை வழிபாட்டிற்குக் காரணமாயிற்று.

4.3.05 பகை

பகுத்தறிவு பெற்ற மனிதன் பல காரணங்களால் சக மனிதனோடு வேறுபடத் தொடங்கினான். இவ்வேறுபாடு முற்றிய போது பகை உருவாகலாயிற்று பெரும்பாலும் மண்ணாசை, பெண்ணாசை, பொன்னாசை, புகழாசை, அதிகாரவாசை, இவையே பகை ஏற்பட அடிப்படைக் காரணங்களாயின. இப்பகையை வெல்வதற்கு தன்னோடு ஒத்த கருத்துடையவர்களை இணைத்துக் கொண்டு பகையை எதிர்க்கலானான். அவ்வாறு அணி திரட்டிப் பகையை எதிர்த்த போதும், வெற்றி பெற முடியாத சூழ்நிலையில் தன்னினும் மேம்பட்ட ஆற்றலை பகையை வெல்வதற்குத் துணைக்கழைத்தான். இவ்வாறு பகையை வெல்வதற்கு மனிதன் நிகழ்த்திய வழிபாடும் வழிபாட்டிற்கு ஒரு காரணமாயிற்று.

4.3.06 மறுமை

இம்மையில் மேற்கூறிய தேவை, பயம், ஆசை, பகை ஆகியவை காரணங்களாக வழிபாடு நிகழ்த்தியவன் மறுமையிலும் தன் நல்வாழ்விற்காக வழிபாடு நடத்தத் தொடங்கினான். இறப்புக்கு பிறகு சொர்க்கம் நரகம் ஆகியவற்றுள் ஒன்று உறுதி என்று நம்பியவன் சொர்க்கம் புகுவதற்காக வழிபாட்டை மேற்கொள்ளலானான்.இந்த அடிப்படையில் கடவுளர்களும்,

கடவுளர்களுக்காகக் கோயில்களும், கோயில்களுக்காகச் சமயங்களும் ஏற்பட்டன. பின்னர் சமயங்கள் தங்களைக் காத்துக் கொள்ள கோயில்களைக் கட்டத் தொடங்கின. கோயில்கள் தோன்றியதன் காரணமாகக் கடவுளர்களும் நிலைத்த இடத்தைப் பெற்றுவிட்டனர். மக்களின் பண்பு, சமுதாயநெறி முதலியவை ஒரு நாளில் உருவாகி விடுவதில்லை. இந்த அச்சத்தால் எழுந்ததே இயற்கை வழிபாடு.

4.4 வழிப்பாட்டின் வகைகள்

“வழிபாடு” என்பது “ஞானத்தை உண்டாக்கக்கூடிய சாதனம்” என்று ஆறுமுகநாவலர் கூறுகின்றார். “வழிபடுவோரை வல்லறிதியே” என வரும் புறநானூற்றுப் பாடலில் வழிபடுதல் என்பது வணங்குதல் என்ற பொருளைத் தருகிறது. வழிபாட்டில் தனிவழிபாடு, கூட்டுவழிபாடு என இருவகையுண்டு. கோவிலில் இறைவனுக்கு செய்யப்படும் வழிபாடு ஆத்மார்த்தம் எனவும் பரார்த்தம் எனவும் இருவகைப்படும். மேலும் வழிபாட்டை இயற்கை வழிபாடுகள், இறை வழிபாடுகள் எனவும் பிரிக்கப்படுகிறது. வழிபாட்டைப் புறவழிபாடு, அகவழிபாடு என இரு வகையாகவும் பிரிக்கலாம். இதில் புறவழிபாட்டை விட அகவழிபாடே மேலானது. இருந்தாலும், அபிசேகம், அர்ச்சனை, நைவேத்யம், தீபாராதனை, ஷோடச உபசாரம் இவைகளைக் கொண்ட புறவழிபாட்டின் மூலமே அகவழிபாட்டை எய்த முடியும் என்பர்.

4.4.01 இயற்கை வழிபாடு

ஆதிகாலத்தில் மனிதன் காடுகள், மேடுகள், குகைகள் என்று வாழ்ந்து வந்தான். அவன் வான். நிலம், நீர், தீ, காற்று என்னும் பஞ்சபூதங்களை வழிபட்டான். இதற்கு இயற்கை வழிபாடு என்று பெயர்.

“இரு நிலனாய் தீயாகி நீருமாகி
இயமான்னா யெறியும் காற்றுமாகி
அருநிலைய திங்களாய ஞாயிறாகி
ஆகாய மாயட்டு மூர்த்தியாகி”[13]

என்ற பாடல் இயற்கை வழிபாட்டைச் சிறப்பாக உணர்த்துகிறது.

4.4.02 இறை வழிபாடு

இறை வழிபாடு வாழ்க்கையின் அடித்தளமான ஒன்றாகும். இவ்வழிபாடு மக்களுக்கு இன்பத்தைக் கொடுக்கின்றது.

"வழிபடு தெய்வம் நிற்புறங் காப்ப
பழிதீர் செல்வமோடு வழி வழி சிறந்து
பொலிமின் என்னும் புறநிலை வாழ்த்தே"[14]

என்ற கூற்று இதனை விளங்குகிறது.

4.4.03 ஆத்மார்த்த வழிபாடு

ஆத்மார்த்த வழிபாடு என்றால் பூஜிப்பவன் தனக்கும் தன் குடும்பத்திற்கும் நன்மை உண்டாவதன் பொருட்டுத் தன் வீட்டில் தன் சக்திக்கியன்றவாறு வழிபாடுவதாகும். இலிங்கம், சாளக்கிராமம் பிம்பம் சக்கரம்முதலியவற்றை வைத்துப் வழிபாடுவர். இதற்குள்ள விதிகள் ஒவ்வொன்றும் ஆலயபூஜை விதிகளை ஒக்கும். மந்திரம் யந்திரம் தந்திரம் இவற்றை இதன் அங்கங்களாகவும் கொள்வர். மந்திரத்தோடு சேர்த்து பதினாறு உபசாரங்களால் வழிபடுவர். குருமுகமாகதீக்சை பெற்றவர்களே இவ்வழிபாட்டுக்கு உரியவர்கள் ஆவர்.

4.4.04 பரமார்த்த வழிபாடு

பரமார்த்த வழிபாடு என்பது ஆலயத்தில் இருக்கும் மூர்த்திகளுக்கு ஆகமமுறைப்படி ஆச்சாரியர்களைக் கொண்டு வழிபாடு செய்வித்தல் ஆகும். அது நித்தியம், நைமித்திகம், காமிகம் என மூன்று வகைப்படும். நித்திய வழிபாடு என்பது நாள்தோறும் செய்யப்படும் வழிபாடு ஆகும். நாள்தோறும் பகலில் நான்கு காலங்களும் இரவில் நான்கு காலங்களுமாக எட்டுக் காலங்கள் வழிபாடு செய்யப்படும் ஆலயங்கள் சில உள்ளன. பகலில் மூன்றும் இரவில் மூன்றுமாக ஆறுகால வழிபாடு நடக்கும் கோயில்களும் பகலில் இரண்டும் இரவில் இரண்டுமாக நான்குகால வழிபாடு நடக்கும் கோவில்களும் பல உள்ளன. முத்தாலம்மன் கோவிலில் நாள்தோறும் நடைபெறும் நித்திய வழிபாடும்,

திருவிழாவின் போது நடைபெறும் நைமித்திக வழிபாடும் நடைபெறுகிறது.

4.4.05 அகவழிபாடு

இறைவனை மனதில் எண்ணி வழிபடும் முறை அக வழிபாடு. மலர் தூவித் தீபம் காட்டிப் புற வழிபாட்டால் இறைவனை வழிபடுவது முதல் நிலை. "இமைப்பொழுதும் என் நெஞ்சில் நீங்கா தான் தாள் வாழ்க"[15] என இறைவனை மனதிலேயே இருத்தி வழிபாடு செய்வது அக வழிபாடாகிய இரண்டாம் நிலை உயிரும். இறைவனும் ஒன்றாக ஆவது மூன்றாம் நிலை.

> "உள்ளம் பெருங்கோயில் ஊனுடம்பு ஆலயம்
> வள்ளல் பிரானார்க்கு வாய் கோபுர வாசல்
> தெள்ளத் தெளிந்தார்க்குச் சீவன் சிவலிங்கம்
> கள்ளப் புலன் ஐந்தும் காளா மணி விளக்கே"[16]

என்று அக வழிபாட்டைத் திருமூலர் விளக்குகின்றார். "எல்லோரும் இன்புற்றிருக்க வேண்டும்" என்ற நோக்கத்தை அடிப்படையாகக் கொண்டே கோயில்களில் வழிபாடுகள் நாள்தோறும் நடைபெற்று வருகின்றன. இவ்வழிபாட்டு நெறியினை பொய்கையார்,

> "கொழுது மலர் கொண்டு தூபம் கையேந்தி
> எழுதும் எழுவாழி நெஞ்சே – பழுதின்றி
> மந்திரங்கள் கற்பனவும் மாவடியே கைதொழுவான்
> அந்திரம் ஒன்றில்லை அடை"

என்னும் பாசுரத்தின் வழி கூறுகின்றார்.

4.4.06 தனிவழிபாடு

மனிதன் யாதானும் ஒரு காரியம் கருதி இறைவனை வழிபடுவது தனி வழிபாடு ஆகும். "மனிதன் தான் எண்ணிய எண்ணங்கள், பூசைகள் நிறைவேறும் பொருட்டு இறைவனை நோக்கி வழிபடுவது தனி வழிபாடாகும்." மனிதன் மன வேதனையில் துன்பப்படும்பொழுது இறைவனை ஒரு மனதோடு வழிபடுவதால் மனநிறைவு அடைகின்றான். அம்மன் கோவிலில்

மார்கழி மாதம் முப்பது நாட்களும் மகளிர் அனைவரும் இணைந்து அதிகாலை திருவிளக்கு வழிபாடு செய்கின்றனர். வெள்ளிக்கிழமை துர்க்கையம்மனுக்கு பெண்கள் எலுமிச்சை தீபம் ஏற்றி தனிவழிபாடும் செய்கின்றனர்.

4.4.07 கூட்டுவழிபாடு

மக்கள் ஒரு குழுவாக இணைந்து வழிபடும் முறைக்குக் கூட்டு வழிபாடு வழிபாடுகளில் சிறந்தது கூட்டு வழிபாடு ஆகும். இவ்வழிபாட்டில் உடனடியாகப் பலன் கிடைக்கிறது. கூட்டு வழிபாட்டில் இறைவன் பாடலை ஒருவர் பாட. அதனை மற்றவர் திரும்பப் பாடுவார்கள் இவ்வாறு பாடும்பொழுது அவரவர் துன்பம். கவலை போன்றவற்றை மறந்து மன ஒருமையுடன் இறைவனைத் தியானிப்பதன் மூலம் இறை அருள் பெறுகின்றனர்.

வாணியம்பாடி வட்டார நாட்டுப்புற மக்கள் செவ்வாய், வெள்ளி கிழமைகளில் இராகு காலத்தில் துர்கைக்கும், அம்மன் கோயில்களிலும் அந்தந்த மாதத்திற்குரிய தெய்வங்களுக்கு பஜனை முறையில் கூட்டு வழிப்பாடு செய்கின்றனர். மார்கழி மாதம் ஐயப்பனுக்கு மாலை அணியும் பக்தர்கள் கன்னிப்பூஜையின் போது கூட்டு வழிபாடு மேற்கொள்கின்றனர். மேலும் பொங்கல்திருநாள், மாட்டுப்பொங்கல், தீபாவளித்திருநாள், கார்த்திகையில்சூந்து சுற்றல்விழா, பதினெட்டாம்பெருக்கு, ஊர்க்கோயில் விழாக்கள் போன்ற விழா காலங்களில் குழுவாக இணைந்து வழிபாடு செய்கின்றனர்.

பொங்கல் திருநாள்

பொங்கல் பண்டிகையைத் தமிழர் திருநாளாகவும், உழவர் திருநாளாகவும் கொண்டாடுவர். ஏழை முதல் செல்வந்தர் வரை அனைவரும் கொண்டாடக்கூடிய திருவிழா. உழவர்கள் தங்களுடைய தோட்டங்களை அல்லது வீட்டு வாசல்களை பந்தல் போட்டு அழகுபடுத்துவர். இரண்டு மண் அடுப்பை, ஒன்று பெரியது, ஒன்று சிறியதாக எடுத்துக் கொள்வர். அதற்குக் காவி பூசி, சுண்ணாம்பால் கோடுகள் போட்டுக் கோலம் போடுவர். அடுப்பு வைக்கும் இடத்திலும், செம்மண்ணால் (காவி) மெழுகிக்

கோலமிடுவர். பொங்கல் பானைகளுக்கு விபூதி வைத்து, பொட்டு, பூ வைத்து பானையின் கழுத்தில் மஞ்சள் கொம்பை இலையுடன் கட்டி, பானையை அடுப்பில் ஏற்றி, இரண்டு பக்கங்களிலும் கரும்பை வைத்து, பொங்கல் பொங்கி வரும் பொழுது 'பொங்கலோ பொங்கல்' என்று மகிழ்வோடு கூறி வணங்கிப் பொங்கலிடுவர். பின் புத்தாடை உடுத்து, பொங்கலுண்டு மகிழ்வர். சிலர் வீட்டினுள் சமையல் அறையிலேயே பொங்கலிடுவர். சிலர் வீட்டுத் திண்ணையில் பொங்கல் வைப்பர்.

மாட்டுப்பொங்கல்

உழவர்கள் வீட்டில் மாடுகளைக் குளிப்பாட்டி, பூ, பொட்டு வைத்து, கொம்புகளுக்கு வண்ணம் தீட்டி, அலங்கரிப்பர், பின் மண்ணால் நிலத்தில் பாத்தி போல் கட்டி, அதில் நீர் ஊற்றி, நான்கு மூலைகளுக்கும் பூ, பொட்டு வைப்பர், இதன் முன் பொங்கல், தேங்காய், பழம், கரும்பு வைத்து, மட்டையும் நிற்க வைத்துப் பூசை செய்வர். உழவர்களின் விவசாயத்திற்கு பெருந்துணையாக உள்ள மாடுகளை மகிழ்விக்க மாட்டுப்பொங்கல் கொண்டாடப்படுகிறது.

தீபாவளித் திருநாள்

காலையில் எழுந்து, தலைகுளித்துப் புத்தாடை அணிந்து, பட்டாசு, வெடிகள் வைத்து மகிழ்வர். இனிப்பு, காரவகைகள் செய்வர். உறவினர் வீடுகளுக்குச் சென்று மகிழ்வர். சிலர் தீபம் ஏற்றிக் கொண்டாடுவர். தீபாவளித் திருநாளைவிடப் பொங்கல் திருநாளுக்கே முதலிடம் கொடுப்பர். தீபம் ஏற்றுவதால் தீயசக்திகள் அழியும் என மக்கள் நம்புகிறார்கள்.

கார்த்திகையில் சூழுந்து சுற்றல் விழா

கார்த்திகை மாதம், திருவண்ணாமலைத் தீபத்தன்று, வீட்டு வாசலில், திண்ணையில் மண்விளக்கு ஏற்றி, சூழுந்து சுற்றி மகிழ்வர். சூழுந்து என்பது ஒரு துணியில் மரத்தூள்களை நிரப்பி, சிறிய உருண்டை போல் நடுவில் குச்சி ஒன்றை வைத்துக் கட்டுவர். பின் துணி உருண்டையின் மீது சாணத்தைக்

கெட்டியாகக் கரைத்துப் பூசி, காய வைத்து விடுவர். இதைத்தான் சூழுந்து என்கிறார்கள். இதை ஒருவாரம் முன்பே தயாரித்து விற்பர். கார்த்திகை தீபத்தன்று மாலை தீபங்களை ஏற்றிவிட்டுச் சிறுவர்கள் இரண்டு கைகளிலும் சூந்தினை நெருப்பில் பற்ற வைத்து, கைகளைச் சுற்றிச் சுற்றி விளையாடி மகிழ்வர்.

பதினெட்டாம் பெருக்கு

ஆடிப்பதினெட்டாம் நாள் ஆற்றில் புதுவெள்ளம் வரும். அணைக்கட்டுகள் திறந்துவிடப்படும். ஏரி குளங்களில் தண்ணீர் இருக்கும். எனவே ஊர் மக்கள் தங்கள் வசதிக்கேற்ப நீர்த்துறைகளுக்கும் சென்று நீராடி மகிழ்வர். நீர்த்துறைகளின் கரைகளில் கன்னிமார் சிலைகள் இருக்கும். அக்கன்னிமார் தெய்வத்தை வணங்கி வருவர்.

ஊர்க்கோயில் விழாக்கள்

கோயில் தேர்த்திருவிழா, குண்டம் விழா, அம்மன் கோயில் விழாக்கள் என்றால் அக்கம்பக்கத்தில் உள்ள ஊர்களில் உள்ள மக்களும் சென்று பங்கு கொள்வர். வீடு, வாசல்களை விழாவுக்காகத் தூய்மை செய்வர். தம் உறவினர், நண்பர்களையும் அழைத்துக் கொண்டு கோயில் விழாவுக்குச் செல்வர். வேண்டிக் கொண்ட நேர்த்திகடனை செய்வர். பூவோடு எடுத்தல், அலகு குத்தல், தேர் இழுத்தல், காவடி எடுத்தல், சூறை இடுதல், அன்னதானம் செய்தல், முடி கொடுத்தல், நன்கொடை நல்கல், தண்ணீர்ப்பந்தல் வைத்தல் என்று பலவிதமான வேண்டுதல்களைச் செய்வர்.

4.5 வாணியம்பாடி வட்டார பெருந்தெய்வங்களின் வழிபாட்டு மரபுகள்

வாணியம்பாடி வட்டார மக்கள் நாட்டுப்புறத் தெய்வங்களானசிறுதெய்வங்களையும் பெருந்தெய்வங்களையும் வழிபடுகின்றனர். சிவன், திருமால், ராமர், கிருஷ்ணர், பார்வதி, லட்சுமி, பிள்ளையார் மக்களிடம் செல்வாக்குப் பெற்ற பெருந்தெய்வங்கள் வேதங்களோடு தொடர்பு கொண்ட கடவுளாக

கருதப்படுகிறது. வாணியம்பாடி வட்டார மக்கள் புராண இதிகாசங்களுக்குட்பட்ட ஆகம விதிகளின்படி அமைக்கப்பட்ட கோயில்களில் வேதமுறைப்படி பெருதெய்வங்களை வழிபடுகின்றனர். குறித்த காலத்தில் திருவிழாக்களும் நடைப்பெறுகிறது.

பெருந்தெய்வங்களிடம் சைவ, வைணவ வேறுப்பாடுகள் உண்டு. இத் தெய்வங்களுக்கு சைவப்பொருட்கள் படைக்கப்படுகின்றன. உயிர்பலி கொடுப்பதில்லை. பெரும்பான்மை பெருந்தெய்வங்கள் ஆண்தெய்வங்களாகவே உள்ளன. பெண்தெய்வங்கள் திருமணமானவை. இங்கு பிராமணர்களே பூசாரிகளாக இருப்பபர்கள். பெருந்தெய்வங்கள் சாந்தத்தன்மையுடன் காணப்படுகிறது. இத்தெய்வங்கள் சொர்கத்தில் வாழ்பவை. அனைத்துச் சக்திகளையும் பெருந்தெய்வங்களுக்கு உண்டு என்பதை அறியலாம். இவ்வாறு பண்பாட்டின் அடிப்படையில் பெருந்தெய்வ வழிப்பாடுகளும் அமைந்திருக்கின்றது.

- ❖ மரங்கள் (தலவிருட்சம்) – வாணியம்பாடி வட்டாரத்தில் உள்ள பெருந்தெய்வ கோயில்களில் மக்கள் ஆலமரம், அரசமரம், வில்வமரம், வன்னிமரம்,நாகலிங்கமரம், அலரிமரம், தேவநாரிமரம், வேப்பமரம் போன்ற மரங்களின் கீழ் பிள்ளையார், நாகசிலை உருவங்கள் வைத்து வழிபாட்டனர்.
- ❖ உருவங்கள் - கல்லினால் ஆன முழுஉருவ சிலைகள், பாம்பு, கரும்பு, யானை, குதிரை, பசு, நாய் போன்ற உருவங்களை வழிபாட்டிற்கும் உடையவை.
- ❖ ஆயுதங்கள் - சங்கு, சக்கரம், வில், வேல், சூலம், கதாயுதம் போன்ற ஆயுதங்கள் பயன்படுகின்றன.
- ❖ இசைக்கருவிகள் - உடுக்கை, பம்பை, மேளம், தவில், வாத்தியம் போன்ற இசைக்கருவிகள் வழிபாட்டின் போது இசைக்கப்படும்.

- ❖ நிகழ்ச்சிகள் - இறைவனின் புகழை கூறும் சொற்பொழிவுகள், பிரம்மோச்சவம், உரியாடித்தல், தேரோட்டம், காவடியாட்டம், சிலம்பாட்டம், பொய்க்கால் குதிரையாட்டம் போன்ற நிகழ்ச்சிகள் நடைபெறும்.
- ❖ படைக்கப்படுபவை - சிறுதானிய, சர்க்கரை, வெல்லம், நவதானியங்கள் போன்றவற்றில் சர்க்கரைப்பொங்கல், வெல்லப்பொங்கல், எலுமிச்சைசாதம், சுண்டல் ஆகியவற்றைச் செய்து வெற்றிலைபாக்கு, தேங்காய், பழமும், பூ வைத்துக் படைக்கப்படுகின்றது.
- ❖ பிரசாதங்கள் - திருநீறு, குங்குமம், பூ, தீர்த்த நீர், வேப்பலை, துளசி, வில்வயிலை, துளசிநீா் மேலும் படைக்கப்படும் அனைத்து வகையான பொருட்களையும் கோயில் பிரசாதங்களாக வழங்கப்படுகிறது.

இதுபோன்று வாணியம்பாடி வட்டார மக்கள் தங்கள் நலனுக்காகவும், உலக நலனுக்காகவும் வேதமுறைப்படியான பெருந்தெய்வங்களை வழிபாடு செய்கின்றனர். வாழ்க்கை தெய்வத்தோடு தொடர்புடையன தெய்வ நம்பிக்கையும், சமய நம்பிக்கையும் கொண்ட வாழ்க்கையே நலமும் வளமும் பெறுவோம் என்பது பொதுவான கருத்து.

4.5.01 ஸ்ரீ வரசித்திவினாயகர்

சாதாரண வழிபாடு

முழுமுதற் கடவுளான வினாயகப் பெருமானுக்கு தினந்தோறும் காலையில் அபிஷேக, ஆராதணையும், மாலையில் தீபம் ஏற்றி இருவேளையும் வழிபாடு நடைப்பெறுகிறது.

சிறப்பான வழிபாடு

மாதம்தோறும் வரும் சங்கடசதுர்த்தி அன்றும், ஆவணிமாதம் வரும் வினாயகா் பிறந்த தினமான வினாயகர்சதுர்த்தி அன்றும், மார்கழி மாதம் முழுவதும் காலையில் சிறப்பு வழிபாடு நடைபெறும். மேலும் அம்பூர்பேட்டை பகுதியில் வாழும் மக்கள்

தங்கள் வீடுகளில் நடைப்பெறும் சுபநிகழ்சிகளுக்கு முதலில் மூலவரான விநாயகருக்கு வழிபாடு செய்வார்கள். பின்பு அனைத்து தெய்வங்களும் இக்கோவிலில் பிரதிஷ்டை செய்திருப்பதால் ஒவ்வொரு தெய்வத்திற்குரிய நாட்களில் முதலில் வினாயகருக்கும் பின்பு மற்ற தெய்வங்களுக்கும் சிறப்பு வழிபாடு நடைபெறுகிறது.

ஸ்ரீ வரசித்திவினாயகர் - சங்கடஹரசதுர்த்தி வழிபாடு

ஸ்ரீ வள்ளிதேவசேனா சமேத சுப்பிரமணியன் - கிருத்திகை, சஷ்டி வழிபாடு

ஸ்ரீ விசாலட்சி சமேத விஸ்வநாதர் - பிரதோஷம், பௌர்ணமி வழிபாடு

ஸ்ரீ தேவிபூதேவி சமேத ஸ்ரீனிவாசபெருமாள் - திருவோண நட்சத்திரம் வழிபாடு

ஸ்ரீ காலபைரவர் - அஷ்டமி வழிபாடு

ஸ்ரீ ஐயப்பர் சுவாமி – தமிழ் மாதத்தின் முதல் நாள் வழிபாடு

சதுர்த்தி விரதம் வழிபாடு

வெள்ளிக்கிழமை நாளில் வினாயகரை நினைத்து விரதம் இருந்து வழிபட்டால் நன்மை உண்டாகும். வினாயகசதுர்த்தி அன்று வினாயகருக்கு விரதம் மேற்கொண்டால் நல்ல பலன் கிடைக்கும். அதனால் வீடுகளில் விநாயகசதுர்த்தி அன்று விநாயகரை நினைத்து விரதம் மேற்கொள்கின்றனர்.

அருள்மிகு ஸ்ரீவரசித்திவினாயகர் திருக்கோயிலில் வினாயகச்சதுர்த்தி அன்று வினாயகருக்குச் சிறப்புப் பூசை நடைபெறுகின்றன. அன்று சந்திரனைப் பார்க்கக் கூடாது. பார்த்தால் கெடுதல் உண்டாகும் என்று மக்கள் நம்புகின்றனர்.

கார்த்திகை மாதத்து வளர்பிறையும், மார்கழிமாதத்து தேய்பிறையுள்ள இருபத்தோரு நாட்கள் வினாயகரை நினைத்து

வழிபடுதல் நல்லது. "இருத்தோரு இழைகளாகிய காப்பை ஆண்கள் வலக்கையிலும், பெண்கள் இடக்கையிலும் கட்டிக்கொண்டு, முதலிருபது நாட்கள் ஒவ்வொரு பொழுதில் போசனம் செய்து, இறுதி நாளாகிய சஷ்டியில் உபவாசம் இருத்தல் வேண்டும்".[17] என்று வினாயக சஷ்டி விரதம் குறித்துக் கணேசலிங்கம் கூறுகின்றார்.

திருத்தலத்தின் சிறப்பும், வழிபாடும்

வரசித்திவிநாயகர் ஆலயம் மிகவும் பழமை வாய்ந்தது, இக்கோயிலின் மூலவரே விநாயகர் என்பதால் அவரவர் பிறந்த கிழமைகளில் காலை ஆறு மணி முதல் ஏழு மணி வரை அல்லது மாலை ஆறு மணி முதல் ஏழு மணி வரை தாமரை தண்டில் விளக்கேற்றி 9 வாரங்கள் வழிபட்டால் நாம் நினைத்தகாரியம் நடக்கும் என்பது ஐதீகம்.மேலும் இக்கோயிலில் உள்ள நவகிரகங்களை ஒன்பது நாள், ஓன்பது வாரம், என ஒன்பது சுற்று சுற்றி வழிப்பட்டால் கிரகதோஷங்கள் நிவர்த்தியாகும். திருமணதடைகள் நீங்கும் என்பார்கள்.

5.5.02 அதிதீஸ்வரர்

சாதாரண வழிபாடு

இக்கோவிலில் ஆறுகாலபூசை தினமும் நடைபெறுகிறது. பஞ்சபருவ பூசைகளும், சுக்ரவாரம் மற்றும் சோமவார பூசைகளும் நடைபெறுகின்றன. பஞ்சபருவ பூசைகள் என்று அழைக்கப்படுபவை. அமாவாசை, கிருத்திகை, பிரதோசம், பௌர்ணமி, சதுர்த்தி பூசைகளாகும்.

ஆறு கால பூசைகள்

இத்திருகோயிலில் நடைபெறும் ஆறு கால பூஜைகள் வருமாறு.

1. திருவனந்தல் பூசை, இது அதிகாலை ஆறு மணிக்கு நடைபெறும்.
2. விளா பூசை, இது காலை ஏழு மணிக்கு நடைபெறும்.

3. காச சந்தி பூசை, இவ்வழிபாடு காலை பத்து மணிக்கு நடைபெறும்.
4. உச்சி கால பூசை, இது நண்பகல் பன்னிரண்டு மணிக்கு நடைபெறும்.
5. சாயரட்சை பூசை, இது மாலை ஆறு மணிக்கு நடைபெறும்.
6. அர்த்த ஜாம பூசை, இது இரவு எட்டரை மணிக்கு நடைபெறும்.

சிறப்பான வழிபாடு

அதிதீஸ்வராருக்கு பால், தேன், நதிநீர், அன்னம், பழங்கள், பூக்கள், மற்றும் வாசனை திரவியங்கள் இவற்றால் அபிஷேகம் செய்யப்படுகிறது. 27 நட்சத்திரங்களின் புனர்பூசம் நட்சத்திரத்திற்குரிய சிறப்பு கோவில் என்பதால் புனர்பூசம் நட்சத்திரத்தின் அன்று மாலை ஆறு மணிக்கு சிறப்பு அபிஷேக, ஆராதணை செய்து வழிபாடு நடைப்பெறும்.

விழாக்கள்

இத்திருக்கோவிலில் மிகச் சிறப்பாக நடைபெறும் திருவிழாக்கள் சித்திரையில் நடைபெறும் பிரம்மோற்சவம், மார்கழியில் திருவாதிரை, மாசியில் சிவராத்திரி, பிரதி மாதம் நடைபெறும் பிரதோஷபூஜைகள், அஷ்டமி பூஜைகள் சிறப்பானதாகும்.

ஆலயத்தில் நடைபெறும் சிறப்பு விழாக்கள்

சித்திரை	:	பிரம்மோற்சவம், சித்ரா பௌர்ணமி
வைகாசி	:	கிராமதேவதைகள் வழிபாடு "திருவிழா" (மாரியம்மன், திருப்பதி கெங்கையம்மன், சாமுண்டீஸ்வரி, துர்கையம்மன், பச்சையம்மன்)
ஆனி	:	நடராஜன் திருமஞ்சனம்
ஆடி	:	ஊர் காவடி திருத்தணிக்கு
ஆவணி	:	அவிட்டம் நடராஜர் அபிஷேகம்

புரட்டாசி	:	நவராத்திரிவிழா மற்றும் ஊரில் திருமலைக்கு செல்லாதவர்கள் நடத்தும் கோவிந்தன் திருவிழா, தெருக்கூத்து
ஐப்பசி	:	அன்னாபிஷேகம் ஆலயத்தில் ஸ்ரீ விருந்தீஸ்வருக்கு
கார்த்திகை	:	தீபத்திருவிழா மற்றும் அடுத்த பௌர்ணமி திதி ரோகினி நட்சத்திரம் ஸ்ரீ சூலாயுத்த அவதூத பொன்னம்பல சுவாமிகள் குரு பூஜை விழா
மார்கழி	:	மாத முழுவதும் காலை சிறப்பு வழிபாடு மற்றும் ஆருத்ரா தரிசனம்
தை	:	சங்கராந்தி வழிபாடு தைபூசம் 108 பால்குடம் அபிஷேகம் தரிசனம்
மாசி	:	மகா சிவராத்திரி, மயானசூறை
பங்குனி	:	நடராஜர் அபிஷேகம் மற்றும் உத்திர திருவிழா

பௌர்ணமி வழிபாடு

பௌர்ணமி வழிபாடு மனிதர்களுக்கு நன்மை செய்யக்கூடிய வழிபாடு என்று மக்கள் நம்புகின்றனர். பெண்களுக்கு மாங்கல்ய பாக்கியமும். திருமணம் ஆகாத பெண்களுக்கு மாங்கல்ய பாக்கியம் விரைவில் கிடைக்கவும் பௌர்ணமி வழிபாடு செய்யப்படுகிறது. பௌர்ணமி தினம் அம்பாளுக்கு உகந்த நாள் ஆகும் அதனால் அம்பாளை மனதில் நினைத்து பௌர்ணமி வழிபாடு செய்தால் நன்மை உண்டாகும் என்று மக்கள் நம்புகின்றனர்.

அருள்மிகு அதிதீஸ்வரர் திருக்கோயிலில் பௌர்ணமி தினத்தில் சிவபெருமானைக் குறித்தும் வழிபாடுகள் செய்யப்படுகின்றன. சிவபெருமானின் ஐக்கியம் சக்தி என்பதால் இந்த பூசையைச் 'சிவசக்தி பூசை' என்று வழிபடுகின்றனர்.

அவ்வாறு பூசை செய்து வழிபடுவதால் ஏற்படும் நன்மைகள் பல. அவை."பௌர்ணமி தினத்தில் சிவசக்தியை வழிபடுவதன் மூலம் ஒருவருடைய குடும்பத்தில் இருள் நீங்கி ஒளி உண்டாகுகிறது. பெண்களுக்கு மாங்கல்ய பலன் பெறுதல், மகப்பேறு அடைதல், புதிய வியாபாரம் தொடங்கி நன்மை பெறுதல், செய்யும் தொழிலில் நல்ல லாபம் அடைதல், துன்பம், கஷ்டம், பாவம், தோஷம் ஆகியன விலகி நன்மை பெறுதல் எடுக்கும் காரியம் வெற்றியடைதல், நோய் தீருதல் போன்ற நன்மைகள் உண்டாகும்" என்று ம.மணி பேட்டியின் மூலம் தெரிகின்றது. பௌர்ணமி பூசை செய்யும் மக்கள் விரதம் இருந்து அம்பாளை வழிபாட்டால் சகல சௌபாக்கியத்துடன் வாழலாம் என்ற எண்ணி மக்கள் வழிபட்டு வருகின்றனர்.

குழந்தைப் பாக்கியத்திற்குச் சித்திரை வழிபாடு

சித்திரை மாதத்தில் வரும் பௌர்ணமியில் விரதம் இருந்து வழிபட்டால் நன்மை உண்டாகும். வீட்டில் விக்கிரகம் உள்ளவர்கள் மருகு புஷ்பத்தையும், குங்குமத்தையும் சேர்த்து அபிசேகம் செய்தல்வேண்டும். பூப்போட்ட வஸ்திரத்தைப் போட்டு கஸ்தூரி பரிமள வாசனையுடன் ஸ்லோகம் சொல்ல வேண்டும். நைவேத்தியத்திற்கு மஞ்சள் கலந்து சாதமும், பானகமும், ஏலம், கிராம்பு, பச்சைக் கற்பூரம் சேர்த்துத் தாம்பூலம் வைத்து வழிபட்டு வந்தால் குழந்தைப் பாக்கியம் கிடைக்கும் என்று பக்தி நூல்கள் விளக்குகிறது.

பிறவி எடுக்காதிருக்க வைகாசி வழிபாடு

இந்த நாளில் சந்தனத்தால் அபிசேகம் செய்வது நல்லது. எழுமிச்சைப்பழசாதம், சீரகம், சர்க்கரை கலந்து சாதம், விளாம்பழம் ஆகியன வைத்து வழிபட்டால் பிறவி எடுக்காமல் புண்ணிய கதியை அடையலாம்.

எடுத்தகாரியம் வெற்றிபெற ஆனி வழிபாடு

அன்றைய தினத்தில் அம்பாளுக்கு கருப்பு வஸ்திரம் அணிவித்து அலங்கரிக்கவேண்டும். வெள்ளெருக்கு, செண்பகப்பூ

கொண்டு அர்ச்சனை செய்யவேண்டும். மா, பலா, வாழை, உளுந்தம்பருப்புச் சாதம் வைத்து வழிபட்டால் எடுத்த காரியம் வெற்றி பெறமுடியும் என்று மக்கள் நம்புகின்றனர்.

புண்ணியகதி அடைய ஆடி வழிபாடு

இந்நாளில் பால் அபிசேகம் செய்வது நல்லது. அம்பாளுக்கு சிவப்பு, மஞ்சள் கலந்து ஆடையை அணிவிக்க வேண்டும். மல்லிகைப் பூவையும், அருகம்புல்லையும் கொண்டு அர்ச்சனை செய்யவேண்டும். பூசை முடிந்துபின் பழம் கலந்த சாதம் வைத்து வணங்கினால் புண்ணிய கதியை அடையலாம்.

கடன் தொல்லை தீர ஆவணி வழிபாடு

இந்நாளில் நாட்டுச் சர்க்கரை வைத்து அபிசேகம் செய்வது நல்லது. நான்குவித வண்ணங்கள் கொண்ட ஆடையை அணிவிக்கவேண்டும். பரணிப் பூவால் அர்ச்சனை செய்து நெய் சாதத்தை வைத்து வணங்கினால் கடன் தொல்லையிலிருந்து விடுபடலாம்.

சகல பாக்கியம் பெற புரட்டாசிப் வழிபாடு

வீட்டில் விக்கிரகம் வைத்திருப்பவர்கள் நெய்யினால் அபிசேகம் செய்தால் நல்லது. நான்கு வண்ணங்கள் உள்ள ஆடையை அணிவித்து மல்லிகைப் பூவால் அர்ச்சனை செய்யவேண்டும். வெல்லத்தால் செய்யப்பட்ட அப்பம், அதிரசம், வடை, இளநீர் ஆகியவற்றை வைத்து வழிபட்டால் சகல பாக்கியங்கள் கிடைக்கும் என்று மக்கள் நம்பினர்.

எடுத்த காரியம் வெற்றிகிட்ட ஐப்பசி வழிபாடு

அருள்மிகு அதிதீஸ்வரார் திருக்கோயிலில் பௌர்ணமி தினத்தில் அன்னபிசேகம் செய்வது நல்லது. மக்கள் மகிழம் பூ, வில்வம், பாதரி பூ கொண்டு அர்ச்சனை செய்யலாம். மிளகு, சாம்பார் சாதம், கரும்புச் சாறு ஆகியன வைத்து வழிபட்டு வந்தால் எடுத்த காரியம் வெற்றியோடு முடிவடையும். அன்னஅபிசேகம் செய்தால் மக்கள் ஒரு வருடம் பசியால் வாடாமல் இருப்பர் என்று நம்புகின்றனர்.

“சுடு சோறில் உள்ள நீரை வடித்துவிடுகின்றனர். பிறகு சோற்றைச் சிவலிங்கத்தின் மேல் ஓட்டுகின்றனர். எல்லா வகையான காய்கறிகளையும் சிவலிங்கத்திற்குப் படைத்தப் அர்ச்சனை, ஆராதணை செய்து வழிபடுகின்றனர்” என்று தலைமைக் குருக்கள் அனந்த நாராயணன் அன்ன அபிசேகம் செய்யும் முறை குறித்து விளக்கினார்.

அன்னபிசேகம் மதியம் பூசையில் வழிபடுகின்றனர். சிவலிங்கத்திற்குச் செய்த அன்னபிசேகத்தில் தயிரைக் கலந்து தயிர்சாதமாகத் திருக்கோயிலுக்கு வரும் பக்தர்களுக்குக் கொடுக்கின்றனர். அன்னபிசேகம் செய்த அன்னத்தைச் சாப்பிட்டால் குழந்தை இல்லாதவர்களுக்குக் குழந்தை பாக்கியம் ஏற்படும் என்று மக்கள் நம்புகின்றனர். “அபிசேகம் செய்யப்பட்ட அன்னத்தைப் பொதுவாக ஓடும் நீரில் கரைத்துவிடுவது வழக்கம். லிங்கத்தின்மீது இருக்கும் அன்னத்தில் கதிர் இயக்க சக்தி ஊடுருவி இருக்கிறது. அதை அதிகமாகச் சாப்பிட்டால், அதைத் தாங்கும் சக்தி பக்தர்களுக்குக் கிடையாது. எனவேதான் சிவலிங்கத்தின் மேற்புறம் இருக்கும் அன்னத்தை விட்டுவிட்டு, மீதிப் பகுதியில் உள்ள அன்னத்தை எடுத்து தயிர்ச் சாதமாக கலந்து பிரசாதமாகக் கொடுப்பர்” என்று தினமலர் செய்தித்தாளில் அன்ன அபிசேகம் குறித்து விளக்கியுள்ளனர். அன்ன அபிஷேகம் செய்தால் மக்கள் ஒரு வருடம் பசியால் வாடாமல் இருப்பார் என்று வாணியம்பாடி மக்கள் நம்புகின்றனர்.

கார்த்திகை வழிபாடு

கார்த்திகை மாதத்தில் வரும் பௌர்ணமி தினத்தில் அருள்மிகு அதிதீஸ்வரார் திருக்கோயிலில் திருக்கோயிலில் சுவாமியும், அம்பாளையும், சுப்பிரமணியரையும், பூசை செய்து வழிபட்டால் நன்மை உண்டாகும் என்று மக்கள் கருதுகின்றனர். அம்பாளுக்குப் பூப்போட்ட ஆடையை அணிவித்து வழிபாடு செய்கின்றனர். சுப்பிரமணியரக்குப் பால்அபிசேகம் செய்து சிறப்புப் வழிபாடு நடைபெறுகின்றது. இக்காட்சியை மக்கள் கண்டு மனம் மகிழ்கின்றனர்.

ஆயுள் விருத்திக்கு தை வழிபாடு

பூசநட்சத்திரத்தில், அன்று தேன் கொண்டு அபிசேகம் செய்யவேண்டும். மஞ்சளும், சிவப்பும் கலந்த ஆடையை அணிவித்தல்வேண்டும். வில்வம், பூ, வெள்ளைத் தாமரை, நந்தியாவட்டை ஆகிய பூக்களைக் கொண்டு அர்ச்சனை செய்தல் நல்லது. பாயசம் நைவேத்தியம் செய்தால் ஆயுள் விருத்தி அடையும் என்று நம்புகின்றனர்.

அனைத்து பலனையும் தரும் மாசி வழிபாடு

மாசி மாதத்தில் வரும் மாகசிவராத்திரி அன்று காலை முதல் விரதம் இருந்து, இரவு முழுதும் கண்வழித்து சிவன் கோயிலில் நடைப்பெறும் சிறப்பு வழிபாடுகளை கண்டு சிவ மந்திரங்களை சொல்லி சிறப்புப் பூசைகள் இத்திருக்கோயிலில் நடைபெறுகின்றன.

புண்ணியம் பெற பங்குனி வழிபாடு

தயிர் அபிசேகம் செய்வது இத்தினத்தில் சிறந்தது. மஞ்சள் நிற வஸ்திரம் அணிவிக்கவேண்டும். தாமரைப் பூவினால் அர்ச்சனை செய்தல் வேண்டும். பிறகு சாதம், பருப்பு, நெய் சேர்த்து நைவேத்தியம் செய்வதால் புண்ணிய கதியை அடைய முடியும். மேற்கூறிய மாதங்களில் பௌர்ணமி தினத்தில் விரதம் இருந்து இறைவனை வழிபட்டால் நல்ல பலன் கிடைக்கும் என்றும் இவ்வகை வழிபாடுகள் இக்கோயிலிலும் நடைபெறுகிறது.

திருத்தலத்தின் சிறப்பும், வழிபாடும்

கல்விச்செல்வம் அருளும் தெய்வமாம் கலைவாணியின் ஊமைத்தன்மையை நீக்கி பேசும் சக்தியை அருளியதால் குழந்தைகளின் திக்குவாய், ஊமைத்தன்மை போன்ற பிரச்சனைகளுக்குத் தீர்வினை இத்திருத்தல இறைவன் அதிதீஸ்வரர் அருள்வார்.

அதிதி என்றால் விருந்தினர் என்று பொருள்படும். சரஸ்வதிதேவி, தம் வேள்விக்கு விருந்தினராய் வந்து வாணி

அளித்த விருந்தினை ஏற்று அருளியதால் இத்தலத்தின் ஈசன், அதிதீஸ்வரர் என்று அழைக்கப்படுகிறார்.

மேலும் காஷ்யப முனிவரின் பத்தின் அதிதி வணங்கி வந்ததாலும் அதிதீஸ்வரர் என்று அழைக்கப்படுகிறார். காஷ்யப மகரிஷியின் பத்தினி அதிதி. இந்த அன்னை புனர்பூச நட்சத்திரம் தோறும் இத்திருக்கோவிலில் அதிதி விரதமிருந்து தேவர்களைப் பெற்றெடுத்தாள் என்று புராணம் எடுத்து இயம்புகிறது. புனர்பூச நட்சத்திரத்தின் அதிதேவதை அதிதி. எனவே,புனர்பூச நட்சத்திரம் உடையவர்கள் வழிபடவேண்டிய திருத்தலம் இதுவாகும்.

4.5.03 அழகு பெருமாள்

சாதாரண வாழிபாடு

இக்கோயில் வைகானச ஆகம முறையில் வழிபாடுகள் நடைபெறுகின்றன. நாள்தோறும் இருகால வழிபாடுகள் நடைபெறுகின்றது.

சிறப்பான வழிபாடு

வைகுண்ட ஏகாதசி வழிபாடும், துவாதசி அன்று கருட உற்சவமும் நடத்தப்படுகின்றன. நவராத்திரி உற்சவம், புரட்டாசி மற்றும் மார்கழி மாதத்தில் தினமும் சிறப்புப் வழிபாடுகள் நடத்தப்படுகின்றன. இக்கோயில் வடகலைப் பிரிவின் வகையினை சார்ந்தது ஆகும்.

திருத்தலத்தின் சிறப்பும், வழிபாடும்

இக்கோயிலில் பிரதிவருடம் மாசி மாதத்தில் மூன்று நாட்கள் சூரியனின் கதிர்கள் ஸ்ரீ வரதராஜனின் திருவடிகளில் விழுவது, காணகண்கோடி வேண்டும். மேலும் இத்திருக்கோயிலில் ஸேவை சாதித்துவரும் ஸ்ரீகல்யாணராமரை சேவித்தால் திருமணமாகாதவர்களுக்கு உடனே திருமணம் கைகூடுவதும், ஸ்ரீவினைய ஆஞ்சநேயரை சேவித்தால் வினயமானபக்தி உள்ளங்கள் உண்டாவதும், தீராதவினையனைத்தும் நீங்குவதும் நடந்துவரும் உண்மையாகும். இக்கோயிலின் பின்புறத்தில் ஓர்

அரசமரமும், வேப்பமரமும் இணைந்து உள்ளது. அதனருகில் நாகப்ரதிஷ்டை செய்யப்பட்டுள்ளது. அவைகளை ப்ரதக்ஷனம் செய்வதால் புத்திர பாக்யம் ஏற்படும் என்பதும் திண்ணம்.

4.5.04 சென்றாயசுவாமி

சாதாரண வழிபாடு

நாள்தோறும் காலை, மாலை இருவேளையும் வழிபாடு நடைப்பெறுகிறது.

சிறப்பான வழிபாடு

பிரதிபுரட்டாசிமாதம் சனிக்கிழமைகளில் காலை 4 மணிமுதல் இரவு 9மணி வரையிலும் மேள,தாள,வாத்திய இசையுடன் சுப்ரபாதசேவையும் நாலாயிரத் திவ்யப் பிரபந்தச் சேவையும் நடைபெற்றுவருகின்றன.

ஆண்டுதோறும் மார்கழி மாதத்தில் வரும் ஏகாதசிதிதியன்று இறைவன் சன்னிதியில் அதிகாலையில் 'சொர்கவாசல்திறப்பு'என்னும் வைபவமும் வைகுண்டஏகாதசியும் மிகவிமரிசையாக நடைபெறுகின்றது. மார்கழி மாதம் முழுவதும் காலையில் அபிஷேக, ஆராதணை நடைபெறும்.

இவ்வாலயத்திற்குத் தமிழகம் மட்டுமல்லாது அண்டை மாநிலங்களில் இருந்தும் பக்தர்கள் வருகின்றனர். வீட்டில் நடக்கும் நற்காரியங்களின் போது பொங்கல் வைத்து, பூஜை செய்து வழிபடுவர் அதே போன்று தொழில் செய்கிற போதும் குலதெய்வத்தை வேண்டிய பிறகே செய்வார்கள்.

அருள்மிகுசென்றாயசுவாமியை குலதெய்வமாக கொண்டவார்கள் வீட்டில் நடக்கும் நற்காரியங்களின் போது குடும்பத்தின் பரம்பரை உறவினர்கள் ஒன்று கூடி பொங்கல் வைத்து, மேல்விளக்கு வைத்து செய்து வழிபடுவர்.முன்னோர்களின் ஆசி பெற மோட்சதீபம் ஏற்றி சிறப்பு வழிபாடு நடைபெறுகிறது.

சடங்குகள்

சென்றாயசுவாமியை குலதெய்வமாக கொண்டவர்கள் தங்களது முடியை இறக்கி, குழந்தைகளுக்குக் காதுகுத்துதல்,,

கோமாதாவழிபாடு, திருமணம்செய்தல், மேல்விளக்கு வைத்தல் போன்ற சடங்குகள் செய்யப்படுகிறது.

நேர்த்திகடன்கள்

நேர்த்திக்கடனாக யாதவ சமுதாயம் தம் வம்சம் தழைத் தோங்கவும், வளமுடன் வாழவும் பசுவையும், கன்றையும் பெருமானுக்கு காணிக்கையாக்கியும், தங்களது முடியை இறக்கி, குழந்தைகளுக்குக் காதுகுத்துதல்,, கோமாதாவழிபாடு நடத்தியும் தங்களது நேர்த்தி கடனைச் செலுத்துவார்.

சிறப்பு வேண்டுதல்

ஆலயத்தின் உள்ளே தங்களின் முன்னோாகளின் ஆன்மாவை மோட்சத் தீபமாக ஏற்றி அந்ததீபத்துடன் தங்கள் இன மக்களுடன் அனைவரும் ஒன்று சேர்ந்து கோவிந்தா! கோவிந்தா! என்ற இறைவனின் திருநாமத்தை இடைவிடாமல் கூவி அழைத்துக் கொண்டே இறைவனை சேவித்துக் கருடகம்பத்தில் மேல்விளக்கு ஏற்றி இறைவனை ஜோதி ஸ்வரூபமாகவும் தரிசித்துபின் அனைவரும் ஒன்று கூடி பக்தர்களுக்கு அன்னம் அளித்து தாங்களும் உணவருந்தி மகிழ்கின்றனார்.

திருத்தலத்தின் சிறப்பும், வழிபாடும்

14 ஆண்டுகள் வனவாசமும் ஓராண்டுக் காலம் அஞ்ஞானவாசமும் வாழும் படி நேர்ந்துவிட்டது. தருமன், பீமன், அர்ச்சுனன், நகுலன் மற்றும் சகாதேவன் ஆகிய பாண்டவர்கள் ஐவரும் தேசமெங்கும் உள்ள வனங்களில் நடந்து வந்து கொண்டிருக்கும் வேலையில், சந்தனம் மணக்கும் ஜவ்வாதுமலைப் பகுதியில் வருகின்ற போது பீமகுளம் என்ற இடத்தினிலே எம் பெருமாள் ஸ்ரீ கிருஷ்ண பகவான் புற்று வடிவினிலே உருவமும் அருவமும் அற்றநிலையினிலே சர்ப்ப வடிவமாக மக்களுக்குக் காட்சியளித்து மக்களைக் அருள்மிகு சென்றாயசுவாமியாக காத்து வந்த ஆலயத்தினையும் காண, அவர்கள் ஐவரும் இறைவனைச்

சேவித்து ஜவ்வாதுமலை வனத்தில் தங்கிச் சென்றதே சிறப்பு. மலையப்பனின் மக்களான ஜவ்வாதுமலை வாழ்மக்கள் அனைவருமே அருள்மிகு சென்றாயசுவாமியைத் தங்களின் குலதெய்வமாகவே வழிபட்டுக் கொண்டாடி வருவது இத்திருக்கோவிலின் சிறப்புக்குச் சிறந்த எடுத்துக்காட்டாகும்.

4.5.05 ஆராவமுதப் பெருமாள்

சாதாரண வழிபாடு

இக்கோயில் வைகானச ஆகம முறையில் பூசைகள் நடைபெறுகின்றன. நாள்தோறும் இருகாலப்பூசைகளும் நடைப்பெறுகிறது.

சிறப்பு வழிபாடு

வைகுண்ட ஏகாதசி பூசையும், துவாதசி அன்று கருட உற்சவமும் நடத்தப்படுகின்றன. நவராத்திரி உற்சவம், புரட்டாசி மற்றும் மார்கழி மாதத்தில் தினமும் சிறப்புப் பூசைகள் நடத்தப்படுகின்றன.

கிருஷ்ணர் வழிபாட்டுப் பொருள்கள் முறைகள்

விஷ்ணு, கிருஷ்ணாவதாரம் எடுத்ததை முன்னிட்டு, பெருமாள் கோயில்களில் பிரார்த்தனைகள் பஜனைகளுடன் நடைபெறும். திருவிழா பத்து நாள் மிகவும் உற்சாகமாகக் கொண்டாடப்பெறும். பானை நிறைய மோர் நிரப்பி, பானையை மஞ்சள் துணியால் மூடி, ஒரு கம்பின் உச்சியில் கட்டியிருப்பார்கள். ஓர் இயந்திரக் கருவின் துணையால், வெளியே நிற்கும் ஒருவன் பானையை உயரத்தில் ஏற்றுவான், அல்லது நினைத்தபோது கீழே இறக்குவான். ஏனையோர் அந்தப் பானையைப் பிடிக்க முயலும் போது அது அவர்களிடமிருந்து தப்பிவிடும். வேடிக்கை பார்ப்பவர்கள், இந்தப் போட்டியில் கலந்து கொண்டு, புராணக் கிருஷ்ணன் போல உடை உடுத்தியிருப்பவர்கள் மீது பல வண்ணத் தண்ணீர் ஊற்றுவர். கயிற்றை இறக்குபவன் சற்றுகவனக் குறைவாக இருக்கும் நேரத்தில், உயரத்துபவன் வெற்றிபெற்று விடுவான்.

திருத்தலத்தின் சிறப்பும், வழிபாடும்

பல வருஷங்களுக்கு முன்னால் ஸ்ரீ முஷ்ணம் என்னும் ஷேத்திரத்தில் இருந்து ஸ்ரீ வத்ஸ கோத்திரம் சக்ரவர்த்தி குலத்தில் அவதரித்த ஒரு மஹான பாதயாத்திரையாக பல திவ்ய தேசங்கள் சேவித்து வரும் பொழுது கேத்தாண்டபட்டி என்கிற ஊர் வந்து சேர்ந்தார். இலங்கை நோக்கி எடுத்துச் செல்லப்பட்ட அரங்கன் காவிரியின் அழகைக் கண்டு, அங்கேயே தங்க ஆசைப்பட்டது போல், நம் ஸ்வாமியும் வடதேச பாதயாத்திரையாகச் சென்றவர் மேலே செல்ல மனமில்லாமல் இங்கேயே தங்கி விடுகிறார். அவருடைய கனவில் இறைவன் வந்து திருக்குடந்தை வந்து என்னுடைய சிலையை எடுத்து வந்து இவ்விடத்தில் பிரதிஷ்டை செய் என்று கூறினார். மேலும் இறைவன் குடந்தையில் உள்ள அலுவலகத்தின் அதிகாரர்களின் கனவிலும் என்னைக் காண கேத்தாண்டப்பட்டி ஸ்வாமி வருவார்கள் என்று கூறினார். இவ்வாறு ஆராவமுதப் பெருமாள் விருப்பபட்டு வந்து வீற்றிருக்கும் திருதலம்.

4.5.06 திருப்பால்நதி ஈஸ்வரர்

சாதாரண வழிபாடு

தினந்தோறும் காலை பால் அபிஷேகம் செய்து ஆராதணை செய்யப்படுகிறது. மாலையில் தீபம் ஏற்றி வழிபாடு நடைபெறுகிறது.

சிறப்பான வழிபாடு

இக்கோவிலில் பஞ்சபருவ பூசைகளும், சுக்ரவாரம் மற்றும் சோமவார பூசைகளும் நடைபெறுகின்றன. பஞ்சபருவ பூசைகள் என்று அழைக்கப்படுபவை. அமாவாசை, கிருத்திகை, பிரதோசம், பௌர்ணமி, சதுர்த்தி பூசைகளாகும்.

சிவவழிபாட்டில் மிகவும் பலனளிக்கக் கூடியதாகவும், பக்தர்களின் வழிபாட்டில் மிக எளிமையாக விளங்குவது பிரதோஷ வழிபாடும், சிவராத்திரி வழிபாடும் மற்றும் சிறப்பு அபிஷேகமும் இன்று வரை நடந்து வருகிறது. மாசிமகத்தில் ஆலயத்தில் சிறப்புவழிபாடு நடைப்பெறுகிறது கார்த்திகை திருநாளில்

லிங்கவழிபாடும், விநாயகர்வழிபாடும் சிறப்பாக நடைபெறுகிறது. கோவிலின் ஈசான்ய மூலையில் உள்ள நவக்கிரக சன்னதியில் குரு, சனி, ராகு, கேது ஆகியவற்றிற்கு விசேட காலங்களில் சிறப்பு பூசைகளும் ஹோமங்களும் நடத்தப்படுகிறது. மகா சிவராத்திரியன்று 6 காலபூசை நடைபெறுகிறது.

திருத்தலத்தின் சிறப்பும், வழிபாடும்

ஆதியும் அந்தமும் இல்லாத பெரும் பரம்பொருளாய் விளங்குபவர் சிவபெருமான். இவருக்கு பிறப்பும் இல்லை, இறப்பும் இல்லை. நாயக்கர் காலத்தில் சுயம்பாக லிங்கரூபத்தில் இருந்தார். பாலாற்றில் வெள்ளம் வரும் பொழுது ஆற்றின் வெள்ளத்தில் முழுகிய இக்கோயிலில் லிங்கம் ஆற்றில் அடித்து சென்றது. ஆவுடையார் மட்டுமே இங்கேயே இருந்தது. அப்பொழுது பாம்பு வந்து அருள் செய்தது. பிறகு மிக உயரமான லிங்கம் இங்கு பிரதிஷ்டை செய்து மக்கள் வழிபட்டனர்.

4.5.07 பிரச்சன்ன வெங்கடேசபெருமாள்

சாதாரண வழிபாடு

இக்கோயில் நாள்தோறும் ஒருகாலப்பூசை நடைபெறுகின்றது.

சிறப்பு வழிபாடு

வைகுண்ட ஏகாதசி பூசையும், துவாதசி அன்று கருட உற்சவமும் நடத்தப்படுகின்றன. நவராத்திரி உற்சவம், புரட்டாசி மற்றும் மார்கழி மாதத்தில் தினமும் சிறப்புப் வழிபாடுகள் நடத்தப்படுகின்றன.வருடந்தோறும் புரட்டாசி மாதம் நான்காம் சனிக்கிழமை விடியாற்காலை முதல் மாலை வரை சிறப்பு அபிஷேகம், அலங்காரம் செய்யப்பட்டு வழிபாடுகள் நடைபெறும். இரவு சிறப்பு அலங்காரம் செய்து ஊஞ்சல் சேவை நடைபெறும்.

திருத்தலத்தின் சிறப்பும், வழிபாடும்

திம்மாம்பேட்டையில் மிகவும் பழமை வாய்ந்த ஸ்ரீதேவி பூதேவியுடன் காட்சி தரும்ஸ்ரீ பிரச்சன்ன வெங்கடேசபெருமாளே தன் சிறப்பு வாய்ந்தவர்.வருடந்தோறும் புரட்டாசி மாதம் நான்காம்

சனிக்கிழமை விடியிற்காலை முதல் மாலை வரை தொடர்ந்து சிறப்பு அபிஷேகம், அலங்காரம் செய்யப்பட்டு வழிபாடுகள் நடைபெறும். இரவு சிறப்பு அலங்காரம் செய்து ஊஞ்சல் சேவை நடைபெறும். இதில் திம்மாம்பேட்டை மற்றும் சுற்று வட்டத்தில் உள்ள ஏராளமான பக்தர்கள் கலந்துக் கொள்வார்கள்.

4.5.08 வைகுண்ட பெருமாள்

சாதாரண வாழிபாடு

இக்கோயில் வைகானச ஆகம முறையில் பூசைகள் நடைபெறுகின்றன. நாள்தோறும் இருகாலப்பூசைகளும் நடைபெறுகின்றது.

சிறப்பான வழிபாடு

வைகுண்ட ஏகாதசி பூசையும், துவாதசி அன்று கருட உற்சவமும் நடத்தப்படுகின்றன. நவராத்திரி உற்சவம், புரட்டாசி மற்றும் மார்கழி மாதத்தில் தினமும் சிறப்புப் வழிபாடுகள் நடத்தப்படுகின்றன. மார்கழி விடியற்காலையில் ஆண்டாள் பாசுரங்கள் தெருவெங்கும் முழங்கும் நிலையினை இராமநாயக்கன்பேட்டையில் காணமுடிகிறது. வைகறைப் பொழுதிலும், மாலை நேரங்களிலும் இந்த பஜனைப் பாடல்களைப் பாடி ஊர்ப் பெரியவர்களும், சிறியவர்களும் ஊரைச் சுற்றி வருவதுண்டு. இந்த பஜனை விநாயகர் ஆலயத்தில் மார்கழி முதல் நாள் தொடங்கி தை முதல்நாள் நிறைவடையும்.

திருத்தலத்தின் சிறப்பும், வழிபாடும்

மாசிமகத்தில் பெருமாள் ஆலயத்தில் சிறப்பு வழிபாடு நடைப்பெறுகிறது. இந்நாளில் திம்மாம்பேட்டையை சேர்ந்த மக்கள் கோவிலின் உற்சவமூர்த்திக்கு அபிஷேகம் செய்யும் போது பக்தர்களும் சேர்ந்து நீராடுவார்கள். முன்னோர்களின் நினைவாக ஆடைகளை தானமாக தருவார்கள்.

4.5.09 பழனி ஆண்டவர்

சாதாரண வழிபாடு

கிரிசமுத்திரம் கிராமத்தில் கோயில் கொண்டுள்ள ஸ்ரீபழனி ஆண்டவருக்கு தினசரி இருவேளையும் வழிபாடு நடைபெறும்.

சிறப்பான வழிபாடு

கிருத்திகை நட்சத்திரநாள், சஷ்டிநாட்கள், மார்கழி, ஆடி, கார்த்திகை மாதங்களிலும் சிறப்புப் வழிபாடுகள் நடைபெறுகின்றன. கார்த்திகை தீபத்தன்று கோவில் முழுவதும் தீபம் ஏற்றி மக்கள் வழிப்பாடுகின்றனர். திருமணங்கள் நடைபெறுகின்றது. விசேஷ நாட்களில் ஆயிரக்கணக்கான பக்தர்கள் கூடுகின்றனர்.

இக்கோயிலின் முன்புறத்தில் ஓர் அரசமரமும் உள்ளது. அதனருகில் நாகப்ரதிஷ்டை செய்யப்பட்டுள்ளது. இதற்கு செவ்வாய், வெள்ளி கிழமைகளில் பால் அபிஷேகம் செய்து மக்கள் வழிப்படுகின்றனர். இங்குள்ள புற்றுக்கு செவ்வாய், வெள்ளி கிழமைகளில் பால் ஊற்றி வழிப்படுகின்றனர்.

சிறப்பு வேண்டுதல்

ஆடிகிருத்திகை, தைகிருத்திகை, கார்த்திகைகிருத்திகை அன்று அப்பகுதியில் வாழும் மக்கள் முருகருக்கு பல்வேறு வகையான காவடிகளை எடுத்து வேண்டுதலை நிறைவேற்றுகிறார்கள். இக்கோயிலின் முன்புறத்திலுள்ள அரசமரத்தையும், நாகசிலையும் ப்ரதக்ஷனம் செய்வதால் புத்திர பாக்யம் ஏற்படும், கன்னி பெண்களுக்கு விரைவில் திருமணம் நடைப்பெரும் என்பதும் திண்ணம்.

கந்த சஷ்டி விரதம்

தேவி, விநாயகர் ஆகிய இருவருக்கும் வெள்ளிக்கிழமை விரதம் இருக்க உகந்த நாள். அதுபோல் சுப்ரமணியருக்கும் வெள்ளிக்கிழமை உகந்த நாள் ஆகும். வெள்ளிக்கிழமை முழு நேரமும் உணவு உண்ணாமல் விரதம் இருந்தால் நல்ல பலன் கிடைக்கும் என்று மக்கள் நம்பினர். ஆனால் முழு நேரம் விரதம்

இருக்க முடியாதவர்கள் ஒரு வேளை மட்டும் உணவு அருந்திவிட்டு விரதம் இருக்கலாம். தொடர்ந்து மூன்று ஆண்டுகள் இந்த விரதத்தை மேற்கொண்டால் நன்மை உண்டாகும் என்று மக்கள் நம்புகின்றனர்.

கார்த்திகை மாதத்தில் வரும் திருக்கார்த்திகையில் விரதம் இருத்தல் நல்லது. தொடர்ந்து பன்னிரண்டு ஆண்டு விரதம் இருந்தால் நல்ல பலன் கிடைக்கும் என்று மக்கள் நம்புகின்றனர். கந்த சஷ்டி விரதம் மிகவும் சிறப்பு வாய்ந்தது ஆகும். தொடர்ந்து ஐந்து நாட்கள் விரதம் இருந்து ஆறாவது நாள் உபவாசம் இருத்தல் மிகவும் நன்மை உண்டாகும்.

வைகாசி விசாகம்

வைகாசி, தமிழ் ஆண்டின் இரண்டாவது மாதம். இம்மாதத்து முழு நிலா நாள், சிவபெருமானின் குமாரனான சுப்பிரமணியருக்கு மிகவும் சிறப்பாக உரிய நாள். இக்கோயில்களில் வைகாசிவிசாகம் பெரிய அளவில் கொண்டாடப்படுகிறது.

திருத்தலத்தின் சிறப்பும், வழிபாடும்

200 வருடங்கள் முன்பு வேல் மட்டுமே முருகனாக நினைத்து வழிபட்ட திருதலம்

4.5.10 சீனிவாசபெருமாள்

சாதாரண வழிபாடு

நாள்தோறும் காலை மாலை இருவேளையும் வழிபாடு நடைப்பெறுகிறது.

சிறப்பான வழிபாடு

பெத்தூரிலுள்ள சீனிவாசபெருமாள் கோயிலில் சனிக்கிழமை தோறும் மாலை ஆறு மணிக்கு மோட்சதீபம் ஏற்றப்படுகிறது. முன்னோர்களின் அருள் கிடைக்க பாவங்கள் தீர மோட்சதீபம் ஏற்றி இக்கிராம மக்கள் வழிப்படுகின்றனர். பெருமாளை குலதெய்வமாக கொண்டவர்கள் மேல் விளக்கு ஏற்றி வழிபாடுகிறார்கள்.இக்கோயிலின வேப்பமரம், அரசமரம் மிகவும் பழமை வாய்ந்தது, வேப்பமரத்தின் கீழே நாகலாம்மன்

சிலையுள்ளதால் குழந்தையில்லாத பெண்கள் காலையில் ஈரதுணியுடன் சுற்றி வலம் வந்து வழிபாடுவர்.

திருத்தலத்தின் சிறப்பும், வழிபாடும்

வாரந்தோறும் சனிக்கிழமை மாலை 6 மணிக்கு மோட்சதீபம் ஏற்றப்படுகிறது. முன்னோர்களின் அருள் கிடைக்க பாவங்கள் தீர மோட்சதீபம் ஏற்றி இக்கிராம மக்கள் வழிப்படுகின்றனர்.

4.5.11 காசிவிஸ்வநாதர்

சாதாரண வழிபாடு

நாள்தோறும் காலை மாலை இருவேளையும் வழிபாடு நடைப்பெறுகிறது.

சிறப்பான வழிபாடு

கொடையாஞ்சி கிராமத்தில் அருள்பலிக்கும் காசிவிஸ்வநாதருக்கு அனைத்து நாட்களிலும் காலை ஐந்து மணி முதல் இரவு ஓன்பது மணி வரை தொடர்ந்து வழிபாடுகள் நடைப்பெறுகிறது.

காசிவிஸ்வநாதருக்குஓவ்வொரு சிவராத்திரியின் போதும் தீபம் ஏற்றி வழிபாடுவர்கள், இவ்வூரில் உள்ள 9 கோயில்களுக்கும் ஊர் மக்கள் சார்பில் நெய் தீபம் ஏற்றி வழிபட்டு வருகின்றனர். மேலும் கார்த்திகை தீபத்தின்போது விளக்கேற்றி வைத்து பிரமாண்டமான வாணவேடிக்கை நடத்தப்பட்டு வருகிறது.

ஓவ்வொரு மாதத்தில் வரும் 2 பிரதோஷங்களில் காசிவிஸ்வநாதர் சிறப்பாக அலங்கரிக்கப்பட்டு தீபாராதனை நடத்தப்படுகிறது. ஞாயிற்றுகிழமை, அமாவாசை தினங்களில் முன்னோர்கள்வழிபாடு இங்கு நடைப்பெறுகிறது. தன் குடும்பத்தில் இறந்தவரின் ஆத்மா சாந்தி அடைய இங்கு வந்து பாலாற்றில் நீராடி பூஜித்து இறைவணை வணங்கி செல்கின்றனர்.

திருத்தலத்தின் சிறப்பும், வழிபாடும்

இக்கோவிலில் ஆடிபெருக்கு அன்று காலை சூரியன் மூலவர் மீதுபடுவது இக்கோயிலின் சிறப்பாகும். அன்றைய தினம் சுமார்

25 ஆயிரத்துக்கு மேற்பட்ட பக்தர்கள் கலந்துக்கொண்டு ஆற்றில் புனித நீராடி தரிசித்து செல்கின்றனர். இதில் வாணியம்பாடி மற்றும் சுற்றியுள்ள 25க்கும் மேற்பட்ட கிராம மக்கள் கலந்து கொள்கின்றனர்.

4.5.12 பஞ்சமுகநந்தீஸ்வரர்

சாதாரண வழிபாடு

இக்கோவில் மலையின் மேல் இருப்பதால் தினமும் காலை, மாலை இவற்றில் ஒரு வேளை மட்டுமே வழிபாடு நடைபெறுகிறது.

சிறப்பான வழிபாடு

சுக்ரவாரம் மற்றும் சோமவார அமாவாசை, பிரதோசம், பௌர்ணமி, வழிபாடுகள் நடைபெறுகின்றன. மூலவருக்கு பால், தேன், நதிநீர், அன்னம், பழங்கள், பூக்கள், மற்றும் வாசனைதிரவியங்கள் இவற்றால் அபிஷேகம் செய்யப்படுகிறது. இத்திருக்கோவிலில் மிகச்சிறப்பாக நடைபெறும் வழிபாடுகள் மார்கழியில் திருவாதிரை, மாசியில் சிவராத்திரி, பிரதிமாதம் நடைபெறும் பிரதோஷ வழிபாடுகள் சிறப்பானதாகும்.

சித்திரை	:	சித்ரா பௌர்ணமி
மாசி	:	மகா சிவராத்திரி
பங்குனி	:	உத்திர திருவிழா

திருத்தலச்சிறப்பு

இத்திருக்கோவில் விஜயநகரபேரரசு காலத்தை சார்ந்தவை. மோகலாய மன்னர்களின் படையெடுப்பின் போது கோயில் சிதைக்கப்பட்டது. இக்கோயில் கற்காளால் கட்டப்பட்ட கற்கோயில். இங்கு விநாயகர், முருகர், வள்ளி, தெய்வணை, சிவன், பார்வதி என குடும்பத்துடன் இந்த கோயிலில் வீற்றிருக்கிறார். இக்கோயிலின் மூலவர் லிங்கரூபத்தில் மூன்று அம்மன் தலைகளை கொண்டு வீற்றிருக்கிறார்.

4.5.13 தீர்த்தகிரி ஈஸ்வரர் மற்றும் பாலமுருகன்

சாதாரண வழிபாடு

நாள்தோறும் காலை மாலை இருவேளையும் வழிபாடு நடைப்பெறுகிறது.

சிறப்பான வழிபாடு

இக்கோயிலில் அன்றாடம் காலை முதல் மாலை வரை வழிபாடுகள் நடைபெறுகிறது.சிவன் லிங்கருபமாக காட்சி தருகிறார். இவருக்கு காட்டில் வாழும் சித்தர்கள் வழிபாடு செய்தாக கூறுகிறார்கள். நோய்களை போக்கும் இந்த ஊற்று நீரில் நீராடியும் அல்லது தலையில் தெளித்த பிறகு இறைவனுக்கு வழிபாடு செய்கிறார்கள். குழந்தை வரம் வேண்டி வருபவார்கள் இங்குள்ள பாலமுருகனுக்கு அபிஷேகம், அர்ச்சனை செய்து, இங்குள்ள தலவிருட்சத்தில் தொட்டில் கட்டிவிட்டு செல்கிறார்கள். குழந்தை பிறந்தவுடன் குழந்தையுடன் இங்கு வந்து வழிபாடு செய்கிறார்கள்.

திருத்தலத்தின் சிறப்பும், வழிபாடும்

பெத்தூர் கிராமத்தில் மிகவும் பழமை வாய்ந்த திருக்கோயில் தீர்த்தகிரி ஈஸ்வரார். இங்கு வற்றாத ஊற்று நீர் குளமாக உள்ளது. இது மூலிகை தண்ணீர் மக்களின் நோய்களை போக்குவதால், இக்கோயிலுக்கு வரும் மக்கள் இந்த குளத்தில் நீராடி சிவனை வழிபாடு செய்வார்கள்.

இங்குள்ள கோயிலிலுள்ள விநாயகருக்கு என்றவாது ஒரு நாள் காட்டிலிருந்து யானை ஒன்று வந்து குளத்தில் உள்ள நீரை தும்பிக்கையில் எடுத்து அபிஷேகம் செய்து வழிபாடு செய்யும் சிறப்பு வாய்ந்த கோயில்.

இக்கோயிலில் வழிபாடுகள் செய்து முடித்துவிட்டு இங்குள்ள தலவிருட்சத்தின் கீழே ஒருமணி நேரம் அமர்ந்துவிட்டு செல்லவேண்டும். இப்படி அமர்ந்துவிட்டு சென்றால் பக்தர்களின் மனதில் அமைதி நிலவும் என்பது உண்மை. இதுவே இத்திருதலத்தின் சிறப்பு.

4.5.14 பஜனைகோயில்

சாதாரண வழிபாடு

இந்த கோயிலில் இராமாரை மனதில் நினைத்து காலை மாலை நேரங்களில் விளக்கேற்றிப் பக்தி பாடல்களை பாடி, பஜனை செய்து வழிபாடுவார்கள்.

சிறப்பான வழிபாடு

ராவ்ஸ் சமுகத்தை சேர்த்த மக்கள் மார்கழி, புராட்டாசி மாதம் முழுவதும், புனர்பூசநட்சத்திரத்தன்றும், விடியற்காலையில் ஊரின் எல்லாம் பகுதிகளுக்கும் சென்று கையில் விளக்கினை ஏந்தி 'ஹரேராமா ஹரேகிருஷ்ணா' என முழக்கமிட்டு, இராமாரின் துதிப் பாடல்களை பாடி பஜனை செய்வார்கள்.

திருத்தலத்தின் சிறப்பும், வழிபாடும்

ராவ்ஸ் சமூகத்தினர் மட்டுமே வணங்கக் கூடிய கோவில், தினமும் மாலை நேரங்களில் பஜனை செய்து வழிபாடு நடைபெறும்.

4.5.15 பெருமாள் (துளசிமாடம்)

சாதாரண வழிபாடு

இக்கோவிலில் நாள்தோறும் இருகாலப்பூசைகளும் நடைப்பெறுகிறது.

சிறப்பான வழிபாடு

தும்பேரியிலுள்ள பெருமாளுக்கு வாரம்தோறும் சனிகிழமைகளில் மாலை 6 மணிக்கு மேல் மேல் விளக்கு வைத்து சிறப்பு வழிபாடு நடத்தப்படுகிறது. வைகுண்ட ஏகாதசி வழிபாடும், புரட்டாசி மாதங்களிலும் மற்றும் மார்கழி மாதத்திலும் தினமும் சிறப்பு வழிபாடுகள் நடத்தப்படுகின்றன.

நேர்திக்கடன்கள்

தும்பேரி பகுதி மக்கள் குடும்பத்தில் நல்லது நடக்க பெருமாளை வேண்டிக் கொண்டு மேல்விளக்கு வைத்து

வழிபாடுவார்கள். புராட்டசி மாதம் 5 சனிக்கிழமைகளும் பெருமாளை வேண்டிக் கொண்டவர்கள் மேல்விளக்கு வைத்து வழிபடுவார்கள்.

மேல்விளக்கு வழிபாடு முறைகளும், பொருட்களும்

இப்பகுதியில் வாழும் மக்கள் குலதெய்வமாக பெருமாளை வழிபடுகிறார்கள். தங்கள் குடும்பத்தில் நடைபெறும் சுபநிகழ்ச்சிகளுக்கு இக்கோயிலில் மேல்விளக்கு வைத்து வழிப்படுகின்றனர். குடும்பத்தில் உள்ள அனைத்து உறவினர்களையும், முக்கியமாக பங்காளிகள் அனைவரையும் அழைப்பார்கள். சனிக்கிழமை காலை பெருமாளுக்கு அபிஷேகம் செய்து ஆராதணை செய்து வழிபடுவர். பின்பு 12 மணிக்கு மேல் வீட்டில் பச்சரிசி பொங்கல் செய்து அதில் தயிர், நெய், வாழைபழம், வெல்லம், வாடை, பாயசாம் செய்து கோவிந்தா என்று சொல்லி அனைவரும் வழிப்படுவர். மேலும் மாலை 6 மணிக்கு புது கூடையில் பொரி, வெற்றிலைபாக்கு, கற்பூரம், தேங்காய், பூ, வெல்லம், எண்ணெய், சாணாக்கை, வேட்டி ஆகியவற்றை வைத்து ஊர்கோலமாக ஊரிலுள்ள அனைத்து கோயிலுக்கும் சென்று வழிபாட்டு, இறுதியாக பெருமாள் கோயிலுக்கு வந்து பெருமாளுக்கு பூசை செய்வார்கள். கருடகம்பத்திற்க்கு வேட்டி கட்டி, பூமாலை இட்டு, சாணக்கையில் எண்ணை ஊற்றி திரியிட்டு கம்பத்தின் மேல் ஏறி விளக்கை ஏற்றுவார்கள். இவ்வாறு மேல்விளக்கு வழிபாடு இவ்வூரில் நடைபெறுகிறது.

திருத்தலத்தின் சிறப்பும், வழிபாடும்

இக்கோயிலின் கருவறையில் பெருமாள் துளசிமாடமாய் காட்சி தந்து மூலவராக வீற்றிருக்கிறார். இக்கிராம மக்களுக்கு துளசிமாடத்தை வழிபாட்டு இறைவணின் அருள் பெறுவதே இந்த கோயிலின் சிறப்பாகும்.

4.5.16 சந்திரமௌலிஸ்வரர்

சாதாரண வழிபாடு

தினமும் காலை, மாலை இருவேளை வழிபாடு நடைபெறுகிறது.

சிறப்பான வழிபாடு

சித்திரை	:	பிரம்மோற்சவம், சித்ரா பௌர்ணமி
புரட்டாசி	:	நவராத்திரி விழா
ஐப்பசி	:	அன்னாபிஷேகம்
கார்த்திகை	:	தீபத்திருவிழா
மார்கழி	:	மாத முழுவதும் காலை சிறப்பு வழிபாடு
மாசி	:	மகா சிவராத்திரி

சிவனுக்கு ஒருராத்திரி ஆனால் சக்திக்கு ஒன்பது ராத்திரி. புண்ணியம் தரும் புரட்டாசி மாதத்தில் வரும் நவராத்திரி விழா கொலு வைத்து ஒன்பது நாளும் சிறப்பு வழிபாடுகள் நடைப்பெறும்.

முதல்நாள்	- சாமுண்டீதேவி	- சர்க்கரைப் பொங்கல்
இரண்டாம்நாள்	- வாராஹிதேவி	- தயிர்சோறு
மூன்றாம்நாள்	- இந்திராணிதேவி	- வெண்பொங்கல்
நான்காம்நாள்	- வைஷ்ணவிதேவி	- எலுமிச்சைசோறு
ஐந்தாம்நாள்	- மகேஷ்வரிதேவி	- புளியோதரை
ஆறாம்நாள்	- கவுமாரிதேவி	- தேங்காய்சோறு
ஏழாம்நாள்	- மகாலட்சுமிதேவி	- கற்கண்டுசோறு
ஏட்டாம்நாள்	- நரசிம்மதேவி	- சர்க்கரைப் பொங்கல்

ஓன்பதாம்நாள் - ப்ராஹ்மிதேவி – எல்லவிதமான பிரசாதமும் வழங்கப்படும்.

திருத்தலத்தின் சிறப்பும், வழிபாடும்

சந்திரனை பார்த்தால் மனம் அமைதி தரும். அதுபோல சந்திரனை வணங்குவதற்கு சமமான இக்கோயிலின் மூலவர் சந்திரமௌலிஸ்வரரின் லிங்கரூபமான காட்சி பார்த்து வழிபாட்டால் மக்களின் மனதுயரை நீக்கி மனஅமைதியை தருகிறார் என்பார்கள்.

4.5.17 அண்ணாமலை ஈஸ்வரர்

சாதாரண வழிபாடு

தினதோறும் காலையில் அபிஷேகமும், ஆராதணையும் செய்து மாலை தீபம் ஏற்றியும் வழிபாடு நடைப்பெறுகிறது.

சிறப்பான வழிபாடு

இத்திருக்கோவிலில் மிகச்சிறப்பாக நடைபெறும் வழிபாடுகள் மார்கழியில் திருவாதிரை, மாசியில்சிவராத்திரி, பிரதிமாதம் பிரதோஷ, பௌர்ணமி, அமாவாசை வழிபாடுகள் சிறப்பானதாகும். கார்த்திகை தீபதிருவிழாவின் போது திருவண்ணாமலையில் ஏற்றும் தீபம் போன்று இக்கோவிலிலும் சிறிய கொப்பரையில் தீபம் ஏற்றப்படுகிறது.

திருத்தலத்தின் சிறப்பும், வழிபாடும்

இத்திருக்கோவில் 10 ஆம் நூற்றாண்டை சார்ந்த பிற்கால சோழர்களால் கட்டப்பட்ட கற்கோவில். 1000 வருடங்கள் கடந்தும் கர்பகிரகம் பொலிவுடன் இருப்பது இக்கோவிலின் சிறப்பு. அதோடு பிரதி தமிழ் வருடம் பங்குனி மாதம் 2 ஆம் நாள் முதல் 7ஆம் நாள் வரை கிழக்கே சூரிய உதயம் ஆன 10 நிமிடங்கள் கழித்து ஆதவனின் கிரணங்கள் அதாவது சூரியபகவான் தனது கிரணங்களால் அடிமுடி காணாத பரம்பொருளை ஸ்ரீதிருஅருணை பெருநாயகனை சுமார் 12 நிமிடங்கள் அதாவது அரை நாழிகை நேரம் முடியிலிருந்து அடி வரை வணங்குவது மெய்சிலிர்க்க வைக்கும் ஓர் அற்புத காட்சி ஆகும். மக்கள் அனைவரும் இக்காட்சியை கண்டு வழிபடுகின்றனர்.

4.5.18 சுந்தரராஜாப் பெருமாள்

சாதாரண வழிபாடு

இக்கோயில் வைகானச ஆகம முறையில் பூசைகள் நடைபெறுகின்றன. நாள்தோறும் இருகாலப்பூசைகளும் நடைபெறுகின்றது.

சிறப்பான வழிபாடு

வைகுண்ட ஏகாதசி பூசையும், துவாதசி அன்று கருட உற்சவமும் நடத்தப்படுகின்றன. நவராத்திரி உற்சவம், புரட்டாசி மற்றும் மார்கழி மாதத்தில் தினமும் சிறப்புப் வழிபாடுகள் நடத்தப்படுகின்றன.

திருத்தலத்தின் சிறப்பும், வழிபாடும்

இக்கோயிலின் கருவறையில் ஸ்ரீ சுந்தரந்ரராஜப் பெருமாள், ஸ்ரீசுந்தரவல்லி தாயாருடன் இராஜா கோலத்தில் உட்கார்ந்த நிலையில் காட்சியளிக்கிறார். திருமணம் தடைநீங்க இப்பெருமாளை வேண்டிக் கொண்டு, திருமணம் நடந்த பிறகு ஜோடி மாலை வாங்கி மூலவருக்கு செலுத்துவார்கள்.

கற்பகிரகத்தின் தென்மேற்குமூலையில் இராகு வந்து சூரியனை பிடிப்பது போலவும், ஆர்த்தமமண்டபம் கற்பகிரகத்திற்கும் இடையே உள்ள வாயில்படியில் கேது சந்திரனை பிடிப்பது போலவும் கல்வெட்டு உள்ளது. அதனால் ராகுகேது பரிகாரதலமாக இருப்பதால் இங்கு ராகுகேது வழிபாடு நடைப்பெறுகிறது. கிரகங்கள் பெயர்ச்சி அடைந்தவுடன் அன்றே இக்கோயிலில் வந்து இரண்டு நெய் தீபம் ஏற்றி வழிபட்டால் கிரதோஷம் நீங்கும் எனக் கூறுகிறார்கள்.

இங்கு பெரியதிருவடி சிறியதாகவும், சிறியதிருவடி பெரியதாகவும் இருப்பதும், சிறியதிருவடியின் வால் தலைக்கு மேலேயும், வாலில் மணியும் கட்டப்பட்டிருக்கும். இச்சிறப்பினால் வியாழன் கிழமை மாலை 5.30 மணி முதல் 6 மணிக்குள் 11 முறை வலம் வந்து வழிபாடு செய்தால் நினைத்தகாரியம் நிறைவேறும் என்பார்கள்.

4.6 வாணியம்பாடி வட்டார சிறுதெய்வங்களின் வழிபாட்டு மரபுகள்

சிறுதெய்வங்கள் பிறப்பு இறப்பு உள்ளவை, குறிப்பிட்ட ஆற்றல் உடையவை, சில சக்திகளை கொண்டவை, இவற்றில் உயிர்பலி உண்டு. நாட்டுப்புற தெய்வங்களில் பெரும்பான்மை

பெண்தெய்வங்கள், இந்த பெண்தெய்வங்கள் திருமணம் ஆகாதவை. சிறு தெய்வங்களை வீட்டுதெய்வம், குலதெய்வம், சாதிதெய்வம், ஊர்தெய்வம் எனப் பிரிப்பர். பெரும்பாலும் இத்தெய்வங்களுக்கு கோயில் அமைப்பும் இல்லை. பிராமணர் அல்லாதோர் பூசாரியாக இருப்பர்.

சிறு தெய்வங்கள் மக்களால் உண்டாக்கப்பட்டு, மக்களால் பேணப்படுபவை. இத்தெய்வங்கள் கொடூற உருவம் உடையவை. இங்கு அருள் வாக்கு உண்டு. சமூகத்தில் உயர்வு, தாழ்வு, அதிகம், குறைவு போன்ற பாகுபாடுகள் காணப்படுவது போல தெய்வங்களிலும் சிறுதெய்வங்கள், பெருந்தெய்வங்கள் என்ற பாகுபாட்டினைக் காண முடிகின்றது. நாட்டுப்புறத் தெய்வங்களுள் பெரும்பாலானவை பெண்தெய்வங்களாகவே அமைந்துள்ளன. அதற்குக் காரணமாகத் தமிழருடைய பண்பாட்டைக் கூறலாம். மாரி, காளி, வீரன், பிடாரி, அய்யனார், முனீஸ்வரன்,முதலிய தெய்வங்களைச் சிறுதெய்வங்களாக வழிப்பட்டனர்.

நாட்டுப்புற மக்களின் வழிபாடுகள் அவரவர்கள் விருப்பத்திற்கேற்ப அமைகின்றன இன்னின்ன முறைகளில் தான் வாழிபாடு செய்ய வேண்டும் என்கிற கட்டுப்பாடுகள் இல்லை. விருப்பப்பட்டால் எந்த நாளாக இருந்தாலும் எவர் வேண்டுமானாலும் சென்று வழிபாடு செய்வார்கள் பாடல்களைப் பாடுவார்கள்.

‘உன் கரகம் பிறந்ததம்மா கண்ணனூர் மேடையிலே
உன் வேம்பு பிறந்ததம்மா விஜயநகர் பட்டணமாம்
உன் சூலம் பிறந்ததம்மா துலுங்குமணி மண்டபத்தில்
உன் அலகு பிறந்ததம்மா அயோத்திநகர் பட்டணமாம்
உன் சிலம்பு பிறந்ததம்மா சிவலிங்கப்பாறையிலே
உன் பிரம்பு பிறந்ததம்மா பிச்சாண்டி உத்திராஷ பூமியிலே
உன் பம்பை பிறந்ததம்மா பளிங்குமாமணி மண்டபத்தில்’

என்னும் பாடல் அம்மனை அழகாக வருணிக்கிறது. பண்பாட்டின் அடிப்படையில் பெருந்தெய்வ வழிப்பாடுகளும் அமைந்திருக்கின்றது.

❖ மரங்கள் - அரசமரம், ஓதியமரம், வேப்பமரம் போன்றவை முக்கிய வழிபாட்டு மரங்களாகும்.

- ❖ உருவங்கள் - சுடுமண் உருவங்கள், பாம்பு, கரும்பு, யானை, குதிரை, பசு, நாய் போன்ற உருவங்களை வழிபாட்டிற்கும் உடையவை.
- ❖ ஆயுதங்கள் - வில், வேல், வால், சூலம், அரிவாள், கதாயுதம் போன்ற ஆயுதங்கள் பயன்படுகின்றன.
- ❖ பூஜைக்கு பயன்படும் பொருட்கள் - பெரியவகை மணிகள், அக்னி, கப்பரை போன்றவை பூஜைக்கு பயன்படுத்துவர்.
- ❖ இசைக்கருவிகள் - உடுக்கை, பம்பை, பறை, தவில், கொம்பு, வாத்தியம் போன்ற இசைக்கருவிகள் வழிபாட்டின் போது இசைக்கப்படும்.
- ❖ நிகழ்ச்சிகள் - கர்ண பரம்பரை கதைகள் வில்லுப்பாட்டு, உடுக்கையடி பாட்டு, கும்பி, இனவழிக் கூத்துக்கள், கரகம், காவடியாட்டம், சிலம்பாட்டம், பொய்க்கால் குதிரையாட்டம் போன்ற நிகழ்ச்சிகள் நடைபெறும்.
- ❖ படைக்கப்படுபவை - ஆடு, கோழி, பலியிடுதல் சிறுதானிய உணவுகள், சர்க்கரை வெல்லம் பொங்கல், கருவாடு, சுருட்டு, கஞ்சா, சாராயம் முதலிய போதைப் பொருட்களையும் தேங்காய் பழமும் வைத்துக் படைக்கின்றனர்.
- ❖ பிரசாதங்கள் - திருநீறு, குங்குமம், பூ, தீர்த்த நீர், வேப்பலை, ஆகியவற்றைக் கோயில் பிரசாதங்களாக வழங்கப்படுகிறது.

வழிபாட்டு முறைகள் தெய்வத்திற்குத் தெய்வம் வேறுபடுவதுண்டு. வாணியம்பாடி வட்டார மக்கள நாட்டுப்புறத்தெய்வ வழிபாட்டு முறைகள் மற்ற வட்டாரங்களினின்றும் வேறுபட்டு நிற்கின்றன. ஆண்தெய்வங்களுக்கும், பெண் தெய்வங்களுக்கும் செவ்வாய்க்கிழமை, வெள்ளிக்கிழமை வழிபாடு நடைபெறும்.

வாணியம்பாடி வட்டார வழிபாட்டு முறையை மிக மிகச் சுருக்கமாகக் காண்போம்.

1) ஊர்க்கூட்டம்
2) கால் நாட்டுதல்
3) விரதமிருத்தல்
4) குடி அழைப்பு
5) காப்பு கட்டுதல்
6) கொடை நிகழ்ச்சிகள்
7) சாமக் கொடை
8) சடளை ஏறுதல்

இவ்வாறு வாணியம்பாடி வட்டாரத்தில் வழிபாட்டு முறைகள் ஊருக்கு ஊர் தெய்வத்திற்குத் தெய்வம் வேறுபடுவதைக் காண்கிறோம். மழையில்லாக் காலத்து மழை வேண்டியும் விளைச்சல் பெருகவும் நோய்நொடி வராதிருக்கவும் பகை ஏற்படின் பகைக்குப்பின் சமரசமுயற்சியாகவும் சாமி கும்பிடுவது உண்டு. சாமி கும்பிடுவது என முடிவு செய்து விட்டால் பல்லி சகுனம் கேட்பர். பூக்கட்டிப் பார்ப்பர். நல்ல சகுனம் கிடைத்த பின்பு ஊர் சாற்றுவார்கள். கோயில் கும்பிடுவதற்கு அடையாளமாகக் காப்பு கட்டுவர்.

சாமி கும்பிடுவதற்கு வீட்டுவரி போடுவர். சில இடத்தில் தலைக்கட்டு வரி போடுவர். இதற்கிடையில் மேளக்காரருக்கும் குசவர்க்கும் அச்சாரம் கொடுப்பர். கோயில் முன்பும் ஊரின் நடுவிலும் பந்தல் போடுவர். நேர்த்திக்கடன் உள்ளோர் விரதமிருப்பர். சாமி கும்பிடும் நாளன்று மண்ணால் செய்த தெய்வ உருவச் சிலையைக் கொணர்ந்து கண் திறப்பர். சிலையைக் கோயிலில் வைத்தவுடன் கிடா வெட்டிப் பொங்கல் வைப்பர். பொங்கல் வைத்துத் தேங்காய் பழம் வைத்துச் சாமி கும்பிடுவதைச் 'சிறப்பு நடத்துதல்' என்பர் பின்னர் மாவிளக்கு, முளைப்பாரி கொண்டு வருவர். முளைப்பாரியைச் சுற்றிப் பெண்கள்

கும்மியடிப்பர். நேர்த்திக் கடன் உள்ளோர் செலுத்துவர். கவர் குத்தி ஆடுவர் சிலர். மரத்தொட்டில் செய்து கோயிலில் வைப்பர். நேர்த்திக்கடனுக்காக மொட்டையடிப்பதும் அங்கமளித்தும் காணிக்கைச் செலுத்தலும் அக்னிச் சட்டி எடுப்பதும் உண்டு. சில இடங்களில் 'தீக்குழி' இறக்குவதும் உண்டு. அன்றிரவு கலை நிகழ்ச்சியோ, நாடகமோ நடைபெறும். இதில் கிராமப் பெருந்தனக்காரரும் கிராமப் பூசாரியும் பெரும்பங்கு வகிக்கின்றனர்.

காணிக்கை செலுத்தல், அங்கமளித்தல், காவடி எடுத்தல், கரகமெடுத்தல், பால்குடம் எடுத்தல், மொட்டையடித்தல், மிருகங்களை நேர்ந்து விடல் போன்ற சடங்குகள் உண்டு. சிறு தெய்வங்களுக்குக் கருவாடு, சுருட்டு, கஞ்சா, சாராயம் முதலியவற்றைப் படைப்பது உண்டு. சில தேவதைகளுக்கு ஆடு, கோழி, பன்றி பலியிடுவதுண்டு. சங்ககால மக்கள் பசுவினைப் பலியிட்டதாக அகநானூறு மூலம் அறிகிறோம். பின்னர் எலுமிச்சை, பூசணி பலி கொடுப்பதைக் காண்போம், உயிரில் பலி தொடங்கிய கால கட்டத்தில் இம்மாற்றம் நிகழ்ந்திருக்கலாம். நேர்த்திக்கடன் நேர்ந்தோர் தெய்வத்தைப் போன்ற உருவம் செய்து நேர்வதுண்டு பொங்கல், சித்திரை நாள், ஆடி, கார்த்திகை நாட்களில் கோயிலுக்குச் சென்று சாமி கும்பிடுவர். சாமி கும்பிடும் நாட்களில் கரகமெடுத்தல், காவடி எடுத்தல் நையாண்டி மேளம், கணியன் ஆட்டம், வில்லுப்பாட்டு போன்ற கலை நிகழ்ச்சிகள் நடைபெறும். திருநீறு, குங்குமம், பூ, தீர்த்த நீர், வேப்பிலை, துளசி முதலியவற்றைக் கோயில் பிரசாதங்களாக வழங்குவதுண்டு விழாக்காலங்களில் சாதி வேறுபாடின்றி அனைவரும் பங்கெடுப்பது குறிப்பிடத்தக்கது.

பெரும் பாரம்பரிய மரபை நோக்கிச் செல்லும் மாரியம்மன் போன்ற தெய்வங்கலுக்குத் திருவிழா நடைபெறும். சில தெய்வங்களுக்குத் தேர்த்திருவிழா நடைபெறும். மாரியம்மனுக்குத் தீமிதி விழா நடைபெறுகின்றது. திருவிழாக்களில் மாவிளக்குப் போடல், செடல் குத்திக் கொள்ளல், தீ மிதித்தல், வேப்பயிலையை சேலையாக தரித்தல் போன்ற வேண்டுதல்கள் நிறைவேற்றப்படும். திரௌபதியம்மன் கோவில் விழாவில் தெருக்கூத்து நடைபெறும்.

வீரபாண்டி மாரியம்மன் விழாவில் மாட்டுத்தாவணி இருக்கும். திருவிழாக்களின் போது கடைகள் போடப்படுவதையும் காண்கிறோம். நாட்டுப்புறத் தெய்வ வழிபாடு மக்களின் எண்ணங்களையும் நம்பிக்கையையும் வழி பாட்டு முறைகளையும் தொன்மை சமயத்தின் கூறுகளையும் பிரதிபலித்து நிற்பதைக் காண்கிறோம்.

நாட்டுப்புற மக்களின் வாழ்வில் ஏற்படும் இன்பதுன்பங்களுக்கும் நோய்நொடிக்கும் நாட்டுப்புறத் தெய்வங்களையே தஞ்சமடைகின்றனர். படையல்களும் பலியும் இட்டுத் தங்கள் வேண்டுதல்களை நிறைவேற்றிக் கொள்கிறார்கள். விழா எடுப்பதன் மூலம் உள்ளத்திற்கு மகிழ்வும் உறவுக்குத் தொடர்பும் ஏற்படுத்திக் கொள்கிறார்கள். நாட்டுப்புறத்தெய்வ வழிபாட்டை நன்கு ஆராயின் தொன்மை மதத்தைப் பற்றி நன்கு அறிந்து கொள்ளலாம். கோயில் விழாவின்போது ஊரில் இல்லாமல் இருப்பது தெய்வக் குற்றம் என நினைப்பதால் திருவிழா சாட்டியவுடன் வெளியூர் செல்லக்கூடாது என்கின்றனர். கோயில் திருவிழாவில் அனைவரும் கலந்து கொள்ள வேண்டும் என்ற கருத்தை உணர்த்துகிறது.

4.6.01 புத்துமாரியம்மன்

சாதாரண வழிபாடு

காலை முதல் இரவு முழுவதும் பக்தர்கள் வழிபாடு நடைபெற்றுக் கொண்டே இருக்கிறது.

சிறப்பான வழிபாடு

- ❖ புதியதாக வாகனம் அல்லது பழைய வாகனமாக இருந்தாலும், பயணம் செய்யும் போது பாதுகாப்புக்காக இருக்க எந்த நேரத்திலும் வழிபாடு நடைபெற்றுக் கொண்டே இருக்கிறது.
- ❖ தொழில் வியாபாரம் பெருக்கவும், குடியை நிறுத்தவும் அம்மனுக்கு வழிபாடு செய்துக் கையில் கயிறு கட்டப்படும்.

- ❖ இக்கோயிலில் நாகதோஷம் நிவர்த்தியடைய நாகப்ரதிஷ்டை செய்து சிறப்பு வழிபாடு நடைபெறுகிறது.
- ❖ இங்குள்ள தலவிருட்சத்தில் குழந்தை இல்லாதவர்கள் குழந்தைவரம் வேண்டி தொட்டில் கட்டி வழிபாடுகின்றனர்.
- ❖ இங்குள்ள தலவிருட்சத்திலும், நாகசிலைகளிலும் திருமணதடை நீக்க தாலி கயிற்றை கட்டி வழிபாடுகின்றனர்.
- ❖ செவ்வாய், வெள்ளி மற்றும் ஞாயிற்றுக்கிழமைகளில் பொங்கல் வைத்து ஆடு, கோழி பலியிட்டு வழிபாடுகின்றனர்.
- ❖ அமாவாசை, பௌர்ணமி தினங்களில் சிறப்பு வழிபாடு நடைபெறும். இதுபோன்ற பல்வேறு வேண்டுதலை அம்மனிடம் வேண்டி வேண்டுதல் நிறைவடைந்தவுடன் அவர்கள் வேண்டிக் கொள்ளும் முறைக்கேற்ப வழிபாடு செய்கிறார்கள். பொங்கல் வைத்து ஆடு, கோழி பலியிட்டும் வழிபாடு நடைபெறுகிறது.

சிறப்பு நிகழ்வுகள்

வேலூர் - பெங்களூர் தேசிய நெடுஞ்சாலை அமைக்கும் பொழுது வாணியம்பாடி இருந்து நாட்றம்பள்ளி சாலையின் மத்தியில் 100 ஆண்டுகள் மேல் சுயம்புவாகி உருவெடுத்துள்ள அருள்மிகு புத்துமாரியம்மன் திருக்கோயிலினை அப்புறப்படுத்த தேசிய நெடுஞ்சாலை முயற்சி செய்தது. ஆனால் அம்மன் சக்தி அருள் அதிகரித்து மேற்படி சுயம்பு புற்றினை அப்புறப்படுத்த முடியாமல் போய்விட்டது. அதற்கு நன்மை அளிக்கும் வகையில் தேசியநெடுஞ்சாலை மூலம் மேம்பாலம் அமைத்து அதன் கீழ் கம்பீரமாக அமைந்துள்ள அருள்மிகு புத்துமாரியம்மன் பக்தர்களுக்கு காக்கும் தெய்வமாகவும், இஷ்ட தெய்வமாகவும் விளங்கி வருகிறது.

சிறப்பு வேண்டுதல்

இத்திருக்கோயிலுக்கு வருகை தரும் பக்தர்களுக்கு வேண்டிய வரம் அருள்கிறவள் இந்த அம்மன் அதில் குறிப்பாக மக்கள் வேண்டிக்கொள்வது,

- திருமணதடைநீக்குதல்
- செய்யும் தொழில் வளர்ச்சி அடையவும்
- குழந்தை இல்லாதவர்களுக்கு குழந்தைவரம் தருதல்
- வேலை கிடைக்கவும்
- பிரிந்த கணவன், மனைவியை ஒன்றுசேர்க்கவும்
- கல்வியில் ஞானத்தை தருதல்
- நாகதோஷம் நிவர்த்தியடையவும்
- வாகன பாதுகாப்புக்காக இருக்க

இதுபோன்ற வேண்டுதல்கள் அனைத்தையும் நிவர்த்தியடைய செய்த மக்களின் மனதை மகிழவைக்கிறாள் இந்த அம்மன்.

நாகதோஷம் நிவர்த்தி

நாக வழிபாட்டின் முக்கியத்துவம் 'நாகதோஷம்' நாக தோஷத்தின் மூலம் பலர் குழந்தை இல்லாமல் அவதிப்படுகின்றனர். அவர்களின் நம்பிக்கைச் சின்னமாக அமைவது நாக வழிபாடு ஆகும். நாக சிலையை நீராட்டி, மஞ்சள் பூசி,குங்குமத்தால் திலகம் இடுகின்றனர். பிறகு நாக சிலைக்குப் பூசை நடைபெறுகிறது வழிபாடு முடிந்ததும் நாக சிலையைத் திருக்கோயிலுக்கு எடுத்துச் செல்கின்றனர். அங்கு, சந்நிதிக்குப் பக்கத்தில் உள்ள அரசமரம், வேப்பமரத்தின் ஆடியில் வைக்கின்றனர்.

நாகதோஷம் செய்பவர்கள் சைவமாக இருந்தால் நாக சிலையின் நடுவில் 'லிங்க உருவம்' உள்ளது. வைணவராக இருந்தால் 'திருமால் உருவம்' பதிக்கப்பட்டுள்ளது. சிலர் தமக்கு

இஷ்டத் தெய்வமான முருகர், விநாயகர், சக்தி ஆகிய உருவத்தையும் நாக சிலையின் நடுவில் வைத்து வழிபடுகின்றனர்.

நாகதோஷம் கழிப்பது நம்பிக்கை அடிப்படையில் அமைகின்றது. நாக தோஷத்தை ஆறு வகையாகப் பிரித்துக் காட்டுகின்றனர். அவை.

1. காஹ வந்தியா – கரு அடிக்கடி உருவாகும் பின் கருக்கலைந்துவிடும்.
2. கதிர் வந்தியா – ஒரு குழந்தைக்கு மேல் இருக்காது.
3. மிருத வந்தியா – குழந்தை பிறந்து இறந்து போகும்.
4. சாட்ஷா வந்தியா – குழந்தை இருக்காது.
5. புருஷ வந்தியா – பெண் குழந்தை இருக்கும் ஆனால் ஒரு ஆண் குழந்தையும் இருக்காது.
6. ஸ்ரி வந்தியா – ஆண் குழந்தை இருக்கும் ஆனால் ஒரு பெண் குழந்தையும் இருக்காது".

என்று தெரிவிக்கப்பட்டது.

மேற்கூறிய வகை தோஷங்கள் நிறைய வீடுகளில் காணப்படுகின்றன. இவை எல்லாம் சாபத்தின் அடிப்படையில் உருவானது. சாபம் பத்து வகைப்படும் அவை,

"1. பத்தினி 2. மாதா 3. பிதா 4. பிராமணன் 5. நாகம் 6. குரு 7. சொந்தம் 8. பசு 9. பச்சிகள் - பறவைகள் 1. வீட்டின் அருகில் உள்ளவர்களின் சாபம் ஆகிய பத்து சாபத்தில் ஏதாவது ஒன்று பெற்றால் கூட குழந்தை பிறக்காது" என்று பத்து சாபத்தின் சிறப்பை விளக்குகின்றார் ஊர் பெரியவர்.

பத்தினி, மாதா, பிதா, குரு இவர்கள் கடுமையாகத் திட்டினால் சாபம் உண்டாகும். பிராமணன் நோகும் வகையில் இடையூறு செய்யக்கூடாது. இடையூறு செய்தால் சாபம் உண்டாகும் நாகம், பசு, பச்சி இவற்றிற்குத் தீங்கு விளைவிப்பதன் மூலம் சாபம் உருவாகுதல். சொந்தக்காரர்கள், வீட்டின் அருகில் உள்ளவர்கள் பொறாமை காரணமாக கடுமையாகப் பேசினால்

சாபம் உருவாகின்றது. இவற்றில் ஏதாவது ஒரு சாபம் தாக்கியவர்களுக்குக் குழந்தை பிறக்காது என்று மக்கள் இன்றும் நம்புகின்றனர்.

4.6.02 பச்சையம்மன்

சாதாரண வழிபாடு

காலை,மாலை இருவேளையும் தீபம் ஏற்றி வழிபாடு நடைபெறுகிறது.

சிறப்பான வழிபாடு

செவ்வாய், வெள்ளி நாள்களிலும், பிரதிமாதம் அமாவாசை வழிபாடு இரவு 7 மணிக்கு தொடங்கி நடைபெறும். இவ்வூரில் ஏழு வருடங்களுக்கு ஒரு முறை நடைபெறும் திருவிழா மிக விமர்சியாக நடைபெறும். சித்திரை மாதமும், வைகாசி மாதமும் இணைந்த செவ்வாய், புதன், வியாழன் போன்ற மூன்று நாட்கள் சிறப்பாக திருவிழா நடைப்பெறும். திருவிழாவின் போது சிறப்பு வழிபாடுகள் நேர்த்திகடன்கள் நடைப்பெறும்.

வழிபாட்டு பொருள்கள் முறைகள்

வழிபாட்டில் அபிஷேகம் முடிந்து அம்மனுக்கு பச்சை நிறத்தில் புதுபுடவை, புதுவளையல் போட்டு அலங்காரம் செய்தப்பின், பொரி, பாணக்கம், வெண்பொங்கல் மற்றும் அனைத்து சைவ உணவுகளும் படைக்கப்பட்டு பின்பு ஆராதனை நடைப்பெறுகிறது.வழிபாடு முடிந்தவுடன் பூசையில் அம்மன் மடியில் வைத்த பச்சை நிற குங்குமம், கையில கட்டும் பச்சை கயிற்றை 50 பேருக்கு வழங்கப்படுகிறது. அனைவருக்கும் அன்னதானமும் வழங்கப்படுகிறது.

சிறப்பு வேண்டுதல்

தான் செய்யும் தொழில் முன்னேற்றம் அடையவும், குழந்தைகள் கல்வியில் முன்னேற்றம் அடையவும், நல்ல ஒரு வேலைவாய்ப்பு கிடைக்கவும், குழந்தைபாக்கியம் பெறவும், ஏவல்,

சூன்யம் விலகவும் மக்கள் வேண்டுதல் வைத்து நிறைவேறியவுடன் அம்மனுக்கு அபிஷேகம் செய்து வழிபடுகிறார்கள்.

திருவிழாவின் சிறப்பு

ஏழு ஊரில் வசிக்கும் பச்சையம்மனை குலதெய்வமாக வணங்கும் சமூகத்தினர் ஒன்று சேர்ந்து செய்யும் திருவிழா இது. தெக்குப்பட்டு, இராமநாயக்கன்பேட்டை, மல்லங்குப்பம், சின்னமோட்டூர், சின்னகல்லுப்பள்ளி, மேல்குப்பம், கலந்தரா, இந்த ஊர்களில் உள்ள பச்சையம்மன் குடும்பத்தினர் இத்திருவிழாவை மிகச் சிறப்பாக கொண்டாடுகின்றனர். அனைத்து மக்களும் திருவிழாவில் பங்கு பெற்று அம்மன் அருள் பெறுகின்றனர்

சின்னமோட்டூரில் பச்சையம்மன் வனம் என்று அழைக்கப்படும் பகுதியில் தீமிதித்தல், பொங்கல் வைத்தல் போன்றவை நடைபெறும். தெக்குப்பட்டு கிராமத்திலுள்ள பச்சையம்மன் கோயிலில் சீகைநீக்குதல், பச்சைவண்டி இழுத்தல் போன்ற வழிபாடுகள் நடைப்பெறும்.

திருவிழாவில் நடைப்பெறும் வழிபாடு முறைகள்

திருவிழா நடைப்பெறும் 13- நாட்களுக்கு முன்பாகவே மக்கள் மஞ்சள் காப்பு கட்டி விரதம் கடைப்பிடிக்கிறார்கள். திருவிழாவிற்கு 13- நாட்கள் முன்பாக தெக்குப்பட்டு தம்பிரான்குட்டை என்ற இடத்தில் 6 ஆடி பள்ளத்தில் புதுபானை ஒன்றில் அம்மன் பம்பை, சிலம்பு, உடுக்கை உள்ளிட்ட 16 வகையான பொருட்கள் (இவை வெள்ளி மற்றும் பஞ்ச லோகத்தால் ஆனது) இத்துடன் கரக சாமான்கள் (உச்சிகுடை, கலசசொம்பு) போன்றவை பானையினுள் வைத்து அதற்கு மேல் மற்றொரு காலிபானை வைத்து அதற்கு மேல் மண்ணாலான கலசமூடியை மூடி இருக்கும். அதனை அம்மன் அருள் வந்தவர்கள் அங்கு சென்று இப்பொருட்களை கைகளாளே தோண்டி எடுப்பர். இப்பானை 7 வருடத்திற்கு ஒரு முறை எடுப்பாதல், அப்பானையில் உள்ள பொருட்களை பாதுகாக்க பாம்பு, தேள். போன்ற ஜீவராசிகளும் அதனுடன் இருக்கும். அம்மனின் அருளோடு அப்பொருட்களை மக்கள் கொண்டு வந்து திருவிழாவை நடத்த ஆரம்பிப்பார்கள்.

திருவிழாவின் முதல் நாள்

மக்கள் அம்மனை வேண்டி கொண்டு பசுபாலை ஒரு புற்றின் அருகில் வைத்து வழிபாடு செய்தபின் பாலை புதுபானையில் ஊற்றி காய்ச்சுவர். பின்பு பானைக்கு காவடி போட்டு எடுத்துச் சென்று பச்சையம்மன் கோயிலை அடைவர். பால்குடம் காவடி கொண்டு செல்லும்போது பம்பை, உடுக்கையோடு பச்கையம்மன், பெரியக்கா, பீமகுளம் சென்றாயசாமி, ஸ்ரீரங்கநாதர், கனகநாட்சியம்மன், போன்ற சாமியோடு ஊர் விளையாடி கொண்டு கோயிலை சென்றடைவர்.

காய்ச்சிய பாலில் தயிரை செய்து, மறுநாள் அதை புதியதாக செய்த மூங்கிலில் மத்தினால் கடைந்து வெண்ணை எடுத்து நெய் காய்ச்சுவர். அன்றே கோயில் அருகில் உள்ள வேப்பமரத்தடியில் தரையில் சுத்தம் செய்து காமாட்சி விளக்கை ஏற்றி புதுகூடையை கவித்து விடுவர். மறுநாள் கூடையை திறந்து பார்த்தால் புற்று வளர்ந்து இருக்கும். இதைக்கண்ட பின்பு தான் திருவிழாவை மேற்கொண்டு நடத்துவர்.

திருவிழாவின் இரண்டாம் நாள்

தெக்குப்பட்டு பச்சையம்மன் கோயிலில் கரகம் செய்து அதை கூத்தாண்டகுப்பம் எல்லைக்குட்பட்ட சின்னமோட்டூர் பச்சையம்மன் வனத்திற்கு கரகம் சென்றடையும். இத்துடன் 16 கலசம், 16 பொங்கல், வனத்தில் வைப்பர். புதியதாக செய்த நெய் கொண்டு 16 ஜோடி மாவிளக்கு ஏற்றுவர். பின்பு பொங்கலை படையலிட்டு படைப்பர். ஆங்கே தீமிதித்து திருவிழாவை சிறப்பாக கொண்டாடுவர்.அன்றே மீண்டும் தெக்குபட்டு பச்சையம்மன் ஆலயத்தை கரகம் வந்தடையும்.

திருவிழாவின் மூன்றாம் நாள்

முதல் நாள் முதலே வண்டியில் பச்சை ஓலை கட்டி பச்சைவண்டி கட்டிக்கோண்டு பூசைக்குதேவையானப் பொருட்களை கோயிலுக்கு கொண்டு வருவர். அம்மனுக்கு வழிபாடுகள் செய்து திருவிழா கொண்டாடுவார்கள்.

திருவிழா முடிந்தவுடன் அம்மன் பம்பை, சிலம்பு, உடுக்கை உள்ளிட்ட 16 வகையான பொருட்கள், கரக சாமான்களை மீண்டும் புதுபானையினுள் வைத்து அதற்கு மேல் மற்றொரு காலிபானை வைத்து அதற்கு மேல் கலசமூடிபோட்டு தம்பிரான்குட்டை என்ற இடத்தில் 6 ஆடி பள்ளத்தில் வைத்து மண் கொண்டு மூடிவிடுவர். இதை மீண்டும் ஏழு வருடங்கள் கழித்து அடுத்த திருவிழாவிற்கு எடுப்பர்.

4.6.03 கனக நாச்சியம்மன்

சாதாரண வழிபாடு

அன்றாடம் பூசைகள் நடைப்பெற்றுக் கொண்டே இருக்கிறது. குலதெய்வமாகவும், பொதுதெய்வமாகவும் விளங்கும் கனகநாச்சியம்மனுக்கு பொங்கல் வைத்து, பலி இட்டு வழிபாடுகின்றனர்.

சிறப்பு வழிப்பாடு

கனக நாச்சியம்மன் வாணியம்பாடி வட்டாரம் மட்டுமல்லாது பல்வேறு வெளி ஊர்களில் வாழும் மக்களும் குலதெய்வமாக வணங்குகிறார்கள். வீட்டில் நடக்கும் நற்காரியங்களின் போது குடும்பத்தின் பரம்பரை உறவினர்கள் ஒன்று கூடி பொங்கல் வைத்து, பூஜை செய்து வழிபடுவர், புது தொழில் செய்கிற போதும் குலதெய்வத்தை வேண்டிய பிறகே செய்வார்கள்.

வழிபாட்டுப் பொருள்கள்

சர்க்கரைப்பொங்கல், வெண்பொங்கல் வைத்து வழிபாடு நடத்துப்படுகிறது. ஆடு, கோழி பலியிடப்படுகின்றன.

சடங்குகள்

மொட்டையடித்து காதுகுத்துதல், குழந்தைகளுக்கு பெயர்வைத்தல் போன்ற சடங்குகள் நடைபெறுகிறது.

சிறப்பு நிகழ்வுகளும் வழிபாடும்

200 ஆண்டுகளுக்கு முன்பு பெரும்வெள்ளம் ஏற்பட்டது. ஆற்றின் கரையோர பகுதியில் வாழும் மக்கள் பாதிக்கப்பட்டார்கள்.

அவர்களை காக்க அம்மன் இங்கு உருவெடுத்தாள். தனது கால்களினால் பெரிய மலையை இரண்டாக பிரித்து வெள்ளத்தை வேறுபக்கம் திருப்பி மக்களை காப்பாற்றினாள். இப்பொழுது உள்ள கோயிலின் அருகில் ஒரு காலையும், அம்பலூர் ஆற்றின் கரையோரமாக ஒரு கால் அடியும் வைத்து மக்களை வெள்ளத்திலிருந்து காத்தாள். இவ்வாறு ஆற்றின் வெள்ளம் ஊரின் உள்ளே நுழையாமல் காத்தாள் என்பதற்கான காலாடி பதிவு இன்னும் உள்ளது. கனகநாச்சியம்மனுக்கும், தத்தியம்மனுக்கும் வழிபாடு செய்யும் போது முதல் வழிபாடு கனகநாச்சியம்மன் கால் பதிந்தயிடத்தில் இருந்துதான் தொடங்கும்.

4.6.04 தத்தியம்மன்

சாதாரண வழிபாடு

காலை, மாலை இருவேளையும் எல்லா நாள்களிளும் தீபம் ஏற்றி கற்பூரம் ஆராதனை காட்டி வழிபடுகின்றனர்.

சிறப்பான வழிபாடு

வெள்ளி கிழமைகளிலும் பௌர்ணமி. அமாவாசை போன்ற நாள்களில் மதியம் 12 மணிக்கு மேல் சிறப்பு வழிபாடு செய்யப்படுகிறது. தை மாதம் திருவிழாவில் சிறப்பான வழிபாடு நடைபெறுகின்றன.

வழிபாட்டுப் பொருள்கள்

சர்க்கரைப்பொங்கல், வெண்பொங்கல் வைத்து வழிபாடு நடத்தப்படுகிறது. மஞ்சள்,தேங்காய், பழங்கள், வெற்றிலை. பூ, பாக்கு வைத்து தெய்வத்தை வழிபடுகின்றனர். ஆடு,கோழி பலியிடப்படுகிறது. கால்வாய் வெட்டும் பொழுது கிடைத்த தத்தியம்மனுக்கு, வெட்டுகாயம் ஏற்பட்டுள்ளதால் காயத்திற்கு மருந்தாக மஞ்சள்தூள் அதிக அளவில் வைத்து வழிப்படுகின்றனர். இதனால் மஞசள்தூள் வழிப்பாட்டு பொருட்களில் முக்கிய இடம் வகுக்கிறது.

சிறப்பு நிகழ்வுகளும் வழிபாடும்

தத்தியம்மன் கோயில் மேற்கு நோக்கி அமைந்துள்ளது. உரல், உலக்கை ஒலி இந்த அம்மனுக்கு கேட்க கூடாது என ஊரின் வெளியே அமைந்துள்ளது. பாலாற்றின் வெள்ளத்தை தடுத்து நிறுத்திய கனகநாச்சியம்மன் காலாடி அம்பலூர் பேருந்து நிலையத்தில் இன்றும் உள்ளது. கோயிலின் சிறப்பு வழிப்பாட்டின் போது முதலில் இங்கு வழிபாடு செய்த பிறகே அம்மனுக்கு வழிபாடு நடைபெறும்.

அம்பலூர் கிரமாத்தை காக்கும் காவல் தெய்வமான தத்தியம்மன் கோயிலை கட்டும் பொழுது கிழக்கு முகமாக வாசலும் கருவறையில் சிலையும் வைக்கப்பட்டது. மறுநாள் காலை வந்து பார்க்கும் போது கருவறையின் சுவர் இடிந்து கீழே விழுந்தது. மீண்டும் சுவர் எழுப்பப்பட்டது மீண்டும் சுவர் கீழே விழுந்தது. இதனை பார்த்த மக்கள் ஆச்சிரியம் பட்டன. ஒருவர் மீது தெய்வம் இறங்கி தன்னுடைய அக்காவை பார்த்துக் கொண்டே இருக்க வேண்டும் என்பதற்காக நான் மேற்கு நோக்கிதான் வீற்றிருப்பேன் என்று கூறியது. தத்தியம்மனின் எதிர்புறமாக கனகநச்சியம்மன் சிலை வைக்கப்பட்டுள்ளது. முதல் வழிபாடு கனகநாச்சியம்மனுக்கு செய்து பின்பு தான் தனக்கு வழிபாடு செய்ய வேண்டும் என கூறியது. வழிபாடு செய்பவர் வாய்கட்டி கொண்டு கனகநாச்சியம்மனுக்கு தீபராதணை காட்டி திரும்பி பாராமல் பின்னோக்கியே தத்தியம்மன் சிலைவரை சென்று பின்பு திரும்பி தத்தியம்மனுக்கு தீபராதனைகாட்டி வழிபாடு செய்கின்றனர். இதுவே இந்த கோயிலின் சிறப்பு.

நேர்த்திக் கடன்கள்

திருமணதடைநீக்குதல், தொழில்வளர்ச்சிஅடையவும், குழந்தைவரம் பெறவும் வேண்டிக் கொண்டு வழிபாடு செய்கிறார்கள்.

சடங்குகள்

தத்தியம்மனை குலதெய்வமாக கொண்டவர்கள் வீட்டில் நடக்கும் நற்காரியங்களுக்கும், குழந்தைகளுக்கு மொட்டை அடித்தல், காதுகுத்துதல், போன்ற சடங்குகள் நடைப்பெறுகிறது.

கட்டுப்பாடு

உரல், உலக்கை ஒலி இந்த அம்மனுக்கு கேட்க கூடாது என கோயிலை சுற்றியும் வீடுகள் இருக்க கூடாது. திருவிழாவின் போது கரகம் எடுப்பதில்லை, சாட்டை, வேல், அம்பு, கொடி இவற்றை அலங்காரம் செய்து ஆற்றிலிருந்து எடுத்து சென்று வழிபடுகின்றனர்.

4.6.05 அங்காளபரமேஸ்வரி அம்மன்

சாதாரண வழிபாடு

அனைத்து நாட்களும் காலை, மாலை தீபம் ஏற்றி வழிபாடு நடைபெறும்.

சிறப்பான வழிபாடு

செவ்வாய், வெள்ளி கிழமைகளில், அமாவாசை, பௌர்ணமி நாள்களில் மற்றும் மாசிமாதம் மயானக்கொள்ளை திருவிழாவிலும் சிறப்பு வழிபாடு நடைபெறுகிறது.

வழிபாட்டு பொருட்களும், முறைகளும்

மாசிமாதம் அமாவாசை அன்று சிறப்பான வழிபாடு நடைபெறுகிறது. இரண்டுநாள் இத்திருவிழா வெகுவிமர்சியாக நடைபெறும்.

முதல்நாள் இங்வூரின் விநாயகர், முருகர், மாரியம்மன், அங்காளபரமேஸ்வரி ஆகிய தெய்வங்களுக்கு அபிஷேகம், ஆராதனை செய்யப்படுகிறது. பின்பு தொப்புகரகம் எடுத்து ஊர் முழுவதும் சுற்றி வரும் அனைத்து வீட்டிலும் கரகத்திற்கு கற்பூரம் ஏற்றி வழிபாடு செய்வர்கள் இந்த வழிபாட்டிற்கு காபலம்எடுத்தல் என்று பெயர். இன்று பொங்கல் வைத்து, மாவிளக்கு எடுப்பார்கள், அப்பொழுது பொரி, பழம், சுண்டல் ஆகியவற்றை படைப்பார்கள்.

இரண்டாம்நாள் அமாவாசை அன்று பெரியநகரம் என்னும் இடத்தில் கரகமேடையில் கரகம் ஜோடித்து ஊர் முழுவதும் ஊர்கோலம் வருகிறது. பின்பு கோயிலை வந்து அடைகிறது. அதன் பின்பு அங்காளபரமேஸ்வரி சிலையின் எதிரே உள்ள

பலிப்பீடத்தில் வெள்ளை வேட்டி விரித்து அதன் மீது ஊரில் உள்ள மக்கள் சுண்டலை கொட்டுவர்கள். அதன் உள்ளே அவித்த முட்டையை வைப்பார்கள். ஊரில் கடைசியாக இறந்தவரின் உடல் புதைக்கப்பட்ட இடத்தில் பலியிட்டு வழிபாடு செய்து சாமி அருள் வந்தவர் சாம்பாலை எடுத்துக் கொண்டு சாட்டையுடன் கோயிலுக்கு ஓடுவார் அம்மனை வலம் வந்த பின்பு மயானகொள்ளை நடக்கும் இடத்தில் சுண்டலின் மீது சாம்பல் தூவி மலரிட்டு பலிப்பீடத்தில் ஆட்டை பலியிடுவர். மக்கள் அம்மனை வேண்டி அந்த முட்டையை யாரேனும் ஒருவர் எடுப்பார்கள் குழந்தை வரம் வேண்டுவோர் இந்த முட்டையை சாப்பிட்டால் குழந்தை பிறக்கும். இது அம்மனின் அருள்.

சடங்கு இசை

உருமிமேளம் அடித்து சடங்குகளானது நடைபெறுகின்றது.

4.6.06 பூங்காவனத்து அம்மன்

சாதாரண வழிபாடு

தினதோறும் காலை, மாலை தீபம் ஏற்றி வழிபாடு நடைபெறும்.

சிறப்பான வழிபாடு

செவ்வாய், வெள்ளி கிழமைகளில் புற்றுக்கு பால் ஊற்றி வழிபடுவர். மாசிமாதம் அமாவாசை அன்று சிறப்பான வழிபாடு நடைபெறும். அன்றே இவ்வூரின் திருவிழா நடைபெறும்.

வழிபாட்டு பொருட்களும், முறைகளும்

மாசிமாதம் அமாவாசை அன்று சிறப்பான வழிபாடு நடைபெறுகிறது. இரண்டுநாள் இத்திருவிழா வெகுவிமர்சியாக நடைபெறும். முதல்நாள் இவ்வூரிலுள்ள மாரியம்மனுக்கு கூழ் ஊற்றி வழிபாடு செய்யப்படுகிறது. அன்று மாலை பொங்கல் வைத்து, மாவிளக்கு எடுப்பார்கள், அப்பொழுது பொரி, பழம், சுண்டல் ஆகியவற்றை படைப்பார்கள்.

இரண்டாம் நாள் அமாவாசை அன்று கரகம் ஜோடித்து ஊர் முழுவதும் ஊர்கோலம் வருகிறது. பின்பு மாலை கோயிலை வந்து அடைகிறது. அம்மன் வீற்றிருக்கும் புற்றுக்கு ஏதிரே வெள்ளை வேட்டி விரித்து அதன் மீது ஊரில் உள்ள மக்கள் சுண்டலை கொட்டுவார்கள். அதன் உள்ளே அவித்த முட்டையை வைப்பார்கள். அம்மனுக்கு வழிபாடு செய்து ஆட்டை பலியிடுவர். மக்கள் அம்மனை வேண்டி அந்த முட்டையை யாரேனும் ஒருவர் எடுப்பார்கள் குழந்தை வரம் வேண்டுவோர் இந்த முட்டையை சாப்பிட்டால் குழந்தை பிறக்கும்.

4.6.07 பொன்னியம்மன்

சாதாரண வழிபாடு

இக்கோயிலில் கிராம முறைப்படி இரண்டு கால வழிபாடு நடைபெறுகின்றன.

சிறப்பான வழிபாடு

ஸ்ரீ பொன்னியம்மன் திருவிழா ஒவ்வொரு வருடமும் ஆவணி மாதம் முதல் புதன் கிழமை நடைபெறுகிறது. நவராத்திரி அன்று சிறப்பு வழிபாடு நடைபெறுகிறது.

வழிபாட்டு பொருட்களும், முறைகளும்

ஒவ்வொரு வருடமும் ஆவணி மாதம் முதல் செவ்வாய்க்கிழமையில் அம்மனுக்கு கூழ் வார்த்தல் நிகழ்வு நடைபெறும். பிறகு இரவு 2 மணிக்கு சிறப்பு அபிஷேகம், அலங்காரம் செய்வித்து அதிகாலை பூகூடை புறப்பட்டு பெருமாள்பேட்டையில் உள்ள எட்டி மரத்தடியில் உள்ள ஆலயம் அருகில் வைத்து வழிபாடு செய்வித்து இன்றும் அம்மன் தெய்வ வாக்கு அங்கே இன்றைய நாளில் அருள்வாக்கு கூறிவருவது இந்த திருவிழாவின் சிறப்பாக இருந்து வருகிறது. திருவிழாவின் போது பூக்களை பொன்னியம்மனாக நினைத்து வழிபாடு செய்யப்படுகிறது. செவ்வாய், வெள்ளி கிழமைகளிலும், இராகுகாலத்திலும் அம்மனுக்கு எலுமிச்சை விளக்கேற்றி வழிபாடு செய்கின்றனர். இந்த அம்மன் வழிபாட்டிற்கு பூ தான் முக்கியம்.

4.6.08 ஊமை சாமுண்டிஸ்வரியம்மன்

சாதாரண வழிபாடு

தினந்தோறும் காலை மாலை இருவேளையும் வழிபாடு நடைபெறுகிறது.

சிறப்பான வழிபாடு

செவ்வாய், வெள்ளி நாட்களிலும், சித்திரை,ஆடி மாதத்தில் சிறப்பான வழிபாடு நடைபெறுகிறது. அமாவாசை, பௌர்ணமி நாள்களில் வழிபடுகின்றனர்.

வழிபாட்டுப் பொருள்கள்

சர்க்கரைப்பொங்கல் வைத்தும், கல்லி வைத்தும் வழிபடப்படுகிறது. இங்குள்ள கன்னிமார்களுக்கு தேங்காய், பூ, வெற்றிலைபாக்கு, ஆகியன வைத்து வழிபட்டுப் பிரசாதமாக மக்களுக்கு கொடுக்கின்றனர்.

முக்கியமான வழிபாடு

இக்கோயிலில்கன்னிமார்களின் வழிபாடு செய்யும் போதுகுழந்தைகளுக்குதான் சாமி அருள் வரும். குழந்தை இல்லாதவர்கள் வந்து இத்தெய்வத்தை வழிபடுகிறார்கள். குழந்தை பிறந்தவுடன் ஒரு மாதம் கழித்து குழந்தை பிறந்தவுடன் குழந்தையைத் தூக்கி கொண்டு வந்து வணங்குகின்றனர். மொட்டை எடுத்தல், காது குத்தல், பெயர் வைத்தல், போன்றவை நடைபெறுகின்றன.

இக்கோயிலில் உள்ள தலவிருட்சமாக வீற்றிருக்கும் அரசமரத்தின் அடியில் 9 கன்னிமார்கள் குடிக்கொண்டயிருகிறார்கள். அதில் மூன்று கன்னிமார்களின் சிலை மரத்தின் அடிவேரின் உள்ளே வீற்றிருக்கிறார்கள் இதுவே இக்கோயிலின் சிறப்பு.

4.6.09 திரௌபதியம்மன்

சாதாரண வழிபாடு

அன்றாடம் காலை 8 மணியளவிலும், மாலை 6 மணியளவிலும் பூசை நடைபெறும்.

சிறப்பான வழிபாடு

அமாவாசை மற்றும் விழாகாலங்களில் மட்டுமே சிறப்புப் பூசைகள் நடைபெறும். கோயில் திருவிழாவின் போது நகுலன், சகாதேவன், பீமன், தருமர்,அர்ச்சுனன் ஆகியோரது சிலைகள் ஊர்வலமாகக் கொண்டு வரப்பட்டு வழிபாடுகள் நடைப்பெறும், மற்றநாட்களில் இவ்வாறு ஊர்வலமாக வருதல் கிடையாது.

திருச்சாட்டு வழிபாடு முறைகள்

கள ஆய்வின் போது பெறப்பட்ட செய்திகளின் மூலமாக வருடம் ஒருமுறை மட்டுமே சாட்டு நடைபெறுவதாக கூறுகின்றனர். திருச்சாட்டு விழாவின் போது கோயில் முன்புறம் அறுபது அடி நீளத்தில் குண்டம் தோண்டப்படுகிறது. மேலும் திருச்சாட்டின் பொழுது திரௌபதி அம்மனின் சிலையை அலங்காரம் செய்து, அதனுடன் கரகம் அலங்காரம் செய்து குண்டத்தின் அருகில் வைத்து அரளிப்பூ, துளசி போன்றவற்றைப் பூசை செய்து அவற்றைத் தீக்குண்டத்தில் இட்டுக் கருகாமல் இருந்தால் முதலில் பூசாரி இறங்கிய பின்னரே மற்ற மக்கள் இறங்குவது வழக்கம் என்றும் அச்சாட்டின் போது பதினெட்டு நாளும் பாரதக் கதை படிப்பதாகவும் அதற்கெனத் தனியாகக் கலைஞர்கள் இருந்ததாகவும் கூறுகின்றனர். பதினெட்டாம் நாள் கதை முடிவுடன் திருச்சாட்டு நிறைவு பெறுவதாகக் கூறுகின்றனர்.

திரௌபதி அம்மன் கோயிலில் தை அமாவாசை, மார்கழி மாதம் முழுவதும் சிறப்புப் வழிபாடுகளும் நடைபெற்று வருகின்றன. கோவிலுக்கென தனியான சொத்துக்கள் உண்டு. இவற்றை கொண்டு இக்கோயில் பராமரிக்கப்படுகிறது. ஊர் மக்களுக்கு பொதுகோவிலாக விளங்குவதே சிறப்பாகும்.

பொங்கலிடல்

வேண்டுதல் நிறைவேறும்போது அம்மனுக்குப் பொங்கலிட்டுப் படைக்கின்றனர். பிள்ளைக்கு நல்லபுத்தி தரவேண்டும் என்று வேண்டிக்கொண்ட ஒரு அம்மையார் தன் வேண்டுதல் நிறைவேறிய நிலையில் பொங்கலிட்டு படைத்ததைக்காண முடிந்தது.

மாவிளக்கிடுதல்

மாவிளக்கிட்டு வழிபடுதல் பெரும்பாலான அம்மன் கோயில்களில் காணப்படும் பழக்கமாகும். வேண்டுதலால் வயிற்றுவலி குணமாயிற்று என்று கருதிய ஒருவர் அண்ணாந்து படுத்துக் கொண்டு வயிற்றில் மாவிளக்குப் போட்டு வழிப்பட்டதைக் காணமுடிந்தது.

அம்மனுக்கு ஆபரணங்கள் செய்து தரல், மணி, உண்டியல், தாம்பாளம், விளக்கு, பல்புகள் போன்ற கோயிலுக்குத் தேவையான பொருள்களை அன்பளித்தல், கட்டடம் கட்டப் பண உதவி செய்தல் போன்ற வழிகளிலும் வழிபடுவோர் காணிக்கை செலுத்துகின்றனர்.

4.6.10 திருப்பதிகங்கை அம்மன்

சாதாரண வழிபாடு

சுயம்பு அம்மனாக வீற்றிருக்கும் திருப்பதி கெங்கையம்மனுக்கு எல்லா நாள்களிளும் காலை, மாலை இரு வேளையும் தீபம் ஏற்றி வழிப்படுகிறார்கள்.

சிறப்பான வழிபாடு

வைகாசி, ஆனி மாதங்களில் திருவிழா நடைப்பெறும் போது 18 பட்டி மக்களும் வந்து வழிப்படுவார்கள்.தலவிருட்சமாக விளங்கும் அரசமரம், வேப்பமரம் இரண்டிற்கும் செவ்வாய், வெள்ளி கிழமைகளில் தீபம் ஏற்றி வழிபடுகின்றனர்.மண்ணாலான மாட்டு உருவங்களை வாங்கி தலையில் வைத்து கோயிலை மூன்று முறை வலம் வந்து அம்மன் பாதத்தில் சேர்பார்கள்.

சிறப்பு நிகழ்வுகள்

மதனாஞ்சேரி ஊரை சுற்றிலும் உள்ள 18 கிராமமக்களும் விவசாயம் செய்பவார்கள், விவசாயத்திற்கு முக்கியம் மாடுகள். மாடுகளுக்கு உடல் நலகுறைவு ஏற்ப்பட்டால் இந்த அம்மன் கோயிலுக்கு அழைத்து வந்து வேண்டி கொண்டால் மாட்டுக்கு

எந்தவிதமான ஆபத்தும் வாராது என களஆய்வின் போது அறிந்துக் கொண்டேன்.

விழாக்களும், வழிப்பாட்டு முறைகளும்

கொடியேற்றம்

திருவிழா வழிபாடுகளில் முதன்முதலாகச் செய்யப்படும் செயல்முறை கொடியேற்றம் என்பதாகும். விழாக்காலங்களில் விழா கொண்டாடுவதை மக்களுக்கு அறிவிப்பது கொடியேற்றம் எனப்படும். கொடியேற்ற நிகழ்ச்சியின்போது பூசாரிகள் கோவில் நிர்வாகிகள், ஊர் பெரியோர்கள் ஒன்றுகூடி தூணில் அல்லது கோயில் முன்னுள்ள கம்பத்தில் வேப்பிலை, மாவிலை போன்ற இலைகளுடன் கம்பத்தை சிகப்பு, வெள்ளை நிறங்களை பூசி, நவதானியங்களையும், தேங்காயையும் சேர்த்து தூய்மையான மஞ்சள் துணியில் கட்டி விடுவார்கள் அவ்வாறு கட்டிய பிறகு, திருவிழாவை அறிவிக்கும் வகையில்சாமி சாட்டுதல் நடைபெறும். அதாவது இந்த சாற்றுதல் எந்த தேதியில் திருவிழா நடைபெறும் என தம்பட்டம் அடித்து சொல்வதாகும்.

இக்கொடியேற்றம், சாமி சாட்டுதலுக்கு பிறகு அவ்வூர் மக்கள் வெளியூர் செல்லக்கூடாது என்பது மரபு ஆகும். இந்த நிகழ்ச்சி விழாவை தொடங்கி வைப்பதாக அமைகிறது. கோயில் திருவிழாக்கள் எந்தவித தடையும் துன்பமும் இன்றி இனிதே நடைபெறுவதற்காக இந்த மங்களகரமான வழிபாட்டு நிகழ்ச்சி முறை மேற்கொள்ளப்படுகிறது.

திருப்பதியம்மன் வழிபாட்டு முறையில் கொடியேற்றம் நிகழ்ந்த பிறகு திருவிழாவை அறிவிக்கும் செய்தியை, சாமிசாற்றுதல் என்று சொல்லுவர். சாமி சாட்டிய பிறகு பதினைந்து நாட்களுக்கு பூபோடுதல் நிகழ்ச்சியும், இன்னும் பல்வேறு நிகழ்ச்சியும் நடைபெறும். சாமி சாற்றிய பிறகுகோயில் நாட்டாண்மைக்காரர்களும், கிராம பொது பெரியவர்களும் கூடி விழா செலவிற்கான தலைக்கட்டு வரியை நிர்ணயம் செய்வர்.

காப்பு கட்டுதல்

கோயில் திருவிழாவின் போது பூசாரிகள் தூய்மையாக இருக்க வேண்டும் என்பதற்கு அறிகுறியாக தங்கள் கையில் மஞ்சள் கலந்த நூல் கட்டுவார்கள் இதற்குகாப்புக்கட்டுதல் என்று பெயர். மேலும் தீச்சட்டி எடுப்போர், அலகுச போடுவர், பூக்குழி மிதிப்பவர்களும், பால்குடம், மஞ்சள் குடம், கத்திபோட்டு ஆடுபவர்கள் தங்களின் தூய்மையின் அடையாளமாக இக்காப்புக்களைக் கட்டுவார்கள்.

திருவிழாவை நல்லமுறையில் தெய்வம் நடத்திக்கொடுக்கும் என்ற நம்பிக்கையினாலும், தீமைகள் எதுவும் நடந்து விடாமல் காப்பாற்றுவதற்காகவும், காப்புக் கட்டப்படுகிறது. இக்காப்புகளை விழா முடியும் வரை கையில் கட்டியிருப்பர். பூசாரிகளை தவிர, கோயில் கோடாங்கிகளும் காப்புக் கட்டுவார்கள். விரதம் இருத்தல், தூய்மையாக இருத்தல் போன்றவை இவற்றில் கடைபிடிக்கப்படுகிறது..

நேர்த்திக் கடன்கள்

அலகுகுத்துதல், சடளையாடுதல் போன்ற நேர்த்திகடன்கள் நடைப்பெறும். இங்குள்ள மக்கள் தங்கள் மாடுகளுக்கு ஏற்படும் நோய்களை அம்மன் நீக்குவதால மண்ணாலான மாட்டு உருவங்களை வாங்கி அம்மனுக்கு காணிக்கை செலுத்துவர். அம்மனிடம் வேண்டிக்கொண்டது நிறைவெறியவுடன் திருவிழாவின் போது தீமிதிப்பார்கள்.

அக்னிசட்டி எடுத்தல்

அக்னிசட்டி எடுத்தல் என்பது கடுமையான வேண்டுதலாகும். பெண்களும், ஆண்களும் எடுப்பார்கள். மண்சட்டியில் அக்னி வளர்த்து கையில் சட்டியை வைத்துக்கொண்டு, ஊர் விளையாடி வருதலுக்கு அக்னிச்சட்டி எடுத்தல் என்று பெயர். நோய் வாய்ப்பட்டிருந்தவர்களும் குடும்பத்தில் மிகுதியாக துன்பம் அடைந்தவர்களும் தெய்வங்களின் உத்தரவுப்படி அக்னிச்சட்டி எடுப்பார்கள். திருவிழாவிற்கு ஒரு வாரத்திற்கு முன்பே கையில்

காப்புக் கட்டி அசைவ உணவு உண்ணாமல் மதியம் ஒரு வேலை மட்டும் உண்டு, உண்ணாநோன்பிருந்து விரதம் இருப்பார்கள்.

திருவிழா தொடங்கிய நான்காம் நாளன்று காலை ஏழு மணியிலிருந்து மாலை ஆறு மணி வரை பலரும் அக்னிச்சட்டி எடுப்பார்கள். அக்னிச்சட்டி எடுப்பவர் வீட்டிலும் அவர்களது உறவினர்கள் எல்லாரும் தூய்மையாக இருந்து சட்டி எடுக்கும் நாளன்று காலையில் நீர் இருக்கும் இடத்திற்குச் சென்று அக்னிச்சட்டி தயார் செய்து அதனுள் வேம்பு கட்டையை வைத்து, எண்ணெய்யை ஊற்றி சூடம் வைத்து அக்னி வளர்ப்பர். சட்டி எடுப்பவர் சட்டியின் முன்பாக நிற்பர். மேளதாளத்துடன் பெண்கள் சத்தமிட்டு ஒலி எழுப்பியதும் அவர்களுக்கு அருள் வந்துவிடும். பின்பு அவர் மீது மஞ்சள் கலந்து நீரை ஊற்றி ஆரவாரத்துடன் ஊர்விளையாடி வருவார்கள். வீதிகளில் அக்னிச்சட்டி எடுத்து வரும்போது பெண்கள் கூடி நின்று குழுவை ஒலி எழுப்பவதற்கு குலவையிடல் என்று பெயர். தெருக்களில் அக்னிச்சட்டி ஏந்தி வருபவர்களுக்கு நீர் விடுவதாக நேர்ந்து கொண்டவர்களும், விருப்பமானவர்களும் நிறைபானை தண்ணீரையோ அல்லது மஞ்சள் கலந்து வேப்பிலையுடன் கூடிய நீரையோ அக்னிச் சட்டி எடுத்து வருபவர்களின் மீது ஊத்துவார்கள். அம்மனுக்கு வேப்பிலையும் மஞ்சள் கலந்த நீரும் மிகவும் விருப்பமான பொருளாகக் கருதப்பட்டு வருகின்றது.

ஊர் விளையாடி காணிக்கை பெற்ற பின்பு கோயிலில் வந்து சேர்ந்து விடுவார்கள். பூசை செய்து அக்னியை அணைத்த பிறகு வீட்டிற்கு செல்வார்கள். அம்மனின் அருளினால் அக்னியுடன் கூடிய சட்டியை கையில் எடுத்து செல்வது தெய்வத்தின் அருளையே காட்டுகின்றது. புதியதாக அக்னிச்சட்டி எடுப்பவர்கள் சட்டிக்கும் கைக்கும் இடையே அம்மன் காப்பு என்றழைக்கப்படும் வேப்பிலைகளை வைத்துக் கொள்வதும் உண்டு.

இவ்வாறு முதன் முதலாக சட்டி எடுப்பவர்கள் அருள் ஏற்படும்பொழுது சட்டி எடுப்பவர்களை தேற்றுவதற்காக பூசாரிகள், சாமியடிகள் ஆகியோர் முன்னின்று நடத்தி வைப்பார்கள். அக்னிச்சட்டி எடுப்பவர்களோடு, சாமியாடிகளும் தெருக்களில்

ஆடி வருவார்கள். அருள் ஏற்கும்பொழுது ஏதாவதொரு தடங்கல் ஏற்பட்டால் தங்கள் கடைப்பிடித்த விரதங்களில் குறைபாடு இருப்பதாக கருதுகின்றனர். அடுத்த முறையில் குறைவின்றி நிவர்த்தியும் செய்தாக வேண்டிக் கொண்டு வணங்குகின்றார்கள். தெய்வங்களிடம் குறை கண்டிருந்தால் மன்னித்தருளுமாறு வேண்டிக்கொண்டு வழிபாடுகளை தொடங்குகின்றனர் என ஊர் மக்கள் தெரிவித்தனர்.

உயிர் பலியிடல்

திருப்பதிகெங்கை அம்மன் திருவிழா வழிபாட்டின்போது சத்திக்குட்டி வெட்டுதல்என்று நிகழ்ச்சி சிறப்பாக நடைபெறும். அதாவது அம்மனை கோயிலுக்குள் முதன் முறையாக கொண்டு வரும்போது (ஊர்வலம் முடிந்து) அம்மனை கோயில் வாசலில் இறக்கி வைத்த பிறகு அம்மனுக்கு மாவிளக்கு வைப்பார்கள். பூசாரி ஒரு பானையில்பொங்கல் வைப்பார். பொங்கல் பானை பொங்கும்போது சத்திக்குட்டியொன்று வெட்டிப்பலி கொடுக்கப்படுகிறது. அம்மனுக்கு வெட்டப்படும் ஊர்ப் பொது வெள்ளாட்டு கிடாவுக்கு சத்திக்குட்டி என்று பெயர். இப்பலியை ஏற்கும் அம்மனுக்கு அதிகமான சக்தி ஏற்படும் என்பது நம்பிக்கை. வேட்டப்பட்டகிடாயை பூசாரியான பண்டாரத்துக்கும், வெட்டியான போன்றவர்களுக்கும் கொடுத்துவிடுவார்கள்.

இதோடு மட்டுமல்லாமல், கோழிகளையும் தெய்வங்களுக்கு பலியிடுவார்கள். இவ்வாறு உயிர்களைப் பலி கொடுத்து தெய்வங்களின் அருளைப் பெறுகின்றனர். தெய்வத்திற்கு குறை இல்லாமல் வழிபாடு செய்வதே உயர்பலியிடுதலின் நோக்கமாகக் இவ்வூர் மக்கள் கருதப்படுகின்றனர். மேலும் தெய்வங்களுக்கு இத்தகைய நிகழ்ச்சிகளை செய்து தெய்வங்களை மன நிறைவுபடுத்துகின்றனர். அவ்வாறு உயிர்பலி கொடுக்காவிடில் அம்மை, சீதபேதி, கலாரா போன்ற நோய்கள் வருவதாக நம்புகின்றார்கள்.

பூக்குழி இறங்குதல்

இந்தம்மனுக்கு நேர்த்திகடன் நேர்ந்திருப்பவர்கள் பூக்குழி இறங்குவார்கள். தங்கள் எண்ணம் நிறைவேறுவதன் பொருட்டுத்

தெய்வத்தின் விருப்பத்திற்கிணங்க நேர்ந்து கொள்வார்கள். நேர்ந்திருப்பவர்கள் ஒரு வாரத்திற்கு முன்பே விரதமிருந்து காலையிலும் இரவிலும் உணவு உண்ணாமல் மதியத்தில் மட்டும் உணவு உட்கொள்வார்கள். திருவிழா தொடங்குவதற்கு மூன்று நாட்களுக்கு முன்பே கோயிலின் முன்பாகக் குழி தோண்டி விடுவார்கள். தோண்டிய பிறகு அந்த குழிக்குள் தேங்காய், பழம் வைத்த பூசை செய்வார்கள். தெய்வத்திற்கு முன்புறம் குழி இருப்பதனாலும், இறங்குவதற்கு ஏற்றாற்போல் இருப்பதனாலும் குழியின் முன்பாக வட கிழக்கு மூலையில் கிடா வெட்டி சக்தி நிறுத்துவார்கள். கோயில் வீட்டினுள் இருந்து கொண்டுவரப்பட்ட சங்கு. சேகன்டி (மணி) சென்டா மேளதாளத்துடன் ஆரவாரத்துடன் இறங்குவார்கள்.

மறுநாள் குழியை தேங்காய், பழம், பூ வைத்து பூசை செய்து மூடிவிடுவார்கள். குழியில் இறங்கிய மறுநாளிள் மறுபடியும் பூசை செய்வதனால் இப்பூசைக்கு “மறு பூசை” என்று பெயர் பூக்குழி இறங்குதலை பொய் என்று கூறி தெய்வத்தின் அருள் மீது நம்பிக்கை கொள்ளாமல் இறங்குவோர்க்கு உடல் புண்ணாகி விடும் என்று நம்பப்படுகிறது. எனவே தூய்மையாக விரதம் மேற்கொண்டு அருளுடன் இருப்பவர்களால் மட்டுமே தெய்வ வழிபாட்டு முறைகளில் ஈடுபடுத்திக் கொள்ள முடியும் என்று கருதப்படுகின்றன. பூக்குழி இறங்கும்பொழுது பூசை நிகழ்த்துபவர்க்கு அம்மன்கொண்டாடி என்று பெயர், நெருப்புக் குவியல்களை பூக்குவியல்களாக நினைத்துக் கொண்டு தெய்வ அருளோடு இறங்கி நடப்பதனால் “பூக்குளித்தல்” என்றும் “பூக்குழி இறங்குதல்” என்றும் கூறுவார்கள்.

4.6.11 திருப்பதி கெங்கையம்மன்

சாதாரண வழிபாடு

ஒவ்வொரு நாளும் அம்மனை கழுவி பொட்டு இட்டு, மலர் சூட்டி, பால் வைத்து வழிபாடு நடைபெறுகிறது. மாலை நேரம் தீபம் ஏற்றி வழிபடப்படுகிறது.

சிறப்பான வழிபாடு

சித்திரைஒன்று, ஆடிப்பெருக்கு, ஜனவரிஒன்று, அமாவாசை, பௌர்ணமி, வெள்ளிக்கிழமை போன்ற மற்ற நாள்களுக்கு கோயிலில் அபிஷேகம் மற்றும் வெவ்வேறு அலங்காரங்கள் செய்து சிறப்பான வழிபாடு நடைபெறுகின்றது.

திருவிழாவின் சிறப்பு

சித்திரை ஒன்று கொடியேற்றி, சித்திரை கடைசி செவ்வாய்கிழமை காப்பு கட்டுவார்கள். வைகாசிமாதம் முதல் செவ்வாய்கிழமை திருவிழா நடைபெறும். அப்பொழுது ஊர்மாரியம்மன், ஸ்ரீரெணமாரியம்மன், திருப்பதி கெங்கையம்மன் மூவரும் அக்கா தங்கைகள். திருப்பதி கங்கை அம்மன் தங்கை இவருக்கு திருமணம் செய்து வைக்க மாரியம்மனும், ரெணமாரியம்மனும் ஒன்று கூடி பேசி திருமணம் செய்து வைப்பதையே திருவிழாவாக கொண்டாடப்படுகின்றனர்.

நேர்த்திகடன்கள்

நெருப்புசட்டி கையில் ஏந்தி வலம் வருதல். 10 அல்லது 15அடி நீளம் உடைய அலகு குத்துதல், சடளைஏறுதல், மஞ்சள்குத்துதல், போன்றவை மக்கள் பக்தியுடன் செய்கிறார்கள்.

4.6.12 பெத்தபலி கெங்கையம்மன்

சாதாரண வழிபாடு

ஒவ்வொரு நாளும் அம்மனுக்கு பால்ஊற்றி கழுவி பொட்டு இட்டு, மலர் சூட்டி வழிபாடு நடைபெறுகிறது. மாலை நேரம் தீபம் ஏற்றி வழிபடப்படுகின்றது.

சிறப்பான வழிபாடு

சித்திரைஒன்று, ஆடிப்பெருக்கு, அமாவாசை, பௌர்ணமி, வெள்ளிக்கிழமை போன்ற மற்ற நாள்களுக்கு அம்மனுக்கு அபிஷேகம் மற்றும் அலங்காரங்கள் செய்து சிறப்பான வழிபாடு நடைபெறுகின்றது. ஐந்து வருடங்களுக்கு ஒருமுறை

சிறப்பான வழிபாடு நடைபெறும். ஆடு, கோழி, எருமை போன்றவை பலியிடப்படுகிறது.

வழிபாடு முறைகள்

இக்கோயில் அனைவருக்கும் பொதுவான கோயில், எல்லா சமூகத்தினரும் வழிபாடு செய்வார்கள். திருவிழாவின் போது கீழ் சாதியை சேர்ந்த ஒருவர் பதினைந்து நாள் விரதம் இருப்பார். இவர் அவருடைய வீட்டிற்கு போகமாட்டார். மேல்குடியை சேர்ந்தவர்களின் ஒவ்வொரு வீட்டிலும் அவரை அழைத்து உணவருந்த செய்வார்கள். அவர் தான் திருவிழாவின் போது அம்மனுக்கு தாலி கட்டுவார்.

சிறப்பு நிகழ்வுகள்

200 வருடம் மிகபழமையான கோயில் நிம்மியம்பட்டு ஸ்ரீ பெத்தபலி கெங்கையம்மன். இக்கோயிலில் வந்து வேண்டுதல் செய்யும் பக்தர்கள் எருமை கன்றை மஞ்கள் துணி கட்டி வழிபாடு செய்து கோயிலிலே விட்டுவிட்டு செல்வார்கள். இந்த எருமை கன்று 5 வருடங்கள் ஊர் ஊராக சுற்றி திரியும், 5 வருடங்கள் கழித்து திருவிழாவின் போது மாடுகளை வடக்கயிறு போட்டு ஊருக்குள் இழுத்துவருவார்கள். ஊரின் எல்லை வந்தவுடன் மாடு கயிற்றை விலக்கி தானகாவே கோயிலுக்கு வந்து பலிபீடத்தில் தலையை வைக்கும் என்பதே இக்கோயிலின் தனிசிறப்பு. இந்த கோயில் திருவிழாவுக்கு தண்டல் வசூலிக்கப்படவதில்லை, திருக்கோயில் உண்டியில் சேர்க்கப்படும் பணத்தை வைத்தே இக்கோயிலில் திருவிழா செய்யப்படுகிறது. தினமும் இத்திருக்கோயிலில் பொது மக்கள் நிறையபேர் வந்து செல்கின்ற சக்தி வாய்ந்த அம்மன்.

நேர்த்திகடன்

எருமை கன்று அம்மனுக்கு நேர்ந்துவிடுதல். ஆடு, கோழி, எருமை பலியிடுதல்.

4.6.13 பராசக்தி மாரியம்மன்

சாதாரண வழிபாடு

அனைத்து நாள்களிலும், அம்மனுக்கு அபிஷேகம் செய்து வழிபாடு நடைபெறும். காலை, மாலை இருவேளையும் மக்கள் தீபம் ஏற்றி வழிபாடுவர்.

சிறப்பான வழிபாடு

ஆடிமாதத்தில் அமாவாசை நாள், நவராத்திரி அன்றும், பௌர்ணமி நாட்களிலும் சிறப்பாக வழிபாடு நடைபெறும். செவ்வாய், வெள்ளி கிழமைகளில் ஊஞ்சல் சேவையும் அமாவாசை, நவராத்திரி, பௌர்ணமி நாட்களிலும் நடைபெறும். மிகசிறப்பு வாய்ந்த நாட்களில் ஊர் பொதுமக்களை ஒன்று சேர்த்து குத்துவிளக்கு வழிபாடு நடத்தப்படுகிறது.

தேர்த்திருவிழா

கோவில் வளாகத்தில் அம்பாள் சன்னதிக்கு இருபுறமும் பூதராசா, பூதராணி ஆகிய காவல் தெய்வங்கள் உள்ளனர். இக்கோயிலில் விழா துவங்க வடக்குபக்கம் உள்ள பூதராணியிடம் உத்தரவு கேட்கின்றனர். இச்சமயத்தில் ஊர்மக்கள் அனைவரும் அமைதியாக இருக்கின்றனர். அப்போது பூதராணியின் பக்கமோ அல்லது இருவாச்சியின் பின்புறமாகவோ பல்லி சப்தமிட்டால் அதை தங்களுக்கு அம்மன் இட்ட உத்தரவாகக் கருதி திருவிழா துவங்குகின்றனர். அதே நேரத்தில் சப்தம் கேட்காது போனால் அம்மன் உத்தரவு கிடைக்கவில்லை எனக்கருதி திருவிழா கைவிடுகின்றனர்.

திருவிழாவின் தொடக்கமாக சாட்டுதல் நடைபெறும். அதன் பின்னர் மாவிளக்கு, பொங்கல் வைத்து பூசை நடைபெறுகின்றது. தினந்தோறும் கலைநிகழ்ச்சிகள், புராண நாடகங்கள் நடைபெறும். கூழ் ஊற்றுதலின் போது மாரியம்மனை மண்ணால் செய்யப்பட்டு வழிபாடு செய்வார்கள். பராசக்தி மாரியம்மனுக்கு சிறப்பு வழிபாடு செய்தபின் அம்மனை குளக்கரையில் கரைத்து விடுவார்கள் அல்லது மழை பெய்து அம்மன் குளிர்ந்து கரைந்து விடுவதாக

கூறுகின்றனர். மாறுநாள் கரகம் செய்து ஊர் முழுவதும் எடுத்து சென்று வழிபாடுவர். கோவிலுக்கு கரகத்தை எடுத்து வந்து ஊஞ்சல் சேவை செய்து, அம்மன் அருகில் வைத்து வழிபாடுகள் நடைபெறும். திருவிழா சிறப்பாக நடைபெற்று அம்மன் விக்கரகத்தை உயரமான தேரில் ஊர் கோலமாக எடுத்து சென்று தேர்திருவிழா நடைபெறும். அம்மன் மீண்டும் கோயிலை வந்து சேரும்.

சடங்குகள்

மாவிளக்கு

பச்சரிசியை இடித்து அந்த மாவினை சர்க்கரைப்பாகுடன் சேர்த்து பிசைந்து சிறிய உருண்டைகளாக்குகின்றனர். அந்த உருண்டைகளில் சிறிது குழி செய்து நெய் ஊற்றித் தீபம் ஏற்றுகின்றனர்.

முளைப்பாரி எடுத்தல்

பதினைந்து நாள் முன்பு சாட்டு வைத்தபிறகு பெண்கள் தங்கள் வீடுகளில் தானியங்களை சிறிய கூடையில் மண்ணிட்டு முளைக்கச் செய்வர். பதினைந்து நாள்களில் அந்தத் தானியங்கள் சிறு பயிர்களாக முளைத்திருக்கும். அம்முளைப்பாரியினை பெண்கள் தலையில் வைத்து எடுத்து வந்து அன்னையின் கோயிலுக்கு அருகில் கூடுவர். முளைப்பாரி எடுத்தால் மழைப்பொழியும், வேளாண்மை செழிக்கும், குடும்பத்தில் மங்கலக்காரியங்கள் நடைபெறும் என்பதற்காக இவ்விழா கொண்டாடப்படுகிறது.

4.6.14 தேசத்துமாரியம்மன் (குதிரையம்மன்)

சாதாரண வழிபாடு

வாரத்தில் செவ்வாய், வெள்ளி ஆகிய இரண்டு நாள்களில் வழிபாடு நடைபெறும்.

சிறப்பான வழிபாடு

200 வருடம் மிக பழமையான ஆலமரம் இக்கோயிலின் தலவிருட்சமாக விளங்குகிறது. இந்த மரத்திற்கு வழிபாடு செய்த

பிறகு அம்மனுக்கு வழிபாடு நடைபெறும். வழிபாடு செய்ய பூசாரி இல்லை, பொது வழிபாடு நடைபெறும். வயல்வெளியில் இக்கோயில் இருப்பதால் ஆடி மாதத்தில், விவசாயத்திற்கு நாற்று நடும் பொழுதும், அறுவடை காலங்களில் சிறப்பான வழிபாடு நடைபெறும்.

வழிபாட்டுப் பொருள்கள்

சர்க்கரைப்பொங்கல், வெண்பொங்கல், தேங்காய், பழங்கள், பூ வைத்து படையல் இட்டு வழிபாடு நடத்தப்படுகிறது.

சிறப்பு நிகழ்வுகள்

குதிரையம்மனை வணங்குவோருக்கு தொழில் சிறக்கும் என்று நம்புகின்றனர். நல்ல காரியங்கள் சிறப்பாக நடப்பதாகவும் விவசாயம் தங்கு தடையின்றி நடப்பதாகவும் நம்புகின்றனர். காவல் தெய்வமாக எல்லாக் காலங்களிலும் வாய்க்காலைப் பாதுகாத்து விவசாயத்திற்கு நீர் கிடைக்கும்படி செய்கிறது. குழந்தை வேண்டி வழிபடுவோருக்கு குழந்தைச் செல்வம் கிடைக்கின்றது.

நேர்த்திக் கடன்கள்

நினைத்த காரியங்கள் நடந்தால் தொட்டில் கட்டுதல், சேலை கட்டுதல் பொன்றவை செய்யப்படுகின்றது.

4.6.15 சாமுண்டீஸ்வரியம்மன்

சாதாரண வழிபாடு

அனைத்து நாள்களிலும் அபிஷேகம் செய்து தீபம் ஏற்றி வழிபாடுகின்றன.

சிறப்பான வழிபாடு

செவ்வாய், வெள்ளி கிழமைகளில், மாதம்தோறும் வரும் அமாவாசை, பௌர்ணமி நாட்களில் பொங்கல் வைத்து ஆடு, கோழி பலியிடப்படுகிறது. வெள்ளிக்கிழமை தோறும் அம்மனுக்கு ஊஞ்சல் வழிபாடு நடைபெறும். அம்மனுக்கு வேண்டுதல் செய்பவர்கள் ஞாயிறு, செவ்வாய், வெள்ளி கிழமைகளில்

பொங்கலிட்டு ஆடு, கோழி பலி கொடுத்து வழிபடுவர்கள்.திருவிழாவின் பொது பொங்கல் வைத்து அடுப்பை மூடிவிட்டு வேண்டி கொண்டுவந்தால், தடைபட்ட எல்லா நிகழ்வுகளும் தங்குதடையின்றி நடைபெறும். வேண்டுதல் நிறைவடைந்தவுடன் பொங்கல் இட்டு அடுப்பை திறந்து விடுவார்கள்.

வழிபாட்டு பொருட்களும், முறைகளும்

சர்க்கரைப் பொங்கல், பால், பஞ்சாமிர்தம், எண்ணெய்க்காப்பு, இளநீர் ,பழவகைகள், பன்னீர், அரிசிப்பொடி, மாவுப்பொடி, திரவியப்பொடி, சந்தனம், விபூதி, குங்குமம் பூ ஆகியவை கொண்டு அபிஷேகம் நடைபெறுகிறது.மாசிமாதம் முதல் செவ்வாய் கிழமை முதல் நான்கு நாட்கள் சிறப்பான வழிபாடு நடைபெறும். முதல்நாள் செவ்வாய்கிழமை மாரியம்மனுக்கு கூழ்ஊற்றி வழிப்படுவார். இரண்டாம்நாள் புதன்கிழமை காலை சாமூண்டிஸ்வரியம்மனுக்கு பொங்கலிட்டு, மாவிளக்கு வைத்து ஆடு, கோழி பலியிட்டு வழிபாடுவர். மாலை கரகம் எடுக்கப்படும், கரகத்தை ஊஞ்சலில் அமரவைத்து ஊஞ்சல் வழிபாடு நடைபெறும். கரகத்தின் மீது மிளகு, உப்பு இறைத்தும், கரகத்தின் கீழேபடுத்து கரகம் தாண்டி சென்றால் படுப்பவரின் மீது உள்ள தீவினைகள் ஓடிவிடும் என்பது மக்களின் நம்பிக்கை. இவ்வாறு கிராமமக்கள் அம்மனை வழிபாடுவர். மூன்றாம்நாள் எருதுவிடும்விழா சிறப்பாக நடைபெறும். நான்காம்நாள் இலட்சதீபம் கோயிலில் ஏற்றி அனைவரும் வழிபாடுவர்.

நேர்த்திக் கடன்களும், சடங்குகளும்

மொட்டை அடித்தல், பெயர்வைத்தல், காதுகுத்துதல் போன்ற சடங்குகள் நடைபெறுகிறது.

மண் சிலைகள்

உடலில் நோய் வரும்போது மக்கள் வேண்டிக்கொண்டு மண்ணாலான ஆண், பெண், ஆண்குழந்தை, பெண்குழந்தை பொம்மைகளை வாங்கி வேண்டுதல் வைத்தவரின் தலையின்

மீது வைத்து கோயிலை மூன்று முறை வலம் வந்து அம்மனிடம் காணிக்கையாக வைப்பார்கள்.

கண்ணடக்கம்

கண் சம்பந்தப்பட்ட நோய்களை அம்மன் தீர்த்து வைத்தால் உலோகத்தான கண் போன்ற வடிவினை வாங்கி உண்டியலில் போடுவர். இதனைப் போன்றே கை, கால், உடல் போன்ற வடிவினங்களும் வேண்டப்பட்டு உண்டியலில் சேர்க்கப்படுகின்றன.

மிளகு, உப்பு இறைத்தல்

மருவு, அம்மை, தீராதநோய் வந்தால் மிளகை போல் பிளந்தோடியும் உப்பைபோல் கரைந்தோடியும் விடவேண்டும் என்று அம்மனை வேண்டிக்கொண்டு கரகம் வரும் பொழுது அதன் மீது உப்பு, மிளகு இறைப்பார்கள்.

4.6.16 பாப்பாத்தியம்மன்

சாதாரண வழிபாடு

ஒவ்வொரு நாளும் அம்மனை பால் ஊற்றி கழுவி பொட்டு இட்டு, மலர் சூட்டி வழிபாடு நடைபெறுகிறது. மாலை நேரம் தீபம் ஏற்றி வழிபடப்படுகின்றது.

சிறப்பான வழிபாடு

செவ்வாய், வெள்ளி, ஞாயிற்றுக் கிழமைகளில் அம்மனுக்கு சிறப்பு அலங்காரம் வழிபாடும் நடைபெறும். பசு கன்று இயன்றவுடன் அதன் முதல் பாலை இங்குள்ள குளத்தில்தான் ஊற்றி வழிபாடு செய்வார்கள். குழந்தை இல்லாதவர்கள், திருமணம் ஆகாதவர்கள், இக்கோவிலுக்கு வந்து வழிபாடு செய்துக் கொண்டு செல்வார்கள்.

சிறப்பு நிகழ்வுகள்

ஆண்டியாப்பனூர் கிராமத்தில் வீற்றிருக்கும் பாப்பாத்தியம்மன் கோவிலில் உள்ள கிணற்றில் வற்றாத நீர் இருக்கிறது இது பாப்பாத்தியம்மனின் பிரசவத்தின் போது பனிக்குடம் உடைந்து

வெளிவந்த நீராகும். பக்தர்கள் அம்மனை வழிபாட்டு பின்பு வேண்டுதலை நினைத்து குளத்தில் வாழைபழம் அல்லது எலுமிச்சை பழத்தை போடுவர்கள் வேண்டிக் கொண்டது விரைந்து நடக்கு என்றால் பழம் உடனே மேலே எழும்பி வரும். தாமதமாக நடக்கும் என்றால் சிறிது நேரம் கழித்து பழம் வெளியே வரும். வேண்டி கொண்டது நடக்கவில்லை என்றால் பழம் வெளியே வராது. இதுதான் இக்கோயிலில் நடக்கும் சிறப்பு நிகழ்வாகும்.

வழிப்பாட்டு பொருட்கள்

வெற்றிலைபாக்கு, வாழைபழம், எலுமிச்சைபழம், தேங்காய், வாசணை மலர்கள், பொரி, காதோலைகருமணி, விபூதிஉருண்டை, வறுகடலை, மற்றும் கற்பூரம் போன்றவற்றை வைத்து தீபம் ஏற்றி வழிபாடுவர்கள்.

நேர்த்திக் கடன்கள்

வேண்டுதல் நிறைவடைந்தவுடன் கோயிலில் பித்தளை மணி தொங்கவிடப்படுகிறது. குழந்தை வரம் வேண்டி தொட்டில் கட்டப்படுகிறது. திருமணம் நடைபெற தாலி கயிற்றை மரத்தில் கட்டுகின்றனர்.

4.6.17 வனபொன்னியம்மன்

சாதாரண வழிபாடு

வெலதிகமானிபெண்டாமலைக்கு செல்லும் வழியில் அமைந்துள்ள கோயில் வனபொன்னிம்மன். சாலையின் ஓரத்தில் வீற்றிருக்கும் அம்மன் காவல் தெய்வமாக இருப்பதால் தினமும் வழியில் செல்பவர்கள் வழிபாடு செய்வார்கள்.

சிறப்பான வழிபாடு

ஆடிமாதத்தில், பௌர்ணமி,அமாவாசை நாள்களில் சிறப்பான வழிபாடு நடைபெறுகிறது. செவ்வாய், வெள்ளி கிழமைகளில் பொது மக்கள் வேண்டுதல் இருப்பவர்கள் பொங்கல் வைத்து ஆடு,கோழி பலியிட்டு வழிபாடு செய்வார்கள்.

வழிபாட்டுப் பொருள்கள்

சர்க்கரைப் பொங்கல் வைத்து வழிபாடு நடத்தப்படுகிறது. தேங்காய், பழங்கள், எலுமிச்சை பழம், வெற்றிலை, பாக்கு, பூ வைத்தும் வழிபடுகின்றனர்.

சிறப்புநிகழ்ச்சிகள்

காவல் தெய்வமாக வழிபடப்படுகிறது. காதுகுத்துதல், மொட்டைஎடுத்தல், பெயர் வைத்தல் போன்ற சிறப்பான நிகழ்ச்சிகள் கோவிலில் நடைபெறுகின்றன.

4.6.18 காளியம்மன்

சாதாரண வழிபாடு

அனைத்து நாள்களிலும் அபிஷேகம் ஆராதனை நடைபெறுகிறது.

சிறப்பான வழிபாடு

வைகாசி மாதத்தில் சிறப்பான வழிபாடு நடைப்பெறுகிறது. அமாவாசை, பௌர்ணமி நாள்களில் வழிபடுகின்றனர்.

நம்பிக்கை

வீட்டில் கணவன் மனைவி பிரச்சனை ஏற்பட்டாலும், கணவனுக்கு உடல் நிலை பாதிப்பு ஏற்பட்டாலும் மனைவி தன்னுடைய தாலியை கழற்றி இக்கோயிலில் போட்டால் கணவனுக்கு எந்த ஆபத்தும் ஏற்படாது, உடல் நிலை சீராகும், கணவன் மனைவி ஒற்றுமையுடன் வாழ்வார்கள் என நம்புகின்றனர்.

கோயிலின் சிறப்பு

பாண்டவர்கள் 14 ஆண்டுகள் வனவாசம் சென்றப் போது ஜவ்வாது மலையின் வழியாகத்தான் சென்றார்கள். அவர்கள் காளிதேவியை வணங்க கல்லரப்பட்டி கிராமத்தில் இக்கோயில் உருவாக்கினார்கள்.இது பாண்டவர்களால் உருவாக்கப்பட்டக் கோயில் என்பதே சிறப்பு.

நேர்த்திக் கடன்கள்

வைகாசி மாதம் நடைப்பெறும் திருவிழாவின் போது அலகுகுத்தி தேர்இழுத்தல், தீமிதித்தல், தாலிபோடுதல் போன்ற நேர்த்திக்கடன்கள் நடைப்பெறும்.

4.6.19 முத்தாலம்மன்

சாதாரண வழிபாடு

செவ்வாய், வெள்ளி கிழமைகளிலும், மற்ற நாள்களிலும் வணங்குகின்றனர்.

சிறப்பான வழிபாடு

ஆனி மாதத்தில் சிறப்பான வழிபாடு நடைபெறுகிறது. ஆடு, கோழி பலியிடப்படுகிறது.

சிறப்பு நிகழ்வுகள்

கௌகாப்பட்டு முத்தாலம்மன் கோயிலின் திருவிழாவின் போது சடலம்ஏறுதல், உரிமரம் ஏறுதல், மஞ்சள் நீராடுதல், தீமிதிதல் போன்றவை நடைபெறும்.

நேர்த்திக் கடன்களும், சடங்குகளும்

தொட்டில் கட்டுதல்

குழந்தை இல்லாதவர்கள் அம்மன் கோயில்களுக்குச் சென்று. அங்குள்ள வன்னி மரத்தில் தொட்டில் கட்டி அம்மனைத் தரிசித்துச் செல்கின்றனர். அவ்வாறு செய்தால் குழந்தை வரம் கிடைக்கும் என்பது மக்களின் நம்பிக்கையாகும்.

தேரின்மீது தானியங்கள் வீசுதல்

முத்தாலம்மனுக்கு தேர் திருவிழாவின் போது வேளாண்மைத் தொழில் செய்யும் மக்களே தானியங்கள் வீசுகின்றனர். இவ்வாறு செய்வதால் திருவிழாவிற்கு வந்திருக்கும் கூட்டத்தைப் போல் அம்மன் அருளால் தங்கள் வயலிலும் தானியம் விளையுமென நம்புகின்றனர்.

உப்பு, மிளகுவாங்கிப் போடுதல்

அம்மன் கோயில்களில் தேர்த் திருவிழாவின் போது அலங்கரிக்கப்பட்ட தேருக்கு உப்பு, மிளகு வாங்கி இறைப்பர். உப்பு கரையும் தன்மை கொண்டது. உப்பு கரைவது போல் உடம்பில் பரு, மருக்கள் இருந்தால் கரைந்துவிடும். மிளகு வீசும் பொழுது கத்தரித்து விழும். அதுபோல் பருக்கள் கத்தரித்து விழும் என்பர்.

காணிக்கை முடிந்து வைத்தல்

பக்தர்களுக்கு நல்ல காரியம் நடைபெற வேண்டுமென்றாலும், நோய் குணமாக வேண்டுமென்றாலும் மஞ்சள் துணியில் காசு வைத்து முடிந்து தனியாக பூசை அறையில் எடுத்து வைத்திருப்பர். பின்னர் தனது தேவை நிவர்த்தி ஆனதும் காணிக்கையைக் கோயில் உண்டியலில் செலுத்துவர்.

4.6.20 நாகாலம்மன்

சாதாரண வழிபாடு

மலையின் அடிவரத்தில் குடிகொண்டிருக்கும் நாகலம்மனுக்கு காலை, மாலை இருவேளையும் விளக்கேற்றி வழிபடுகின்றனர். இச்சாலை வழியாக செல்லும் அனைவரும் கற்புரம் ஏற்றி, வழிபட்டபிறகுதான் செல்வார்கள்.

சிறப்பான வழிபாடு

செவ்வாய், வெள்ளி கிழமைகளில் சிறப்பு வழிபாடு நடைபெறும். ஆடி அமாவாசை கழித்த சுக்கிலபட்ச சதுர்த்தி, பஞ்சமி நாட்கள் நாகவழிபாடு நடைபெறும். வேண்டுதல் உள்ளவர்கள் செவ்வாய், வெள்ளி, ஞாயிறு கிழமைகளில் சேவலை பலியிட்டு வழிப்படுவர்.

நேர்த்திகடன்

இக்கிராம மக்கள் தன்னுடைய வேண்டுதல் நிறைவேறியவுடன் மண்ணாலான சிலைகளை வேண்டுதலுக்கு ஏற்ப செய்து பலிபீடத்தில் வைத்து வழிபடுவர்.மேலும்குழந்தை

இல்லாத பெண்கள் நாகத்தை கல் உருவில் செய்து ஆறு மாதம் தண்ணீரிலும், ஆறுமாதம் நெல்லிலும் வைத்த பிறகு சிறப்பு வழிபாடு செய்து கோயிலின் அரசமரத்தடியில் பிரதிஷ்டை செய்து வழிபடுவர்.

கட்டுபாடு

நாகவழிபாட்டில் பலியிட்டுப் படையல் செய்யும் போது, பலியிட்ட சேவலின் இறைச்சியை அங்கேயே சமைத்துச் சாப்பிடுவார்கள். மிச்சத்தை வீட்டிற்குக் கொண்டு செல்வது மரபில்லை. இக்கோயிலின் பலிப்பிடம் நாகலம்மன் கோயிலுக்கு பக்கத்தில் கட்டப்பட்டுள்ளது.

4.6.21 ஆனாட்சியம்மன்

சாதாரண வழிபாடு

தினமும் காலை, மாலை இருவேளையும் தீபம் ஏற்றி வழிபாடு நடைபெறும்.

சிறப்பான வழிபாடு

வாரத்தில் செவ்வாய், வெள்ளி கிழமைகளில் காலை, மாலை இருவேளையும் வழிபாடு நடைபெறும். ஒவ்வொரு வருடமும் வைகாசி மாதத்தில் காப்புகட்டி பதினைந்துநாட்கள் விரதமிருந்து கரகம் எடுத்து பொங்கல் இட்டு வழிபடுவார்கள்.

வழிபாட்டுப் பொருட்கள்

சர்க்கரைப் பொங்கல் வைத்து வழிபடப்படுகிறது. வளையல், பூ, பொட்டு, சேலை, அணிகலன், தண்டை, தாலிகயிறு, மஞ்சள், குங்குமம் போன்ற பெண்களுக்குரிய அழகுப் பொருட்களை வைத்து வழிபடுகிறார்கள்.

4.6.22 முனீஸ்வரன்

சாதாரண வழிபாடு

அனைத்து நாட்களிலும் காலை, மாலை இருவேளையும் தீபமேற்றி வழிபாடு நடைபெறுகின்றன.

சிறப்பான வழிபாடு

ஞாயிற்றுக் கிழமைகளில் வாணியம்பாடி பகுதியில் வசிக்கும் முனீஸ்வரனை குலதெய்வமாக வணங்கும் மக்கள் அனைவரும் வழிப்படுகின்றனர். சித்திரை, ஆடி, பௌர்ணமி நாட்களில் வழிபாடு நடைபெறும். மாதந்தோறும் வரும் அமாவாசை நாட்களிலும் பொங்கலிட்டு பங்காளிகளுடனும் சிறப்பான வழிபாடு செய்கின்றனர்.

வழிபாட்டுப் பொருள்கள் முறைகள்

முனீஸ்வரன் காலம் காலமாக கிராம மக்கள் மட்டுமல்லாது நகரத்து மக்களும் பயபக்தியுடன் வணங்கக்கூடிய தெய்வ வழிப்பாடாகும். மஞ்சள், குங்குமம், சந்தனம், திருநீர், புஷ்பம், கற்பூரம், ஊதுவர்த்தி, வெற்றிலைபாக்கு, சாம்பிராணி,கோமியம், பால், தயிர், நெய், தேன், பன்னீர், இளநீர், கதம்பொடி, வஸ்த்ரம், நூல்உருண்டை, பொரிகடலை, அவல், நாட்டுசர்க்கரை, கற்கண்டு, வெல்லம், பழவகைகள். பண், பொறை, பிஸ்கட், பிராந்திபாட்டில், வெண்பூசணிக்காய், எலுமிச்சைபழம், தேங்காய் மாவிலை, வாழையிலை, தையல் இலை போன்ற பொருட்களை வைத்து வழிபடுகிறார்கள்.

முனீஸ்வரன் முன்பாக தலைவாழை இலையிட்டு அனைத்து பொருட்களையும் வைத்து சர்க்கரை பொங்கல் அல்லது வெண்பொங்கல், பழவகைகள். பண், பொறை, பிஸ்கட், பிராந்திபாட்டில் அகியவற்றை படையிலிட்டு தேங்காய் உடைத்து பழங்கள்,பூ வைத்து ஆடு, கோழி பலியிட்டு, வழிபாடுகள் செய்து பிரசாதங்களை பங்காளிகளின் குழந்தைகளுக்கு வழங்குவார்கள்.

பிரசாதம் பங்காளி அல்லாத யாருக்கும் வழங்குவதில்லை. திருமணமாகிச் சென்ற குடும்பப் பெண்கள் வழிபாட்டில் கலந்து கொள்ள முடியாது. திருமணமாகி வந்த குடும்பப் பெண்கள் கலந்து கொள்ளலாம். மீதமான பொருள்கள், கழிவுப் பொருள்கள் அனைத்தையும் கோவில் வீடு அமைந்துள்ள வீட்டின் காலி இடத்தின் மூலையில் குழி தோண்டி அதன் உள்ளே போட்டு, பிரசாதம்சாப்பிட்டக் கைகளையும் கழுவிப்பின் அக்குழியையும்

மூடிவிடுவார்கள். ஒருகுலத்தின் அனைத்துக் குடும்பத்தினராலும் நிகழ்த்தப்படும் இவ்வழிபாடு தற்சமயம் நெகிழ்ச்சியுற்றுக் காணப்படுகிறது. குலதெய்வ வழிபாட்டில் அக்குலத்தினர் வெவ்வேறு சிற்றூர் நகரங்களில் இருந்தாலும் அவர்கள் ஒன்று கூடி நிகழ்த்துவர். அதில் சற்றுச் சிரமம் ஏற்படுவதால் முடிந்தவரை ஒன்று கூடும் குடும்பத்தினர்களால் மட்டுமே இன்று நிகழ்த்தப்பட்டு வருகிறது. சில வேளைகளில் சில குடும்பத்தினர் அல்லது ஒரேயொரு குடும்பத்தினர் மட்டுமே இணைந்து வழிபடுகின்றனர்.

சடங்குகள்

பெயர் வைத்தல்

குழந்தையின் வயது ஒற்றைப்படி மாதங்களில் வரும் பொழுது குழந்தைகளை கோவில்களுக்கு எடுத்து வந்து குழந்தையை தெய்வத்தின் முன் படுக்க வைத்து குழந்தை எல்லா வளங்களையும் பெற்று எந்தக்குறையும் இல்லாமல் இருக்க வேண்டும் என்று வேண்டி வணங்குகின்றனர். மண்ணில் பிறந்த அனைவருக்கும், அவர்களை அடையாளம் காண்பதற்கும், அழைப்பதற்கும் ஒரு பெயர் தேவைப்படுகிறது. குலதெய்வத்தின் பெயரை முதலில் வைத்து பின்பு மற்ற பெயரை வைத்து குழந்தையின் காதில் மூன்று முறை சொல்லி அந்த பெயர் வைக்கின்றனர்.

மொட்டை எடுத்தல்

தலைமுடியைக் கோவில்களுக்கு காணிக்கையாக்குவதே மொட்டை எடுத்தல் ஆகும். குழந்தைகள் ஆணாக இருந்தாலும், பெண்ணாக இருந்தாலும் மொட்டை எடுத்தல் நடைபெறுகிறது. தங்கள் வீடுகளில் குழந்தை பிறந்த ஒன்பது அல்லது பதினொன்றாவது மாதத்தில் கோவிலுக்கு எடுத்து வந்து தாய் மாமன் மடியில் உட்கார வைத்து முதல் மொட்டை அடிக்கிறார்கள். மொட்டை அடிக்கப்படும் குழந்தையின் தாய் வழி உறவினர், தந்தை வழி உறவினர் அனைவரையும் இச்சடங்கிற்கு அழைத்து விழாவாகக் கொண்டாடுகின்றனர். குலதெய்வக் கோவில்களிலேயே முதல் மொட்டையானது அடிக்கப்படுகின்றது.

காதணிச் சடங்கு

குழந்தைகளுக்கு காதில் துளை போட்டுக் கடுக்கன் அணிவிக்கும் சடங்கிற்குக் காதணிச் சடங்கு என்று பெயர். குழந்தைகளின் உடலில் காயம் ஏற்படுத்துவதால் தீய ஆவிகளினால் துன்பம் உண்டாகாது என்ற நம்பிக்கையின் அடிப்படையில் தோன்றியது காதுகுத்தும் சடங்கு ஆகும். இதுவும் குலதெய்வக் கோவில்களில் நடைபெறுகிறது. உறவினர்களை அழைத்துக் குழந்தையின் தாய்மாமன் மடியில் வைத்துக் காது குத்துப்படுகிறது. காது குத்தும் பணியை பொற்கொல்லர் ஒருவர் செய்கின்றார். காதணிச் சடங்கு வீட்டிலும் நடைபெறலாம்.

சர்க்கரைப் பொங்கல்

நீர் நிலைக்கு பொங்கல் பானையை எடுத்துச் சென்று நன்கு சுத்தம் செய்து நீரானது அங்கு இருந்து கொண்டு வந்து கோவிலின் முன்பு மூன்று கற்களை அடுப்புக் கூட்டி அவற்றின் மேல் பொங்கல் பானையை வைத்து பூவைச்சுற்றி அலங்காரம் செய்கின்றனர். பச்சரிசியை கழுவி நீரை பொங்கல் பானையில் நிறைய ஊற்றி, மூன்று கற்களின் இடையிலும் விறகுகளை வைத்து அவற்றில் கற்பூரம் ஏற்றி அடுப்பைப் பற்ற வைக்கின்றனர். பொங்கல் பானையில் உள்ள நீரானது பொங்கி வரும் பொழுது சுற்றி உள்ள பெண்கள் வாயில் கையை வைத்து குலவை இடுகின்றனர். பொங்கல் பானையை வலது பக்கமாக மூன்று முறைச்சுற்றி பச்சரிசியை உலையில் போடுகின்றனர். பச்சரிசி வெந்தவுடன் பொடியாகத் தட்டி வைத்த வெல்லத்தைப்போட்டு நன்கு கிளறி இறக்கி வைத்து வழிபாடு செய்கின்றனர்.

பலி இடுதல்

ஆட்டை நன்கு குளிக்க வைத்து, ஆட்டின் கழுத்தில் மாலை அணிவித்து, நெற்றியில் குங்குமப் பொட்டு வைத்து அலங்காரம் செய்து மஞ்சள் தண்ணீரை மூன்று முறை தெளித்து, பின்பு ஆடானது தலையை குலுக்கியவுடன் அரிவாள் வைத்து கழுத்தை வெட்டி விடுகின்றனர். வெட்டியவுடன் காலில் முழங்கால் அளவு வெட்டிய விடுகின்றனர். அந்த தெய்வங்களுக்கு

வெள்ளாடுகளையே பலி இடுகின்றனர். சேவல்களும் பலியிடப்படுகிறது. எருமை, ஆடு, கோழி மூன்றும் பலியிட்டால் மூப்பூசை வழிபாடு என்பர்.

நேர்ந்து விடப்படும் உயிர்கள்

மாடு, ஆடு, கோழி, சேவல், போன்ற உயிாகள் கோவில்களில் நேர்ந்து விடப்படுகின்றன.

வழிபாட்டுக்கட்டுப்பாடுகள்

படையல் பொருள் தயாரிப்பது, சடங்குகளை நிகழ்த்துவது முதலானவற்றில் தெய்வத்திற்கு உயர்ந்த மதிப்பை வழங்குகிறார்கள். எச்சில் தெரித்துவிடாதவாறு இருக்க வாயைக் கட்டிக் கொண்டு படையல் பொருளைச் சமைக்கிறார்கள். எந்தப் பொருளிலும் பாதம் பட்டுவிடாதவாறு பார்த்துக் கொள்கிறார்கள்.

ஆண், பெண்பால் பாகுபாடுகள், குடும்ப உறவுகள் வழிபாட்டில் பார்க்கப்படுகின்றன. பங்காளிகள் மட்டுமே வழிபடக் கூடிய வழிபாட்டில் அந்தக் குடும்பத்தில் பிறந்து மணம் செய்து கொடுக்கப்பட்ட பெண் கலந்து கொள்ள முடியாது. வேறு குடும்பத்தில் பிறந்திருந்தாலும் திருமணம் ஆகி வந்ததால் ஒரு பெண் பங்காளிகள் வழிபடும் வழிபாட்டில் கலந்து கொள்ள முடியும்.

4.6.23 வேடியப்பன்

சாதாரண வழிபாடு

தினதோறும் காலை வேளையில் விளக்கேற்றி வழிபடுவார்கள்.

சிறப்பான வழிபாடு

வாரம்தோறும் செவ்வாய், வெள்ளி கிழமைகளிலும்,மூன்று வருடங்களுக்கு ஒரு முறையும் சிறப்பு வழிபாடு நடைபெறும்.

வழிபாட்டு பொருட்களும், முறைகளும்

ஊருக்கு வெளியே காவல் தெய்வமாக வீற்றிருக்கும் வேடியப்பன் மூன்று வருடங்களுக்கு ஒரு முறை திருவிழா

நடைபெறும். பதினைந்து நாட்கள் சாட்டு வைத்து விரதம் இருப்பார்கள். திருவிழாவின் முன்னாள் புதுகூடை மொழுகி, புதுசட்டி வாங்கி அனைவரும் பொங்கல் இட்டு, பொங்கலை அடுப்பின் மீதே வைத்து விட்டு வீட்டுக்கு வாருவார்கள். மறுநாள் மாவிளக்குடன் கோயிலுக்கு வந்து நெய் தீபம்யேற்றி ஆடு, கோழி பலியிட்டு வழிபாடுவார்கள்.

திருவிழா நடக்கும் அன்று ஊர்மாரியம்மன், நாகாலம்மன், கதவநாச்சியம்மன், முத்துமாரியம்மன், கெங்கையம்மன், காளியம்மன் முதலிய ஆறு அம்மன் கரகங்களும் வேடியப்பனுடன் ஆனந்தநடனம் (பேட்டி காணுதல்) ஆடுவார்கள். இதுவே திருவிழாவின் சிறப்பு வழிபாட்டு முறையாகும்.

நேர்த்திக் கடன்கள்

நினைத்தது நிறைவேறினால் சூலம் போன்று கொம்புகளை கட்டி தீபந்தம்பிடித்தும், அக்னிசட்டியை கையில் ஏந்தியும் ஊர் முழுவதும் ஊர்கோலம் வந்து வழிபாடுவர்.

4.6.24 கூத்தாண்டவர்

சாதாரண வழிபாடு

தினமும் காலை, மாலை வழிபாடு நடைபெறும்.

சிறப்பான வழிபாடு

தைமாதம் முதல் அல்லது இரண்டாவது வெள்ளிக்கிழமை திருவிழாவின் போது சிறப்பு வழிபாடு நடைபெறும்.

திருவிழாவில் நடைப்பெறும் வழிபாடு முறைகள்

தைமாதம் முதல் அல்லது இரண்டாவது வெள்ளிக்கிழமை திருவிழா ஆரம்பம். திருவிழாவுக்கு சாட்டு வைத்தவுடன் தீசட்டி எடுப்பவார்கள் மஞ்சள் ஆடை அணிந்து, கழுத்தில் துளசி மணி மாலையிட்டு 15 நாட்கள் விரதம் இருந்து வழிபடுவார்கள். வெளியூர் உள்ளுர் என்றபாகுபாடின்றி எல்லா ஊர் மக்களும் காலை முதல் தொடர்ந்து வழிபாடுகள் நடைபெறும். பொங்கல், மாவிளக்கு, பழம், தேங்காய், பாக்கு, வெற்றிலை, மஞ்சள்பொடி,

குங்குமம், பூமாலைகள், வசதிக்கேற்ப மேளம், தாளம், பம்பை, உடுக்கை அடித்தும், மஞ்சள் ஆடை அணிந்தும், ஆடு, கோழி பலியிட்டும், தேர் இழுத்தும் வழிபடுவார்கள்.

இரவில் சிறப்பு வழிபாடு

திருவிழா அன்று இரவு சுமார் பத்து மணிக்கு குருசிலாப்பட்டு மக்கள் தாய் வீட்டு சீதனமாய் புதுக்கூடையில் புதுத்துணி, சாட்டை, வாள், பூசைமணி மற்ற பூசைக்குரிய பொருட்களோடு ஆடிப்பாடி மகிழ்ச்சியோடு வந்ததும் கோயில் முன்பாகப் பூசைப் பொருட்களை வாழை இலையில் வைத்து அருள் பெறதயாராகுவார்கள். விசில் அடிக்கப்பட்டு மேளம் அடிப்பார்கள். பூசாரி அனைவரின் மீதும் மஞ்சள் நீர் தெளித்து, நான்கு புறமும் நீர் வீசப்படும். நிறையபேர் தெய்வம் வந்து ஆடுவார்கள், இங்கு கூத்தாண்டவர் தெய்வம் மட்டுமே அனுமதி யாருக்கு கூத்தாண்டவர் அருள் வருகிறாறோ, அவர் அதட்டினால் அனைத்து தெய்வங்களும், பொது மக்களும் அமைதி காப்பார்கள்.

சாமி வந்தவரிடம் கேட்கும் நான்கு கேள்விகளும், வழிபாடும்

அருள் வந்தவர் மட்டுமே ஓடி வருகிறார், அதட்டுகிறார், சாட்டையை எடுகிறார், வடக்கு தெற்கும் கிழக்கும் மேற்கும் ஓடி ஓடி தனக்குத்தானே சாட்டையால் அடித்துக் கொள்வார். அருள் வந்தவரை அமைதிப்படுத்தி பூசாரி முதல் கேள்வியாக வந்தது யார்? என்பர். அருள் வந்தவர் அதட்டலோடு நான் கூத்தாண்டவர் என்பார். இரண்டாவது கேள்வி நாங்கள் மனதில் நினைத்த பொருளை எடுத்துக் கொடுப்பாயா? என்பார். அருள் வந்தவர் மீண்டும் ஒரு ஓட்டம், முட்டிப் போடுதல், பல்லைக் கடித்தல், சாட்டையால் தன்னையை அடித்துக் கொள்ளுதல் பின்பு பூசாரி நினைத்தப் பொருளை சாமி எடுத்துக் கொடுக்கும் மக்கள் வந்தது உண்மையான சாமி என மகிழ்வார்கள். மூன்றாவது கேள்வி இந்த பூசை உங்களுக்கு மகிழச்சியா? அருள் வந்தவர் வாளையெடுத்து தனக்குதானே இடிக்கிறார், தடுப்பார்கள். பிறகு மகிழ்ச்சி என பதில் உரைப்பார். கடைசிகேள்வி இந்த ஊரை

கட்டிக் காப்பாத்துவாயா? முட்டிபோட்டுக்கொண்டிருந்த சாமி எழுந்து அதட்டிக் கொண்டே ஊர் நாட்டாமை கை மீது சத்தியம் செய்து காப்பாத்துவேன் என சொல்லி மயங்கி விழுவார். திருவிழா நிறைவுறும்.

சிறப்பு நிகழ்வுகள்

சிலை செய்யும் மரத்தை எடுத்துவர பெருமபட்டு காட்டிற்கு சென்றபோது மரத்தை தூக்கிக்கொண்டு வரமுடியவில்லை அங்கேயே விட்டுவிட்டு வந்தார்கள். மறுநாள் காலையில் பார்த்தால் மரம் இருந்த இடத்தில் மரம் இல்லை, வெட்டிய அந்த மரம் ஆச்சாரியார் வீட்டின் முன் இருந்தது.

சாமி சிலை செய்து கோயிலுக்கு எடுத்துவரும் பொழுது கூட்டமாக மக்கள் கூடி விசில் அடித்தார்கள் சாமியும் விசில் அடித்ததாக கூறுகிறார்கள்.

வழிபாடுகள் இல்லாமல் இருந்தபோது மக்களின் கவனத்தை தம்பக்கம் ஈர்க்க காலரா நோயை ஏற்படுத்தி எல்லோரையும் வழிபடவைத்தார்.

சாமியின் கழுத்தை சிலர் பன்றி கழுத்து போல் உள்ளது என்று கேலி செய்தனர். அவர்களுடைய வீடு தீபற்றி ஏரிந்தது என்கிறார்கள்.

நேர்த்திக் கடன்கள்

துளசிமணி மாலை அணிந்து மஞ்சள் ஆடையுடுத்தி விரதமிருந்து தேர் இழுத்தல், அக்னிசட்டி கையில் வைத்து வலம் வருதல் போன்றவை.

4.6.25 வீரபத்திரசுவாமி

சாதாரண வழிபாடு

தினமும் காலையில் அபிஷேகமும், ஆராதணையும். மாலையில் விளக்கேற்றியும் சாதாரண வழிபாடு நடைபெறும்.

சிறப்பான வழிபாடு

செவ்வாய், வெள்ளிக்கிழமை, அமாவாசை, பௌர்ணமி, பிரதோஷம் போன்ற நாட்களில் ஆடிபெருக்கத்தின் போது சிறப்பு வழிபாடு நடைபெறும். இங்கு பிரதோஷநாட்களில் பெரிய நந்திபகவானுக்கு வழிபாடு நடைபெறுகிறது.

வழிபாடு முறைகள்

வேண்டுதல் வைத்த குருமர் சமூகத்தினர் அனைவரும் ஒன்றாக சேர்ந்து ஊரின் ஒரு பகுதியில் பலகையின் மீது அழகான வண்ணத்துணிகளை மூடி, பலகையை அழகுபடுத்தி வைப்பார்கள், இதுவே இவர்களின் குலதெய்வமாக நினைத்து வழிபடுவார்கள். சுவாமிக்கு வழிபாடு செய்யும் பூசாரிகள், மற்றும் வேண்டுதல் செய்பவர்கள் மற்றவர்களை போல கைகூப்பி வணங்குவதில்லை. இருகைகளையும் நேரே நீட்டிக் கொண்டே கீழே உட்கார்ந்து எழுவார்கள். கையில் தீபம் வைத்தும், பூ வைத்துக் கொண்டும் இப்படிதான் வழிபடுவர்கள்.

சுவாமிக்கு வழிபாடு செய்த பிறகு நேர்த்திகடன் செய்பவர்களும் இம்முறையிலேயே வழிபடுவர். சுவாமிக்கு வழிபாடு செய்த தீர்த்த நீரை நேர்த்திகடன் செய்பவர்களின் மீது தெளித்தவுடன் அவர்களுக்கு அருள் வரும். அருள்வந்தவுடன் முட்டியிட்டு கைகளை நீட்டிக்கொண்டே ஆராவாரம் செய்துக்கொண்டு பலகை இருக்கும் இடத்தை நோக்கி சிறிது சிறிதாக முன்னேறி செல்வார்கள். அவர்கள் ஒவ்வொரு முன்னேற்றத்தின் போதும் தேங்காயை அவர்களின் தலை மீது உடைப்பார்கள். இவ்வாறு குருமர் சமூகத்தினர் வீரபத்திரசுவாமியை வழிபடுகின்றனர்.

நேர்த்திக் கடன்கள்

நினைத்தகாரியம் நடந்துவிட்டால் தலையில் தேங்காய் உடைப்பார்கள். அன்னதானம் செய்தல், மாலை அணிவித்து அபிஷேகம் செய்தல்.

4.7 முடிவுரை

மனிதன் இவ்வுலகில் இறைவன் அருளும். பிறப்பு முதல் இறப்பு வரை தான் விரும்பும் நேரத்தில் விரும்பியவைகளைப் பெற்றும் இன்பமாக வாழ வேண்டும் என்று எண்ணுகின்றான். அவ்வாறு வாழ்வதற்கு. தன் வலிமைக்கும் அப்பாற்பட்ட ஒரு ஆற்றல் இருப்பதாக நினைத்தான். அவ்வாற்றலை வழிபட நினைத்தான். அந்த நம்பிக்கையின் அடிப்படையில் தோன்றியதே வழிபாடு. மனிதனின் மனதுடன் தொடர்புடையது வழிபாடு. இங்கு வழிபாடு என்ற சொல்லின் விளக்கத்தையும், வழிபாடு ஓளியில் தொடங்கி உருவத்தில் முடிவதை அறிய முடிகிறது. வழிப்பாட்டின் காரணம் மனிதனின் மனமே என்பதை அறியலாம். வழிபாடு இயற்கையில் தொடங்கி கூட்டு வழிபாடு வரை வகைபடுத்தபட்டுள்ளது. வாணியம்பாடி வட்டார மக்கள் தெய்வத்தின் மீது நம்பிக்கைகள் செலுத்துவதை தெளிவாக அறியலாம்.

வாணியம்பாடி வட்டார மக்கள் தங்கள் நலனுக்காகவும், உலக நலனுக்காகவும் வழிபாடு செய்கின்றனர். இவ்வாறு வாணியம்பாடி வட்டார மக்கள் எந்த வித கட்டுப்பாடுகளுமின்றி தங்களிடம் கிடைக்கின்ற பொருட்களை படைத்துத் தங்களையும், வணங்கும் தெய்வத்தையும் திருப்திப்படுத்திக்கொள்ளும் நிலையிலேயே மக்களின் சிறுதெய்வ வழிப்பாட்டு முறைகள் அமைகின்றது. அதேபோல வாணியம்பாடி வட்டார மக்கள் தங்கள் நலனுக்காகவும், உலக நலனுக்காகவும் வேதமுறைப்படியான பெருந்தெய்வங்களை வழிபாடு செய்கின்றனர்.

வாணியம்பாடி வட்டராத்திலுள்ள அனைத்து சிறுதெய்வ, பெருந்தெய்வ கோயில்கள் மிகசிறப்பு வாய்ந்ததாகவும், வழிபாட்டில் பல்வேறு மரபுகளை கொண்டு விளங்குவதையும், வாணியம்பாடி வட்டார மக்கள் தெய்வத்தின் மீது வைத்த நம்பிக்கை இன்றும் நிலைபெற்று இருப்பதையும் இவ்வியலில் அறியமுடிகிறது.

அடிக்குறிப்புகள்

1. அகராதி நிகண்டு ப.112
2. தமிழ்ப்பேரகராதி தொகுதி ஏ.ஐ ப.3545
3. அறவாண.க.ப. மேலது ப.21
4. இராசமாணிக்கனார்.மா. வழிபாடு ப.11
5. கலைக்களஞ்சியம். தொகுதி-6. ப.515
6. தொல். நூ.1361
7. கலைக்களஞ்சியம். ப.451
8. கைலாசபதி.பண்டைத் தமிழ் வாழ்வும் வழிபாடும் ப.81
9. அறவாயன் க.ப.மேலது ப.199.
10. காந்தி.க.தமிழர் பழக்கவழக்கங்களும் நம்பிக்கைகளும் ப.261
11. இராமலிங்கம்.மு.21வது கருத்தரங்கம் ஆய்வுக்கோவை தொகுதி-3
12. சீனிவாசன். இரா.சக்திவழிபாடு. ப.3
13. நஜன். ஆலயங்களும் ஆகமங்களும். ப.101
14. இளம்பூரணர். தொல்.பொருள். 474 ப.415
15. பாலசுந்தரன். சங்க இலக்கியங்களில் சமயக் கருத்துக்கள் ப.120
16. திருமூலர் திருமந்திரம். பா.எ. 1292
17. க.கணேசலிங்கம். சைவத்தை அறியுங்கள் ப.89

ஆய்வு முடிவுரை

"நாட்டுப்புறத் தெய்வவழிபாட்டு மரபுகள்"(வாணியம்பாடி வட்டாரம்) என்னும் இவ்வாய்வின் வழியாக நாட்டுப்புறத் தெய்வ வழிபாட்டின் தொன்மை, வழிபாட்டு முறைகள் பற்றியும், நம்பிக்கைகள், நேர்த்திக் கடன்கள், பண்பாட்டுக்கூறுகள் ஆகியன பற்றியும் அறிய முடிகிறது.

காலங்காலமாக தெய்வபக்தியும், தேசபக்தியும் நிறைந்த நகரமாக வாணியம்பாடி திகழ்ந்தது எனத் தெரிகிறது. வாணியம்பாடி வட்டார பகுதிகளில் வாழும் மக்களின் நாட்டுப்புறத் தெய்வங்கள் சீரும் சிறப்பும் பெற்று திகழ்வதைக் காணலாம்.

உணர்வின் அடிப்படையாகச் சிறுதெய்வவழிபாடுகளும், பண்பாட்டின் அடிப்படையில் பெருந்தெய்வவழிபாடுகளும் அமைந்திருக்கின்றன. வாணியம்பாடி வட்டார மக்கள் வணங்கும் தெய்வங்களை ஊர்த்தெய்வம், காவல்தெய்வம், சாதிதெய்வம், குலத்தெய்வம், பொதுதெய்வம் எனப் பிரித்து அறிய முடிகிறது.

வாணியம்பாடி மக்கள் செய்யும் தொழிலில் கண்ணும் கருத்துமாக இருப்பதுமட்டுமின்றி, மக்களிடையே தெய்வபக்தியும், தேசபக்தியும் நிறைந்துள்ளது. மேலும் வாணியம்பாடி மக்களிடையே மொழிபற்று மிக்க எழுத்தாளர்கள் இருப்பதை அறிய முடிகிறது. நாட்டுபற்றும், தெய்வபற்றும், மொழிபற்றும் நிறைந்த வாணியம்பாடி வட்டத்தில் தெய்வங்கள் எல்லாம் வளங்களையும் மக்களுக்கு தந்தருளுகிறது என்பதை அறியமுடிகிறது.

வாணியம்பாடி மக்கள் பெருந்தெய்வ கோயில்களில் உள்ள தெய்வங்களின் வாரலாற்றை புராணகதைகளின் மூலமாகவும், கல்வெட்டுகள் மூலமாகவும், இலக்கிய நூல்களின் வாயிலாகவும் அறியப்பட்டவை. சிறுதெய்வங்களின் தோற்றவரலாறுகள் வாய்மொழி வழக்கங்களாவே பின்வரும் சந்ததியினருக்கு காலம்காலமாக எடுத்துரைக்கப்பட்டு வந்திருக்கின்றன. பல சிறு தெய்வங்களின் தோற்ற வரலாறு மறைந்துவிட்டன எனலாம். பல தெய்வங்களின் தோற்ற வரலாறு மிகதெளிவாக

கிடைக்கவிடினும் அந்த தெய்வங்களுக்கான வழிப்பாடு மரபுகள் இன்றும் தொடர்ந்து கொண்டிருக்கின்றன.

வாணியம்பாடி வட்டார மக்கள் எந்த வித கட்டுப்பாடுகளுமின்றி தங்களிடம் கிடைக்கின்ற பொருட்களை படைத்துத் தங்களையும், வணங்கும் தெய்வத்தையும் திருப்திப்படுத்திக் கொள்ளும் நிலையிலேயே மக்களின் சிறுதெய்வ வழிப்பாட்டு முறைகள் அமைகின்றது. அதேப்போல வாணியம்பாடி வட்டார மக்கள் தங்கள் நலனுக்காகவும், உலக நலனுக்காகவும் வேதமுறைப்படியான பெருந்தெய்வங்களை வழிபாடு செய்கின்றனர்.

1. நாட்டுப்புறத் தெய்வங்களுக்கும் பெருந்தெய்வங்களுக்கும் இடையே உள்ள வேறுபாடு பல உள்ளதை ஆய்வில் தெளிவுபடுத்தப்பட்டுள்ளன.

2. நாட்டுப்புறத் தெய்வங்கள் அமைப்புமுறை, அக்கோயில்கள் திசை அமைப்புமுறை, வழிபாட்டு முறை, கோயில்களின் பிரிவுகள், களஆய்வில் கிடைத்த செய்திகளை வைத்து ஆராயப்பட்டுள்ளது.

3. திருவிழாக்கள் வாணியம்பாடியில் சிறப்பாக தற்போது நடைபெற்று வருவதை இவ்வாய்வின் மூலம் விளக்கப்பெறுகிறது.

4. மக்களுக்கு ஏற்பட்ட துன்பங்களை தீர்க்கும் நேர்த்திக்கடன் எனும் பல்வேறு முறைகள் செய்யப்படுவதைக் கண்டறியப்பட்டுள்ளது.

5. மழைவேண்டியும், குழந்தைப்பேறு வேண்டியும் நாட்டுப்புறத் தெய்வத்தை வழிபட்டதை அறியமுடிகிறது. மேலும் நாட்டுப்புறத் தெய்வங்களுக்குப் பிடித்த உணவுப்பொருள் படைத்தும் பலியிட்டும் மக்கள் மகிழ்ச்சியுடன் வழிபடுகின்றனர்.

6. மக்கள் தெய்வத்தின் மீது நம்பிக்கைகள் செலுத்துவதை தெளிவாக அறியலாம். நிலவளம் பெறவும், குழந்தைச்செல்வம் பெறவும் இயற்கைவழிபாடு போன்ற

நம்பிக்கைகள் மூலம் வெளிப்படுத்தி உள்ளதை உணரமுடிகிறது.

7. அமாவாசை, பௌர்ணமி வழிபாடு சிறப்பிடம் பெற்றிருந்ததை காணமுடிகிறது. செவ்வவாய், வெள்ளி அம்மன் கோயில்களில் வழிபாடு சிறப்பிடம் பெறுகிறது. காவல்தெய்வம், சமாதித் தெய்வ வழிபாடு இன்று நடைபெறுகின்றன.

8. நாட்டுப்புறக் கதைகள், நாட்டுப்புறக் கலைகளால் மக்களிடம் ஒற்றுமையுணர்வு வளர்கிறது. கலைகளால் பண்பாடு, சமூக உணர்வு மனத்தூய்மை உண்டாகின்றன. நாட்டுப்புற வாழ்வில் இனிமையும் எளிமையும் இணைந்து மனித வாழ்வை மாண்புறச் செய்கிறது. இத்திருவிழாக்களால் மக்களிடையே ஒற்றுமை உணர்வு வளரச் செய்வதைக் கண்டறியப்பட்டுள்ளது. சமுதாயத்தில் மனித பொதுநல உணர்வு, மனிதகுல மேம்பாடு, ஆன்மநேய ஒருமைப்பாட்டு உணர்வு வழிகண்டு உயரும் என நாட்டுப்புறத் தெய்வங்களால் அறியமுடிகிறது.

9. நாட்டுப்புறத் தெய்வங்களின் அமைப்பு மற்றும் வழிபாட்டு முறைகள் ஆராயப்பட்டுள்ளது.

10. மக்களின் நேர்த்திக் கடன்களும், நம்பிக்கைகளும் சிறப்பாக விளக்கப்பட்டுள்ளன.

11. திருவிழாக்களும், வழிபாடுகளும், சமூக ஒருமைப்பாடு மத நல்லிணக்க ஒற்றுமையை வலியுறுத்துவதை உணரலாம்.

12. நாட்டுப்புறப் பண்பாட்டுக் கூறுகளில் பல்வேறு பண்பாட்டை உணர்த்தும் கரகாட்டம், காவடியாட்டம், பொய்க்கால் குதிரையாட்டம் போன்ற கலைகள் தங்கள் பண்பாட்டை வளர்த்தமை சுட்டிக்காட்டப்பட்டுள்ளது.

13. கூட்டுவழிப்பாடுகளால் மக்களிடையே நல்லிணக்கம், விட்டுகொடுத்தல் கூடிவாழும் பண்பு, போன்ற நற்பழக்கவழக்கங்களால் வாணியம்பாடி வட்டார மக்கள் சிறப்பான வாழ்வு வாழ்வதை அறியமுடிகிறது.

1.	நாட்டுப்புற இயல் ஆய்வு	டாக்டர்.சு.சக்திவேல் 'நாட்டுப்புற இயல் ஆய்வு' மணிவாசகர் பதிப்பகம் பாரிமுனை, சென்னை. இருபதாம்பதிப்பு, 2014
2.	நாட்டுப்புறத்தெய்வங்கள்: களஞ்சியம	முனைவர்.சு.சண்முகசுந்தரம் வெளியீடு: காவ்யா கோடம்பாக்கம்,சென்னை. முதல்பதிப்பு, 2009
3.	நாட்டுப்புறவியல்	டாக்டர்.விஜயலட்சுமி இராமசாமி சாந்தா பப்ளிஷர்ஸ் இராயப்பேட்டை, சென்னை. முதல்பதிப்பு, 2004
4.	தமிழ் இலக்கிய வரலாறு	முனைவர்.சிற்பி பாலசுப்பிரமணியம் கவிதா பப்ளிகேஷன் தி.நகர், சென்னை. முதற் பதிப்பு, 2010
5.	ஈரோடு மாவட்டச் சிறுதெய்வ வழிபாடு	முனைவர் க.வீ.வேதநாயகன் தன்னானே, பதிப்பகம் சென்னை முதல் பதிப்பு 2003.
6.	சக்தி வழிபாடு	இரா.சீனிவாசன் ஜெயகுமாரி ஸ்டோர்ஸ் நாகர்கோயில் முதல் பதிப்பு 1975.
7.	திரௌபதி வழிபாடு	ஜெ.ஜெயவாணிஸ்ரீ விநாயகர் பதிப்பகம் சேலம் முதல் பதிப்பு 2003

8. நாட்டுப்புறத்தெய்வங்கள்	டாக்டர் சு. சண்முகசுந்தரம் தன்னானே பதிப்பகம் சென்னை முதல் பதிப்பு 1999
9. தொல்காப்பியம் (பொருள் அதிகாரம்)	முனைவர் துரைமணிகண்டன்
10. நெல்லைமாவட்ட நாட்டுப்புறத்தெய்வங்கள்	முனைவர் துளசி ராமசாமி உலக தமிழ் ஆராய்ச்சி நிறுவனம் சென்னை முதல்பதிப்பு 1985.
11. நாட்டார் வழக்காற்றியல்	தே.லூர்து பாரிநிலையம் சென்னை முதல் பதிப்பு 2011.
12. தமிழக நாட்டுப்புறவியல்	மு.சற்குணவதி மணிவாசகர் பதிப்பகம் சென்னை இரண்டாம் பதிப்பு 2013
13. மரவழிபாடு	அறவாணன் க.ப சென்னை முதல் பதிப்பு 1984.
14. நாட்டுப்புறவியல் ஆய்வுகள்	ஆறு. இராமநாதன் மாணிக்கவாசகம் பதிப்பகம் சென்னை முதல் பதிப்பு 1997.
15. ஆதிபராசக்தி வழிபாட்டு முறைகளும் பலன்களும்	வெங்கடவன் குட்புக்ஸ் பப்ளிகேஷன்ஸ் சென்னை முதல் பதிப்பு 1998.
16. அருள்மிகு சென்றாய சுவாமி திருக்கோயில்	பேராசிரியர் பி.கே.மனோகரன் விஜயா பதிப்பகம் கோயம்பத்தூர் முதல் பதிப்பு 2016.

17. எங்கள் ஊர் இராமநாயகன் பேட்டை	பேராசிரியர் முனைவர். சிவராஜி இலக்கிய பதிப்பகம் வாணியம்பாடி முதல் பதிப்பு 2014.
18. விடுதலைக்கு வித்திட்ட வாணியம்பாடி செம்மல்கள்	பேராசிரியர் முனைவர். சிவராஜி இலக்கிய பதிப்பகம் வாணியம்பாடி முதல் பதிப்பு 2011.
19. ஸ்ரீகூத்தாண்டவர் கோயில் வரலாறு	புலவர் ச. உலகநாதன் ஆர்ட்லைன் லேசர் ரைட்டர்ஸ் மற்றும் பப்ளிஷர்ஸ் திருப்பத்தூர் முதல் பதிப்பு 2014.
20. வேலூர் மாவட்ட குருமன்ஸ் மக்களின் வாழ்வியல் பண்பாடு	முனைவர் வாசுகி கண்ணப்பன் பேராசியர் விஜயலட்சுமி ராமசாமி

பின்னிணைப்பு - 1

தகவலாளர் பெயர்ப்பட்டியல்

வ. எண்	பெயர்	ஆண்/பெண்	வயது	ஊர்
1	சிவக்குமார்	ஆண்	52	அம்பூர்பேட்டை
2	கெஜலட்சுமி	பெண்	50	தேவஸ்தானம்
3	இரத்தினசாமி	ஆண்	56	பெரியபேட்டை
4	தியாகராஜன்	ஆண்	56	பீமகுளம்
5	கிருஷ்ணசாமி	ஆண்	68	கேத்தாண்டபட்டி
6	சந்திரன்	ஆண்	86	திம்மாம்பேட்டை
7	குமார்	ஆண்	47	இராமநாயக்கன்பேட்டை
8	கணேசன்	ஆண்	44	வளையாம்பட்டு
9	தங்கமணி	ஆண்	67	பெத்தூர்
10	வெங்கடேசன்	ஆண்	48	மரிமானிகுப்பம்
11	சுந்தரமோகன்	ஆண்	69	உதயேந்திரம்
12	லதாஸ்ரீ	பெண்	48	சென்னாம்பேட்டை
13	பானு	பெண்	56	வாணியம்பாடி
14	பழனி	ஆண்	52	தும்பேரி
15	சுகுமார்	ஆண்	47	மடக்கடப்பா
16	சிவராமன்	ஆண்	56	கொடையாஞ்சி
17	மனோகரன்	ஆண்	64	அம்பலூர்
18	சதிஷ்குமார்	ஆண்	43	பெத்தகல்லுப்பள்ளி
19	செல்வம்	ஆண்	56	தெக்குப்பட்டு
20	பழனி	ஆண்	58	புல்லூர்
21	தேவசோழன்	ஆண்	65	எக்லாஸ்புரம்
22	உதயகுமார்	ஆண்	65	வடக்குப்பட்டு
23	கோவிந்தராஜ்	ஆண்	49	இளையநகரம்
24	பெரியாத்தா	பெண்	72	கிரிசமுத்திரம்
25	நவமணி	பெண்	53	மதனாஞ்சேரி
26	பரமசிவம்	ஆண்	52	நரசிங்கபுரம்
27	கோகுல்ராஜி	ஆண்	63	நிம்மியம்பட்டு
28	ஜெயசங்கர்	ஆண்	49	ஆலங்காயம்
29	ஜெயபாலன்	ஆண்	56	பூங்குளம்
30	அசோகன்	ஆண்	66	நாச்சார்குப்பம்

31	ரவி	ஆண்	72	ஆண்டியப்பனூர்
32	தாட்சயணி	பெண்	56	வெலதிகமானிபெண்டா
33	சுப்பிரமணி	ஆண்	72	கல்லரப்பட்டி
34	பண்டியன்	ஆண்	53	கௌவுக்காபட்டு
35	மணியன்	ஆண்	57	அலசந்தரபுரம்
36	கல்யாணி	பெண்	81	நாராயணபுரம்
37	தனபாக்கியம்	பெண்	75	பெருமாப்பட்டு
38	ஞானமூர்த்தி	ஆண்	50	குரிசிலாப்பட்டு
39	விஜயகுமார்	ஆண்	56	மேட்டுபாளையம்
40	தனசேகரி	பெண்	83	பெத்தூர்
41	நாகராஜன்	ஆண்	58	அம்பலூர்
42	பவித்ரா	பெண்	56	ஆண்டியப்பனூர்
43	குமார்	ஆண்	63	திம்மாம்பேட்டை

பின்னிணைப்பு– 2

பூஜை முறைகள்

வ.எ	ஊர்ப்பெயர்கள்	தெய்வத்தின் பெயர்கள்	பூசை	வழிபடுவோர்
1	அம்பூர்பேட்டை	வரசித்தி விநாயகர்	தினசரி2வேளை	எல்லோரும்
2	தேவஸ்தானம்	அதிதீஸ்வரர்	ஆறுகாலம்	எல்லோரும்
3	பெரியபேட்டை	அழகு பெருமாள்	தினசரி 2வேளை	எல்லோரும்
4	பீமகுளம்	சென்றாயசுவாமி	ஒருகாலப்பூசை	மலைவாழ் மக்கள்
5	கேத்தாண்டபட்டி	ஆராவமுதப் பெருமாள்	தினசரி 2வேளை	ஊர் பொதுமக்கள்
6	திம்மாம்பேட்டை	பிரச்சன்ன வெங்கடேசபெருமாள்	ஒருகாலப்பூசை	ஊர்
	பொதுமக்கள்			
7	இராமநாயக்கன் பேட்டை	திருப்பால்நதி ஈஸ்வரர்	தினசரி 2வேளை	எல்லோரும்
8	வளையாம்பட்டு	பழனி ஆண்டவர்	தினசரி 2வேளை	எல்லோரும்
9	பெத்தூர்	சீனிவாசபெருமாள்	தினசரி 2வேளை	ஊர்மக்கள் மட்டும்
10	மரிமானிகுப்பம்	பஜானகோயில்	தினசரி 2வேளை	ராவ்ஸ் சமூகத்தினர்
11	உதயேந்திரம்	சுந்தரராஜப்பெருமாள்	தினசரி 2வேளை	எல்லோரும்
12	சென்னாம் பேட்டை	பாண்டுரங்கர்	தினசரி 2வேளை	ராவ்ஸ் சமூகத்தினர்
13	வாணியம்பாடி	ஓம் சக்தி	தினசரி 2வேளை	எல்லோரும்
14	தும்பேரி	பெருமாள்(துளசிமாடம்)	தினசரி 2வேளை	ஊர்மக்கள் மட்டும்
15	மடக்கடப்பா	பஞ்சமுகநந்தீஸ்வரர்	பௌர்ணமி, பிரதோஷம்	எல்லோரும்
16	கொடையாஞ்சி	காசிவிஸ்வநாதர்	தினசரி 2வேளை	எல்லோரும்
17	அம்பலூர்	அண்ணாமலை ஈஸ்வரர்	தினசரி 2வேளை	ஊர் பொது மக்கள்

18	பெத்தகல்லுப் பள்ளி	புத்துமாரியம்மன்	தினசரி 2வேளை	எல்லோரும்
19	தெக்குப்பட்டு	பச்சையம்மன்	தினசரி 2வேளை	ஊர் பொது மக்கள்
20	புல்லூர்	கனக நாச்சியம்மன்	தினசரி 2வேளை	எல்லோரும்
21	எக்லாஸ்புரம்	அங்காளபரமேஸ்வரி	செவ்வாய்,வெள்ளி	ஊர்மக்கள் மட்டும்
22	வடக்குப்பட்டு	பூங்காவனத்து அம்மன்	செவ்வாய், வெள்ளி	ஊர்மக்கள் மட்டும்
23	இளையநகரம்	ஊமை சாமுண்டிஸ்வரி அம்மன்	செவ்வாய், வெள்ளி	ஊர்மக்கள் மட்டும்
24	கிரிசமுத்திரம்	திரௌப்பதி அம்மன்	தினசரி 2வேளை	எல்லோரும்
25	மதனாஞ்சேரி	திருப்பதி கெங்கையம்மன்	(கரக்கரை) செவ்வாய், வெள்ளி	ஊர்மக்கள் மட்டும்
26	நரசிங்கபுரம்	திருப்பதி கங்கை அம்மன்	செவ்வாய், வெள்ளி	ஊர்மக்கள் மட்டும்
27	நிம்மியம்பட்டு	பெத்த பலி கெங்கையம்மன்	தினசரி 2வேளை	எல்லோரும்
28	ஆலங்காயம்	பராசக்தி மாரியம்மன்	தினசரி 2வேளை	எல்லோரும்
29	பூங்குளம்	தேசத்துமாரியம்மன் (குதிரையம்மன்)	செவ்வாய், வெள்ளி மட்டும்	ஊர்மக்கள்
30	நாச்சார்குப்பம்	சாமூண்டிஸ்வரியம்மன்	தினசரி 2வேளை	எல்லோரும்
31	ஆண்டியப்பனூர்	பாப்பாத்தியம்மன்	தினசரி 2வேளை	எல்லோரும்
32	வெலதிகமானி பெண்டா	வனபொன்னி அம்மன்	செவ்வாய், வெள்ளி	ஊர்மக்கள் மட்டும்
33	கல்லரப்பட்டி	காளியம்மன்	செவ்வாய், வெள்ளி	இடையர்
34	கௌவுக்காபட்டு	முத்தாளம்மன்	செவ்வாய், வெள்ளி	இருளர்
35	அலசந்தரபுரம்	நாகலம்மன் ஆலயம்	தினசரி 2வேளை	எல்லோரும்
36	நாராயணபுரம்	ஆனாட்சியம்மன்	தினசரி 2வேளை	ஊர் மக்கள் மட்டும்
37	பெருமாப்பட்டு	வேடியப்பன்	செவ்வாய், வெள்ளி	ஊர்மக்கள் மட்டும்

39	மேட்டுபாளையம்	முனிஸ்வரன்	ஞாயிறு	ஊர்மக்கள் மட்டும்
40	பெத்தூர்	தீர்த்தகிரி ஈஸ்வரர் மற்றும் பாலமுருகன்	2வேளை எல்லோரும்	தினசரி
41	அம்பலூர்	தத்தியம்மன்	தினசரி 2வேளை	எல்லோரும்
42	ஆண்டியப்பனூர்	வீரபத்திரசுவாமி	தினசரி 2வேளை	குருபர்
43	திம்மாம்பேட்டை	சந்திரமௌலீஸ்வரா	தினசரி 2வேளை	எல்லோரும்
44	இராமநாயக்கன் பேட்டை	வைகுண்ட பெருமாள்	தினசரி 2வேளை	எல்லோரும்
45	அம்பூர்பேட்டை	பொன்னியம்மன்	தினசரி 2 வேளை	எல்லோரும்

பின்னிணைப்பு -3
வினாநிரல்

பெயர் : மக்கள் / அறங்காவலர் / பூசாரி / பெரியவர்
இடம் : வாணியம்பாடி வட்டாரம்
பெருந்தெய்வங்கள்

1. கோயில்களில் பூஜை செய்பவர் யார் ?
   பிராமணர்

2. கோயிலில் விளங்கும் மரங்களுக்கு என்ன பெயர்?
   தலவிருட்சம்

3. கோயிலில் எத்தனை கால பூஜை நடைபெறும்?
   6 காலம் / 2 காலம் / 1 காலம்

4. விழாக்கள் எந்த மாதத்தில் நடைப்பெறும்?
   எல்லா தமிழ் மாதங்களில் வரும் தெய்வத்தின் சிறப்பு நாட்களில்

5. உயிர்பலி உண்டா?
   இல்லை

6. படைக்கும் பொருட்கள் என்னனென்ன?
   சைவப்பொருட்கள்

7. சைவ, வைணவர்கள் வணங்கும் தெய்வங்கள் என்ன?
   சைவம் - சிவன், வைணவம் - விஷ்ணு

8. நேத்திகடன்கள் என்ன செய்வார்கள்?
   அபிஷேகம்செய்தல், மேல்விளக்குவைத்தல்,
   தெய்வத்தின் சிறப்பு நாட்களில் விரதம் இருந்து வழிப்படுதல்

9. தெய்வங்களின் கையில் இருக்கும் ஆயதங்கள் என்ன?
   சங்கு, சக்கரம், வில், சூலம், காதயுதம், உடுக்கை

10. கோயிலில் இசைக்கும் கருவிகள் என்ன?
    மேளம், வாத்தியம்

11. கலைநிகழ்ச்சிகள் என்ன நடைப்பெறும்?
    சொற்பொழிவுகள், பிரமோச்சவம், தேர்ரோட்டம், காவடியாட்டம், சிலம்பாட்டம், பொய்கால் குதிரையாட்டம்

12. நிறைவு நாள் விழா என்ன?
    தீர்த்தவாரி

சிறுதெய்வங்கள்

13. நாட்டுப்புறத்தெய்வ வழிபாடு எப்படித் தோன்றியது?
    நாட்டுப்புற மக்கள் தங்களது இன்ப துன்பங்களை வெளிப்படுத்த எழுந்தது.

14. உங்கள் ஊரில் எத்தனை சதவிகிதத்தினர் நாட்டுப்புறத் தெய்வங்களை வழிபடுகின்றனர்?
    100%

15. நாட்டுப்புறத்தெய்வத்திற்கு உருவம் உண்டா? இல்லையா?
    உருவம் உண்டு, எதிர்கொண்டு வழிபடலும் உண்டு.

16. கோயில்களில் பூசை செய்பவர் யார்?
    பண்டாரம், குலத்தார், சில ஊர்களில் அந்தணர்.

17. திருவிழாக்கள் எந்த மாதத்தில் நடைபெறும்? காரணம் என்ன?
    சித்திரை / வைகாசி /மாசி / பங்குனி

18. அம்மன் வழிபடுவதற்குரிய காரணம் என்ன?
    மழையை வேண்டியும், அம்மையைக் குணப்படுத்த அம்மனை வழிபடுகின்றனர். சில இடங்களில் முன்னோர் வழிபாடும் செய்கின்றனர்.

19. பூசை நடைபெறும் நாட்கள் எவை?
    வெள்ளி, செவ்வாய், அமாவாசை, பௌர்ணமி

20. கோயில் எந்த திசையில் அமைந்துள்ளன?
    வடக்பேட்டை, கிழக்கு சில இடங்களில் தெற்கு, மேற்கு.

21. எத்தனை நாட்கள் விழா நடைபெறும்?
    3 அல்லது 4 நாட்கள்

22. விழாக்கால நிகழ்வுகள் என்ன?
    கம்பம் இடுதல், ஆட்டம், மாவெடுத்தல், மஞ்சள் நீராடுதல், பலிகொடுத்தல்

23. சிலை செய்யும் பொருட்கள் என்னென்ன?
    களிமண் அல்லது கல்

24. நாட்டுப்புறத்தெய்வங்களுக்கு ஆயுதங்கள் எவை?
    வாள், வேல், கொடுவாள்

25. மாரியம்மன் விழாவின் போது முளைப்பாரி எடுப்பதுண்டா?
    9 தானியங்களை முளைக்க வைத்து எடுப்பார்கள்.

26. கோயிலுக்கு ஏதாவது சிறப்பான வழிபாட்டு முறைகள் உண்டா?
    அமாவாசை, பௌர்ணமி மற்றும் தெய்வத்திற்குரிய சிறப்பு நாட்களில்

27. கோயிலுக்கு எந்த நேரத்தில் அதிகமாக வருவார்கள்?
    அமாவாசை, பௌர்ணமி மற்றும் தெய்வத்திற்குரிய சிறப்பு நாட்களில

28. பூக்குழி இறங்குவது உண்டா?
    சில ஊர்களில் உண்டு

29. பூவோடு எடுத்தல் உண்டா?
    கிராமங்களில் எடுப்பார்கள்

30. என்னென்ன பொருட்களை பூசைக்கு வைத்து வழிபாடு நடத்துகின்றனர்?
    மாலை, தேங்காய், பழம், கற்பூரம், எலுமிச்சை, உப்பு, தானியம்

31. உயிர்ப்பலி உண்டா?
    உண்டு ஆடு, சேவல், கிடாய் வெட்டுதல்

32. காவல் தெய்வம் உண்டா?
    கருப்பணசாமி, முனியப்பன்

33. மாவிளக்குப் பூசை உண்டா?
    எல்லா வீடுகளிலும் உண்டு.

34. காப்புக் கட்டுதல் உண்டா?
    கொத்துக்காரர், தொழிலாளி காப்புக் கட்டுவார்கள்.

35. குழந்தைச் செல்வம் இல்லாதவர்கள் கோயிலுக்கு வந்தால் என்ன செய்கிறார்கள்?
    தொட்டில் கட்டவார்கள்

36. சாமி ஆடி வாக்குச் சொல்லல் உண்டா?
    நிறைய ஊர்களில் உண்டு.

37. பூக்கட்டிப் போட்டு / பூ கேட்பதுண்டா?
    அம்மன் கோயில் உண்டு.

38. தீ மதித்தல் நிமித்தம் உண்டா?
    மாரியம்மன், பத்ரகாளியம்மன் கோயில் உண்டு.

39. கலை நிகழ்ச்சிகள் நடைபெறும் வழக்கம் உண்டா?
    மூன்று நாட்கள் நடைபெறும்.

நிறைவு நாள் நிகழ்வு

பின்னிணைப்பு 4
நிழற்படங்கள்

ஆதிதீஸ்வரர் மூலவர் - தேவஸ்தானம்

தத்தியம்மன் திருக்கோயில்

பூங்காவனத்து அம்மன் கரகம் - வடக்குப்பட்டு

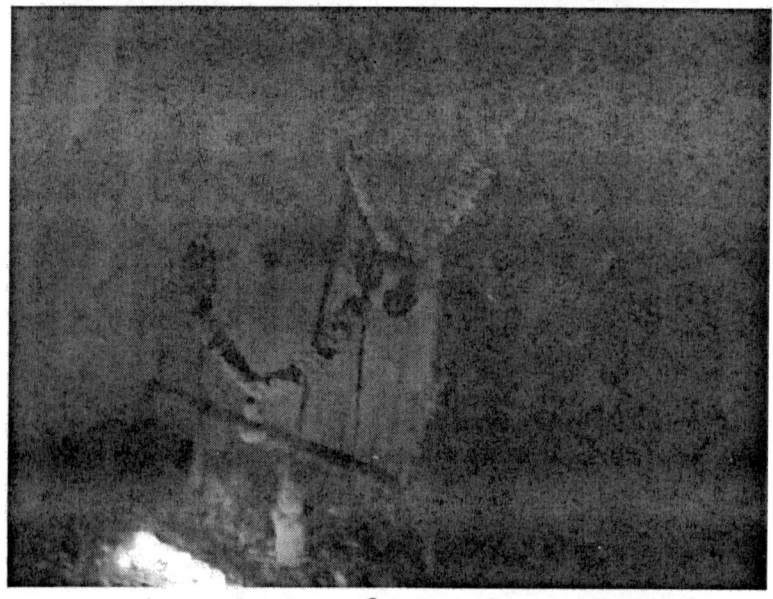

பச்சையம்மன் வழிபாடு— தெக்குப்பட்டு

பச்சையம்மன் ஊஞ்சல் வழிபாடு – தெக்குப்பட்டு

அங்காளபரமேஸ்வரி அம்மன் - எக்லாஸ்புரம்

வேடியப்பன் கவசம் - பெருமாப்பட்டு

வேடியப்பன் அலங்காரம் - பெருமாப்பட்டு

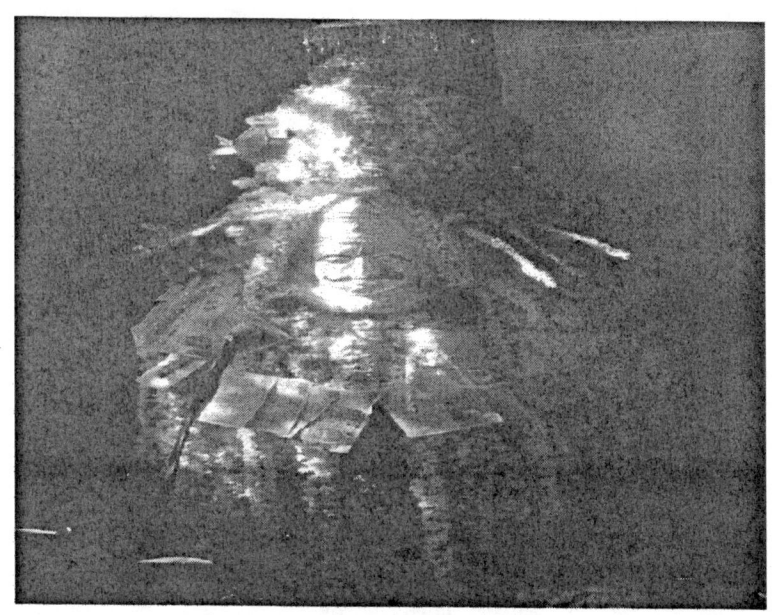

வேடியப்பன் கரகம் - பெருமாப்பட்டு

நாட்டுப்புறநிகழ்ச்சிகள்

ஆடு பலியிடுதல் -

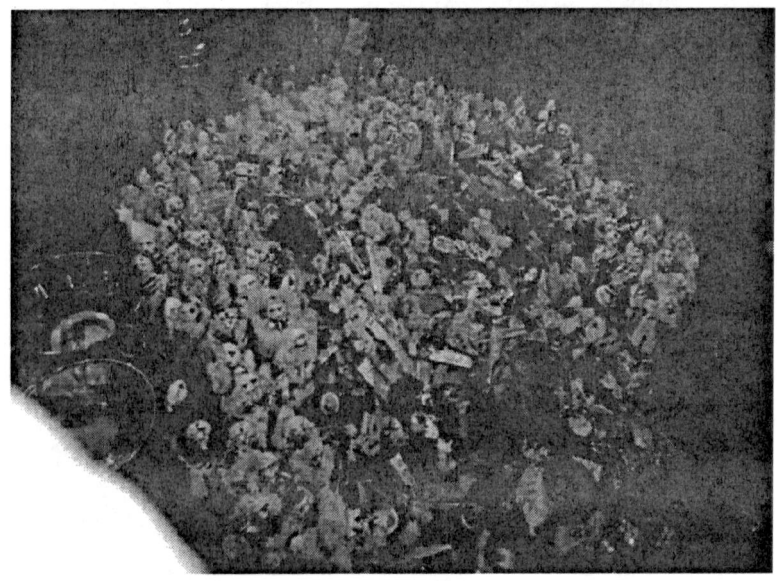

நேர்த்திகடன் - மண்சிலைகள்

ஸ்ரீ வீரபத்திர சுவாமி— ஆண்டியப்பனூர்

பூங்காவனத்தம்மன் -வடக்குபட்டு

மாகசிவராத்திரி வழிபாடு

புத்துமாரியம்மன் - பெத்தகல்லுப்பள்ளி

கனகநாச்சியம்மன் - வெண்கலஉருவசிலை வழிபாடு

நாகாலம்மன் ஆலயத்தின் பலிபீடம் - அலசந்தரபுரம்

நாகாலம்மன் - அலசந்தரபுரம்

முனீஸ்வரன் கோயில் - மேட்டுபாளையம்

திரௌபதியம்மன் - கிரிசமுத்திரம்

பழனி ஆண்டவர் - நாகதேவதை வழிபாடு

பழனி ஆண்டவர் - வேல் வழிபாடு

ஆடு, கோழி பலியிடுதல்

பொங்கல், மாவிளக்கு வழிபாடு

மரவழிபாடு– பெத்தகல்லுப்பள்ளி

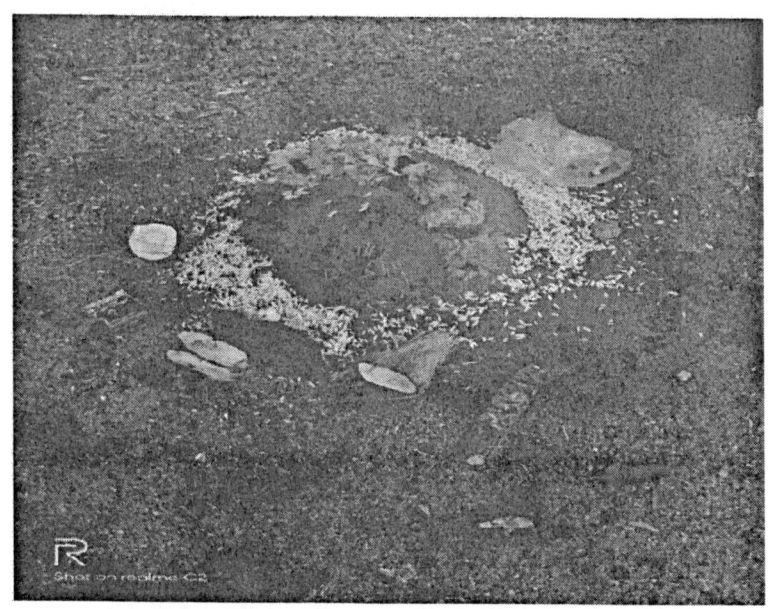

கொடையாஞ்சி - முன்னோர் வழிபாடு

பெத்தூர் - மோட்சதீப வழிபாடு

புத்துமாரியம்மன், நேர்த்திகடன் செலுத்தும் தராசு

பொங்கல் வைத்து வழிபாடு

நாகசிலைவழிபாடு

ஊமைசாமுண்டீஸ்வரியம்மன் - மரத்தின் கீழே
கன்னிமார்கள்

பாப்பாத்தியம்மன் - தொப்புள்கொடிமரம், குளம்

குதிரையம்மன் - பூங்குளம்

பின்னிணைப்பு - 5
வேலூர் மாவட்ட வரைபடம்

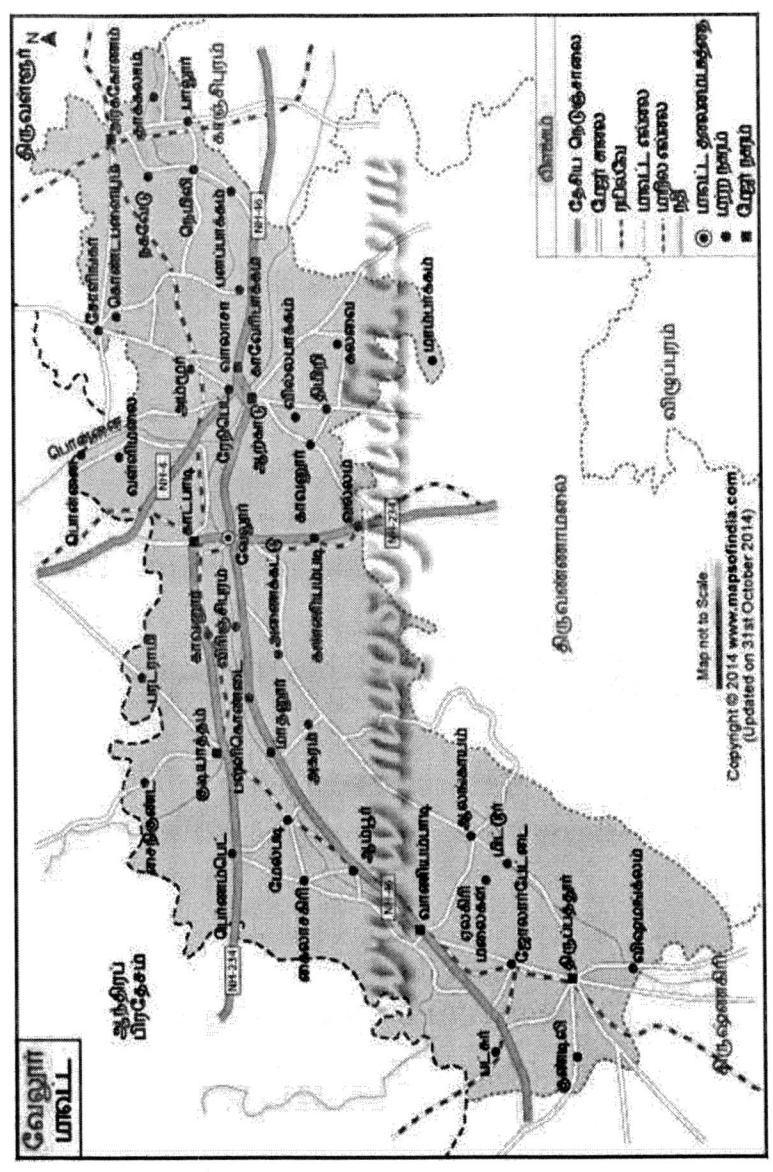

வாணியம்பாடி வட்டார வரைபடம்

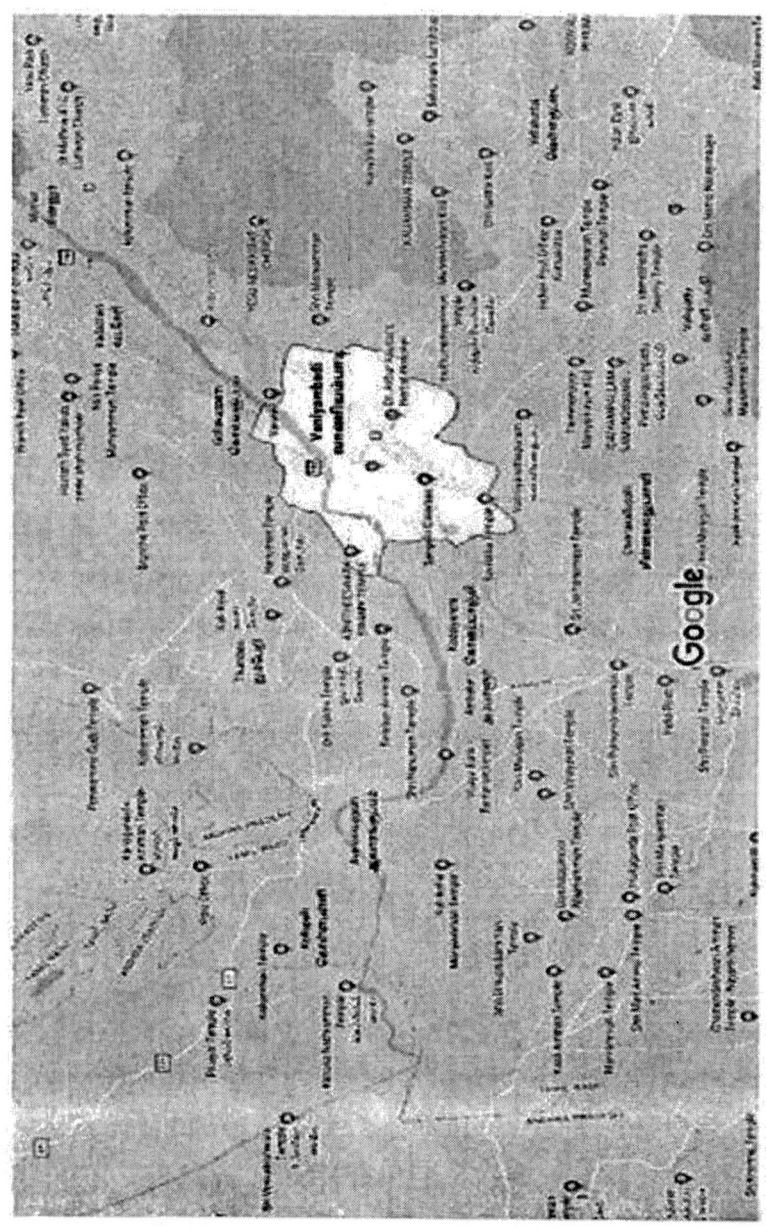